అంతరంగాన్ని ఆలకించు

‘జీవితానికి సంబంధించి ప్రేమ్ రావత్ గారి లోతైన అవగాహన, ఎన్నో దశాబ్ధాలుగా నేను అన్వేషిస్తున్న అనేక ప్రశ్నలకు సమాధానాలను అందిస్తుంది. అల్లకల్లోలమైన ఈ ప్రపంచంలో శాంతిని అన్వేషించడానికి బదులుగా, మనలోనే ఉన్న శాంతిని గుర్తించడానికి దోహదం చేసే ఒక ఆచరణాత్మక మార్గాన్ని మరియు వివేకాన్ని అందించి సంతృప్తిని పొందేందుకు ఈ పుస్తకం పాఠకులకు ప్రేరణ కలిగిస్తుంది.’

- మైఖేల్ బోల్టన్,
గ్రేమీ అవార్డు విజేత, గాయకుడు మరియు గేయ రచయిత

‘అసలైన సంతృప్తిని కాంక్షించే ప్రతి ఒక్కరికి ప్రేమ్ రావత్ గారి పలుకులు ఎంతో ఉపశమనాన్ని కలిగించే ఔషధంలాంటివి. ఈ పుస్తకం అమూల్యమైన ఒక రత్నంలాంటిది.’

– సూసాన్ స్టీఫెల్ మాన్, MFT
పేరెంటింగ్ వితవుట్ పవర్ స్ట్రగుల్స్ రచయిత

‘ప్రేమ్ రావత్ గారు చైతన్యానికి ఐన్‌స్టీన్‌లాంటివారు.’

– క్లాడియో నరెంజో, MD
ద ఎన్నేగ్రామ్ ఆఫ్ సొసైటీ రచయిత

‘ఈ పుస్తకంలో గేయాలున్నాయి, ఆనందాన్ని చేకూర్చే చక్కని రాగాలు ఉన్నాయి మరియు నిజమైన శాంతిని అందించే జీవిత సామరస్యం ఉన్నది - ఒకవేళ మన అంతరంగాన్ని మనం విన్నట్లయితే! పదండి, ఈ పుస్తకాన్ని ఒక క్రొత్త తరహాలో మరియు హృదయంలో వెల్లివిరిసే ఆనందంతో గ్రహిద్దాము.’

- జువాన్ ఫిలిప్ హెర్రెరా,
సుప్రసిద్ధ అమెరికన్ కవి

ఈ ప్రాపంచిక అలజడిలో శాంతిని పొందడానికి

అంతరంగాన్ని ఆలకించు

ప్రేమ్ రావత్

HarperCollins *Publishers* India

First published in English in the US as *Hear Yourself: How to Find Peace in a Noisy World* by HarperOne 2021
An imprint of HarperCollins Publishers

First published in Telugu in India by HarperCollins Publishers 2025
HarperCollins Publishers India, Cyber City, Building 10-A, Gurugram, Haryana-122002, India
www.harpercollins.co.in

2 4 6 8 10 9 7 5 3 1

P-ISBN: 9789369898275

E-ISBN: 9789369896189

Typeset in Telugu

by Elami Creatives

Printed and bound at Saurabh Printers Pvt. Ltd

*

HarperCollins Publishers, Macken House, 39/40 Mayor Street Upper, Dublin 1, D01 C9W8, Ireland

విషయసూచిక

పరిచయం

గడిచిన ఎన్నో సంవత్సరాలలో, తనను తాను తెలుసుకోవాలనే అన్వేషణలో ప్రయాణం సాగిస్తున్న అనేకమందిని నేను కలిసాను, వారితో మాట్లాడాను. కొందరేమో జ్ఞానోదయం కోసం తమ జీవితాలను ధారపోసి, అనేక రకాలైన ఆలోచనలతో విభిన్న మార్గాల కోసం ఇప్పటికీ ఈ ప్రపంచంలో తమ అన్వేషణ కొనసాగిస్తూనే ఉన్నారు. మరికొందరు, తమ జీవితాల్లో తమను తాము ఇంకాస్త మెరుగ్గా అర్థం చేసుకొని, వ్యక్తిగతంగా ఎదగాలని లేదా సంతృప్తిగా జీవిస్తూ అసలైన ఆనందానుభూతిని పొందాలని కోరుకుంటున్నారు.

మన ఈ యాత్రలో నాతో కలిసి మీరు ప్రయాణిస్తే, మనం ఎటువైపు పయనిస్తున్నామో చూసి మీరు ఆశ్చర్యచకితులవుతారు. విభిన్న రకాలైన ఆలోచనలు, అనేక రకాలైన నమ్మకాల పరిధిని దాటి అద్భుతమైన ఒక జ్ఞానదిశలో మనం సాగిపోతాము. మన దైనందిన జీవితంలో గల చికాకుల నుండి విముక్తి పొంది మన అంతరంగంలోనికి ప్రవేశించగలుగుతాము. అక్కడికి చేరుకుంటే మీరు స్పష్టతను, సంతృప్తిని, అసలైన ఆనందానుభూతిని స్వయంగా పొందగలరు. ఆ స్థానం ఆంతరిక శాంతికి నిలయం! మనస్సు నుండి హృదయంవైపు, ఆ తర్వాత హృదయం నుండి శాంతివైపు మన పయనం కొనసాగుతుంది. మీరెవరైనా కావచ్చు, మీలో శాంతి కొలువై ఉన్నది - ఆత్మజ్ఞానం ద్వారా మీరు ఆ అనుభూతిని స్వయంగా పొందగలరు. ఇదంతా ఎలా సాధ్యం కాగలదో తెలుసుకోవడంలో మీకు ఈ పుస్తకం తోడ్పడుతుంది.

తనను తాను తెలుసుకోవాలన్న ఆలోచన మనలో కలిగినప్పుడు అనేక రకాలైన సందేహాలతో కూడిన అభిప్రాయాలు మనలో ఉత్పన్నమవుతాయని

నాకనిపిస్తుంది.

కానీ ఆత్మజ్ఞానం పొందాలన్న తపన మాత్రం అతి సరళమైనది. మీలోని పరమశాంతితో మీరు మమేకమైనప్పుడు ఒక నూతనోత్సాహం, అంతర్గత సంతృప్తి, అపారమైన ఆనందాల అనుభూతినే గాక అత్యంత ఆశ్చర్యకరమైన వాటి గురించి కూడా మీరు తెలుసుకుంటారు. మీలోని శాంతిని స్వయంగా అనుభూతి పొందినప్పుడు, నిజానికి మీరెవరన్న విషయాన్ని కూడా మీరే స్వయంగా తెలుసుకోగలుగుతారు.

నేను మరొక్క విషయాన్ని కూడా స్పష్టం చేయాలని అనుకుంటున్నాను: శాంతి గురించి మీలో ఓ అవగాహన కలిగి అంతర్గత శాంతితో మమేకమవడం వలన మీ జీవితంలో ఎలాంటి సత్ఫలితాలు కలుగుతాయో తెలియజేయడమే నా ముఖ్య ఉద్ధేశ్యం! అయితే, బాహ్యంగా నెలకొన్న ఈ ప్రాపంచిక అలజడి నుంచి వైదొలగి ఆంతరంగిక శాంతివైపు ప్రయాణం చేయాలన్న దృఢ సంకల్పం మాత్రం మీలో స్వయంగా కలగాలి. ఎందుకంటే వేరెవ్వరూ మీకు శాంతిని చేకూర్చలేరు, మీకు మీరే మీ లోపల దానిని ఉత్పన్నం చేసుకోవాలి. అలా జరిగినప్పుడు, 'మీరెవరు' అనే విషయాన్ని ఒక క్రొత్త కోణంలో మీరు అర్థం చేసుకోగలుగుతారు. మన జీవితాల్లో చాలా విషయాలు ఎవరి ప్రమేయం లేకుండా వాటంతట అవే జరిగిపోతూ ఉంటాయి. కొన్ని ఎంతో సులువుగా జరిగిపోతుంటాయి. కానీ అంతర్గత శాంతిని పొందడానికై కాస్త కృషి చేయవలసి ఉంటుంది. పరిపూర్ణంగా జాగృతావస్థలో ఉండడానికి కాస్త శ్రమించాల్సి ఉంటుంది. ఐన్‌స్టీన్ చెప్పినట్లుగా - "వివేకమన్నది పాఠశాలలో నేర్పించేది కాదు, దాని కోసం జీవనపర్యంతమూ కృషి చేయవలసి ఉంటుంది."

ఈ పుస్తకంలోని అనేక కథనాలు, విభిన్న ఆలోచనలు మీ సమక్షంలోనికి వచ్చే కొలది, మనందరిలో ఏదైతే సమానంగా ఉన్నదో దానిని ఒక క్రొత్త కోణంలో చూసి మీరు ఆనందిస్తారని నేను ఆశిస్తున్నాను. అది నిజంగా అమితోత్సాహంతో సంబరం చేసుకోవలసిన విషయం - చెప్పాలంటే అదే

అసలైన మానవతా భావన! మీలో అద్భుతమైన ఒక విశిష్ట వ్యక్తిత్వం ఉన్నది - దానిని మీరు తెలుసుకోవాలని, కలవాలని నేను మిమ్మల్ని ప్రత్యేకంగా కోరుకుంటున్నాను. అయితే, ఆ వ్యక్తిత్వమేమిటో నేను తర్వాత మీకు పూర్తిగా వివరిస్తాను.

తమ చుట్టూ పెరిగిపోతున్న అనేక రకాలైన ఒత్తిళ్ళ తాకిడి వలన ఒక రకమైన అశాంతికి లోనవుతున్నామని అనేకమంది తమ ఆవేదనను వ్యక్తం చేస్తుంటారు. రద్దీగా ఉండే నగరాలు మరియు ఈ డిజిటల్ టెక్నాలజీతో సాగిపోతున్న ఈ ఉరుకులు-పరుగుల జీవన విధానం కారణంగా, జీవించి ఉండడంలో గల ఔన్నత్యాన్ని తెలుసుకోవడానికి తగినంత సమయాన్ని కేటాయించలేకపోతున్నామని కూడా చాలామంది వాపోతుంటారు. 'అభివృద్ధి' అనేది ఈనాడు సుదూర ప్రాంతాల వరకు, గ్రామీణ ప్రాంతాల వరకు విస్తరిస్తోంది, తద్వారా ప్రజలకు అనేక ప్రయోజనాలు చేకూరి మౌలిక అవసరాలైతే తీరుతున్నాయి కానీ ఆ ప్రగతే మనిషిపై, సమాజంపై ఎన్నో క్రొత్త రకమైన డిమాండ్ల భారాన్ని కూడా వేస్తోంది. చెప్పాలంటే, జీవించి ఉండడానికి మనకు ఒక చక్కని అవకాశం లభించింది. ఈ క్రొత్త - క్రొత్త ఆవిష్కరణలు మనకు వివిధ రకాలైన అవకాశాలను కల్పిస్తున్నప్పటికీ అనేకసార్లు ఈ అభివృద్ధితోపాటు మనలో చెలరేగే ఆ అలజడి మనల్ని తప్పుదారి పట్టిస్తూ ఉంటుంది.

నిజానికి మన మనస్సులో చెలరేగే ఆ అలజడితో పోలిస్తే బాహ్య శబ్దాల అలజడి తక్కువే అనిపిస్తుంది. మనలో చెలరేగే ఆ శబ్దాలకు కారణం - మన సమస్యలు లేదా మనం పరిష్కరించుకోలేని విషయాలు, మన ఆలోచనలు లేదా మనం నివృత్తి చేసుకోలేని మనలోని సందేహాలు, మనం సాధించలేని-సాధ్యం కావని అనిపించే మన కోరికలు మరియు ప్రయత్నాలు. ఇతరులపై మనలో ఉద్భవించే ఆక్రోశం, అసూయ, కోపం మొదలైనవన్నీ మనపై మనకు కలిగే నిరాశకు కారణాలు. సరైన దానిపై దృష్టి పెట్టని కారణంగా బహుశా మనం వెనకబడిపోతున్నామేమోనని నాకు అనిపిస్తుంది. సందేహాలు, అలసత్వంతో ఆనందం కోసం మనం పరితపిస్తూ ప్రతిరోజూ

చేసే మానసిక పోరాటం వలన ఎంతో ఒత్తిడికి గురవుతాము. ప్రతికూల ఆలోచనల ప్రభావం ఎలా ఉంటుందో ఈ పుస్తకంలో నేను తర్వాత మీకు వివరిస్తాను, అలాగే ఒక మార్గం కూడా చెబుతాను. ఆ దిశలో పయనిస్తే, ఆలోచనలకు అతీతమైన మార్పు చెందని మీలోని స్థానం వరకు మీరు చేరుకోగలుగుతారు.

ఓ భిన్నమార్గం

నేను అవలంబించే పద్ధతి మీకు కూడా ఉపయోగపడుతుందని నాకెలా తెలుసు? ఎందుకంటే ఇది నాకు పని చేసింది. అందుకే పూర్తి నమ్మకంతో మీతో పంచుకోవాలని అనుకుంటున్నాను. నేను దాహార్తిగా ఉన్నప్పుడు, ఒక బావి దగ్గరకు రాగానే అక్కడ నా దాహం తీరిపోయింది. అయితే, దాహం తీర్చుకోవడానికి ఇతర వేరే మార్గాలేమైనా ఉన్నాయా? తప్పకుండా ఉండవచ్చు. కానీ నేను వాటన్నింటి దగ్గరికి వెళ్ళి వాటిని ఎందుకు పరీక్షించి చూడడం లేదంటే ప్రస్తుతం నా దాహం తీరిపోయింది కాబట్టి.

మీరు ఏ మతాచారాలను పాటిస్తున్నా, ఎక్కడ నివసిస్తున్నా లేక ఏవిధమైన సాంప్రదాయాలను నమ్ముతున్నా, జాతి-కుల-మత-వర్ణ-లింగ భేదాలతో సంబంధం లేకుండా మీరు కూడా జీవితం యెడల నాకున్న దృష్టికోణాన్ని ఉపయోగించి చూడవచ్చు. ఎందుకంటే నేను చెప్పేదంతా తెలుసుకోవడానికి సంబంధించినది, నమ్మకాలకు సంబంధించినది కాదు. ఈ రెండింటిలో ఓ ప్రాథమికమైన భేదం దాగి ఉంది. దాని గురించి ముమ్ముందు మీకు నేను స్పష్టంగా వివరిస్తాను. 'తెలుసుకోవడం' అనేది మిమ్మల్ని మీ లోపలి అసలైన, మనోహరమైన మానవత్వంతో ఏకమయ్యేలా చేస్తుంది, మిమ్మల్ని మీరు అన్ని కోణాల్లో పరిపూర్ణంగా అనుభూతి పొందే యోగ్యున్ని చేస్తుంది. అలా జరిగాక దానిని మీ నమ్మకాలతో ఎలా అనుసంధానం చేసుకుంటారో అది మీపై ఆధారపడి ఉంటుంది.

మీరు ఒక విషయాన్ని గమనించండి. మీ హృదయాన్ని విశ్వసించమని,

మీ హృదయం చెప్పేది శ్రద్ధగా ఆలకించమని నేను మీకు ఆహ్వానం పలుకుతున్నాను. మీరు పూర్తిగా మీ మనస్సుపైనే ఆధారపడకుండా ఉండగలరు. మన రోజువారీ అనుభవాలకు మన మనస్సు ఒక రూపాన్ని ఇస్తుంది. ఏదైనా తప్పో, ఒప్పో తెలుసుకోవడంలో సహకరించగలుగుతుంది. మనస్సు వల్ల మన జీవితంపై పడే సత్ప్రభావాలను, దుష్ప్రభావాలను మనం గుర్తించాలి. మన ఆలోచనలను దృఢం చేసుకోవడానికి, మన బుద్ధికి పదును పెట్టడానికి లభించే అవకాశాలను మనం స్వీకరించాలి! కానీ, ఈనాటి మన ఈ సమాజం హృదయానికి విలువనివ్వకుండా మేధస్సువైపే మొగ్గుచూపుతుందని మీరు గమనించండి. ప్రతీదీ చేయగల సామర్థ్యం ఈ మేధాశక్తికి ఉండదు. ఉదాహరణకు 'మీరెవరు?' అనే ప్రశ్నకు సూటిగా, సంతృప్తి చెందగలిగే సమాధానం ఈ మేధస్సు చెప్పలేదు. అంతర్గత శాంతి నెలకొన్న నీలోని ఆ విశిష్ట స్థానం వరకు ఈ మనస్సు నిన్ను ఎన్నటికీ చేర్చలేదు. ఈ మెదడులో అందరూ ఏదైతే నింపుతారో వాటిపై ఆధారపడి, వాటికి అనుగుణంగానే ఇది చక్కగా పనిచేస్తుంది. కానీ హృదయం మాత్రం మనిషిలోగల డి.ఎన్.ఎ.తో ముడిపడి ఉంటుంది.

నేను ఇలా మనస్సు గురించి ప్రస్తావిస్తున్నప్పుడు, ఓ పాఠకునిలా మీ నుండి ఆశించేది ఏమిటంటే ఈ పుస్తకంలో నేను ఏదైతే వ్రాస్తున్నానో, అదంతా వాస్తవమని మీరు స్వయంగా గుర్తించినప్పుడు మాత్రమే దీనిని స్వీకరించండి. మీ మనస్సు సందేహాలతో నిండి ఉన్నదా? లేక ఈ సందేశాన్ని స్వీకరిస్తోందా? మనస్సు చెప్పినట్లుగా వినడంతోపాటు మీరు మీ లోపలి ఆ పిలుపును కూడా ఆలకించి, దానిని కూడా స్వీకరించండి. నేను అవలంబిస్తున్న ఈ విధానానికి కూడా మీరు ఓ సదవకాశాన్ని కల్పించండి. మీరు దేని గురించి ఆలోచించాలో ప్రస్తుతానికి నేను మీకు ఏమీ చెప్పడం లేదు. తదుపరి అధ్యాయాలలో ఆలోచించడానికి చాలా విషయాలు మీ ముందుకు వస్తాయి. తర్కవితర్కాలను ఉపయోగించి నేను మీకు దేని గురించో చెప్పి మిమ్మల్ని ఒప్పించడం లేదు. కేవలం నా అనుభవాలను, నా అభిప్రాయాలను, నాకు తెలిసిన కథలను మీతో పంచుకుంటున్నాను. అవన్నీ మీకు ఉపయోగపడుతూ మీకు సరైన ఒక దృష్టికోణాన్ని

అందించగలుగుతాయని, నా హృదయం నుండి వెలువడే మాటలు మీ అవగాహనను పెంపొందించేలా ఉంటాయని మీరే గ్రహిస్తారు. ఇవేగాక, మీ ఆలోచనలకు అతీతమై మీ అంతరంగిక ప్రపంచంలోని ఆనందానుభవాన్ని పొందడానికి ఈ పుస్తకం ఒక మార్గాన్ని కూడా సూచిస్తుంది. కాబట్టి దయచేసి నేను ఏదైతే చెప్తున్నానో, దానిని మీ మనస్సుతో ఎంతగా బేరీజు వేసుకున్నా సరే హృదయంతో కూడా తప్పక ఆలకించండి!

నేనెవరిని?

మనం ముందుకు సాగేలోగా, నా గురించి కొన్ని విషయాలు మీకు చెప్పాలని అనుకుంటున్నాను. 1957వ సంవత్సరంలో భారతదేశంలోని హిమాలయ పర్వతశ్రేణుల సమీపంలో గల హరిద్వార్‌లో నేను జన్మించాను. అయితే పెరిగి పెద్దయింది మాత్రం దగ్గరలో గల డెహ్రాడూన్‌లో! డెహ్రాడూన్ నగరానికి పైభాగాన ఉన్న హిమాలయాల్లోనే గంగానది జన్మస్థానం ఉంటుంది, అది హిందువుల పవిత్రక్షేత్రంగా ప్రసిద్ధి చెందింది. చెప్పాలంటే, హరిద్వార్ అనగా 'హరి-ద్వారం' అని. ఆ ప్రాంతం మరీ పెద్దదేమీ కాకపోయినప్పటికీ పుణ్యక్షేత్రం కావడం వల్ల ఏటా లక్షల సంఖ్యలో ప్రజలు పర్వదినాల్లో అక్కడికి వస్తుంటారు. అప్పుడు ఆ ప్రాంతం కన్నుల పండుగలా ఉంటుంది.

కాబట్టి, నేను పెరిగి పెద్దైన ఆ ప్రాంతం ఎలాంటిదంటే, అక్కడ మతాచారాలకు ఎక్కువ ప్రాధాన్యత ఇస్తుంటారు. ఎంతో ప్రభావవంతంగా, ప్రేరణాదాయకంగా తమ-తమ నమ్మకాలను వ్యక్తం చేస్తుంటారు. మా తండ్రిగారైన శ్రీ హంస్‌జీ మహారాజ్ గారు 'శాంతి' అనే అంశంపై ప్రసంగించే ప్రఖ్యాతి చెందిన ఓ వక్త. ఆయన చెప్పే సందేశాలను వినడానికి అనేకమంది తరలివచ్చేవారు. ఆంతరిక శాంతిని అందించగల మహాపురుషుని అన్వేషణలో మా తండ్రిగారు అతి పిన్న వయసులోనే ఎన్నో పర్వతాల్లో తిరిగారు, ఎన్నో గ్రామాల్లో, ఎన్నో నగరాల్లో విస్తృతంగా తిరిగారు. కానీ ఆ ప్రయత్నాల్లో ఎక్కువగా ఆయనకు నిరాశే ఎదురయ్యేది.

అయితే, ఆయన కృషి ప్రయాసలు ఎప్పుడు ఫలించాయంటే... ఉత్తర భారతదేశంలో తన గురుదేవులైన శ్రీ స్వరూపానంద్ గారిని కలిసినప్పుడు. విభజన తర్వాత ఆ ప్రాంతం ప్రస్తుతం పాకిస్తాన్‌లో భాగమైపోయింది. భారతదేశంలో 'గు' అంటే అంధకారమని, 'రు' అంటే ప్రకాశమని అంటారు. 'గురువు' అంటే అంధకారం నుండి ప్రకాశంలోనికి కొనిపోయేవారని అర్థం. మన జీవితంలో ఆయనను మనం ఒక మార్గదర్శకునిగా కూడా భావించవచ్చు. అలా చివరికి మా తండ్రిగారికి అసలైన గురువు తారసపడ్డారు. మానవతా విలువలకు సంబంధించి ఆయనకున్న స్పష్టమైన అవగాహన, ఆంతరిక అనుభూతి కారణంగా మా తండ్రిగారిలో అద్వితీయమైన ఓ మార్పుకు నాంది పలికిందని, ఆంతరంగిక శాంతిని అనుభూతి చెందడమన్నది మాటల్లో చెప్పలేనిదని మా తండ్రిగారు చెప్పేవారు. అయితే, తన గురుదేవుల నుంచి ఆత్మజ్ఞాన క్రియలు తీసుకునే సదవకాశం లభించినప్పటి క్షణాలు గుర్తొచ్చినప్పుడు, మా తండ్రి గారి కళ్ళలో నేను కన్నీళ్లు చూసేవాడిని.

ఆయన తరచూ 15వ శతాబ్దపు సుప్రసిద్ధ కవి అయిన సంత్ కబీర్ వ్రాసిన కొన్ని పంక్తులను ఉదాహరణగా చెప్పి, తన గురుదేవులతో తనకున్న అనుబంధాన్ని ఎలా పంచుకునే వారంటే –

> "అజ్ఞానాంధకారంలో నేను కొట్టుమిట్టాడేవాడిని,
> సద్గురువు తారసపడి నా చేతికి ఓ దీపాన్ని ఇచ్చారు.
> దీపం వెలుగుతో నాకన్నీ స్పష్టంగా గోచరించాయి,
> కోటి జన్మలుగా చేరుకోలేని చోటికి క్షణాల్లో చేరుకున్నాను."

కొంతకాలం తర్వాత మా తండ్రిగారు డెహ్రాడూన్‌లో ఒక ఇల్లు తీసుకొని అందులో నివాసం ఉండడం ప్రారంభించారు. కానీ అప్పుడు కూడా హరిద్వార్ సమీపంలో ఉన్న కేంద్రం నుండే కార్యకలాపాలన్నీ నిర్వహించేవారు, తన సందేశాలపై ఆసక్తి ఉన్నవారందరికీ అక్కడి నుండే ఆయన వాటిని పంపేవారు. సనాతనంగా వస్తున్న ఒక ఆనవాయితీ ఏమిటంటే ఒక గురువు

తన తర్వాత ఆ కార్యాన్ని ముందుకు నడిపించే బాధ్యత తన శిష్యులలో ఒకరికి అప్పగిస్తారు. మా తండ్రిగారి విషయంలో కూడా వారి గురుదేవులైన శ్రీ స్వరూపానంద్ గారు అదే విధంగా చేసారు. ఈ కార్యాన్ని ముందుకు నడిపించే బాధ్యత నిమిత్తం మా తండ్రి గారిని ఎంచుకున్నారు. మా తండ్రి గారు తన సందేశాల్లో ముఖ్యంగా ఏమని చెప్పేవారంటే "మీరు అన్వేషిస్తున్న శాంతి ఎక్కడో బాహ్యంగా మీ కోసమేమీ ఎదురుచూడడం లేదు, నిరంతరం మీలోనే కొలువై ఉన్నది. దానితో మమేకమవ్వాలనే కృతనిశ్చయాన్ని మీరే స్వయంగా తీసుకోవాలి" అని చెప్పేవారు. మీరు గమనించినట్లయితే నా పద్ధతి కూడా ఇదే. నా సందేశాలలో కూడా ముఖ్యంగా నేను - "మీరే నిశ్చయించుకోవాలి" అని చెప్తుంటాను.

ప్రతి ఒక్కరికీ జ్ఞానము అబ్బదనే పాతకాలపు ఆలోచనలను మా తండ్రిగారు ఖండించేవారు. అప్పట్లో భారతదేశ సమాజంలో ఉన్నతమైనవారని, అధములని, విదేశీయులని, పరజాతి, పరమతమని ఇలా ఎన్నో విషయాల్లో భేదాభిప్రాయాలు, తక్కువ జాతి వారు అని పిలవబడే వారి పట్ల ఒక రకమైన చిన్నచూపు... ఇవన్నీ ఉండేవి. కానీ ఆయన మాత్రం ప్రతి మనిషిని సమస్త మానవసమాజంలోని ఒక బిందువులా చూసేవారు. ఎవరైనాసరే, ఏ మతానికి, ఏ జాతికి చెందినవారైనా సరే, సమాజంలో ఏ స్థాయిలో ఉన్నా, స్త్రీలైనా, పురుషులైనా అందరూ ఆయనను ఆశ్రయించేవారు. ఏ విధమైన తారతమ్యాలు లేకుండా ఆయన చెప్పే సందేశాలను వినడానికి సమావేశమయ్యేవారు. నాకు బాగా గుర్తుంది - ఒక కార్యక్రమంలో అమెరికా నుండి వచ్చిన ఒక జంటను ఆయన వేదికపైకి సాదరంగా ఆహ్వానించి ప్రత్యేక అతిథులుగా గౌరవించి వారిని కుర్చీలలో కూర్చోబెట్టారు. విదేశీయులు ఆధ్యాత్మిక విషయంలో అపరిశుద్ధులని లేదా అధములని భావించేవారు దీనిని జీర్ణించుకోలేకపోయారు. ప్రపంచవ్యాప్తంగాగల వివిధ మానవతా విలువల గురించి నా అభిప్రాయాలను నేను మీతో 11వ అధ్యాయంలో పంచుకుంటాను.

మా తండ్రి గారి చరణ సన్నిధిలో కూర్చొని ఆయన చెప్పే సందేశాలను వినే

సదవకాశం నాకు ఎప్పుడు లభించినా సద్వినియోగ పరచుకునేవాడిని. ముఖ్యంగా ఆయన తన శ్రోతలతో లేదా జ్ఞానము కోసం జిజ్ఞాసతో వచ్చిన వారితో మాట్లాడుతున్నప్పుడు నేను ఆయన నుండి ఎంతో నేర్చుకునేవాడిని. నాకు నాలుగేళ్ళ వయస్సు ఉన్నప్పుడు ఒకసారి నేను ఆయన కోసం ఏర్పాటు చేసిన ఒక కార్యక్రమంలో ప్రసంగించాను. ఆ రోజు నా సందేశాన్ని అతి సరళమైన రీతిలో వినిపించాను. మీతో మీరు ప్రారంభించినప్పుడే శాంతి సాధ్యమవుతుందని చెప్పాను. నేను ఎల్లప్పుడు నా హృదయంలో ఆ సత్యాన్ని అనుభూతి చెందేవాడిని. అంతేగాక అంత చిన్న వయస్సులో కూడా నా ఎదురుగా ఉన్న శ్రోతల సమక్షంలో నిలబడి ఈ సందేశాన్ని వినిపించడం నాకెంతో సహజంగా అనిపించేది.

రెండు సంవత్సరాల తర్వాత ఒక రోజు ఏం జరిగిందంటే నేను మా అన్నయ్యలతో కలిసి ఇంటి బయట ఆడుకుంటూ ఉండగా, ఇంటిలో నుండి ఎవరో మా దగ్గరికి వచ్చి, "మీ నాన్నగారు తక్షణమే మీ అందరినీ లోపలికి రమ్మంటున్నారు!" అని చెప్పారు. అంతే, "మేం ఏం తప్పు చేసామో?" అని మాకు అనిపించింది. కానీ మేము లోపలికి వెళ్లాక, "మీరు జ్ఞానము తీసుకోవాలని అనుకుంటున్నారా?" అని మా నాన్నగారు మమ్మల్ని అడిగారు. మా తండ్రిగారు మరియు ఇతరులు కూడా ఆత్మజ్ఞాన క్రియలకు సంబంధించిన ఉపదేశాన్ని "జ్ఞానము" అని వ్యవహరించేవారు. అయితే, ఏ మాత్రం తదుపరి ఆలోచన చేయకుండా మేమంతా "అవునండీ!" అన్నాము. ఆ క్షణాన, ఆ ఉపదేశం పొందిన వ్యవధి అతి స్వల్పం. కానీ ఆయన నాకు ఆ రోజు ఏమిచ్చారన్నది తరువాతి కాలంలో స్పష్టంగా అవగతమయింది. అదే జ్ఞానాన్ని నేను కూడా మీకు అందించాలి అని అనుకుంటున్నాను. ఆ ఉపదేశానంతరం, జీవితం పట్ల నా దృక్పథంలో ఎంతో మార్పు వచ్చిందని నేను గ్రహించాను. జీవితం పట్ల నా అవగాహన మారింది. మన స్వరూప, స్వభావాలు బాహ్య ప్రపంచం వల్లనో, లేక మనలోని ఆలోచనల వల్లనో రూపు దిద్దుకోలేదనే అవగాహనను అభినందించడం నాకు అలవడింది. మన లోపల ఏదైతే నడుస్తోందో అది అత్యద్భుతమైనదని, శక్తివంతమైనదని నేను గ్రహించాను.

నాకు మొదటి నుంచి కూడా అంతర్గత ప్రపంచానికి సంబంధించిన అవగాహనైతే ఉండేది. కానీ నాకు ఆ క్షణం నుండి ఒక క్రొత్త గ్రహింపు ఏర్పడింది - ఆత్మజ్ఞానము వ్యక్తిగత శాంతికి దోహదం చేసే ఒక మార్గమని, దీని సాధన ద్వారా నేను నా హృదయంలో ఉన్న సత్యంతో ఏకం కాగలనని, జ్ఞానము నన్ను దృఢంగా ఉంచి నాలో ఆత్మవిశ్వాసాన్ని పెంపొందిస్తుందని కూడా నేను గుర్తించాను. కానీ చాలా మంది తరచూ తమకు సంబంధించిన విషయంలో సందిగ్ధంగా కనిపిస్తుంటారు. జ్ఞాన విషయంలో మీరు వేరెక్కడో వెతకవలసిన పని గాని లేదా మిగతావేమీ ఆలోచించవలసిన అవసరం గాని ఉండదు. ఆంతరిక శాంతిని పొందినప్పుడు, జీవించి ఉండడంలో గల ఒక మధురానుభూతిని కేవలం ఆస్వాదించగలరు. అప్పుడు ఇక దేని గురించి ఆలోచించవలసిన అవసరం ఉండదు. మరొక విషయం - శాంతి అనేది మన జీవితంలో విలాసవంతమైనదేమీ కాదు, అదొక ఆవశ్యకత!

జ్ఞానము తీసుకున్న తర్వాత ఒకరోజు నేను డెహ్రాడూన్‌లోని మా పెరట్లో కూర్చొని ఉండగా నా లోలోపల ప్రశాంతమైన ఒక అద్భుత భావన ఉత్పన్నమయింది. అప్పుడు నేను మొట్టమొదటిసారిగా ఒక వాస్తవాన్ని తెలుసుకోగలిగాను. ఆంతరిక శాంతి అంటే కేవలం ఒకసారి స్పృశించిపోయే ఒకానొక మధుర భావం కాదని, బాహ్య ప్రపంచంతో అది ఏమాత్రం ముడిపడిలేదని నాకు అర్థమయింది. అయితే, నా ఆ అనుభూతి గురించి నేను మీకు మూడవ అధ్యాయంలో ప్రత్యేకంగా వివరించి చెప్తాను.

గంగాతీరం నుండి గ్లాస్టన్‌బరి వరకు

నాకు ఎనిమిదన్నర ఏళ్ళ వయస్సు ఉన్నప్పుడు మా తండ్రిగారు తనువు చాలించారు. ఆ రోజు మా పరిస్థితి ఎలా ఉండేదో మీరు కూడా ఊహించగలరు. నాకు, మా అమ్మగారికి, మా అక్కకు, మా అన్నయ్యలకు, కుటుంబ సభ్యులందరికీ ఆ సంఘటన తీవ్ర దిగ్భ్రాంతిని మిగిల్చింది. మాతో పాటు వారి శిష్యులకు కూడా అదొక అత్యంత విషాదకరమైన సంఘటనలా మిగిలిపోయింది.

నాకు ఇంగ్లీష్ నేర్పించాలనే ఉద్దేశ్యంతో మా తండ్రిగారు డెహ్రాడూన్‌లో గల సెయింట్ జోసఫ్ అకాడమీలో ఉన్న ఒక రోమన్ కాథలిక్ స్కూల్లో నన్ను చేర్పించారు. ఆయన నాకు నేర్పిన ఆత్మజ్ఞానాన్ని విదేశాల్లోని వారికి, వాస్తవంగా చెప్పాలంటే సమస్త మానవాళికి అందించగలగాలనే ఆకాంక్షతో అందులో చేర్పించారు. అయితే, మా తండ్రిగారి తదనంతరం నా జీవిత పరమార్థమేమిటో ఒక్కసారిగా నాకు తేటతెల్లమయింది. అదేమిటంటే, ఇకపై వారి కార్యాన్ని నేను ముందుకు నడిపించాలని, ఆసక్తిగలవారు ప్రపంచంలో ఏ మూలనున్నా వారి వరకు 'శాంతి సాధ్యమే' అనే ఈ సందేశాన్ని అందించాలని!

నిజానికి ఒక బాలునిలో ఇదొక సాహసోపేతమైన ఆకాంక్షే అని చెప్పాలి. కానీ 'ఏది ఏమైనా ఇదైతే తప్పక చేయవలసిందే' అనే విషయం మాత్రం నాకు స్పష్టమయింది. ఈ కార్యాన్ని మొదలుపెట్టడానికి ఆ రోజు నా ముందున్న ఒకే ఒక మార్గం - మా తండ్రి గారి శిష్యులను సంబోధించడం! అందువల్లనే నా కాళ్ళపై నేను నిలబడడానికి ధైర్యం తెచ్చుకొని అనతి కాలంలోనే భారతదేశమంతటా పర్యటిస్తూ అశేష జనసందోహానికి నా సందేశాన్ని వినిపించడం ప్రారంభించాను. ఈనాటి వరకు నేను భారతీయుల విశిష్ట స్వభావానికి ఎంతో ప్రభావితమయ్యాను. అనేక తిరుగుబాట్లు, అనేక ఆక్రమణలతో తల్లడిల్లిపోయినప్పటికీ ప్రజల మధ్య ఉన్న సద్భావం మరియు సహనశక్తి కారణంగా భారతదేశం ఈనాడు ఇలా నిలబడగలిగింది. నేను భారతదేశంలో పర్యటిస్తున్నప్పుడు వ్యక్తిగతంగా ఎంతో మంది మంచి వ్యక్తిత్వం గల వారిని అనేక సందర్భాలలో కలిసాను.

1960లో, అమెరికా-యూరప్ దేశాల నుండి కొంతమంది జీవితానికి సంబంధించిన నూతన అంశాలను శోధిస్తూ డెహ్రాడూన్‌కు రావడం జరిగింది. అలాంటి వారిలో కొందరు నా సందేశాన్ని విన్నారు. ఆ విదేశీయులు మొట్టమొదటిసారి నన్ను ఎలా కలిసారో, ఆ విషయాలన్నీ నేను మీకు వివరంగా ఈ పుస్తకంలో తర్వాత చెప్తాను. అయితే, అలా వచ్చిన వారిలో కొందరు నా సందేశాన్ని ఎంతో శ్రద్ధగా ఆలకించి కొంతకాలం

తర్వాత, నా సందేశాన్ని తమ-తమ దేశాల్లోని వారికి కూడా పరిచయం చేయాలనుకుంటున్నట్లు నాకు చెప్పడం జరిగింది. అందు నిమిత్తం ఇంగ్లాండుకు రమ్మని నన్ను ఆహ్వానించారు, వెళ్ళాలని నేను కూడా ఎంతో ఉబలాటపడ్డాను. కానీ అప్పుడు నా వయస్సు కేవలం 13 సంవత్సరాలే, పైగా మా సెయింట్ జోసఫ్ స్కూల్లోని టీచర్లు నేను క్లాసుకు గైర్హాజర్ కావడాన్ని ఏమాత్రం అంగీకరించనందున నా విదేశీ ప్రయాణాన్ని సెలవు రోజులకు వాయిదా వేసుకున్నాను.

జూన్ 1971లో నేను ఇంగ్లాండుకు వెళ్లిన కొద్దిరోజుల తర్వాత కారులో లండన్ గ్రామీణ ప్రాంతాలకు కూడా వెళ్ళడం జరిగింది. ఆ ప్రయాణంలో చివరగా ఒకరోజు నేను గ్లాస్టన్‌బరి మ్యూజిక్ ఫెస్టివల్‌లోని పిరమిడ్ స్టేజ్‌పై అడుగుపెట్టాను. అప్పుడది కేవలం రెండవసారి జరుగుతున్న గ్లాస్టన్‌బరి ఫెస్టివల్, ప్రస్తుతకాలంలోనైతే అదొక ప్రపంచ ప్రఖ్యాతి గాంచిన కార్యక్రమం. అయితే, ఆ రోజు రాత్రి నేను ఆసక్తికనబరిచిన వారి కోసము ఆత్మజ్ఞాన శక్తి గురించి, వ్యక్తిగత శాంతి గురించి క్లుప్తంగా ప్రసంగించాను. ఆ రోజు విన్నవారిలో చాలామందిపై నా సందేశం ఓ సత్ప్రభావాన్ని చూపించిందని నేను భావించాను. అయితే నేను ఇంగ్లాండుకు రావడం, ఆ గ్లాస్టన్‌బరిలో కనిపించడం ఇవన్నీ పాత్రికేయుల దృష్టిని ఆకర్షించాయి. తద్వారా అనేకమంది నా సందేశంపై ఆసక్తి కనబరచడం ప్రారంభించారు.

అదే సంవత్సరంలోనే నేను మొదటిసారి అమెరికాకు వెళ్ళాను. అక్కడి వారికి కూడా నా సందేశాన్ని వినిపించాను, అక్కడి వారు కూడా నా సందేశంపై మక్కువ చూపారు. పైతరగతి చదవడానికి నేను స్కూల్‌కు తిరిగి వెళ్లాల్సి ఉన్నా మరికొన్ని రోజులు అక్కడే ఉండాలని గట్టిగా నిశ్చయించుకున్నాను. నాకు బాగా గుర్తుంది - నేను కొలరాడోలోని బౌల్డర్‌లో ఉన్నప్పుడు మా అమ్మగారికి ఫోన్ చేసి, నాకు ఇప్పట్లో తిరిగిరావడం కుదరదని చెప్పాను. అమెరికాలో అంతా చాలా బాగా జరుగుతోందని మా అమ్మగారికి తెలియజేసాను. అప్పట్లో నా ముఖ్య ఉద్దేశ్యం ఒక్కటే - విదేశాల్లోని వారు ఈ శాంతి సందేశంపై ఏమైనా ఆసక్తి కనబరుస్తారో, లేదో తెలుసుకోవడం.

ఎందుకంటే అప్పట్లో భారతదేశంలో ఈ ఆత్మజ్ఞానమనే అమూల్యమైన కానుక ఎక్కువగా పేదవారికే లభించింది. కానీ ఈ అమెరికా, తదితర పాశ్చాత్య దేశాల్లో గల అపర కుబేరులు, తమను తాము తెలుసుకోవాలని ఆసక్తి కనబరుస్తున్నారో లేదో గమనించాలని నేను అనుకున్నాను. అయితే, ఆత్మజ్ఞానం, ఆంతరంగిక శాంతి యొక్క ఆవశ్యకత భారతీయులకు ఎంత ఉన్నదో, విదేశీయులకు కూడా అంతే ఉందనే విషయాన్ని నేను అతి తక్కువ కాలంలోనే గ్రహించాను.

అప్పుడు నా వయస్సు కేవలం 13 సంవత్సరాలు. పైగా నేను మా ఇంటికి వేలాది మైళ్ళ దూరంలో ఉన్నాను. అయినప్పటికీ ఓ ఉజ్జ్వల భవిష్యత్తు నాకు ఎంతో స్పష్టంగా కనిపించేది. అలాగే నా మనస్సు గురించి కూడా నాకు బాగా తెలుసు. అయితే, అన్ని విషయాలు చెప్పి ఒప్పించిన తరువాత మరికొన్ని రోజులు ఉండమని మా అమ్మగారు అయిష్టంగానే నాకు అనుమతినిచ్చారు. అప్పట్లో మాలో ఎవ్వరికీ కూడా ఏమీ తెలిసేది కాదు. నేను అంత త్వరగా అమెరికాలో ఒక క్రొత్త జీవితాన్ని ప్రారంభించబోతున్నానని, అమెరికాతో పాటు మరెన్నో క్రొత్త క్రొత్త ప్రాంతాల్లోని అశేష జనసందోహాలను ఉద్దేశించి నేను ప్రసంగిస్తానని కూడా ఎవ్వరూ ఊహించలేదు. అనతికాలంలోనే నేను మెరొలిన్‌ను కలవడం, తనను వివాహం చేసుకోవడం, అమెరికాలో స్థిరనివాసాన్ని ఏర్పరచుకోవడం... అన్నీ చకచకా జరిగిపోయాయి.

సరైన స్థానంలో చూడాలి

ఈ వ్యక్తిగత శాంతికి సంబంధించిన సందేశంతో నేను ఎంతో కాలంగా యావత్ ప్రపంచమూ పర్యటిస్తున్నాను. మనం మనలో ఉన్న శాంతిని అనుభూతి పొందినప్పుడు అది మన చుట్టూ ఉన్న వాళ్ళపై కూడా సత్ప్రభావాన్నే చూపిస్తుంది. శాంతి అనేది ఎంతో చక్కగా వ్యాప్తి చెందుతుంది. నేను ఈ సందేశాన్ని ఎన్నో ప్రాంతాల్లో వినిపించాను. ఐక్యరాజ్యసమితి వేదికలే గాక కట్టుదిట్టమైన భద్రత గల కారాగారాల్లోనూ, ఘర్షణ ప్రాంతాల్లో (దక్షిణాఫ్రికా, శ్రీలంక, కొలంబియా, తూర్పు తిమోర్ మరియు ఐవరీ కోస్ట్),

వివిధ దేశాల సభాస్థలాల్లో, ఎన్నో స్టేడియాల్లో నా సందేశాన్ని వినిపించాను. ప్రపంచ నాయకులతోనే గాక మాజీ గెరిల్లా యోధులతోనూ సంభాషించాను. నేను 5 లక్షల మందితో కూడిన జనసమూహాలలోనూ ప్రసంగించాను, అలాగే లక్షలాది మంది టెలివిజన్ ప్రేక్షకుల వరకు నా ప్రసంగాలు చేరాయి. చిన్న చిన్న సమూహాల లోనే గాక ఒక్కొక్కరితో కూడా నేను ముఖాముఖి మాట్లాడాను. ఇప్పుడు ఈ పుస్తకం ద్వారా నేను మీతో సంభాషిస్తున్నాను.

నేను ఎక్కడికి వెళ్లినా సరే, ఆత్మజ్ఞానం, శాంతి అనే ఈ పురాతన సందేశాన్నే వినిపిస్తుంటాను. చెప్పాలంటే వీటి కోసం పరితపించి అనేక మంది నిరాశతో కనుమరుగయ్యారు. నేను ఎల్లప్పుడూ ఆ ప్రాచీన జ్ఞానాన్ని వర్తమాన కాలానికి అనుగుణంగా అన్వయించి అందించాలని అనుకుంటాను. మీరు నాలో ఒక విషయాన్ని తప్పక గమనిస్తారు. అదేమిటంటే - ఈ పారిశ్రామిక సాంకేతిక ప్రగతి వల్ల మనిషిపై, సమాజంపై పడుతున్న దుష్ప్రభావాన్ని చూసి నేనెంతో విచారాన్ని వ్యక్తం చేస్తాను. అలాగే ఈ ఆధునిక సాంకేతిక పరికరాల వలన వ్యక్తికి, సమాజానికి కలుగుతున్న ప్రయోజనాలకు నేను ఆనందిస్తాను.

నా దైనందిన జీవితంలో టెక్నాలజీకి ఓ విశిష్టమైన స్థానం ఉన్నది. ఉదాహరణకు విమానం నడపడం నాకు చాలా ముఖ్యం. నా బాల్యంలో నేను విమానాల గురించి ఎక్కువగా ఆలోచించేవాడిని, విమానం నడపాలని కలలు కనేవాడిని. వాస్తవానికి నేను మేఘాలకు పైన ఉండి వాటిని చూడాలని అనుకునేవాడిని. అందువల్లనే నేను అమెరికా వెళ్ళాక పైలట్ శిక్షణ తీసుకోవాలని నిర్ణయించుకున్నాను. అప్పటి నుంచి నా విమానాన్ని నేనే స్వయంగా నడపడం వలన నా పర్యటనలు నా ఆధీనంలో ఉండడం జరుగుతుంది. నా సందేశాన్ని సుదూర ప్రాంత ప్రజలకి అందించేందుకు వారి వద్దకు ప్రయాణించడం నాకెంతో సులువుగా ఉంటుంది. విమానం నడపడమన్నది నా జీవితంలో అతి ముఖ్యమైన, అత్యంత ప్రయోజనకరమైన భాగంలా మారిపోయింది.

ఎన్నో దశాబ్దాలుగా నేను విస్తృతంగా పర్యటిస్తూ నా సందేశాన్ని వినిపిస్తున్నాను. మనుష్యుల జీవన ప్రమాణాల్లో అసాధారణ ప్రగతిని మనం ఈనాడు చూస్తున్నాము. కానీ ఆ ప్రగతి వలన సమాజంలోని అన్ని వర్గాల వారికి లాభం చేకూరడం లేదు. మీరు భారతదేశంలో గాని లేదా అమెరికాలో గాని పేదలుండే ప్రాంతాల్లోనికి వెళ్లి చూస్తే అది స్పష్టంగా కనిపిస్తుంది. చెప్పాలంటే భౌతికపరంగా మనం ఎంతో అభివృద్ధిని సాధించాము. అయితే, నేను ఎక్కడికి వెళ్లి చూసినా, తమ స్థితిగతులను చూసుకొని సంతృప్తిగా జీవిస్తున్నవారి సంఖ్య, తమను తాము తెలుసుకొని తమ జీవిత ఉద్దేశ్య విషయంలో ఓ స్పష్టత కలిగిన వారి సంఖ్య చాలా తక్కువగా కనిపిస్తుంది. చాలామంది తమ బ్రతుకు పోరాటంలో తమను తాము కోల్పోయామని తరచూ నాతో చెప్తుంటారు. కానీ వాస్తవానికి వాళ్లేమీ కోల్పోలేదు. తమకు కావలసింది అది లేనిచోట వెతుకుతున్నారంతే!

మనం దేనినైతే అన్వేషించాలని అనుకుంటామో, దానిని ఈ బాహ్యప్రపంచంలోనికి వెళ్ళి వెతకడం మనకు మహాసరదాగా ఉంటుంది. ఎందుకంటే అక్కడ మనకది మంచి-మంచి అనుభవాలను కూడా చవిచూపుతుంది. కానీ నిజమైన తృప్తి మనకు ఎప్పుడు లభిస్తుంది? మనం అంతర్ముఖులైనప్పుడు మాత్రమే! మనం ఏ క్షణం జన్మించామో, ఆ క్షణం నుండే మనలో శాంతి అనేది పరిపూర్ణంగా నిక్షిప్తమై ఉంటుంది. కానీ మన జీవితంలో ఏమరపాటు వలన దానితో బంధాన్ని కోల్పోయాము. మనుషులంతా ఆత్మజ్ఞానాన్ని అన్నిచోట్లా అన్వేషిస్తారు. కానీ దేనినైతే మీరు అన్వేషిస్తున్నారో అది మీ దగ్గరే ఉండగా వేరే చోట వెతకవలసిన అవసరం లేదు కదా!

'మనం ఎవరు?' అనే విషయాన్ని మనం స్వయంగా అనుభూతి పొందాలి. అది ఓ అద్భుతమైన అనుభవం. దాని గురించే నేను మొదట్లో ప్రస్తావించాను. అదే ఈ అన్ని విషయాలకు మూలాధారమైనది. మీరు ఎవరి గురించైనా క్షుణ్ణంగా తెలుసుకోవాలని అనుకుంటే, ముందుగా మిమ్మల్ని మీరు తెలుసుకోండి. మిమ్మల్ని మీరు తెలుసుకోవడానికి అవసరమైన ప్రతీదీ మీ

దగ్గరే ఉన్నది. స్పష్టత, సంతోషం, దయ మొదలైనవన్నీ మీలోనే ఉన్నాయి. మీలో చీకటి అలుముకొని ఉన్నట్లయితే, ప్రకాశం కూడా మీలోనే ఉంది. మీరు నిరుత్సాహంతో ఉన్నప్పుడు కూడా ఆనందం మీలోనే నిండి ఉంటుంది. ఈ అనుభవాలన్నీ వేరెక్కడి నుంచో వచ్చేవి కాదు, ఇవన్నీ మీలోని అంశాలే! వాస్తవానికి ఇవి మీలో మరుగున పడ్డాయి. అయితే, చివరగా నేను చేసేది ఏమిటంటే - మీకు ఒక అద్దం ఇస్తాను. తద్వారా మీ లోపల ఉన్న మీ నిజస్వరూపాన్ని మీరే స్పష్టంగా చూడడం ప్రారంభించగలుగుతారు.

మీ కథ ఏమిటి?

చిన్నప్పుడు మా ఇంట్లో చాలా రోజుల వరకు టెలివిజన్ ఉండేది కాదు. అప్పట్లో రేడియో స్టేషన్ కూడా కొన్ని గంటలపాటే పని చేసేది. కానీ మా ఇంట్లో కథలు వినిపించేవాళ్ళు అనేక మంది ఉండేవారు. ఎవరైనా కథ చెప్తుంటే వినడం అనేది భారతదేశంలో అనాదిగా వస్తున్న ఓ ఆనవాయితీ. టీచర్లు పిల్లలకు కథలు వినిపిస్తారు, ఆ పిల్లలు మిగతావారికి చెప్తారు, అలా అవి సాగిపోతూ ఉంటాయి. ఏదైనా ఒక విషయాన్ని ప్రస్తుత స్థితిగతులకు అనుగుణంగా కథల ద్వారా అర్థమయ్యేలా చెప్పవచ్చు. అందువల్లనే ఈనాడు కూడా కథలు ఎంతో ప్రాచుర్యాన్ని కలిగి ఉన్నాయి. పూర్వకాలంలో వేదవ్యాసుడు అనే మహర్షి ఉండేవాడు. ఎదురెదురుగా కూర్చొని ఒక విషయం గురించి చెప్పుకునే విధానాన్ని ఆయన ప్రశంసిస్తూనే కాలక్రమేణా కొన్ని కథలు మరుగున పడిపోతాయన్న ఉద్దేశ్యంతో ఆయన వాటన్నింటిని లిఖించడం ప్రారంభించారు. మహాభారత మహాకావ్యాన్ని సంస్కృతంలో రచించిన వారిగా ఆయన ప్రసిద్ధి చెందారు. వేదాలు, పురాణాల్లాంటి భారతీయ శాస్త్ర గ్రంథాలు, మరెన్నో ప్రసిద్ధ గ్రంథాల రచయితగా ఆయన అందరికీ సుపరిచితులు. ఎదురెదురుగా కూర్చొని చెప్పుకునే కథలు కొన్నైతే, ఎవరైనా వ్రాసిన కథలను వినిపించేవి మరికొన్ని. ఈ రెండింటినీ మా ఇంట్లో అందరూ ఆసక్తిగా వినేవారు. వాటి ద్వారా మేమెంతో నేర్చుకున్నాము. ప్రస్తుత కాలంలో నేను ఒక వక్తగా ప్రసంగాలను వినిపిస్తున్నప్పుడు ఎన్నో ఏళ్ళుగా నాకు తెలిసిన ఆ కథలను అందరికీ వినిపిస్తుంటాను. అలాగే నా

ప్రపంచ పర్యటనల్లో గమనించిన వాస్తవ సంఘటనలను కూడా చెప్తుంటాను. అందులో నాకు ఇష్టమైన కొన్నింటిని ఈ పుస్తకంలో పొందుపరిచాను.

సంప్రదాయ కథలన్నీ 'అనగనగా' అనే పదంతో మొదలవుతాయి. కానీ నేను మీకు చెప్పబోయే పెద్ద కథను కాస్త భిన్నంగా మొదలు పెట్టాలని అనుకుంటున్నాను. 'ఒకానొక ప్రస్తుత సమయంలో, మీరు జీవితాన్ని గడుపుతుండగా ..' అని ఆ కథ మొదలవుతుంది. మీ ముందు ఒక కథ ఉన్నది. దానిని మీరు పుట్టినప్పటి నుండి వ్రాస్తున్నారు. ఆ వ్రాస్తున్న క్రమంలో మీలో మీరు సంపూర్తిగా లీనమవ్వాలి. మిమ్మల్ని మీరు గుర్తించి ఆనందించాలి. మీరు అప్రమత్తంగా లేకపోతే మీరు తప్ప మిగతా వారంతా మీ జీవిత నాటకంలో ప్రధాన పాత్రధారులుగా మారిపోతారు. మిత్రులు, కుటుంబ సభ్యులు, స్నేహితులు, సన్నిహితులు, ప్రముఖ వ్యక్తులు, రాజకీయ నాయకులు, చివరికి మీకు పరిచయం లేనివారు కూడా! కానీ మీ జీవితానికి సంబంధించిన విషయాలలో మిమ్మల్ని మీరు ప్రథమ స్థానంలో ఉంచుకోవడం ముఖ్యం. "అలా ఉంటే నేను పూర్తిగా స్వార్థపరుడిని అయినట్లా!" అని మీరు అనుకోవచ్చు. అందుకు నా సమాధానం కాస్త భిన్నంగా ఉంటుంది. వాస్తవానికి మీకు మీరు ప్రాధాన్యత ఇవ్వడం మొదలు పెట్టినట్లయితే ఇతరులకు కూడా మంచే చేయగలుగుతారు.

నిన్ను నీవు తెలుసుకో

మానవజాతి చరిత్రను మనం గమనిస్తే - ప్రతిరోజూ జీవనం సాగించడానికి అవసరమయ్యే ఆలోచనాశక్తికి మించి ఏదో ఒక చైతన్యశక్తి తమలో ఉందని మన పూర్వీకులు గ్రహించారు. ఆ విధమైన అవగాహన ఎప్పుడు, ఎలా మొదలయ్యిందో మనం ఖచ్చితంగా చెప్పలేం! మనకు తెలిసింది ఏమిటంటే - ఎన్నో గొప్ప గొప్ప సంస్కృతులను, విభిన్న నాగరికతలను ఆత్మజ్ఞానానుభూతులు అనుసంధానం చేసినట్లు అనేకచోట్ల మనకు ఆనవాళ్లు కనిపిస్తాయి. ఆయా కాలాల్లోని వారు అర్థం చేసుకొని వాటిని పాటించారు.

కొన్ని సుప్రసిద్ధ వాక్యాల గురించి మనం మననం చేసుకుంటే, గ్రీకు తత్వవేత్త అయిన సోక్రటీస్ "నిన్ను నీవు తెలుసుకో!" అని చెప్పారు. ఈ విధమైన వాక్యాలే డెల్ఫీలోని అపోలో మందిరంలోని ఫలకాలపై కూడా మనకు కనిపిస్తాయి. కొంతమంది చరిత్రకారుల భావన ఏమిటంటే పురాతనకాలం నాటి ఈజిప్టు వాసుల నుంచి గ్రీసువారు ఈ మాటలను సంగ్రహించి ఉండవచ్చని ఒక ఊహ. ఈజిప్టులో ఉన్న లగ్జర్‌నందున్న మందిరంలోని ఒక రాయిపై ఒక నానుడి ఉండేదట - "ఓ మానవా! నిన్ను నీవు తెలుసుకుంటేనే ఆ దైవాన్ని నీవు తెలుసుకోగలవు" అని. అయితే, దైవానికి సంబంధించి మనం వివరంగా తర్వాత మాట్లాడుకుందాము. ఇక్కడ విషయం ఏమిటంటే, నీ గత చరిత్రను తెలుసుకోవడం లేదా నీ సంస్కృతిని, నీ సమాజాన్ని తెలుసుకోవడం గాని ముఖ్యం కాదు. "నిన్ను నీవు తెలుసుకోవడం" ముఖ్యం. అయితే, మీరెవరో మీకు తెలుసా?

నేను ఈ ప్రశ్న అడిగినప్పుడు చాలామంది కేవలం ఓ చిరునవ్వు చిందిస్తారు - 'బహుశా!' అన్నట్లుగా, లేదా 'మాకు తెలియదు' అని సమాధానం చెప్తారు. ఇంతకూ మీరెవరు? ఇదొక సాధారణమైన ప్రశ్నే, కానీ దీనికి సమాధానం చెప్పడం చాలా కష్టం. ఎందువల్లనంటే, దీనికి సమాధానం మనం మన అనుభవంతో గాక మాటలతో చెప్పడానికి ప్రయత్నిస్తాము. చెప్పడానికి మొదట్లో మాటలు బాగానే ఉపయోగపడతాయి కానీ తనను తాను తెలుసుకోవడమన్నది అనుభవానికి సంబంధించినది.నిర్వచనానికి అతీతమైనది. నేను మీకిక్కడ ఏమి చెప్పడానికి ప్రయత్నిస్తున్నానంటే - 'యుగయుగాలుగా మానవులు ఆత్మజ్ఞానం ద్వారా కలిగే ఆ అనుభూతిని, ఆ సంతృప్తిని స్వయంగా పొందారు, ఇప్పుడు మీరు కూడా పొందగలరు.'

నా ప్రయత్నంలో ఒక భాగం ఏమిటంటే - 'మీరెవరు?' అనే విషయంలో మిమ్మల్ని తప్పుద్రోవ పట్టించే అనేక ప్రాపంచిక విషయాలను ఎదుర్కోవడంలో మీకు సహకరించడం. మిమ్మల్ని మీరు తెలుసుకోవడంలో నేను మీకు సహాయం చేయాలని అనుకుంటున్నాను. 'మీరు ఫలానా కాదు' అనే విషయాన్ని మీతో చాలామంది చెప్తుంటారు. మీ జీవితంలో

జరుగుతున్న కీడు గురించి మీకు ఎంతోమంది ఆనందంగా చెప్తారు. కానీ నేనిక్కడ, మీ జీవితంలో సవ్యంగా జరుగుతున్న వాటిని మీరు గుర్తించి, అభినందించడంలో సహాయపడగలను. 'మీరు ఇలా ఉండాలని, అలా ఉండాలని' ఎంతోమంది ఆదుర్దాగా మీకు చెప్తుంటారు. కానీ పరిపూర్ణత్వం మీలోనే ఉందని నేను మీకు చెప్తున్నాను. ఈ ప్రయాణంలో ముమ్ముందుకు సాగిపోయే కొలది 'మీరెవరు' అనే విషయానికి స్వయంగా మీరే సమాధానం చెప్పుకోగలరు. అలాగే 'మీరిక్కడ ఎందుకు ఉన్నారనే' ప్రశ్నకు కూడా బహుశా సమాధానం చెప్పుకోగలరు!

ఏవిధమైన తారతమ్యాలు లేకుండా ప్రతి ఒక్కరిలో శాంతి నెలకొని ఉందన్న మౌలిక విషయంతో ఈనాటి వరకు నా సందేశాన్ని ప్రారంభిస్తున్నాను. నా ఈ మాట భ్రమ, భయం, ఆందోళన, నిరాశతో నిండిన ఈ ప్రపంచానికి ఒక మహత్వపూర్వకమైన ఆశాకిరణంలా కనిపిస్తుంది. నేను చెప్పే పద్ధతులన్నీ మీకు ఎంతో సరళంగా, సహజంగా, ఆచరణ యోగ్యంగా కనిపిస్తాయి. ఏదో ఏళ్ళ తరబడి మీరు చదువుతూనే ఉండాలని నేను మీకు చెప్పడం లేదు. మీకు కావలసినది మీలోనే ఉంది. కానీ ఆ ఆనవాలు మీకు ఎప్పుడు దొరుకుతుందంటే, మీ స్వప్రయోజనానికి మీరే బాధ్యత వహించాలని, దానిని మీలోనే అన్వేషించాలని నిశ్చయించుకున్నప్పుడు మాత్రమే. వాస్తవానికి ఆ క్షణం మీలో ఆత్మజ్ఞాన ప్రక్రియ ప్రారంభమవుతుంది. మీతో మీరు ప్రారంభించినప్పుడే శాంతి సాధ్యమవుతుందని నా స్వానుభవం!

ప్రాచీనకాలం నాటి గ్రీకు తత్వవేత్త అరిస్టాటిల్ ఏమన్నారంటే: 'తనను తాను తెలుసుకోవడమన్నదే సమస్త మేధస్సుకు తొలిమెట్టు'. ఆత్మజ్ఞానం మరియు శాంతి వలన ఆనందం, స్పష్టత, సంతృప్తి, ప్రేమ, సామర్థ్యం మొదలైన వాటితో ఒక అద్భుతమైన భావం ప్రసరిస్తుంది, తద్వారా లోలోపల ఒక రకమైన ఆనందం ఉత్పన్నమవుతుంది, అది ఏ వ్యక్తితోనో లేక ఏ వస్తువుతోనో ముడిపడి ఉండదు. ఈ విషయాన్ని కేవలం ఒక్క క్షణం పాటు మీలో దృఢంగా నాటుకుపోనివ్వండి. మీ వద్ద అంతర్గత శాంతి భాండాగారము జీవన పర్యంతమూ ఉంటుంది. అది ఇతర

వ్యక్తులపై గాని, ఇతర వస్తువులపై గాని ఏమాత్రం ఆధారపడి ఉండదు. వేటితోనూ నిర్వచించబడేది కాదు. అది మీదే! కేవలం మీది మాత్రమే. అది పరిపూర్ణమైనది, స్వయంగా మీ హృదయంలో నిక్షిప్తమై ఉన్నది. ప్రస్తుతం మనం ఆ దిశలోనే పయనించబోతున్నాము.

అంతర్గత ధ్వనిని ఆలకించు

15వ శతాబ్దపు కవి అయిన సంత్ కబీర్ ఏమన్నారంటే - "ఒకవేళ నీవు సత్యాన్ని తెలుసుకోవాలనుకుంటే అదెలాగో నేను చెప్తాను- నీలోని ఆ అంతర్గత ధ్వనిని ఆలకించు, నీ లోపలి సహజ ధ్వనిని ఆలకించు" అని చెప్పాడు. ఆత్మజ్ఞానం ఓ సంగీతం లాంటిది. మిమ్మల్ని మీరు తెలుసుకోవడం ప్రారంభించగానే శ్రావ్యమైన అనేక శబ్దాలను ఆలకించడం ప్రారంభిస్తారు. వాటిని ఈ జీవితం మీ కోసం ఉత్పన్నం చేస్తుంది. అప్పుడు ఏమవుతుందంటే, మీ చెవులు అత్యధికంగా ఆ అంతర్గత ధ్వనులనే వినడం అలవరుచుకుంటాయి. అలా చివరకు మీరు అలజడిని దాటుకొని మీ అంతరంగాన్ని వినడం ప్రారంభిస్తారు, అద్భుతమైన రాగాలను పలికించగల ఓ సంగీతకారునిలా మారిపోతారు. వాటిని మీరు విన్నప్పుడు అవి మీకు ఎంతో ఆనందాన్ని కలిగిస్తాయి. ఆ తర్వాత, వాటితో కలిపి మీరు మరికొన్ని రాగాలను కూడా పలికించగలుగుతారు. కానీ ప్రతి సంగీతకారుని తరహాలోనే, మీరు మీ లోపలి వాయిద్యాలను వాయించడం నేర్చుకున్నాక, ఆ విషయంలో నిత్య సాధన చేయాల్సి ఉంటుంది.

నాకు డెహ్రాడూన్‌లో జరిగిన సంగతులు గుర్తున్నాయి. అప్పట్లో చాలామంది తమ ఆనందం కోసం తమ తమ ఇళ్ళలోనే పాటలు పాడుకోవడమో, ఏదో ఒకటి వాయించుకునేవారు. వారిలో అతి కొద్దిమంది కూడా బహుశా సంగీతకారులు కాకపోయి ఉండవచ్చు. కానీ వాళ్ళంతా తరుచూ ఇతరులతో కలిసి లేదా తమ పెంపుడు జంతువుల దగ్గర పనులు చేసుకుంటున్నప్పుడు పాటలు పాడుకుంటూ లేదా ఏదో ఒకటి వాయించుకునేవారు. కొంతమంది దగ్గర డప్పులు, చిన్న చిన్న హార్మోనియాలు ఉండేవి. తీగకట్టి తంబురా

లాంటివి తయారు చేసుకునేవారు. ఆ ధ్వని ఎంతో సాధారణంగా ఉన్నా, వాటిని వాయించేవాళ్ళు మాత్రం అందులో అత్యద్భుతంగా లీనమైపోయేవారు.

మా తండ్రిగారు అప్పుడప్పుడు ఇలాంటివి వినడానికి దూరంగా నిలబడి బయటి నుంచే "ష్!" అని సైగ చేసి చెప్పేవారు. ఆయన అక్కడికి వచ్చినట్లు తెలిస్తే వాళ్ళు పాడడం మానేస్తారని ఆయన అలా సైగ చేసేవారు. వాళ్ళు అలా లీనమై, వేరే ధ్యాసలేకుండా, ఇతరులు వింటున్నారన్న ఆలోచన లేకుండా, లయబద్ధంగా ఉండాలని ప్రయాస పడకుండా తమ లోపలి నుండి వ్యక్తం చేసే ఆ భావాలను ఆయన చూడాలని అనుకునేవారు. ఆత్మజ్ఞాన సాధన కూడా ఇలాగే చేయాలి. ఆ వాయిద్యం ఎలా మ్రోగుతుందోనని గాని లేదా దానిని వినేవాళ్లు ఏమనుకుంటారనే ఆలోచన గాని లేకుండా, వాయించేవారి స్వానుభవానికి సంబంధించినట్లుగా ఉండాలి.

కాస్త ఆలోచించండి! మీరు జీవించే ప్రతి ఒక్క క్షణాన్ని శాంతి యొక్క అనుభూతి ఎలా మార్పు చెందించగలదో మీరు ఊహించగలరా! మీ చుట్టూ ఉన్న ప్రతి ఒక్కరూ నిజానికి తామెవరన్న విషయాన్ని స్వయంగా అనుభూతి పొందితే ఎలా ఉంటుందో ఊహించండి! ప్రతి ఒక్కరూ ఆత్మజ్ఞాన సంగీతాన్ని విని దానిని ఆస్వాదించగలిగితే ఎంత బాగుంటుందో ఊహించండి! వ్యక్తులు, కుటుంబాలు, సమాజాలు, రాజకీయాలు, యుద్ధాలు మొదలైనవన్నీ మన ఈ ప్రపంచంపై ఎలాంటి ప్రభావాన్ని చూపుతున్నాయో ఒక్కసారి ఆలోచించండి!

సరే, ఇవన్నీ ఒక్కొక్క వ్యక్తిలో ఒక్కొక్క సమయానికి ఆరంభమవుతాయి– ప్రస్తుతం ఇది మీ అవకాశం!

ఆరంభిద్దాం పదండి!

1వ అధ్యాయం

మీ చెవుల మధ్యనున్న అలజడిని అధిగమించండి

మనకు లభించిన ఈ సమయం ఎంతో విలువైనది. కానీ ఎవరు ఎంత కాలం ఇక్కడుంటారో, ఎవ్వరికీ తెలియదు! ప్రతిరోజూ మనం అపురూపమైన ఈ జీవన కానుకను అందుకుంటున్నాము. ప్రతి క్షణాన్ని సాధ్యమైనంత వరకు ఆస్వాదిస్తూ, గొప్పగా జీవించడమే మనపై మనకున్న కీలక బాధ్యత. అలా జరిగినప్పుడు, మనకోసం ఈ జీవితం సంపూర్ణంగా వికసిస్తుంది. ఎలాంటి క్లిష్టపరిస్థితుల్లో మనం ఉన్నప్పటికీ అసలైన ఈ జీవితానందాన్ని ఆస్వాదించగలము. అయితే మన ఈ సమయం యొక్క పూర్తి ప్రయోజనం పొందడానికి, ఏవైతే మనకు అత్యంత ప్రధానమైనవో, మనకు సంతృప్తిని కలిగించగలవో వాటిపై మన దృష్టిని కేంద్రీకరించాలి. అవిగాక మిగతావన్నీ అలజడితో సమానమైనవే!

ప్రతీరోజూ నా దినచర్య స్పష్టంగా ఉండాలి. నా దినచర్యలో ఆనందం ఉండాలి, దయాగుణం ఉండాలి, సంతృప్తి ఉండాలి, ప్రేమ ఉండాలి. అన్నిటికంటే ముఖ్యంగా నా దినచర్యవల్ల శాంతి చేకూరాలి! కానీ అనవసరమైనవెన్నో మన జీవితంలోనికి ప్రవేశిస్తాయి. అవన్నీ నిజమైనా కాకున్నా, అవసరమైనా లేకున్నా, అందులో ఏ అంశమూ నా

జీవితానందాన్ని పూర్తిగా పొందాలనే నా ప్రాధాన్యత నుండి నన్ను ఎన్నటికీ దూరం చేయకూడదు.

మన దృష్టిని కేంద్రీకరించడం ఎంతో ముఖ్యమని తరచూ మనకు చాలామంది చెప్తుంటారు. ఇందుకు నా సలహా ఏమిటంటే - మీరు అంతరంగంలో దృఢంగా ఉండి, లోపలా-బయటా రెండు వైపులా చూడగలిగినప్పుడు మాత్రమే దేనినైనా స్పష్టమైన రీతిలో చూడగలుగుతారు. మన ప్రపంచంలో ఆనందంగా ఉండడానికి అద్భుతమైన అవకాశాలు ఎన్నో ఉన్నాయి. కానీ బయట ఏదైతే జరుగుతోందో కేవలం దానిని మాత్రమే గమనిస్తూ మన లోలోపల జరుగుతున్న దానిని విస్మరిస్తే, అప్పుడు మనం సరైన దృక్పథాన్ని కోల్పోవచ్చు, సమతుల్యతను కాపాడుకోలేకపోవచ్చు.

'మన లోలోపల' అనే మాటను నేను ఉపయోగించినప్పుడు నా ఉద్దేశ్యం, మనలో అంతర్గతంగా ఉన్న ఒక భాగాన్ని నేను సూచిస్తుంటాను. దానిని నేను 'మనస్సు' అని గాక 'హృదయం' అని అంటాను. మనం నిశ్చింతగా మన కాలాన్నంతా ఆలోచనలు, అంచనాలు, ఆందోళనలు, అనుమానాలు, ఊహలు, విమర్శలతో చంచలమైన ఈ మనో ప్రపంచంలో వృథాగా గడిపేస్తుంటాము. ఆ తర్వాత ఒకానొకరోజు మనల్ని మనమే ఇలా ప్రశ్నించుకుంటాము 'ఇంతేనా? ఇంకేమీ లేదా? నేనింతేనా? నేనంటే కేవలం ఈ ఆలోచనల ప్రవాహానికి ఒక వాహకమేనా?' అని! ఈ మనస్సు యొక్క ఆలోచనలకు అతీతంగా తనను తాను తెలుసుకోవాలనే ఆరాటం, సామాజిక సంస్కృతుల పరిధులను దాటి మానవులందరిలో పరిపూర్ణంగా ఉంటుంది.

సరే, అంతా ఇదేనా? మనమంతా కేవలం ఇంతేనా? లేక మన శరీరంలో మనస్సు కంటే మించినది కూడా ఏమైనా ఉన్నదా? ఇందుకు సమాధానం ఏమిటంటే - ఆలోచనలకు మించినది మన జీవితంలో ఇంకా ఎంతో ఉన్నది. నిజానికి మన మనస్సే మనతో మనం దగ్గరకాకుండా చేస్తున్నది. చాలామంది బాహ్య ప్రపంచ ఆకర్షణలోనే పెరిగి పెద్దవారయ్యారు.

ఆలోచనలకు అతీతమైనది తమ అంతరంగంలోనే ఉందని, దానితో ఎలా మమేకమవ్వాలో ఎవ్వరూ చూపించనందువలన వారికి ఇదొక పెద్ద సవాలుగా మారుతుంది.

మనతో మనకు ఆ దృఢసంబంధం లేకపోతే మనలో ఒక భాగం మాయమైనట్లుగా గుర్తిస్తాం. బహుశా ఆ భాగమే అత్యంత ప్రధానమైనది కావచ్చు! కానీ మాయమైన ఆ భాగమేమిటో దానిని ఎక్కడ వెతకాలో మనకు తెలియదు. మరి మాయమైనది ఏమిటంటే, మన హృదయంలో నెలకొన్న ఆ అంతర్గత శాంతితో మనకు ఉండవలసిన అనుబంధం. మనం ఎవరన్నది తెలుసుకోవడమే అందుకు మూలం. మనము శాంతితో మమేకమైనప్పుడు ఈ జీవితానుభవం స్పష్టంగా ప్రస్ఫుటమవుతుంది. అంతేకాక, మనకు ఏది ముఖ్యమైనదో కూడా తెలుస్తుంది. మనల్ని మనం తెలుసుకొని ఆ ప్రశాంతతో మన రోజును ప్రారంభించినట్లయితే, బాహ్య ప్రపంచంలో ఉన్నప్పటికీ మనకు ఏది అత్యంత ముఖ్యమైనదో దాని అనుభూతిని పొందాలన్న విషయంపై కూడా ఎంతో చక్కగా దృష్టి సారించి ఉండగలము!

శాంతి-సంతృప్తి వంటి ఎన్నో అద్భుతమైన భావనలు మనకు అందుబాటులో ఉన్నాయి. కానీ వాటిని సరైన స్థానంలో వెతుకుతున్నామో లేదో తప్పక గమనించి చూసుకోవాలి. అయితే మనము ముున్ముందుకు సాగేలోగా ఈ అలజడి గురించి ఇంకాస్త వివరంగా అర్థం చేసుకుంటే బాగుంటుందని నేను భావిస్తున్నాను.

తీరికలేని జీవితం

బహుశా, మీరు ఒక విషయాన్ని సులభంగా అర్థం చేసుకోగలరు; మీరు నిద్ర నుండి మేల్కొని కళ్ళు తెరిచి, ఆవలించి, ఒళ్ళు విరుచుకోగానే ఆ రోజుకు సంబంధించిన అన్ని విషయాలు, చేయవలసిన పనులన్నీ వెంటనే గుర్తొస్తాయి. మీ లక్ష్యాలు, మీరు అనుసరించవలసిన ప్రణాళికలు, కుటుంబసభ్యులు, స్నేహితులు, సహోద్యోగులందరి అంచనాలు-వారి

అభిప్రాయాలు మొదలైనవన్నీ మీపై దాడిచేస్తాయి. ఇంట్లో లేదా ఆఫీస్‌లో ఉన్న సమస్యలు, నిన్న జరిగినవి లేదా రేపు జరగవలసిన వాటికి సంబంధించిన ఆందోళనలు, జరిగినవి, జరగబోయేవన్నీ కలిసి ఒక్కసారిగా మీలో అలజడిని సృష్టిస్తాయి.

ఇదెలా ఉంటుందంటే - మీ దృష్టిని భంగపరిచేవన్నీ మీ మంచంపై మీ కాళ్ళ దగ్గరే కూర్చొని 'ఎప్పుడెప్పుడు మీరు కళ్లు తెరుస్తారా!' అని ఎదురుచూస్తున్నట్లు ఉంటుంది. అందువల్లనే అవన్నీ వెంటనే మీ జీవితంలోనికి ప్రవేశిస్తాయి. ఒక్కోసారి అవన్నీ ఎంత అసహనంతో మీ కోసం ఎదురుచూస్తూ ఉంటాయంటే, అవే మిమ్మల్ని ప్రొద్దున్నే త్వరగా నిద్ర నుండి మేల్కొల్పుతాయి. 'నిద్ర లేచే వేళయ్యింది' అని అరుస్తూ 'మాకు కూడా కాస్త ఆహారం పెట్టు' అంటూ కేకలు పెడతాయి.

నా స్నేహితుల్లో కొందరి ఫిర్యాదుల చిట్టా ఇలా ఉంటుంది:

"నా టైం చాలా విలువైనది!"
"నా కోసమే నాకు ఒక్క నిమిషం కూడా టైం దొరకడం లేదు!"
"ఇది ఎప్పటికీ ఆగేది కాదు!"

ఈ ఉరుకులు-పరుగుల జీవితంలో బానిసలుగా బ్రతుకు సాగిస్తున్నామని చాలామంది వాపోతూ ఉంటారు. తప్పుద్రోవ పట్టించేవాటికి మనం ప్రముఖస్థానం కల్పించాలని ఎప్పుడైతే నిర్ణయించుకుంటామో అప్పుడు ఈ సమయం ఎలా ఆవిరైపోతుందో మనకే తెలియదు. అలా జరిగినప్పుడు సంతృప్తి - ఆనందాలనే గొప్ప దీవెనలను మనము కోల్పోతాము. ఈ విధంగా ఆ అలజడి మనల్ని జీవితంలో పొందాల్సిన ఆ మధురానుభూతికి దూరం చేస్తున్నది.

టెక్నాలజీ చేసే అద్భుతాలు మరియు సవాళ్లు

మన దైనందిన సమస్యలను పరిష్కరించుకోవడంలో టెక్నాలజీ మనకు దోహదపడుతుందని, క్లిష్టమైన మరియు ఎక్కువ సమయం పట్టే పనులన్నింటినీ ఇది సులభతరం చేస్తుందని, తద్వారా మనకు ఇష్టమైనవాటిని చేసేందుకు తగినంత స్వేచ్ఛ, సమయాలు దొరుకుతాయని మనకు చెప్పడం జరిగింది. కానీ వాస్తవానికి అలా జరగడం లేదు కదా!

మరి, టెక్నాలజీ అంటే నాకు చాలా ఇష్టం కాబట్టి, టెక్నాలజీ లేని ఆ పాతకాలంలోనికి మనమంతా తిరిగి వెళ్ళిపోతే బాగుంటుందని నేను ఏదో సలహా ఇస్తున్నానని భావించకండి. ఈ క్రొత్త క్రొత్త ఆవిష్కరణలు మానవజాతికి.. ప్రత్యేకంగా నా జీవితంలో ఎన్నో అద్భుతాలు చేసిందని అనడంలో ఏమాత్రం సందేహం లేదు. ఈ సాంకేతిక ప్రగతి అనేది సంపదను, ఆరోగ్యాన్ని మరియు సౌకర్యాలను మెరుగుపరుచుకోవడంలో లక్షలాది మందికి తోడ్పడింది. దీని వల్లనే ఈనాడు మనము సుదూర ప్రాంతాల వరకు ఎంతో వేగంగా, సురక్షితంగా ప్రయాణాలు చేయగలుగుతున్నాము. దీని వల్లనే మనము వేలాది మైళ్ళ దూరంలో ఉన్న మన ఆత్మీయులకు దగ్గర కాగలుగుతున్నాము. ఇది మన ఇళ్ళలో క్రొత్త-క్రొత్త సేవలను, సదుపాయాలను మరియు మనోరంజనాన్ని కల్పిస్తున్నది. సాంకేతికత పురోభివృద్ధి వలన భవిష్యత్తులో ప్రపంచంలోని పేదలకు తప్పక ప్రయోజనం చేకూరుతుందని నేను ఆశిస్తున్నాను.

నా చిన్నప్పుడు మా తల్లిదండ్రులు ఒక రిఫ్రిజిరేటర్ కొనడం జరిగింది. ఆ సాంకేతికపరమైన మార్పు నా జీవితంలో ఓ అనుభవాన్ని చవిచూపింది. అప్పట్లో భారతదేశం వాస్తవానికి టెక్నాలజీ పరంగా అంతగా అభివృద్ధి చెందలేదు, అందువల్లనే మా ఇంట్లోకి ఈ విలువైన కొత్త వస్తువు రాగానే మేమంతా కాస్త ఆశ్చర్యానికి గురయ్యాము. దానిని మా వంటగది నుండి దూరంగా వేరే గదిలో ఉంచారు. కారణం - అందులో ఏమి పెట్టాలో మాకు తెలియలేదు. కొన్ని రోజుల వరకు దానిని కేవలం చల్లటి నీళ్ళకోసం మాత్రమే

వాడాము. తర్వాత ఎవరో చెప్పారు అందులో పండ్లు, కూరగాయలు కూడా పెట్టుకోవచ్చుని. అలా దాని గురించి మాకు అన్నీ వివరించి చెప్పారు.

'ఆ ఫ్రిజ్ తలుపు మూసి ఉన్నప్పుడు లోపల చీకటిగా ఉంటుందో లేక ఆ బల్బు వెలుగుతూనే ఉంటుందో' తెలుసుకోవాలని నాకు చిన్నప్పుడు చాలా ఉబలాటంగా ఉండేది. అయితే, ఒకరోజు నేను లోపలికి వెళ్లి కూర్చొని తలుపు వేసుకున్నాను. దాదాపు ఒక రెండు నిమిషాల తర్వాత ఎవరో వచ్చి తలుపు తీసి రిఫ్రిజిరేటర్ లోపల ఉన్న నన్ను చూసి అవాక్కయ్యారు! కానీ ఏది ఏమైనా, నా ప్రశ్నకైతే అప్పుడు సమాధానం దొరికిందనుకోండి!

ఆ తర్వాత టెలిఫోన్ రావడం జరిగింది. అప్పట్లో నంబరును డయల్ చేయవలసిన పని ఉండేదికాదు. రిసీవర్ ఎత్తగానే ఆపరేటర్ లైన్‌లోకి వచ్చి మనకు అవసరమైన వాళ్ళతో మాట్లాడించేవారు. ఒకవేళ లోకల్ కాల్ అయితే కేవలం అవతలివారి పేరు చెబితే చాలు వాళ్ళతో మాట్లాడించేవారు.

తర్వాత మేము ఢిల్లీకి వచ్చాక, అక్కడ మాకు తెలిసిన వాళ్ళ ఇంట్లో టెలివిజన్ సెట్ చూసాము. ఆ రోజుల్లో చాలా తక్కువ మంది దగ్గర టెలివిజన్ ఉండేది. మేము వాళ్ళకు ఫోన్ చేసి, 'సాయంత్రం మీరు టీవి ఆన్ చేస్తారా?' అని అడిగి తెలుసుకొని అక్కడికి వెళ్ళి టీవి చూడాలని ఎంతో ఉబలాటపడేవాళ్ళం. నిజానికి మన జీవితాలలో వచ్చిన ఈ పెను మార్పును గమనించండి - ఎవరింటికో వెళ్ళి టీవి చూసే రోజు నుండి నేడు మన దగ్గరే ఉన్న ట్యాబ్‌లోనో లేక ఫోన్లోనే క్రొత్త సినిమాలను చూడగలుగుతున్నాము.

పారిశ్రామిక ప్రగతిని, టెక్నాలజీ వలన కలిగే ప్రయోజనాలను మనము అభినందించి క్రొత్త-క్రొత్త వాటిని స్వీకరించగలుగుతున్నాము. కానీ అద్భుతాలతో పాటు అనేక సవాళ్ళు కూడా మనకు ఎదురవుతున్నాయి. టెక్నాలజీ అనేది మనకు ప్రయోజనకరంగా ఉండాలనే విషయాన్ని ఎల్లప్పుడూ మనము గుర్తుంచుకోవాలి. టెక్నాలజీ మనల్ని నియంత్రించడమన్నది నాకెప్పుడూ నచ్చని విషయం. నన్ను ప్రభావితం చేసే

వాటి నియంత్రణ ఎప్పుడూ నా చేతిలోనే ఉండాలని నేను కోరుకుంటాను. ఆ విషయంలో తుది నిర్ణయం నాదే కావాలి. నేను స్వయంగా టెక్నాలజీని నియంత్రించాలని అనుకుంటాను.

ఏదీ శాశ్వతం కాదు!

చాలామంది తమ దగ్గరున్న పరికరాలతో ఉద్వేగభరితమైన బంధం ఏర్పరచుకొని ఉంటారు. ఇది నాకు చాలా విచిత్రంగా అనిపిస్తుంది. కొన్నేళ్ల క్రితం నేను కంబోడియాకు వెళ్లాను. అక్కడ విద్యార్థులతో నేను ముచ్చటించాను. అందరూ ప్రశ్నలు అడుగుతూ ఉండగా ఒక అమ్మాయి లేచి నిలబడింది, తాను ఏదో బాధలో ఉన్నట్లు నాకు అనిపించింది. "నేను మీ వీడియోలు చూసాను" అని చెప్పింది. "మీరన్నారు కదా మనం గడిచిన రోజులో జీవించకూడదు, ఈనాటి ఈరోజులో జీవించాలని..." అని అన్నది. అప్పుడు నాకనిపించింది, 'బహుశా ఈ అమ్మాయి జీవితంలో జరగరానిది ఏదైనా జరిగిందేమో! ఇంట్లో వాళ్లెవరైనా పోయారేమో' అని. ఏమాత్రం సందేహించకుండా తన దుఃఖాన్ని నాతో పంచుకుంటున్నందుకు చాలా సంతోషంగా కూడా అనిపించింది. ఆ తర్వాత ఆ అమ్మాయి: "నిన్న నా ఫోన్ పోయింది. చాలా దిగులుగా ఉంది, ఆ బాధను భరించలేకున్నాను, నేను తిరిగి ఆనందంగా ఉండాలంటే ఏం చేయాలి?" అని నన్ను అడిగింది.

ఇలాంటి మాటలు వినవలసి వస్తుందని నేను ఏమాత్రం ఊహించలేదు. ఇందులో అంతగా బాధపడిపోవలసిన అవసరం ఏమున్నది! కానీ ఆ అమ్మాయి మాత్రం నిజంగా చాలా దుఃఖంతో కనిపించింది. అప్పుడు నేను తనకు ఈ విధంగా సమాధానం చెప్పాను - "మీరు మీ ఫోన్‌తో పాటు ఏమైనా జన్మించారా? లేదు కదా! మీరు మీ జీవితాన్ని ఒక ఫోన్‌తో ముడిపెట్టకూడదు. మీ జీవితాన్ని జీవించడానికి మీకు సెల్‌ఫోన్ అవసరమా? ఫోన్ కనిపెట్టకముందు కూడా ఎన్నో ఏళ్ళ వరకు అనేక రకాలైన నాగరికతలు ఉండేవా, లేవా? వేలాది సంవత్సరాల పాటు మనుష్యుల దగ్గర ఫోన్లు అనేవి లేవు. అంత మాత్రాన వాళ్ళంతా దుఃఖంతో తల్లడిల్లిపోయేవారా? ఏదైనా

సరే రావడం - పోవడం అన్నది సహజం. మీ ఆనందం వీటితో ముడిపడి ఉండకూడదు. అలాగని మీరు ఏమీ ఆలోచన చేయకూడదా? ఆలోచన చేయాలి! అలాగని మీరు బాధపడకూడదా? అలాంటిదేమీ లేదు!"

చూడండి! తుఫాను గాలులు వీచినప్పుడు ఏ చెట్లయితే నిటారుగా పెరిగి ఉంటాయో అవన్నీ నేలకొరుగుతాయి. కానీ గాలి తీవ్రతకు అనుగుణంగా ఊగే చెట్లు మాత్రం క్షేమంగా ఉంటాయి. ఇదంతా ఒక తుఫాను లాంటిది. వచ్చింది - తప్పకపోతుంది. కానీ మీరు వీటన్నింటికి అతీతమైనప్పుడు మాత్రమే రక్షింపబడతారు.

సాంకేతిక పరిజ్ఞాన సద్వినియోగం

ఈ సాంకేతిక పురోభివృద్ధి నలువైపులా వ్యాపిస్తూ ప్రపంచంలో సానుకూలమైన మార్పులకు దోహదం చేస్తుండడం చూసి నేను చాలా సంతోషిస్తున్నాను కానీ అంతర్గత ప్రపంచ దృష్టితో చూసినప్పుడు నాకు కొంచెం సందిగ్ధంగా అనిపిస్తుంది.

సాంకేతిక పరిజ్ఞానం, ముఖ్యంగా సమాచార మార్పిడి మన జీవితంలో ఏర్పడే ఆ అలజడిని మరింత రెట్టింపు చేస్తోంది. దీని వలన మన ఏకాగ్రత నానాటికీ తగ్గిపోతూ వస్తోంది. రోజూ వచ్చే ఈమెయిల్స్, మెసేజ్‌లు, నోటిఫికేషన్లు, పోస్ట్‌లతో తలమునకలవుతూ ఉన్నామని చాలామంది వాపోతూ ఉంటారు. అలాగే తమకు రావలసిన మెసేజ్‌లు ఇంకా ఎందుకు రాలేదని, తమను అనుసరించని వాళ్ళ గురించి కూడా ఆవేదన చెందుతూ ఉంటారు.

నూతన స్థితిగతులకు అనుగుణంగా మనిషి చాలా త్వరగా తనను తాను మలుచుకుంటాడు. కానీ కొందరు మాత్రం తమ మార్గాన్ని వెతుక్కోకుండా ఈ క్రొత్త-క్రొత్త ఆవిష్కరణల ఒరవడిలోనే కొట్టుకుపోతున్నారు. టెక్నాలజీ అనేది ఎందుకు ఉన్నది? తద్వారా ఒకరి గురించి ఒకరు తెలుసుకోవడానికి.

కానీ ఈనాడు మన గురించే మనము ఏమీ తెలుసుకోలేకుండా ఉన్నాము. ఒక్కోసారి మన వద్ద ఉన్నవే మనపై ఆధిపత్యం చలాయిస్తున్నట్లు అనిపిస్తుంది. ఇదంతా ఎలా ఉందంటే – మనం ఒకచోటి నుంచి మరో చోటికి వెళ్లడానికి ఒక గుఱ్ఱాన్ని కొన్నాము కానీ మనమే ఆ గుఱ్ఱాన్ని బలవంతంగా అక్కడికి లాక్కొని వెళ్తున్నట్లు!

మనము టెక్నాలజీని వాడుతున్నప్పుడు ఒక ప్రశ్న అడిగి చూసుకోవాలి 'ఈ క్షణం నేను స్వేచ్ఛగా ఉండగలుగుతున్నానా? లేక ఈ టెక్నాలజీతో ఏర్పరుచుకున్న అనుబంధం కారణంగా నాలోని ఒక భాగాన్నే విస్మరించానా?' అని. ఇది నిరంతరాయంగా సాగే ప్రవాహమని మనకు చెప్తుంటారు. కానీ ఎప్పుడైనా మనం పాజ్ (Pause) బటన్ నొక్కితే ఏమైనా ప్రయోజనం చేకూరుతుందా?

ప్రస్తుతం మన ముందున్న సవాలు ఏమిటంటే – వివిధ రూపాలలో సోషల్ మీడియా ఎంతో సమాచారాన్ని అందిస్తూ ఉత్తేజకరంగా మరియు ప్రయోజనకరంగా కనిపిస్తోంది. కానీ ఆ సమాచార జ్ఞానం వలన క్రొత్తదనంతో వికసించి ముందుకు సాగక మనము ఇంకేదో కావాలనే కాంక్షతో అక్కడే ఆగిపోతాము. ఆ తరువాత అత్యంత ప్రధానమైనదానిని కోల్పోతున్నామని కూడా మనము విచారిస్తాము. ఈ విధమైన ఆలోచనకు మారు పేరు 'FOMO - ఫియర్ ఆఫ్ మిస్సింగ్ అవుట్' - అనగా ఏదో కోల్పోతున్నామనే భయం!

ప్రస్తుతకాలంలో మనం గమనిస్తే - ఈ టెక్నాలజీ యొక్క నూతన ఆవిష్కరణలు మన జీవితాల్లోనికి ప్రవేశిస్తున్నాయి. తద్వారా మనం ఎన్నో గొప్ప-గొప్ప వాటిని సాధించగలము. ఆర్టిఫీషియల్ ఇంటెలిజెన్స్, ఆగుమెంటెడ్ రియాలిటీ, వర్చువల్ రియాలిటీ: ఇవన్నీ ఎంతో ఆకర్షణీయమైన, ప్రయోజనకరమైన అవకాశాలు. కానీ వాటి పర్యవసానాల విషయంలో కూడా మనం ఎంతో జాగ్రత్త వహించాల్సి ఉంటుంది. మనము ఇంకొక విషయాన్ని కూడా ఖచ్చితంగా గమనించాలి. టెక్నాలజీ అనేది మన

జీవితాలను మెరుగు పరుచుకోవడంలో సహకరించాలి. ఆర్థికవేత్త జాన్ కిన్నెత్ గాల్‌బ్రైత్ చేసిన ఒక వ్యాఖ్య నాకు గుర్తొస్తున్నది: "అంతరిక్ష వనరుల విషయంలో ముందడుగు వేయడం, మురికివాడల విషయంలో వెనుకంజ వేయడమే అమెరికా సంయుక్త రాష్ట్రాలు క్లిష్టమైన సాంకేతిక విజయాలవైపు మొగ్గు చూపడానికి నిదర్శనం."

నన్ను అప్పుడప్పుడు అడుగుతుంటారు – "ఆర్టిఫీషియల్ ఇంటెలిజెన్స్ (కృత్రిమ మేధస్సు) రావడం వల్ల ఏమవుతుంది" అని. నేను ఏమని చెప్తానంటే – 'చాలా మంచిది! అప్పుడు కూడా నువ్వు నీలాగే ఉంటావు, నేను నాలాగే ఉంటాను. మనిషి మనిషిలానే ఉంటాడు. కాలక్రమంలో కొన్ని టెక్నాలజీలు క్షీణించిపోవు, వాటి విలువ ఎప్పటికీ ఒకేలా ఉంటుంది.'

ప్రఖ్యాతిగాంచిన వైజ్ఞానిక కథారచయిత మరియు సిద్ధాంతకర్త ఐజాక్ అసిమోవ్ ఇలా అన్నాడు - "ప్రస్తుత జీవన విధానంలోని విషాదకరమైన అంశం ఏమిటంటే సమాజం జ్ఞానాన్ని సేకరించేదానికంటే వేగంగా సైన్స్ జ్ఞానాన్ని సేకరిస్తోంది." కానీ దీనిని మనం మార్చగలము. ఎల్లప్పుడూ మనం ఒక విషయాన్ని గుర్తుంచుకోవాలి: వివేకంతో కూడిన పరిపూర్ణమైన ఒక సత్యం మనలోనే దాగి ఉన్నదని.

ఆనందం లేకపోవడం

కేవలం టెక్నాలజీవల్లే మన భారం అధికం కావడం లేదు. అంతకంటే మించి వేరేది కూడా ఉన్నది. అది - ఇతరులు మనపై పెట్టుకున్న ఆశలు. అవి కూడా అనేకసార్లు మన ఒత్తిడిని అధికం చేస్తాయి. ఆ తర్వాత మనపై మనకున్న ఆశలు, నెరవేరని మన కోరికలు - వాటిని తీర్చుకోవడానికి చేసే ప్రయత్నాలు. ఈ నిరంతర కోరికల ఝురికి అడ్డుకట్ట వేయడం కూడా మనకు సాధ్యపడదు. ఆశయం మంచిదే కానీ మనం పరిపూర్ణంగా జీవితానందాన్ని పొందడానికి అది ఆటంకం కాకూడదు. మనలో కొందరు సఫలీకృతులు కావాలనే ప్రయత్నంలో తీరికలేకుండా ఎలా

ఉండిపోతారంటే భగవంతుడు తమకు ఏదైతే ముందే ప్రసాదించాడో దానిని ఆస్వాదించడానికి కూడా వాళ్ళకు సమయం ఉండదు. ఇంకా మనలో మరికొందరు ఎక్కడికో చేరుకోవాలనే ప్రయత్నంలో ఎంత తీరికలేకుండా ఉంటారంటే ప్రస్తుతం తామెక్కడ ఉన్నారో కూడా వాళ్ళు తెలుసుకోలేరు. ఈ సాంకేతిక ప్రపంచంలా మన మనస్సు కూడా 'నిరంతరం నడుస్తూ' ఉంటుంది.

ప్రతి తరం వాళ్ళు ఏదో సాధించాలని, అంతులేని తమ కోరికలను నెరవేర్చుకోవాలని ప్రయత్నిస్తుంటారు. ఇదెలా అనిపిస్తుందంటే రోమన్ తత్వవేత్త సెనెకా FOMO (ఫియర్ ఆఫ్ మిస్సింగ్ అవుట్)ను అర్థం చేసుకున్నట్లుగా! "On the Shortness of Life" ("క్షణ భంగుర జీవితం") అనే వ్యాసంలో ఆయన ఏమని పేర్కొన్నారంటే:

> *మనుష్యులు తమ దగ్గర ఉన్నవాటిని ఆస్వాదించకుండా సుదూర ప్రయాణాలు చేస్తుంటారు, విదేశీ సముద్ర తీరాల్లో సంచరిస్తారు; ప్రపంచ నలుమూలలు మరియు సముద్రాలపై తిరుగుతూ అశాంతి నుండి ఉపశమనం పొందే మార్గాలను అన్వేషిస్తుంటారు. కానీ, ఆ చంచలత్వం మనిషిని తన వద్ద ఉన్న దానిని ఎల్లప్పుడూ ద్వేషించేటట్లుగా చేస్తుంది. "పద! మనం ఇప్పుడు కాంపానియాకు వెళ్తాం" అంటుంది. అక్కడికి వెళ్లాక, అక్కడి విలాసాలతో విసుగుచెందాక, "పద! మనమిప్పుడు సాగుచేయని ప్రదేశాలకు వెళ్దాం: బ్రుటియం మరియు లుకానియా అరణ్యాలకు వెళ్ళి అన్వేషిద్దాం" అంటుంది. కానీ ఆ అరణ్యాల్లోనికి వెళ్ళిన తర్వాత అక్కడ కూడా ఆనందం లేదని గుర్తిస్తారు. అలా ఒక యాత్ర తర్వాత మరొక యాత్రను కొనసాగిస్తూ ఉంటారు, దృశ్యాలు మారుతూ ఉంటాయి. లుక్రెటియస్ చెప్పినట్లుగా - ఇలా ప్రతి ఒక్కరు తనకు తాను నిరంతరం దూరమైపోతున్నారు. కానీ అలా ఎప్పటి వరకు తనకు తాను దూరంగా వెళ్తూ ఉంటాడు?*

ఆధునిక జీవితమనే ఈ అరణ్యంలో కూడా ఆనందం లోపించింది. ఇతరులను కనుగొనడానికి మరియు క్రొత్త క్రొత్త వాటిని అనుభూతి పొందడానికి ఈనాడు మన సమక్షంలో అనేక అద్భుత అవకాశాలున్నాయి. సమాచార సాంకేతిక రంగం ఈ దిశలో చాలా చక్కగా పనిచేసిందనే చెప్పాలి. కానీ వాస్తవానికి మనం దేనిని అన్వేషిస్తున్నామో అది మనలోనే ఉన్నది. నేను అందరినీ ఏమని అడగాలని అనుకుంటున్నానంటే – 'మీ అంతరంగంలోని సోషల్ మీడియా ప్రపంచం సంగతి ఏమిటి? మిమ్మల్ని మీరు అనుసరిస్తున్నారా? మీరంటే మీకు ఇష్టమేనా? మీతో మీకు ఎలా స్నేహం చేయాలో తెలుసా? ఒకవేళ మీతో మీరు స్నేహం చేయలేకపోతే, ఇతరులకు మీరెలా సన్నిహితులు కాగలరు?'

అప్పుడప్పుడు మీరు మీ ఉపకరణాలన్నింటిని ప్రక్కన పెట్టి ఒక వ్యక్తితో కలిసి కూర్చోవాలి. ఆ వ్యక్తి మిమ్మల్ని అభినందించేవాడై ఉండాలి. మరి ఆ వ్యక్తి ఎవరో తెలుసా? మీరే! ప్రాచీన కాలం నాటి చైనా తత్వవేత్త లావోట్జూ చెప్పినట్లు - "మన మిత్రుల గురించి తెలుసుకోవడం గొప్ప మేధావితనం, కానీ మనల్ని మనం తెలుసుకోవడం అసలైన వివేకం."

శుభవార్త

ఈ బయటి ప్రపంచానికి మరియు మీ ఆంతరంగిక ప్రపంచానికి మధ్య ఒక మంచి సమతుల్యతను ఏర్పరచుకోవాలని మీరు అనుకుంటున్నారా? మీ జీవితంలోని కలతలను తగ్గించుకొని సంతోషంగా ఉండాలని మీరు అనుకుంటున్నారా? ఈ క్షణంలో ఆనందాన్ని పొంది మధురమైన పరిపూర్ణతా భావాన్ని ఆస్వాదించాలని అనుకుంటున్నారా? అలజడిని తగ్గించుకొని మీ అంతరంగాన్ని ఆలకించాలని మీరు అనుకుంటున్నారా? ఇవన్నీ తప్పక సాధ్యమే! దీనికై మనము ఒక విషయాన్ని అర్థం చేసుకోవాలి: మనలోని ఆంతరంగిక శాంతిని అనుభూతి పొందడానికి ఈ బాహ్యప్రపంచంలోని అలజడి ఏమాత్రం అడ్డుకాదు. ఇంకొక రకంగా చెప్పాలంటే, మన రెండు చెవుల మధ్య మారుమ్రోగే ఆ అలజడిని మనము ఎదుర్కోగలిగితే చాలు!

బాహ్య అలజడి నుంచి తప్పించుకోవడానికి మనుష్యులు రకరకాలైన పాట్లు పడుతూ ఉంటారు. పూర్తిగా దుప్పటి కప్పుకొని రెండు చెవుల మీద దిండు పెట్టుకుంటారు. కొండల్లోనికి, కోనల్లోనికి వెళ్తారు. ఎక్కడెక్కడికో పరుగెడతారు. ఎక్కడెక్కడో తిరుగుతారు. భూమి నుండి 30,000 అడుగులపైకి వెళ్తారు మరియు సముద్రపు అడుగుల్లోనికి వెళ్తారు, తీర్థయాత్రలకు వెళ్తారు, మారుమూల ప్రాంతాల్లో ఉన్న నిర్మానుష్యమైన ప్రదేశాలకు వెళ్తారు. దేవాలయాలకు, చర్చీలకు, మసీదులకు, షాపింగ్ మాల్స్‌కు, బార్లకు, జాతర్లకు వెళ్తారు. ఎక్కడికి వెళ్ళినా సరే ఆ అలజడి మాత్రం మారుమ్రోగుతూనే ఉంటుంది. ఎందుకంటే అలజడి చెలరేగుతున్నది రెండు చెవుల మధ్యలో, వేరెక్కడో కాదు. అమెరికాకు చెందిన ఒక రచయిత రాల్ఫ్ వాల్డో ఎమెర్సన్ ప్రకారం:

> *"సౌందర్యాన్వేషణలో మనము ప్రపంచమంతటా పర్యటిస్తాము, కానీ దానిని మనతోపాటు తీసుకెళ్ళాలి లేదంటే దానిని మనం ఎక్కడా పొందలేము."*

ఈ విధంగా ప్రతి ఒక్కరూ నిరంతరం తమకు తాము దూరంగా పారిపోతున్నారు. కానీ ఏమి చేసినా ఒకవేళ ఆ అలజడి నుండి తప్పించుకోలేకపోతే ఏం ప్రయోజనం? మనలో ఉన్న శాంతిని మనము అనుభూతి పొందనంతవరకు అలజడి మనల్ని ఎక్కడున్నా వెతికి పట్టుకుంటుంది.

ఇప్పుడు ఒక శుభవార్త మీ కోసం!

ఏ అలజడి మనలోపల మారుమ్రోగుతోందో, అలా జరగడానికి మనమే అనుమతిస్తున్నాము. మన ఉపకరణాలను ఎప్పుడు ఆపివేయాలో మనమే స్వయంగా నిర్ణయించుకోవచ్చు. ఏ విషయాలను మనము మన బుర్రలో నింపుకొని ఉంచుకోవాలో, వేటిని తొలగించుకోవాలో కూడా మనమే నిర్ణయించుకోవచ్చు. మనము దేనిని వినాలో, దేనిని ఆలకించాలో, దేనికి

స్పందించాలో మనమే స్వయంగా నిర్ణయించుకోవచ్చు!

నేను ఇంతకు ముందు చెప్పినట్లుగా అలజడి నుంచి తప్పించుకోవడానికి 30,000 అడుగుల ఎత్తు వరకు వెళ్తుంటారు. నేను మీకు ఒక సంగతి చెప్తాను. నేను ఒక పైలట్‌ని. ఎన్నో రకాలైన కాక్‌పిట్లను నేను చూసాను, అనేక రకాలైన విమానాలను నడిపించాను. ప్రస్తుతకాలంలో కంప్యూటర్ సహాయంతో వాటంతట అవే నడిచేవి ఎన్నో వచ్చాయి. సాంకేతిక పురోభివృద్ధి సాధిస్తూ పోయే కొలది పైలట్లు విమానం నడపడంపై దృష్టి పెట్టకుండా 'టెక్నాలజీనే కదా విమానాన్ని నడిపేదని', ఆ టెక్నాలజీపైనే ఎక్కువగా దృష్టి పెడుతున్నారు. కానీ ఏదైనా అత్యవసర సమయం వచ్చినప్పుడు విమానాన్ని నడిపేది మనిషే గాని కంప్యూటర్ కాదు కదా! నేను శిక్షణ తీసుకుంటున్నప్పుడు నా శిక్షకుడు తరచూ నాతో ఒక మాట చెప్పేవాడు: "ఒకవేళ టెక్నాలజీలో ఏదైనా సమస్య తలెత్తితే అప్పుడు అన్నీ ఆపేసి మీరు గతంలో ఏం చేసేవారో అదే చేయడం ప్రారంభించండి; విమానం నడపడాన్ని కొనసాగించండి" అని.

సరిగ్గా మనం కూడా మన జీవితంలో ఇదే చేయాలి. మీ జీవితంలో ఆ అలజడి తీవ్రత అధికమైనప్పుడు చేస్తున్న మిగతావన్నీ ఆపి వేసి గతంలో ఏం చేసేవారో అదే చేయండి. అది కేవలం మనం తీసుకునే నిర్ణయాల మీద ఆధార పడి ఉంటుంది.

కేవలం ఒక్క క్షణంలో తీసుకునే సరైన నిర్ణయం, జీవిత గమనాన్ని మార్చి ఒక సుఖప్రయాణానికి శుభసూచకం కాగలదు. ఆత్మజ్ఞానం ద్వారా మనము ఆంతరంగిక శాంతిపై దృష్టి పెట్టి సంతోషము, శాంతి మొదలైన వాటిని ఎంపిక చేసుకున్నప్పుడు ఆంతరంగిక శాంతివైపు తప్పక ముందుకు సాగగలము. మనము అంతర్ముఖం కావడానికి కూడా మనంతట మనమే నిర్ణయం తీసుకోవాలి. ఒక్కసారి మనము సంపూర్ణంగా అంతర్ముఖులమైతే, ఆ తరువాత ఆ అలజడి మనలో చొరబడడానికి ఏమాత్రం సాహసించదు. పైగా అది మనతో చెలిమి చేయడం ప్రారంభిస్తుంది. అంతేకాదు, చురుకైన,

బలమైన, బిజీగా ఉన్న ఆ స్నేహితుడిని మనము ఎప్పుడు కలవాలనిపిస్తే అప్పుడు కలవవచ్చు.

"మనము అంతర్ముఖులము కావాలనే నిర్ణయం కూడా మనంతట మనమే తీసుకోవాలి" అనే ఈ వాక్యంలో "కూడా" అనే ఒక పదాన్ని మీరు గమనించండి. ఇది సాంకేతిక పరిజ్ఞానానికి - ఆంతరంగిక శాంతికి, అలజడికి - సంతోషానికి, బాహ్య ప్రపంచానికి - ఆంతరంగిక ప్రపంచానికి మధ్య ఒక ప్రత్యామ్నాయంలా ఉండకూడదు. చాలామందికి ఒక రకమైన చెడు అభిప్రాయం ఉంటుంది. అది ఏమిటంటే మనిషి ఒక నిర్ధిష్ట సమయంలో ఒక దాని ప్రయోజనాన్ని మాత్రమే పొందగలడని! అంటే, వారి ఉద్ధేశ్యంలో - అయితే ఆధునికత వల్ల కలిగే ప్రయోజనాలను పొందగలము లేదా ఆంతరంగిక శాంతిని మాత్రమే పొందగలమని. ఈ రెండూ పరస్పరం వ్యతిరేకమన్నట్లు భావిస్తుంటారు. కాని నిజానికి ఒక దాని కోసం మరొక దానిని మనము విస్మరించాల్సిన పని లేదు; మన ధ్యాస ఎటువైపు ఉండాలో కేవలం మనము నిర్ణయించుకుంటే చాలు!

దొంగల ముఠా

రండి! మనమిప్పుడు మన జీవితంలో సానుకూలమైన వాటిని ఎలా ఎంపిక చేసుకోవాలో తెలుసుకుందాము. మన కాలాన్ని మన వద్ద నుండి మనమే దోచుకుంటున్నామని చాలామందికి అనిపిస్తూ ఉంటుంది. ఇది వాస్తవమేనా? క్రొత్త రకమైన సోషల్ మీడియా సాంకేతికత మన ధ్యాసను దోచుకుంటున్నదేమో? (కొన్నింటిని ఆ విధంగానే రూపొందించినట్లు ఉన్నాయి). కానీ వాస్తవాన్ని మనం గమనిస్తే - మన కోరికలు, మన ఇష్టాలు మనల్ని సంతృప్తిగా ఉండనివ్వడం లేదు.

అయితే, ఆ దొంగల కోసం తలుపులు తెరిచేదెవరు? మనమే తెరుస్తాము! అంటే, ఈ బాహ్య ప్రపంచాన్ని మన అంతరంగంలోనికి మనమే ఆహ్వానిస్తాం. క్రొత్త విషయాలు, క్రొత్త వ్యక్తులు, క్రొత్త సమాచారం మనకు

ఎంతో ఉత్తేజకరంగా మరియు ప్రయోజనకరంగా అనిపిస్తాయి. చెప్పాలంటే ఇవన్నీ నేర్చుకోవడంలో ఒక భాగమే! కానీ మన మనస్సు మరియు హృదయద్వారాల వద్ద కాపలాదారునిగా మనమే ఉండాలి. ఎవరినైనా, లేదా దేనినైనా మన లోపలికి అనుమతిస్తున్నప్పుడు మన కాలాన్ని హరించడంలో మనమే స్వయంగా సహకరించినవాళ్ళం అవుతాము. మన ఆందోళనలకు ఇతరులు ఉత్ప్రేరకులు కావచ్చు కానీ ముఖ్య కారకులం మాత్రం స్వయంగా మనమే. మనలో నెలకొన్న గందరగోళానికి స్వయంగా మనమే ముఖ్య కారకులం. మన దుఃఖానికి మనమే ప్రధాన మూలకారణం. మన చికాకులకు మనమే ముఖ్యకారకులం. అలాగే, మనకు ఆనందాన్ని, స్పష్టతను, సంతృప్తిని, సరైన దృష్టిని అందించి ఆంతరంగిక శాంతివైపు పయనించేలా చేసే శక్తివంతమైన అన్ని సానుకూల సుగుణాలకు మూలం కూడా మనమే!

ముమ్ముందు ఏమున్నదో తెలుసుకోవాలనే అన్వేషణను మనము ప్రారంభించినప్పుడు, దేనివలన మనిషిగా ఉండగలుగుతున్నామో అది కనుమరుగైనప్పుడు, మనతో మనకున్న అనుబంధాన్ని కోల్పోయేలా చేసే వాటిపై విపరీతమైన నమ్మకాన్ని కల్పించుకున్నప్పుడు; ఆ స్థితిలో, ఈ బాహ్య ప్రపంచ తలుపులన్నీ మూసేసి అంతర్ముఖం కావలసిన అవసరం మనకు ఏర్పడుతుంది. అలా చేసినప్పుడే మనకు అసలైన స్వేచ్ఛ లభిస్తుంది.

ఈవిధంగా మనం తిరిగి యజమాని స్థానాన్ని అలంకరించినప్పుడు ఎంతో స్వేచ్ఛానుభూతి కలుగుతుంది. ఇలా జరిగినప్పుడు ప్రస్తుతం మనిషిలా జీవిస్తున్న, శ్వాస ఆడుతున్న మానవున్ని వెతికి, అభినందించి, పరిపూర్ణమవడానికి అది తోడ్పడుతుంది. ఈ ప్రాపంచిక అలజడిని తప్పించుకుని అంతర్ముఖం కావడానికి మన సమక్షంలో సదా ఒక ప్రత్యామ్నాయం ఉంటుంది. నా కోసం నేను ఇలా చేయగలను, మీరు కూడా మీ కోసం ఇలా చేయగలరు. మీ వాల్యూమ్ కంట్రోల్‌ను వేరెవ్వరూ నియంత్రించలేరు.

అలజడి వలన అలజడే ఉత్పన్నమవుతుంది. జనులంతా అధిక అలజడితో తమలోని అలజడిని కప్పిపుచ్చే ప్రయత్నం చేస్తారు. దాని వలన అది ఇంకా అధికమవుతూ పోతుంది. కానీ ఆ అలజడిని జయించగలిగినది ఒకటుంది; అదే మీలోని ఆంతరంగిక శాంతి. 13వ శతాబ్దపు కవి అయిన రూమీ ఏమన్నాడంటే -

మీరొక గేయం,
ఒక చక్కని సుమధుర గేయం,
ఆ గేయాన్ని ఆలకించండి,
ఆ గేయం మిమ్మల్ని
ఎలాంటి స్థానానికి కొనిపోతుందంటే
అక్కడ ఆకాశం - వాయువు – నిశ్శబ్దం ఉన్నాయి!
తెలుసుకోవలసినవన్నీ అక్కడే ఉన్నాయి!

మనం మన మనస్సులోని అలజడిని తగ్గించుకున్నప్పుడు, మన హృదయ స్పందన వినగలుగుతాము. అప్పుడు మనము సుమధురమైన, అతి సున్నితమైన ఒక పిలుపును ఆలకించడం ప్రారంభిస్తాం. దానిని మాటల్లో గాక అనుభవంతో తెలుసుకోవాలి. ఆ అనుభూతి ఏమిటి? అదే “నేను, నేను, నేను” అనే అంతర్భావన. ఈ హృదయగీతం ఒక అవకాశాన్ని పూర్తిగా ఆస్వాదించడానికి ఆహ్వానం పలుకుతుంది. ఆ అవకాశం మరేదో కాదు, స్వయాన ఈ జీవితమే!

స్పష్టత మరియు ఆచరణ

‘ఇదంతా బాగానే ఉంది, కానీ అనేక రకమైన విషయాలన్నీ మన ధ్యాసను భంగపరుస్తున్నప్పుడు ఏమవుతుంది? జీవితంలోగల ఆ అలజడిని పట్టించుకోకుండా మనం ఉండగలమా?’ అని మీరు అనుకుంటూ ఉండవచ్చు. అవును, కొన్ని పరిస్థితులు ఎలా ఎదురవుతాయంటే వాటిని మనమే పరిష్కరించుకోవలసి ఉంటుంది. దైనందిన కార్యకలాపాలు

ఉంటాయి కదా, అవి మన ప్రతికూల ఊహల కారణంగా అవసరానికి మించి ముఖ్యమనిపిస్తాయి. కంబోడియాలోని ఆ అమ్మాయి గురించి, తాను పోగొట్టుకున్న ఆ ఫోన్ గురించి ఒక్కసారి కాస్త ఆలోచించండి. ఆ చిన్న విషయానికే ఆ అమ్మాయి తన జీవితం తలక్రిందులైనట్లు భావించింది. మొబైల్ ఫోన్ పోగొట్టుకోవడమనేది మరీ అంత పెద్ద సమస్యేమీ కాదు; కానీ ఇలాంటి చిన్న చిన్నవన్నీ ఏకమై మన జీవితంలోని సమస్యలన్నింటికీ మూలకారణాలు అవుతున్నాయి.

మనము దుఃఖ-బాధలకు లోనయినప్పుడు అందుకు గల కారణాలను వెతుకుతాము. ఆ తర్వాత కారణాన్ని వెతకడం కూడా ఒక సమస్యలా మారిపోతుంది. ఏదైనా జఠిలమైన సమస్య నాకు ఎదురైనప్పుడు నేను కారణాలను వెదకను! అప్పుడు అన్నిటికంటే ముఖ్యంగా నేను చేసేది ఏమిటంటే 'నేను జీవించి ఉన్నాను, నేను ఉన్నాను, నేను జీవించే ఉన్నాను' అనే అత్యంత ప్రధాన విషయాన్ని గుర్తిస్తాను. సమస్య ఏదైనప్పటికీ దానిని అర్థం చేసుకోవడానికి నాకు తోచిన అతి ముఖ్యమైన, గొప్ప పద్ధతి ఇదేనని నాకు అనిపిస్తుంది. 'మీ జీవితంలోని పరిపూర్ణ సత్యం – మీరు జీవించి ఉండడం' అనే అతి సరళమైన అవగాహనతో ఆత్మజ్ఞానం ఆరంభమవుతుంది. మీరు ఇక్కడ ఉన్నారు, శ్వాస ఆడుతోంది, అన్ని రకాలైన అవకాశాల మేళవింపుతో ఈ శ్వాస మీలో ఆడుతోంది. అలాంటి శ్వాస మీ వద్ద ఉన్నందుకు మీకు అభినందనలు!

మన జీవితంలో సమస్యలు తలెత్తినప్పుడు... అవును, అవి ఖచ్చితంగా తలెత్తుతాయి, వాటిని మనం ఈవిధంగా చూడడం అలవరుచు కోవాలి – 'అసలు సమస్య ఏమిటి? దీనికి నేరుగా ఏమైనా పరిష్కారం ఉందా? లేక దీని పరిష్కారానికి ఏదైనా మార్గం ఉన్నదా? లేక దీనిని వదిలేసి మనము ముమ్ముందుకు సాగిపోవాలా'? మీరు ఒక పైలెట్ అనుకోండి, మీరు కాక్‌పిట్‌లో కూర్చొని ఉన్నారు. అల్లకల్లోలమైన గాలి దుమారాన్ని ఎదుర్కోనంతవరకు అంతా సజావుగా సాగిపోతూ ఉంటుంది. ఆ స్థితిలోని కలకలాన్ని మీరు కళ్ళతో చూడలేరు, కానీ అనుభూతితో

తెలుసుకోగలుగుతారు. అది సాధారణంగా మెలమెల్లగా మొదలై, ఎక్కువ శాతం దానంతట అదే తగ్గిపోతుంది. కానీ ఒక్కోసారి చాలా తీవ్రరూపం దాలుస్తుంది. అలాంటి సమయంలో మీరేమీ చేయనవసరం లేదు, కేవలం మీరు ఏ ఎత్తులో వెళ్తున్నారో అక్కడి నుంచి ఇంకాస్త పైకి వెళ్తే సరిపోతుంది. పైకైనా వెళ్లాలి లేదా క్రిందికైనా, కుడికైనా లేక ఎడమకైనా – ఎటువైపు మీకు సముచితమనిపిస్తే అటు స్థానం మార్చుకుని మీరేం చేయాలనుకుంటున్నారో అది చేయాలి. ఉరుములతో కూడిన వర్షం విషయంలో కూడా ఇలాగే ప్రవర్తించాలి. వర్షం విషయంలో ఒక మంచి అంశం ఏమిటంటే, దానిని మీరు ముందే చూడగలరు!

మన నిత్య జీవితంలో కూడా అల్లకల్లోలమైన క్షణాలు వస్తాయి. ఒక్కోసారి అవి వచ్చేముందు మనకు తెలుస్తుంది, ఒక్కోసారి తెలియదు. అలాంటి సమయంలో ఏదో ఒక నిర్ణయం తీసుకోవలసి ఉంటుంది 'వాటి గురించి ఆలోచించడమా? లేక ఆ సమస్యకి అతీతంగా ఉండడమా' అని. అయినా! ఏ మార్గాన్ని అన్వేషించకుండా సమస్యల సుడిగుండంలో ప్రయాణించడం కంటే ఏదో ఒక ప్రత్యామ్నాయం వెతకడం మంచిదే కదా! ఎందుకంటే అలా చేయని పక్షంలో పరిస్థితి చాలా దుర్భరం అవుతుంది. మనం ప్రత్యామ్నాయాన్ని ఎంపిక చేసుకోకపోతే ఆ సమయంలో ఆ సమస్య మీదే దృష్టి కేంద్రీకృతమై మిగతావన్నీ మరిచిపోతాము. మనం మన ప్రయాణాన్ని ఆనందించగలగాలి! కానీ అలాంటప్పుడు మనం కిటికీలో నుండి బయట ప్రకృతిని చూసి ఆనందించడం, తోటి ప్రయాణీకులతో మాట్లాడడం... ఇలాంటివన్నీ మానేస్తాము.

సమస్యలు ఎదురైనప్పుడు మనము ఒక తామరపువ్వును చూసి ప్రేరణ పొందవచ్చు. దాని మూలాలు బురద నీటిలో ఉన్నప్పటికీ తామరపువ్వు చక్కగా వికసించి ఎంతో అందంగా కనిపిస్తుంది. క్రింద ఎంత మురికి నీరున్నా సరే, తామర పువ్వు మనకెప్పుడూ అందంగానే కనిపిస్తుంది! సమస్యలు మనల్ని చుట్టుముట్టినప్పుడు, 'మన చుట్టూ పరిస్థితులనే మురికినీరు ఎంత ఉన్నా జీవితానందాన్ని పొందడానికి అవన్నీ ఏమాత్రం

అవరోధం కాదు' అనే విషయాన్ని మనం తప్పక గుర్తుంచుకోవాలి.

ఇలా జరిగితే?

గతం గురించి పశ్చాత్తాపం మరియు భవిష్యత్తు గురించి ఆందోళన - ఈ రెండింటి మధ్యలో మనము నలిగిపోతే జీవితంలో ఎదగడం చాలా కష్టం! జ్ఞాపకాలు మనల్ని వేధిస్తాయి. రేపటి రోజుకు సంబంధించిన ఆలోచనలు మనకు ఆందోళన కలిగిస్తాయి. అలా జరగకపోయి ఉంటే ఎలా ఉండేది? ఇలా జరిగితే ఏమవుతుందనే మన ప్రతికూల ఆలోచనలు మనల్ని నలువైపుల నుండి చుట్టుముట్టేస్తాయి. కొందరి గతం ఎంత దారుణంగా ఉంటుందంటే వాళ్లు తమ గతం గురించి ఎప్పుడూ ఆలోచన చేయాలని అనుకోరు. అలాంటివాళ్లు తమ భవిష్యత్తును సరిదిద్దుకోవడంలో నిమగ్నమై ఉంటారు. కొందరేమో గడిచిన రోజుల్లో, పాతజ్ఞాపకాల ప్రపంచంలోనే తేలియాడుతూ ఉంటారు. కారణం - 'అలా అయితే ఏమవుతుందో? ఇలా అయితే ఏమవుతుందో? ఇలా జరిగితే ఏమవుతుందో? ఇలా ఉంటే ఏమవుతుందో' అనే భయంతో వాళ్లు రేపటి గురించి ఆందోళన చెందుతుంటారు.

'స్పార్టా' ప్రాచీన కాలపు గ్రీకు ప్రధాన నగరాల్లో ఒకటి. అక్కడి వాళ్లు కఠినమైన వారని చెప్పుకుంటారు. అయితే దక్షిణ గ్రీకు భాగంపై మరియు ఇతర ముఖ్య నగరాలపై దాడి చేసాక మాసిడోనియా రాజైన రెండవ ఫిలిప్ తన దృష్టిని స్పార్టాపై కేంద్రీకరించాడు. గ్రీకు రచయితైన ప్లూటార్క్ కథనం ప్రకారం 'మీ వద్దకు నేను ఒక మిత్రునిలా రావాలా? లేక ఒక శత్రువులా రావాలా?' అని ఒక సందేశంలో స్పార్టా ప్రజలను ఫిలిప్ అడిగాడట!

"ఏ విధంగానూ రావద్దు" అని వాళ్లు బదులిచ్చారు.

తర్వాత ఫిలిప్ మరొక సందేశాన్ని పంపాడు - "నేను మీకు ఒక సలహా ఇస్తున్నాను: ఏమాత్రం ఆలస్యం చేయక అందరూ లొంగిపోండి. ఒకవేళ నేను మీ దేశం పైకి నా సైన్యంతో వచ్చానంటే మీ పంటలన్నింటిని నాశనం

చేస్తాను, మీ అందరినీ హతమారుస్తాను, అంతేకాక మీ నగరాన్నంతా పూర్తిగా ధ్వంసం చేస్తాను" అని.

మరొక్కసారి ఆ స్పార్టా ప్రజలంతా ఏకమై ఒకే ఒక పదం వ్రాసి సమాధానం చెప్పారు - "ఒకవేళ" అని.

అంతే, ఆ తర్వాత ఎన్నడూ ఆ ప్రాంతాన్ని ఆక్రమించేందుకు ఫిలిప్ సాహసించలేదట!

ఏమవుతుంది? ఏమవుతుంది? ఏమవుతుంది? బహుశా అలాంటి స్థితిలో మనం కూడా ఆ స్పార్టా ప్రజలు అనుసరించిన విధానాన్నే అనుసరించి మన భయాన్ని తొలగించుకోవాలి. మన ప్రతికూల ఊహాగానాలు, సందేహాలనే దట్టమైన మేఘాలు కమ్ముకొని ఏ వాస్తవం అణచివేయబడుతుందో, ఆ విధమైన జీవితాన్ని కూడా మనము జీవించగలము.

ఇప్పుడు నేను మీకు భ్రాంతి మరియు దాని ప్రభావానికి సంబంధించి ఒక కథ చెబుతాను:

ఒకానొక రాజ్యంలో ఒక రాణి ఉండేది. ఆమె దగ్గర అత్యంత విలువైన ఒక వజ్రాలహారం ఉండేది. ఒకరోజు ఆమె తన బాల్కనీలో కూర్చొని జుట్టు ఆరబెట్టుకుంటూ తన మెడలో ఉన్న ఆ హారాన్ని తీసి ప్రక్కనే ఉన్న ఒక కొక్కానికి తగిలించింది. ఇంతలో ఒక కాకి ఎగురుతూ వచ్చి ఎండకు మెరుస్తూ కనిపిస్తున్న ఆ హారాన్ని చూసి, దాన్ని తీసుకొని ఎగిరిపోయింది. ఆ కాకి మరీ ఎక్కువ దూరమేమీ పోక ముందే ఆ హారాన్ని దారిలో వదిలేసింది. ఆ హారం ఒక మురికి కాలువ పక్కనున్న చెట్టుపై పడి, ఆ చెట్టుకొమ్మల మధ్యలో ఇరుక్కు పోయింది.

ఆ రాణి కాసేపటి తర్వాత తిరిగి వచ్చి చూసుకోగా అక్కడ హారం కనిపించలేదు. వెంటనే గగ్గోలు పెట్టింది. "నా హారాన్ని ఎవరు దొంగిలించారు?" అని

అరిచి కేకలు పెట్టింది. ఆ హారాన్ని వెతకమని అందరినీ ఆజ్ఞాపించింది. కాని హారం మాత్రం దొరకలేదు. 'నా హారం నాకు దొరికే వరకు పచ్చి మంచి నీళ్ళు కూడా ముట్టను' అని ఆమె భీష్మించి కూర్చొని రాజుకు తన ఆవేదనను వ్యక్తం చేసింది.

రాజుకు కూడా చాలా ఆందోళన కలిగింది. ఆ హారాన్ని వెతికి తీసుకురమ్మని ఆయన తన సైన్యాన్ని పంపాడు, కానీ ఫలితం లేక పోయింది. రాజు చివరికి ఒక చాటింపు వేయించాడు. "ఎవరైతే ఆ హారాన్ని వెతికి తెచ్చి ఇస్తారో వారికి తన అర్ధరాజ్యాన్ని బహుమతిగా ఇచ్చేస్తాను" అని. అంతే, ప్రజలంతా ఎంతో ఆశగా ఆ హారాన్ని వెతకడంలో నిమగ్నమైపోయారు.

మరుసటి రోజు సైన్యాధిపతి ఆ చెట్టు ప్రక్క నుండి వెళ్తూ ఉండగా ఆ మురికి నీటిలో అతనికి హారం కనిపించింది. వెంటనే ఆ మురికి కాలువలోనికి దిగాడు. ఎందుకంటే అది దొరికితే తనకు అర్ధ రాజ్యం వస్తుందని! సైన్యాధిపతి అలా దిగడం మహామంత్రి కంట పడి దగ్గరికి వెళ్లి చూడగా ఆయనకు కూడా హారం కనిపించింది. ఆయన కూడా దిగాడు. సైన్యాధిపతి, మహామంత్రి ఎందుకలా ఆ మురికి కాలువలో దిగారని రాజు స్వయాన వచ్చి చూడగా ఆయనకు కూడా ఆ హారం కనిపించడంతో తన రాజ్యం తనకే ఉండిపోతుందనే ఆలోచనతో రాజు కూడా దిగాడు. ఇంతలో మరికొంతమంది భటులు, ప్రజలు వచ్చి వాళ్లు కూడా దిగారు.

చివరికి ఒక జ్ఞాని అటుగా వెళ్తూ "మీరంతా ఇక్కడ ఏమి చేస్తున్నారు? హారం మురికి నీటిలో లేదు; పైన చెట్టుకొమ్మకు వ్రేలాడుతూ ఉంది. మీకు నీటిలో కనిపించేది కేవలం దాని ప్రతిబింబం మాత్రమే, దాని కోసం ఎందుకు దిగారు" అని వివరించారు. "స్వామీ! మీ వల్లనే ఈ హారం మాకు దొరికింది, నా అర్ధరాజ్యం మీదే" అన్నాడు రాజు. "ధన్యవాదాలు! కానీ నేను సంతోషంగానే ఉన్నాను" అని బదులిచ్చి ఆ జ్ఞాని తన దారిలో తాను వెళ్ళిపోయాడు.

మనం మన భ్రమలవైపు పరుగులు తీస్తాము. అన్నిటికంటే మించిన భ్రమ ఏమిటంటే - మన జీవితంలో అయోమయంగా ఉన్న వాటినే మనము ఇష్టపడతాము. మనలో నెలకొన్న ఆ సత్యం, మనం ఊహించినదానికంటే అత్యంత సుఖప్రదమైనది మరియు ఆశ్చర్యకరమైనది. దానిని మనము ఎన్నటికీ ఊహలతో గ్రహించలేము. ఆ సత్యంతో మమేకమవ్వడం మనందరికీ తప్పక సాధ్యమవుతుంది.

దర్పణం

మన జీవితమంతా ఈనాటి ఈరోజులోనే గడుస్తుంది. ఇప్పుడు, ఈ నిముషంలో, ఈ క్షణంలో, వర్తమానంలో. మనము గడిచిన నిన్నటి రోజులో జీవించలేము, రాబోయే రేపటిరోజులో జీవించలేము. అంతేగాక అద్భుతమనేది జరుగుతున్నది కూడా ఈనాటి ఈరోజులోనే. వాస్తవానికి మనము ఈ రోజు అనే స్థితి లోనే శాంతి, ఆనందం, ప్రేమలను అనుభూతి పొందవచ్చు. ఇదెలాంటి స్థితి అంటే, అక్కడ మనం వర్తమానంలోనే ఉండాలి. ఈరోజును అనుభూతి చెందాలనుకుంటే, గడిచిన రోజును మరియు రేపటి రోజును విస్మరించవలసి ఉంటుంది, అప్పుడు మాత్రమే వాస్తవమైనది మనవద్ద మిగులుతుంది. FOMO ఫియర్ ఆఫ్ మిస్సింగ్ అవుట్ – ఏదైనా పోగొట్టుకుంటామేమో అనే భయం. కాని వాస్తవానికి మనం జీవిత సత్యాన్ని కోల్పోతామేమో అని యోచించాలి.

ఈనాటి ఈరోజు అనేది ఒక దర్పణం. అది మనల్ని మన వాస్తవికతతో ముఖాముఖి కలిసేలా చేస్తుంది. ఇది సత్యమైనది మరియు నిష్పక్షపాతమైనది. అంతే కాక, ఇది కేవలం మన ముఖాన్ని, మన జుట్టును మరియు మన బట్టలనే కాక మనకు సంబంధించిన సమస్తాన్ని చూపిస్తుంది. ఇది మన స్పష్టతను మరియు భ్రమలను మనకు చూపుతుంది. ఇది మన ఆత్మవిశ్వాసాన్ని మరియు అనిశ్చితిని చూపుతుంది. ఇది మన దయను మరియు క్రోధాన్ని మనకు చూపుతుంది.

మీరు ఒక అద్దం ముందు నిలుచున్నప్పుడు మీకేం కనిపిస్తుంది? మీరెలా కనిపిస్తారు? మీ ప్రతిబింబమే మీకు కనిపిస్తుంది. మీ కళ్ళతో మిమ్మల్ని మీరు చూస్తున్నారా? మీ ముఖవర్చస్సు మారిపోయినట్లు చూడడమే కాదు మీలో ఎన్నటికీ మారనిది ఒకటుందని చూసి ఏనాడైనా దాని అనుభూతిని పొందారా?

మీ ప్రపంచము

మన హృదయంలో శాంతిని పరిపూర్ణంగా నింపుకొని మనము జన్మించాము. మన ఈ ప్రపంచంలో నిరంతరం శాంతి ఉండే స్థానం మన హృదయమే! మనము ఎన్ని కష్టనష్టాల్లో ఉన్నప్పటికీ, మనకు ఎన్ని సమస్యలు, సంశయాలు ఉన్నప్పటికీ మన హృదయంలో ఉన్న ఆ శాంతిని మనమంతా అనుభూతి పొందవచ్చు. ఇది సాధ్యమే!

మన జీవితంలో ఏమి జరిగినప్పటికీ, మనలో పరిపూర్ణంగా ఏదైతే ఉన్నదో దానితో ఏకమవ్వడానికి సదా ఓ అవకాశం మన సమక్షంలో ఉంటుంది. బాహ్య ప్రపంచంలో మనము తలమునకలవుతూ అందులో నిమగ్నమవుతూ పోయే కొలది, ఏదైతే మనకు అత్యంత ప్రధానమైనదో, దానితో అనుబంధాన్ని కోల్పోగలము. బాహ్యంగా ఉన్నదంతా వస్తుంది - పోతుంది, అది అలా గడిచిపోతూ ఉంటుంది. మన జీవితాల్లో మనం ఆ అలజడిని తొలగించుకోగలిగితే అప్పుడు మిగిలేది కేవలం ఒకే ఒక్కటి, అదే - మీరు. మీ హృదయాంతరాల్లో సదా 'మీరు' ఉంటారు.

శాంతితో మమేకమవడానికి అనేక రకాలైన మార్గాలు ఉండవచ్చు, కానీ ఆ యాత్రకు ఉన్న ఏకైక గమ్యం - అంతర్ముఖం. కొందరు తమ జీవితాలను ఏదో ఒక ఆధ్యాత్మిక అన్వేషణలో గడిపేస్తారు. ఆ ఆకాంక్షతో, తమకు శాంతి లభ్యమవుతుందనే ఆశతో ఎన్నో చోట్ల పరిభ్రమిస్తారు. నా సలహా ఏమిటంటే - అన్వేషించడం మానండి. శాంతి అంటే ఒక ఆలోచన కాదు; ఒక సిద్ధాంతమూ కాదు; ఒక సూత్రం కాదు. ఎక్కడో పురాతన

గ్రంథాల్లో వ్రాసి ఉన్న ఒక విషయాన్ని తీసుకొని దాని ఆధారంగా వెతికేది కాదు. ఎక్కడో మంచుపర్వతాల నడుమ పొగమంచుతో కప్పబడిన ఒక విచిత్రమైన పురాతన భవనంలోని ఓ రహస్య స్థావరంలో దాచి పెట్టినది కాదు. శాంతి అనేది మనుష్యుల్లోనే ఉంటుంది, వస్తువుల్లో కాదు. మీలోనే ఉన్నది, దాని అనుభూతిని మీరు పొందవచ్చు. అది అనుభవప్రదమైనది; అనుభవపూర్వకంగా తెలుసుకోవచ్చు. మీరు పొందగలరు, పొంది ఆనందించగలరు. దీని గురించి ప్రముఖ భారతీయ కవి కబీర్‌దాసు గారు ఈ విధంగా చెప్పారు:

> *"నీ మనస్సును, ఇంద్రియాలను మరియు శరీరాన్ని శాంతపరచు. తరువాత అన్నీ శాంతించాక అప్పుడిక ఏమీ చేయకు; ఆ స్థితిలో సత్యమనేది స్వయంగా నీ ముందు సాక్షాత్కరిస్తుంది."*

ఆత్మజ్ఞానాన్ని పొంది, హృదయంలో శాంతిని అనుభూతి పొందడమనేది అతి సరళమైన ప్రక్రియ. అలాగని సులభంగా ఉంటుందని కాదు. కొందరికి క్షణాల్లోనే ఆ స్పష్టత ఏర్పడవచ్చు; ఇంకొందరికి బహుశా జీవితకాలమంతా పట్టవచ్చు; మరికొందరు జీవితాంతం కేవలం ఆ దిశలో శ్రమిస్తూనే ఉండవచ్చు. తదుపరి అధ్యాయాల్లో శాంతిని పొందేందుకు అవసరమైనవి ఏమిటో మనము మాట్లాడుకుందాము. అంతేకాక, అది మీ జీవితంలోని ఎలాంటి అద్భుతమైన గమ్యం వరకు తీసుకు వెళ్తుందో కూడా తెలుసుకుందాము. కానీ అంతకంటే ముందు మీరు, జీవితమంటే ఏమిటో, దీనికి ఎందుకు అంత విలువ ఉన్నదో - వీటన్నింటిని గురించి కాస్త ఆలోచన చేయండి.

2వ అధ్యాయం

మీ అంతరంగంలో సాగే లయను గుర్తించండి

కోటానుకోట్ల సంవత్సరాల నుండి ఏదో ఒక శక్తి సమస్త సృష్టిని నడిపిస్తోంది. ఆ శక్తి మనకంటే ముందూ ఉండేది, మన తరువాత కూడా ఉంటుంది. ఆ శక్తి ప్రతి అణువులోనూ ఉంటూ ప్రకృతి అనబడే ఈ అందమైన సృష్టిని కూడా మనకు ఈ జీవితంలో అందించింది. అంతేగాక మానవుడు సృష్టించిన ప్రతి దానిలో కూడా ఆ శక్తే ఉన్నది.

మనము చూసేవి, వినేవి, స్పర్శించేవి, వాసన చూసేవి మరియు రుచి చూసే ప్రతీదీ ఆ శక్తి యొక్క ప్రతి రూపమే. అది పర్వతాల్లో, లోయల్లో మరియు లోతైన గుహల్లో ఉన్నది. అది అడవులలో ఉన్నది; ఎడారుల్లో, సముద్ర తీరాల్లోని ప్రతి ఇసుక రేణువులో ఉన్నది. అది మహాసముద్రాలలో, సరస్సులలో మరియు చెరువులలో, గలగలపారే నదులలో, జలపాతాలలో మరియు ప్రశాంతంగా ప్రవహించే వాగుల్లోనూ ఉన్నది. అది వర్షంలో, మంచులో, దట్టమైన పొగమంచులో, మంచుకొండల్లో, సూర్యకిరణాల్లో మరియు వీచే హోరు గాలిలో ఉన్నది. అది ప్రతి నగరంలో, గ్రామంలో మరియు ప్రతి ఇంటిలో ఉన్నది. మనం గాలి పీల్చే ప్రతిచోటా, మనం తినే ప్రతి పదార్థంలో, త్రాగే ప్రతి పానీయంలో ఉన్నది. అది మనలో, మనకు

నలువైపులా - అంతటా ఉన్నది. సమస్త జీవరాసులను ఏకం చేస్తున్న ఆ ప్రాణశక్తిని నేను ఈ విధంగా అర్థం చేసుకుంటున్నాను.

ఆ శక్తిని కొందరు భగవంతుడని పిలుస్తారు; మరి కొందరు వేరొక పేరుతో పిలుస్తారు. ఆ శక్తిని మనము ఏ పేరుతో పిలిచినా లేదా ఏ విధంగా సంబోధించినా తేడా ఏమీ ఉండదు; అదైతే తప్పక ఉన్నది.

మీరొక అద్భుతం

విశ్వధూళి నుండి, మన విశ్వంలో నిర్మాణానికి అవసరమయ్యే చిన్న - చిన్న వస్తువుల వరకు పరిణామం చెంది పునరుత్పత్తి చేసి, స్థితిగతులకు అనుగుణంగా మారిపోయే సమస్త జీవరాసుల్లో ఆ శక్తి అనేక రూపాల్లో వ్యక్తమవుతుంది. మానవుల స్వంత వికాస శ్రేణిని ఒక్కసారి ఊహించండి. 'సముద్రంలో ఉన్న ఏక కణ జీవి నుండి భూమండలంపై నడిచే ఎన్నో జీవరాసులు. అలాగే, చంద్రునిపై నడిచే ప్రాణుల వరకు!'

ఒక్క క్షణం పాటు, ఈ భూమండలంపై ఉన్న ప్రతి జీవిని ఊహించడానికి ప్రయత్నించండి. లక్షలాది సంవత్సరాలుగా సాగుతూ వస్తున్న వాటి పరిణతిని మరియు ఎదుగుదలను ఊహించండి. జీవించి ఉన్న అనేక రకాలైన జంతువులలో మరియు వివిధ రకాలైన మొక్కలలో ఉన్న నమ్మశక్యంకాని వైవిధ్యం గురించి ఆలోచించండి. 'నేచర్' అనే పత్రికలో ప్రచురితమైన ఒక పరిశోధన ప్రకారం "ఈరోజు మన పాలపుంతలో ఉన్న ముప్పై లక్షల కోట్లకు పైగా ఉండే నక్షత్రాల కంటే ఈ భూమండలంపై ఉన్న చెట్లే అధికమట!" ఇదంతా కేవలం ఈనాటి సంగతే. కానీ ఈ పుడమి ఏర్పడినప్పటి నుండి ఎన్నో కోటానుకోట్ల వృక్షాలు ఆవిర్భవించాయి, అంతరించి పోయాయి. వాటి గురించి కాస్త ఆలోచించండి.

సృష్టింపబడి, తిరిగి నశించిపోయిన ఎన్నో అడవి గులాబీల గురించి ఆలోచించండి. పుట్టి చనిపోయిన అనేక కీటకాల గురించి, అంతరించిపోయిన

పర్వతాల గురించి, తరంగాల గురించి, కనుమరుగైన ఆ మనుష్యుల గురించి ఆలోచించండి. మనకంటే ముందు ఉద్భవించి కనుమరుగైపోయిన, ప్రకృతి సృష్టించిన ఆ నిర్మాణాల స్థాయి గురించి ఆలోచించండి. వాటన్నింటి తరువాత మీరొచ్చారన్న విషయాన్ని గ్రహించండి. ఈ క్షణంలో మీరు ఇక్కడ ఆ పరమశక్తికి ప్రతిరూపంగా జీవించి ఉన్నారు, శ్వాస తీసుకుంటూ ఇక్కడ ఉన్నారు. విశ్వమంతా వ్యాపించిన ఆ శక్తి ప్రస్తుతం మీ లోపలికి శ్వాసరూపంలో వస్తున్నది. మీరు ఇప్పుడు ప్రాణంతో ఉండడానికి అదే కారణం. ఈ అద్భుతమైన తరంగాల లయలో తేలియాడుతూ మీరిక్కడ ఉన్నారు. మీ కోసం ఈ క్షణం ఏర్పడడానికి కోట్లాది సంవత్సరాలు పట్టిందని గ్రహించండి.

ఎంతో కాలం క్రితమే ఆరంభమైన ఆ శక్తి యొక్క మహాప్రవాహంలో మీ ఉనికిని తెలుసుకోగలరా? ఎందుకంటే ఇదంతా ఎంతకాలం కొనసాగుతుందో ఎవరికి తెలుసు? ఆ ప్రకృతి పులకరింపు లయ కారణంగా ఏదైతే జీవితాన్ని ఇస్తుందో, తిరిగి తీసుకుంటుందో అందులో మీరూ ఒక భాగమే. మీరు గమనించినట్లైతే - ఒకే విధమైన విత్తనాలు నేలపై పడితే, వాటిలో కొన్ని మొలకెత్తుతాయి; కొన్ని ఇతర ప్రాణులకు ఆహారం అవుతాయి; కొన్ని కుళ్లిపోతాయి. ఒక్కక్షణం పాటు ప్రకృతి రమణీయతను అభినందించండి. ఎందుకంటే, ఏ విధమైన భేదభావాలు లేకుండా దేనినైనా సరే సృష్టించడం తిరిగి అంత మొందించడమనే ఆశ్చర్యకరమైన కార్యాన్ని అది ఎప్పటి నుండో నెరవేరుస్తున్నది!

ఈ క్షణంలో కూడా ఎక్కడో ఒక చోట సంపూర్ణశక్తితో నక్షత్రాల విస్ఫోటనం జరుగుతోంది. ఇక్కడ, ఈ భూమిపై మానవులు జన్మిస్తున్నారు. మరోవైపు మీరున్నారు. నిరంతరం విస్తరిస్తూ మారుతున్న ఈ విశ్వంలో ఒక మానవునిగా ఉంటూ ఆ పరిపూర్ణతను మీరు అనుభవిస్తున్నారు.

మీ జీవితము సఫలీకృతమైన ఓ విజయ గాథ

విశ్వవ్యాప్తమైన ఆ శక్తి, వర్తమానాన్ని రచించడానికి కొంత సమయం పాటు భూతకాలాన్ని మరియు భవిష్యత్ కాలాన్ని వేరుచేసి ఉంచింది. లభించిన ఈ కొద్దిపాటి వర్తమానంలోనే అన్నీ సంభవిస్తున్నాయి. ఇందులోనే మనము జీవించి ఉన్నాము, సమస్తమూ ఉన్నాయి. దోషరహితమైన మన జీవితంలో ఈ వర్తమాన సౌందర్యాన్ని ఆస్వాదించకుండా చేసే ఆ సమస్య ఏమిటి? అడ్డుకునేది ఏమిటి? అంతకంటే ముఖ్యమైనది మన జీవితంలో ఇంకేమున్నది?

ఒక చెట్టును, ఒక పువ్వును లేదా ఒక గడ్డిపోచను మీరు ఎప్పుడు చూసినా అవి సఫలీకృతానికి నిదర్శనమని గ్రహించండి. అవి అంకురితమై, బ్రతికి, వికసించి జీవిస్తుండడమే అందుకు తార్కాణం. అలాగే జీవితమనే ఈ అద్భుతానికి మీరు కూడా సాక్షీభూతమే! మీ జీవితం సఫలీకృతమైన ఓ విజయ గాథ. మానవునిగా ఉండడం నిజంగా ఎంతో అద్భుతం; జీవించి ఉండడాన్నే మనము వేడుకగా జరుపుకోవాలి!

ప్రమాదవశాత్తు లేక పరిణామక్రమంలో భాగంగా మాత్రమే మనము ఇక్కడ ఉన్నామని కొందరు భావిస్తారు. మన శరీరంలో 99 శాతం ఆక్సిజన్, హైడ్రోజన్, కార్బన్, కాల్షియం, నైట్రోజన్ మరియు ఫాస్ఫరస్ మూలకాలే. అయితే, ఒకవేళ ఈ మూలకాలన్నింటిని మనము ఒక సీసాలో వేసి కలిపి ఆ తర్వాత 0.85 శాతం పొటాషియం, సల్ఫర్, సోడియం, క్లోరిన్, మెగ్నీషియంలను కలిపి ఆ మిగిలిన 0.15 శాతం మిగతా మూలకాలన్నీ కలిపితే మనిషి ఏర్పడతాడా? చెప్పాలంటే మన శరీరతత్వాన్ని తెలిపేది ఈ మూలకాలే. కానీ మనల్ని సూచించేది అవేనా? ఆ మూలకాలన్నీ ఉన్న ఆ సీసాపై మీకు ప్రేమ పుడుతుందా? ఆ సీసాలో ఉన్న మూలకాలతో మీరు సౌందర్యం గురించి, కుటుంబం గురించి, దయాగుణాల గురించి ముచ్చటించగలరా? అద్భుతమైన తమ ఉనికిని అవి అభినందించగలవా?

మనమంటే, భౌతికంగా ఉన్న ఈ అనేక మూలకాల సముదాయం మాత్రమే కాదు, అంతకంటే చాలా ఎక్కువ. ఎందుకంటే స్పృహలో ఉండి మనల్ని మనము తెలుసుకోగలము, అలాగే మన చుట్టూ ఉన్న సకల జీవశక్తిని కూడా తెలుసుకోగలము. ఈ జీవితంలో దానిని అర్థం చేసుకోవడానికి, దానియెడల కృతజ్ఞతా భావాన్ని వ్యక్తం చేయడానికి ప్రతీక్షణం మనకు తగినంత అవకాశాన్ని కల్పిస్తున్నది. ఆ అవకాశాన్ని మనము సద్వినియోగం చేసుకుంటున్నామా లేదా అన్నది వేరే విషయం!

అద్భుతమైన లయ మన ఈ శ్వాస

తన జీవిత ఉద్ధేశ్యాన్ని తెలుసుకోవడానికి ఏదో ఒక అద్భుతాన్ని అన్వేషించే మానవుడు తన జీవితంలో ప్రతిరోజు ఒక అద్భుతం జరుగుతోందనే విషయాన్ని మరిచిపోయాడు. తనలో సాగే శ్వాసే ఆ అద్భుతం! మనము జన్మించినప్పుడే, మనకు నలువైపులా మరియు మన లోలోపల ఓ మానవగాథ ప్రారంభమవుతుంది. మన జీవన కథను రచించడానికి, మన పాత్రను పోషించడానికి మనకు లభించే ప్రతి శ్వాసను ఒక అవకాశంగా భావించాలి.

ఈ ప్రపంచంలో అలజడి నిత్యం మారుమ్రోగుతూ ఉంటుంది. కానీ అందులోనే ఒక సుమధుర గీతం కూడా ఆలపించబడుతోంది. ఈ వచ్చి-పోయే శ్వాస అనే గీతం జీవన పర్యంతమూ నడుస్తూ ఉంటుంది. ఈ ప్రపంచంలో అనేక రకాల లయలు ఉన్నాయి. తరచూ అవన్నీ లయబద్ధంగా ఉండవు. కానీ పూర్తి లయబద్ధమైనది ఒకటుంది – అదే మన శ్వాస. ఈ శ్వాస యొక్క రాకపోకలు లయబద్ధంగా మన జీవన పర్యంతమూ ఒకే విధంగా సాగిపోతూ ఉంటాయి. మన లోపలికి వచ్చి-పోయే ప్రతి ఒక్క శ్వాస ఒక ఆశీర్వాదమే!

బిడ్డ జన్మించగానే, ఆ గదిలో ఉన్న వాళ్ళంతా కేవలం ఒక దానినే గమనిస్తారు. 'అబ్బాయా! లేక అమ్మాయా!' అని కాదు. 'శ్వాస తీసుకోగలుగుతోందా,

లేదా?' అనే ఆ ఒక్క విషయం పైనే అప్పుడు అందరి దృష్టి ఉంటుంది. ఒకవేళ బిడ్డ శ్వాస తీసుకోలేకపోతుంటే, డాక్టరు అందుకు శతవిధాల ప్రయత్నాలు చేస్తాడు. అప్పుడే పుట్టిన తన బిడ్డ శ్వాస తీసుకోగలుగుతున్నందుకే కన్నతల్లి ఎంతో ఆనందిస్తుంది. పదే-పదే చెవులో గుసగుసలాడుతుంది: "అంతా బాగానే ఉంది, అంతా బాగానే ఉంది, అంతా బాగానే ఉందని."

మరి, ఈ ప్రయాణంలోని చివరి ఘట్టంలో... మిమ్మల్ని ఆసుపత్రికి తీసుకు వెళ్తే, అప్పుడు మీరున్నారో, పోయారో ఎలా తెలుస్తుంది? మీరు శ్వాస తీసుకుంటున్నారో లేదో చూసి దాని ఆధారంగా చెప్తారు. ప్రాణాలతో ఉన్నారో లేదో చెప్పడానికి అక్కడ అత్యాధునికమైన పరికరాలు ఎన్నో ఉంటాయి. అయితే, ఒక్కోసారి ఏం జరుగుతుందంటే - మీరు ప్రాణాలతో లేరని ఆ పరికరాలన్నీ నిర్ధారిస్తాయి. కానీ మీలో ఇంకా శ్వాస ఆడుతూ ఉన్నట్లు డాక్టర్ గమనిస్తే అప్పుడు ఆయన గట్టిగా ఒక్కటి పీకేది మిమ్మల్నా లేక ఆ పరికరాలనా? 'మీరు చనిపోయారని' చెప్పడానికి మిగతావేవీ ఆధారాలు కావు! కనుక, శ్వాసే మీ జీవితము.

16వ శతాబ్దపు కవి మరియు సంత్ అయిన తులసీదాస్ గారు ఒక పద్యంలో ఇలా వ్రాసారు:

> *'భవసాగరాన్ని దాటడానికి ఈ మానవ శరీరం ఒక నావ,*
> *లోలోపల నిరంతరం సాగే ఈ శ్వాసే నా కృప'*

నా ఊహల్లో, నేను భవసాగరంలో ఉన్నట్లు గమనించి, దాని నుండి తరించడానికై నా నావను నడపడానికి ప్రయత్నిస్తున్నాను. ఇందులో కెరటాలున్నాయి; మంచి - చెడులనే కెరటాలు, తప్పు-ఒప్పులనే కెరటాలు. మార్పు కలిగించేవెన్నో ఉన్నాయి. ఆ కెరటాలు ఎలాంటివి: ప్రేమ - ద్వేషము, ఆశ - నిరాశలు, పశ్చాత్తాపం - చింతలు! మనము వీటన్నింటికి ప్రభావితం కాకుండా ఉండగలగాలి. అయితే, మన యాత్రను సుసంపన్నం చేసుకోవడానికి అవసరమైన ప్రతీదీ మనలోనే జన్మతః ఉన్నది. మీరు

కేవలం మీ తెరచాపను సిద్ధం చేసుకొని ఎటువైపు నుండి గాలి వీస్తున్నదో తెలుసుకుంటే చాలు. అదే మిమ్మల్ని అల్లకల్లోలభరితమైన స్థానం నుండి స్పష్టత అనే ప్రశాంత సాగరం వైపు తీసుకు వెళ్తుంది.

మనము మన జీవితంలో “మాయ”పై మోహం పెంచుకున్నప్పుడు, భ్రమ అనే మహాసాగరంలో దారి తప్పి తిరుగుతాము. ‘మాయ’ - అదొక భ్రమ, అది బాహ్య ప్రపంచంలోని ప్రతి దానిని మార్చేస్తుంది. పైగా మన మనస్సు తదనుగుణంగా మారిపోయి ఉంటుంది. ఇదే జరిగేది! కానీ ముఖ్య విషయం ఏమిటంటే, అసలైన వాస్తవం మనలోనే ఉన్నది, దానిని తెలుసుకోవడమే బుద్ధిమంతుని లక్షణం!

పువ్వుల్లో కలిసిపోయే గొల్లభామ అనే ఒక కీటకం ఉంటుంది. అది ఏ పువ్వుపై వాలుతుందో, ఆ పువ్వులో కలిసిపోతుంది. అటువైపు వెళ్తున్న మిగతా కీటకాలకు అక్కడ పువ్వు మాత్రమే కనిపిస్తుంది కాని మధ్యలో ఉన్న ఆ ప్రమాదకరమైన గొల్లభామ కనిపించదు. ఆ గొల్లభామ స్వయంగా కదిలి తన నిజస్వరూపం చూపే వరకు అక్కడ ఉన్నది పువ్వు కాదనే విషయం ఆ కీటకాలకు తెలియదు. అయితే, నిజానికి జీవితమంటే ఏమిటో మనము ఎప్పుడో ఒకసారైనా అర్థం చేసుకుంటున్నామా? కేవలం పువ్వును మాత్రమే చూస్తూ గొల్లభామను చూడని ఆ కీటకం లాగా మనము కూడా వాస్తవాన్ని చూసి మళ్ళీ ఆ మాయవైపే తిరిగి వెళ్ళడం లేదా? మనం మన జీవితంలోని ఎంతో సమయాన్ని ‘మాయ’ను నమ్మడంలోనే గడిపేస్తాము. చెప్పాలంటే ఈ శ్వాస యొక్క రాకపోకలే ఒక ఆశీర్వాదం. ప్రతి ఉచ్ఛ్వాస - నిశ్వాస మన వాస్తవికతను చూపుతుంది.

శ్వాసతో మరియు తమ అంతరంగంతో యుగయుగాల నుండి మానవులు ఒక ఆత్మీయబంధాన్ని కలిగి ఉన్నారని నాకు అనిపిస్తుంది. అది మన శారీరక భౌతిక నిర్మాణం కంటే ఎంతో గొప్పది. ఉదాహరణకు - హెబ్రూ భాషలో ‘రూహ్’ అంటే అర్థం - ‘ఆత్మ’, ‘శ్వాస’ మరియు ‘గాలి’ అని కూడా ఉన్నాయి. అంతే కాదు, బైబిల్‌లోని పాత నిబంధనల్లో కూడా చాలాచోట్ల

ఇలాంటివి ఉన్నాయి. ఈ విధమైన పదాలు లేదా దాదాపుగా ఇలాంటి పదాలే మీకు మిగతా భాషల్లో, ఎన్నో మత గ్రంథాల్లో చాలా చోట్ల కనిపిస్తాయి. ఒక పదం యొక్క అర్థం కాలక్రమేణా ఎలా మారిపోతుందో, దాని వలన అత్యంత ప్రధానమైన విషయాన్ని మనం పట్టించుకోకుండా ఎలా ఉండిపోతామో నేను మీకు ఒక ఉదాహరణ చెప్తాను! మొదట్లో Psyche(సైకీ) అనే ఆంగ్లపదం 'జీవితము' మరియు 'శ్వాస' అనే రెండు పదాలతో రూపొందించబడింది. కాని 'సైకీ' అనే పదానికి మరొక అర్థం ఉద్భవించింది. "ఆత్మ, భావోద్వేగం మరియు స్వీయ" అని. అయితే, ఇటీవల కాలంలో "సైకీ" అనే పదాన్ని మనస్సుతో ముడిపెట్టారు. 'సైకాలజీ'తో పాటుగా ఈనాడు కొందరు దీనిని శ్వాసతో అనుబంధిస్తున్నారు. అదే విధంగా, ఈరోజు మనం మన ఆలోచనల పట్ల శ్రద్ధ వహిస్తూ మన శ్వాసను చాలా సులభంగా మరిచిపోతున్నాము. శ్వాస యొక్క సరళత్వాన్ని విస్మరిస్తూ, మనస్సు యొక్క సంక్లిష్టతలతో మనము తలమునకలవుతున్నాము.

ప్రతి శ్వాస ఒక వేడుకే!

మన జీవితంలోనికి ఈ శ్వాస రావడం అనేది ఏ షరతులకు లోబడి ఉండదు. ఒక నిర్ధారిత సమయం పెట్టుకొని గాని ఏ విధమైన ప్రణాళికలు లేకుండానే ప్రతిక్షణం ఇది మన లోనికి నిరంతరం వస్తూ ఉంటుంది. మనము మంచిగా ఉన్నా లేకపోయినా మనలోనికి వస్తుంది. దాని గురించి ఆలోచన చేసినా, చేయకపోయినా మనలోనికి వస్తుంది. నాకైనా, మీకైనా దీనికంటే విలువైనది ఇంకేమైనా ఉన్నదా? ఎంత ధనాన్ని వెచ్చించినా మనము ఒక్క శ్వాసనైనా కొనగలమా? కనుక, ఇది మనల్ని ఎంతటి ధనవంతులను చేస్తున్నదో కాస్త ఆలోచించండి! అంతటి అమూల్యమైన సంపద ఇప్పుడు కూడా మన వద్దే ఉన్నది.

శ్వాస భగవంతుడు మనకిచ్చిన ఒక కానుక. దీనిని మనము స్వీకరించాలి, అర్థం చేసుకోవాలి, ఆదరించాలి. మనము మరొక విషయాన్ని కూడా గ్రహించాలి - జీవితంలోని ఆ అలజడి - ప్రత్యేకంగా మన మనస్సులో ఉప్పొంగే

వివిధ రకాలైన ఆలోచనలు, మనల్ని కలవరపెడుతున్న అనేక అంశాలు - జీవితంలో గల ఆ లయలో ఉన్న సౌందర్యాన్ని ఆస్వాదించకుండా చేస్తోంది. అలాగే విచారాలు మరియు చింతలు మన స్పష్టతను కప్పిపుచ్చుతున్నాయి. స్పష్టత అంటే ఏమిటి? జీవితమనే కానుకను పొంది ఉన్నందుకు మనము ధన్యులమని భావించడమే స్పష్టమైన అభినందన!

స్పష్టతకు వ్యతిరేకమైనది భ్రమ. చింతలకు మూలాధారమైనది భ్రమ. సరే, పదండి! మరొక్కసారి మనం భాష గురించి ఆలోచిద్దాం. వర్రీ (Worry) అనే పదానికి మూలం ఆంగ్లపదం 'Wrygan' దాని పూర్వపు అర్థం - 'గొంతు పిసకడం'. తర్వాత ఆ పద అర్థం మారి 'గొంతు పట్టుకొని చంపడం' అయ్యింది, వేటాడేటప్పుడు తోడేళ్ళు చేసే విధంగా. ఎక్కడి నుంచైతే ఈ శ్వాస రావడం-పోవడం జరుగుతోందో ఆ భాగాన్నే పట్టుకొని భయం మనల్ని ఉక్కిరి బిక్కిరి చేస్తుంది. మనం ఆందోళన చెందితే జీవితానందాన్ని కోల్పోతాము. చెప్పాలంటే ప్రతి శ్వాసతో ఈ జీవితాన్ని ఒక వేడుకలా జరుపుకోవాలి. జీవితం మనల్ని ఆలింగనం చేసుకున్నట్లు, మనం కూడా స్పష్టతను లోపలికి ఆహ్వానించి మరొక్కసారి జీవితాన్ని ఆలింగనం చేసుకోవాలి!

కోరుకోవడం ప్రారంభించండి

మనలో చాలామందికి ప్రతి 'క్షణం' యొక్క ప్రాముఖ్యత అర్థమైనప్పటికీ ఏదో తెలియని భయం వలన ఎంతో సులువుగా ఆ విషయాన్ని మరిచిపోతూ ఉంటారు. మరికొందరు ఎలా ఉన్నారంటే తాము శ్వాస తీసుకుంటున్నామనే విషయాన్ని కూడా ఎప్పుడూ గుర్తించరు. అలాంటి వాళ్లు, మనుగడ అనేది తనకు తానుగా జరిగే ఒక ప్రక్రియ అనే ఊహల్లో ఉండి జీవితాన్ని ఆటోపైలెట్‌గా భావిస్తారు. మీతో మీకున్న ఆ అనుబంధాన్ని మీరు కోల్పోయినప్పుడు యదార్థంతో కూడా మీ అనుబంధాన్ని కోల్పోతారు.

సాధారణంగా మరణం అంటే భయం కలిగినప్పుడు మాత్రమే జీవితం ఎంతో విలువైనదనే విషయంపై మనం కాస్త దృష్టిసారిస్తాము. 'మీరు ఇక కేవలం ఒక వారం మాత్రమే బ్రతుకుతారు' అని ఎవరైనా మీతో చెప్పారనుకోండి, అప్పుడు ఈ శ్వాస విలువ ఒక్కసారిగా అధికమైపోతుంది. ఈ జీవిత కానుకను అర్థం చేసుకోవడానికి కష్టాల కోసం ఎదురు చూడడం కంటే రోమన్ చక్రవర్తి మరియు తత్వవేత్త మార్కస్ అరేలియస్ సలహాను పాటించాలి: "మీరు ఏమి చేసినా సరే జీవితంలో అదే చివరి కార్యమన్నట్లు చేయండి."

అల్లావుద్దీన్ అద్భుత దీపం అనే కథను మీరు ఒక్కసారి గుర్తు చేసుకోండి. ఆ దీపాన్ని రుద్దగానే మహిమగల ఒక భూతం బయటికి వచ్చి అతని కోరికలన్నింటిని తీరుస్తుంది. అయితే, నేను కూడా మీకు అలాంటి ఒక అద్భుత దీపాన్ని ఇచ్చి, "రెండు గంటల పాటు దీనిని మీ దగ్గరే ఉంచుకోండి. ఈ రెండు గంటల పాటు మీకేం కావాలో అవన్నీ అడిగి చేయించుకోండి, ఆ తర్వాత నేను తిరిగి వచ్చి తీసేసుకుంటాను" అని అన్నాననుకోండి, అప్పుడు మీరేం చేస్తారు? "అరే! ఇది నా దగ్గర ఉండేది కేవలం రెండు గంటలేనా, ఇదేమీ బాగా లేదు. నా దగ్గర ఓ మూడు నాలుగు గంటలు ఉంటే చాలా పనులు చేయించుకోగలిగేవాడిని. నాకున్న మిగతా పనులన్నీ ముగించుకున్న తర్వాత అప్పుడు నా కోరికలను తీర్చమని అడుగుతాను. పైగా, ఈ దీపాన్ని తీసుకోవడానికి ఇది మంచి ముహూర్తం కూడా కాదు, వచ్చే బుధవారం నాడు ఈ దీపాన్ని నేను తీసుకోవచ్చా" అని ఈ విధంగా మీరేమైనా ఆలోచిస్తారా?

మీకు లభ్యమైన జీవితమే ఒక దీపం! మీ విలువైన సమయాన్ని వృథాగా గడపడం మానుకొని మీ దీపాన్ని ఉపయోగించడం ప్రారంభించండి. ఒక్కొక్కటిగా మీ కోరికలను తీర్చుకోండి. జీవితమనే అవకాశాన్ని స్వీకరించి, ఎంత వరకు వీలైతే అంత వరకు ఆ భూతాన్ని బిజీగా ఉంచండి.

ఇప్పుడు నేను మీకు 'అవకాశము' అనే విషయంపై ఒక కథ చెప్తాను. ఒకానొకప్పుడు ఒక వ్యక్తి ఉండేవాడు. అతను జీవనోపాధికి పాత ఇనుపసామాన్లు అమ్ముకునేవాడు. ఆ పనిలో అతను సిద్ధహస్తుడే గాని మహా పిసినారి. నిజానికి అతనెంత పిసినారంటే ఇంట్లో ఇనుప వస్తువులన్నీ అమ్మేసి వాటి స్థానంలో చెక్కతో, రాతితో, కాగితంతో చేసిన చౌకబారు వస్తువులను ఉపయోగించేవాడు. ఇంట్లో ఎక్కడా కూడా ఇనుప వస్తువనేది ఉండేదికాదు.

ఒక రోజు అకస్మాత్తుగా ఎవరో ఒక సాధువు అతని ఇంటి తలుపు తట్టి - "నా దగ్గర ఒక రాయి ఉంది. అది పరాస్మణి ! దానిని ఏదైనా ఇనుప వస్తువుకు తాకించగానే అది బంగారంగా మారిపోతుంది. దీన్ని ఎలా ఉపయోగించుకోవాలనుకుంటే, అలా వాడుకో! కానీ ఒక్కమాట, సరిగ్గా ఒక వారం తర్వాత నేను తిరిగి వచ్చి తీసుకుపోతాను, అంత వరకు దీనిని నీ దగ్గరే ఉంచుకో" అని చెప్పి ఆ పరాస్మణిని అతనికి ఇచ్చి వెళ్ళిపోయాడు.

ఆ వ్యాపారి, "ఇంట్లో ఉన్న ఇనుప సామాన్లన్నీ అమ్మేసానే, ఇప్పుడు నేనే ఇనుము కొనుగోలు చేయవలసి వస్తున్నదే" అని మనసులో అనుకున్నాడు. ఆ సాధువు అక్కడి నుంచి వెళ్ళిపోగానే, బజారుకు ఫోన్ చేసి ఇనుము ధర – బంగారం ధర ఆ రోజు ఎంత ఉందో వాకబు చేసాడు. ఇనుము కంటే బంగారం ధరే ఎక్కువగా ఉంది. కానీ అతనికి ఇనుము ధర కూడా చాలా ఎక్కువే అనిపించింది. "సరే! నాకు ఇంకా ఒక వారం సమయం ఉంది కదా, కాస్త వేచి చూద్దాం" అని అనుకున్నాడు.

కానీ ఆ వారమంతా కేవలం వేచి చూడడంలోనే గడిచిపోయింది. ధర తెలుసుకున్న ప్రతీసారి అది అతనికి ఎక్కువే అనిపించేది. ధర కాస్త తగ్గుముఖం పట్టినప్పుడు కూడా ఎక్కువ అనే అనుకున్నాడు. ఈరోజూ - రేపూ అంటూ అతను ఇనుము కొనుగోలు చేయలేదు. వాయిదా వేస్తూ పోయాడు. కాస్త ఎక్కువ ధర పెట్టి కొనడానికి ఏమాత్రం ఇష్టపడలేదు. ఖచ్చితంగా ఒక వారం తరువాత ఆ సాధువు తిరిగి వచ్చి అతని ఇంటి

తలుపు తట్టాడు.

“నా పరాస్మణిని తిరిగి తీసుకెళ్లడానికి వచ్చాను” అని అన్నాడు.

వ్యాపారికి ఏమీ దిక్కుతోచలేదు. అతను సమయంపై ఏమాత్రం దృష్టి పెట్టలేదు. అప్పుడిక ఏమీ అర్థం కాక ఇంట్లో ఏమైనా ఇనుప వస్తువులు ఉన్నాయేమోనని వెతకడం మొదలు పెట్టాడు. కానీ దేనిని ముట్టుకున్నా అది చెక్కతో, రాతితో లేక కాగితంతో చేసినదే కనిపిస్తోంది. ఇంతలో ఆ సాధువు దగ్గరికి వచ్చి చేతిలో ఉన్న ఆ పరాస్మణిని లాగేసుకున్నాడు.

“నీకిచ్చిన సమయం పూర్తయింది” అంటూ తీసుకొని వెళ్ళిపోయాడు.

రెండు గోడల నడుమ

25,550 - ఈ సంఖ్య దేనిని సూచిస్తుందో తెలుసా? మీరు ఒక 70 సంవత్సరాలు జీవిస్తే, ఇన్ని రోజులు జీవిస్తారనే దానిని తెలియజేస్తుంది. ఈ సంఖ్య మరీ ఎక్కువేమీ కాదు కదా? ఒకవేళ మీరు 100 సంవత్సరాలు జీవించినా, అవి కేవలం 36,500 రోజులే. చాలా గంభీరమైన విషయమిది, అవునా?

ఇప్పుడు మనం ఇంకొక లెక్క చేద్దాం. ఇప్పటి వరకు మీరు జీవించిన రోజులన్నింటిని అందులో నుండి తీసివేయండి. ఇప్పుడు ఆ క్రొత్త ఖాతా మీకెలా అనిపిస్తోంది? (నా లెక్క నేను చేసుకున్నాను, ఇకపై లెక్కించడం మానేయాలని కూడా నిశ్చయించుకున్నాను.)

ఒకవేళ అన్నీ మన ప్రణాళికలకు అనుగుణంగా జరిగి మనము పూర్తి జీవిత కాలాన్ని జీవించినప్పటికీ, సమయమైతే ఎంతో విలువైనదే కదా! ఇందులో జరగరానిది ఏదైనా జరుగవచ్చనే విషయాన్ని కూడా మనం గుర్తుంచుకోవలసి ఉంటుంది. ఎందుకంటే ఎవరు ఎంత కాలం ఇక్కడ

ఉంటారో ఖచ్చితంగా ఎవ్వరూ చెప్పలేరు.

కానీ మనకు ఒక విషయం చక్కగా తెలుసు - ఒక రోజు మనము ఈ లోకంలోనికి వచ్చాము, తిరిగి ఏదో ఒక రోజు ఈ లోకాన్ని విడిచిపోతాము. దీనిని మీరు మార్చలేరు. కానీ ఈ రెండు బిందువులకు మధ్య, ఈ ప్రపంచంలో మీరు ప్రతిరోజూ దేని అనుభూతిని పొందగలరో, దేనిని ఆస్వాదించగలరో అందులో మార్పు తీసుకురాగలరు. దీనినే సంపూర్ణంగా జీవించడమంటారు. మీకు ఏ సమయమైతే లభించిందో, దాని యొక్క పూర్తి ఆనందాన్ని ప్రతిరోజూ ఎలా పొందుతారన్నది మీపై ఆధారపడి ఉంటుందనే విషయాన్ని కూడా అర్థం చేసుకోండి. (అయితే, అధిక పన్నుల భారం గురించి మాత్రం ఫిర్యాదు చేయకండి).

మన జీవితం గురించి ఆలోచించడానికి ఒక చక్కని పద్ధతి ఏమిటంటే: ఒక వైపున ఉన్న గోడ ద్వారం నుండి మీరు బయటికి వచ్చారు, తద్వారా మీకు ఈ జీవితం లభ్యమయింది. మరొక వైపున్న గోడ ద్వారం నుండి మీరు తిరిగి వెళ్లిపోతారు. "ఆ రెండవ గోడకు ఆవలివైపు ఏమున్నదో" అనే విషయంపై అనేకమంది ఆసక్తి కనబరుస్తారు; కానీ నేను రెండు గోడల నడుమ జరుగుతున్న దానిని చూసి మంత్రముగ్ధున్ని అవుతాను.

ఆ రెండవ గోడను దాటి వెళ్లిన వారిని, అక్కడ ఎలా ఉంటుందో చెప్పమని అడిగి తెలుసుకోగలరా? అయితే, ఈ విషయంపై నా అనుభవంతో చెప్తున్నాను - అక్కడి నుంచి ఎవ్వరూ కనీసం ఫోన్ కూడా చేయరు. చివరికి "హౌడిని" అయినాసరే. 'హౌడిని' ఒక గొప్ప ఇంద్రజాలికుడు. తన సమాధి నుండి రహస్య సందేశాన్ని పంపుతానని తన భార్యకు వాగ్దానం చేసాడట! కానీ చివరికి అతను కూడా మృత్యుఘంటికల నుంచి తప్పించుకోలేకపోయాడు.

ఆ రెండవ గోడకు ఆవలివైపు నుండి ఏ విధమైన సమాచారం రానప్పుడు ఏమవుతుంది? "మరణానంతరం ఇలా ఉంటుందని" లేదా "స్వర్గం అంటే అలా ఉంటుందని" కేవలం మనం ఊహాగానాలు చేస్తాము. అంతేగాక,

మన ఊహకు అందని వాటిని చిత్రీకరించుకోవడానికి ప్రయత్నిస్తాము.

ఆ రెండవ గోడకు ఆవలివైపు జీవితం ఉన్నదో లేదో మనకు తెలియదు. కానీ మనకు ఒక విషయం మాత్రం ఖచ్చితంగా తెలుసు; ప్రస్తుతం మనము ఇక్కడ ఉన్నామని, ఈ క్షణంలో! దేనినైతే మనము ముఖ్యమైనదిగా భావిస్తున్నామో దానిని నెరవేర్చుకునే అవకాశం కూడా మన ముందు ఉన్నది. నేను చేయాలని అనుకునే అతి ముఖ్యమైనది, అతి సరళమైనది ఏమిటంటే - నేను నా జీవితాన్ని సంతోషంగా గడపాలనుకుంటున్నాను, అలాగే 'శాంతి సాధ్యమే' అనే ఈ నా సందేశాన్ని యావత్ ప్రపంచానికి తెలియజేయాలని అనుకుంటున్నాను.

మన జీవితం సుదీర్ఘమైన ఈరోజు. అంతేగాని సుదీర్ఘమైన నిన్నటి రోజు కాదు, రాబోయే రేపటిరోజు కాదు. ప్రస్తుత క్షణం 25,550 రోజుల నిడివి కలిగి ఉన్నది, లేదా కృపతో ఎవరికి ఎన్ని రోజులు లభించాయో, అన్ని రోజులు! మనం గతం నుండి నేర్చుకోవచ్చు, కానీ అందులో జీవించలేము. అలాగే రాబోయే రేపటి గురించి మనము ఊహించగలము, కానీ అందులోనూ జీవించలేము. మనం నిజంగా అనుభవం పొందగలిగే ఒకే ఒక క్షణం - వర్తమానం. వర్తమానంలో శ్వాస ఒక్కొక్కటిగానే వస్తుంది. మన జీవితాన్ని శ్వాసలతోనే కొలవగలము.

మొదటి గోడ నుండి వచ్చి తిరిగి రెండవగోడ వరకు చేరుకునేలోపు మనలోని ప్రతి ఒక్కరిలో ఎన్నో మార్పులు సంభవిస్తాయి. అది మంచి కావచ్చు, చెడు కావచ్చు. కాలం విలువ గుర్తించినంత వరకు అది మనకు సహాయకారిగానే ఉంటుంది. ఎన్ని సమస్యలు ఎదురైనా వీలయినంతవరకు ప్రతి క్షణాన్ని సంపూర్ణంగా జీవించడమే బహుశా అన్నిటికంటే గొప్ప విజయం కాగలదు. రోమన్ కవి హోరెస్ ఈ భావాన్ని "కార్పేడిమ్" అనే పదబంధం ద్వారా వ్యక్తీకరించాడు. అక్షరాలా దీని అర్థం - "రోజును త్రుంచుకో" అని. కానీ సాధారణంగా దీన్ని "రోజును కాపాడుకో" అనే అర్థంలో వాడుతుంటారు. నాకు ఈ రెండు అర్థాలు నచ్చాయి కానీ 'త్రుంచుకో' అనేది కొంచం

ఎక్కువ భావాత్మకంగా అనిపిస్తుంది. ఎందుకంటే ఈరోజు అనేది ఒక అందమైన పుష్పంలా కనిపిస్తూ - వికసిస్తోంది. మనము ఆ పరిమళాన్ని ఆస్వాదించడానికి సిద్ధంగా ఉండి ఆ పువ్వును త్రుంచుకోవాలి. పదిహేడవ శతాబ్ధపు ప్రసిద్ధ బ్రిటిష్ కవి రాబర్ట్ హెర్రిక్ చెప్పిన కొన్ని పంక్తులు నాకు ఈ సందర్భంగా గుర్తొస్తున్నాయి –

> *మీరు కావలసినంత కాలము*
> *గులాబీ మొగ్గలను సేకరించవచ్చు,*
> *కాని గడిచిన కాలం ఇంకా విహరిస్తూనే ఉన్నది,*
> *ఈరోజు మురిసిపోతున్న పుష్పాలే రేపటిరోజు వాడిపోతాయి.*

ఆత్మజ్ఞానం అనేది అల్లుతూ ఉన్న అందమైన ఒక దారం లాంటిది. ఎన్నో ఏళ్ళ తరబడిగా దానిని నేస్తూ ఉన్నారు. ఎన్నో ఏళ్ళ తర్వాత ఈరోజు కూడా అది మాటల్లో వ్యక్తమై మనకోసం సదా ప్రతిధ్వనిస్తోంది.

ఈ జీవితాన్ని వికసించనివ్వండి

రాబోయే రేపటి గురించి లేదా గడిచిన నిన్నటి రోజు గురించి ఆలోచించడంలో నిమగ్నమై తరచూ మనం ఈ క్షణాన్ని ఆస్వాదించడంలో విఫలమవుతూ ఉంటాము. అలాగే అనేక సార్లు ఈ రోజు నుండి గ్రహించడానికి ఏమీ లేదని, ఈనాడు మన సమక్షంలో ఆస్వాదించడానికి అందమైన గులాబీ మొగ్గలేమీ లేవనే నిరాశ, నిస్పృహలు కలుగుతాయి. చాలామంది ఈ విధమైన నిరాశ నిస్పృహలతోనే కాలం వెళ్ళబుచ్చుతూ ఉంటారు.

అప్పుడప్పుడు మనకు ఈ జీవితం ఒక నిర్జీవమైన ఎడారిలాగా అనిపించవచ్చు. కానీ అద్భుతమైన ఉద్యానవనాన్ని సృష్టించగలిగే సామర్థ్యం ఉన్న విత్తనాలు ఆ భూమిలో పెరగడానికి యోగ్యమైన సానుకూల పరిస్థితుల కోసమై నిరీక్షిస్తున్నాయి. మనం ఈ భూమిపై జన్మించిన ఆ క్షణం నుండి ఆ విత్తనాలు మనలో ఉన్నాయి. ఆ నేలకు నీళ్ళు అందించి, స్పష్టత

అనే సూర్యరశ్మి తగిలేలా చేయడమే మన తక్షణ కర్తవ్యం. ఆ విత్తనాలు మొలకెత్తి వృద్ధి చెందడానికి అవసరమైన వాటిని మనము అందించగలిగితే చాలు. అలా చేసినట్లయితే ఎడారిలో కూడా పువ్వులు వికసించి, ఎడారి సైతం నందనవనంలా మారుతుంది. అదే విధంగా శాంతి కూడా ప్రస్ఫుటమవ్వాలని ఆకాంక్షిస్తోంది. తన ఉనికిని మీకు చాటి చెప్పాలని, వికసించాలని ఎంతో ఆశగా ఎదురు చూస్తూ ఉన్నది.

మనలో ఉన్న ఆ బీజాలు ఎంతో దృఢంగా, సహనంతో ఎదురుచూస్తూ ఉంటాయని గమనించినప్పుడు నాకు చాలా ఆశ్చర్యం కలుగుతుంది. జీవన పర్యంతమూ అవి వికసించేందుకై నీటి కోసం, సూర్యరశ్మి కోసం ఎదురు చూస్తూనే ఉంటాయి. 'వర్షము - సూర్యరశ్మి ఎప్పుడొచ్చినా ఫరవాలేదు, మేము సదా సిద్ధంగా ఉన్నాము' అని అవి తెలియజేస్తుంటాయి. అలాగే మనము కూడా గుర్తుంచుకోవలసిన విషయం ఏమిటంటే: మన జీవితం ఎడారిలా ఉన్నదని మనకు ఎంతో కాలంగా అనిపిస్తూ ఉన్నా, వికసించడానికి మనవద్ద ఒక అవకాశం ఎల్లప్పుడూ ఉంటుంది.

వృక్షాల ద్వారా నేర్చుకోవాలి

ప్రకృతిలో ప్రతీదీ తన కంటూ ఒక స్థానాన్ని ఏర్పరచుకుంటుంది. మిగతా వాటితో ఒక అవినాభావ సంబంధాన్ని కలిగి ఉంటుంది. ప్రతి దానికి ఒక లక్ష్యం ఉంటుంది, దానిని నెరవేర్చుకోవడానికి అవన్నీ ప్రయత్నిస్తాయి. కానీ మనం అనేకసార్లు మన లక్ష్యాన్ని, మనలోగల ఆ వికసించే సామర్థ్యాన్ని మరిచిపోతామని నాకు అనిపిస్తుంది.

బహుశా వృక్షాల నుండి మనము కొంత నేర్చుకోవచ్చునేమో! ఇటీవలి కాలంలో చేసిన వైజ్ఞానిక పరిశోధనల్లో తెలిసింది ఏమిటంటే - కొన్ని రకాల వృక్షాల్లో "గుండె కొట్టుకోవడం" అనే ప్రక్రియ జరుగుతుందట! ఈ విషయం మీకు తెలుసా? అవి రాత్రిపూట తమ కొమ్మలను పైకి క్రిందికి కదిలిస్తాయి. తర్వాత వాటి నాడీ వ్యవస్థ వలన నీరు శరీరంలోనికి ప్రవహిస్తుంది. అవి

కూడా సరిగ్గా మనలాగే మనుగడకు ప్రధాన వ్యూహకర్తలు. తమ జాతిని వృద్ధి చెందించడానికి ఏమి చేయాలో వాటికి బాగా తెలుసు. అవి తమ విత్తనాలను బాగా పెరిగేందుకు దోహదపడేలా సంరక్షించి పెట్టుకుంటాయి. ఈ కార్యం నెరవేర్చుకోవడానికి అవి ఏళ్ళ తరబడి నిరంతరంగా పనిచేస్తూ ఉంటాయి. అందుకే వాటి సంఖ్య మూడు ట్రిలియన్లకు పైగా ఉన్నది (మనలో కొందరు తమ స్వార్థం కోసం చెట్ల సంఖ్యను తగ్గిస్తున్నప్పటికీ).

పర్యావరణానికి అనుగుణంగా చెట్లు తమను తాము మలుచుకుంటాయి; అందుకే అవి గొప్ప మహావృక్షాలుగా మారుతాయి. నేను పర్వతాలలో చూసాను - అక్కడ పెద్ద-పెద్ద రాళ్ళపై చిన్న-చిన్న పగుళ్లుంటాయి. ఆ రాతి నేలలో చెట్టు పెరగడానికి ఏపాటి అవకాశము లేదనిపిస్తుంది. అయినప్పటికీ ఆ పగుళ్ళ మధ్యలో కూడా చెట్లు మొలిచి ఉంటాయి! ఎందుకంటే ఏ అవకాశం కోసం ఆ చెట్టు ఎదురుచూస్తూ ఉంటుందో, అది దొరకగానే వెంటనే దానిని పూర్తిగా సద్వినియోగ పరచుకుంటుంది.

మన పరిస్థితులు ఎలా ఉన్నా, మన చుట్టూ ఉన్న వాతావరణం ఎలా ఉన్నా, మన అంతర్గత స్వభావాన్ని పూర్తిగా వ్యక్తం చేయడానికి మనం కూడా ఏదో ఒక మార్గాన్ని తప్పక కనుగొనవలసి ఉంటుంది. అది జరగాలంటే మనం కూడా ఏ అవకాశాన్నీ వదిలేయడం గాని, విస్మరించడం గాని చేయకూడదు. అలాగే ఏ అవకాశాన్ని కూడా రేపటికి వాయిదా వేయకూడదు. మన చుట్టూ ఉన్న నేలంతా బంజరు భూమిలా కనిపించినా సరే, అది కూడా సారవంతం కావడానికి పూర్తి సామర్థ్యాన్ని కలిగి ఉంటుంది. మనం మన జీవితాల్లోనికి స్పష్టత అనే సూర్యరశ్మిని ఆహ్వానించి, అవగాహన అనే నీరు అందించినట్లయితే మన జీవితమనే ఎడారి కూడా తప్పక సస్యశ్యామలం కాగలదు.

సంపూర్ణంగా మేల్కోవాలి

మన జీవితాలను వికసించకుండా చేసే ఆ సమస్యలేమిటి? తరచూ

జీవనసంగీతం కంటే ఆ అలజడి ఎందుకు తీవ్రమవుతుంది? ఎందుకంటే, మనకు ఏది ముఖ్యమైనదో దానినే మనము మరిచిపోతాము. జాగ్రత్తగా గమనిస్తే 'మన ఉనికి' అనే అతి సామాన్యమైన మరియు అతిముఖ్యమైన విషయాన్ని ప్రశంసించడంతో మన శాంతి మార్గ పయనం ప్రారంభమవుతుంది. ఆత్మజ్ఞానానికి అదే తొలిమెట్టు. మనం మన దృష్టిని మరల్చకుండా, మన జీవితం పట్ల కృతజ్ఞతాభావాన్ని వ్యక్తం చేయడానికి, మన ప్రతీ శ్వాసకు ధన్యవాదాలు తెలియజేయడానికి మన సమక్షంలో సదా ఒక అవకాశము ఉంటుంది.

జీవించి ఉన్నందుకు మీ హృదయంలో కృతజ్ఞతాభావం చివరిసారిగా ఎప్పుడు వెలువడింది? ఏదైనా మృతదేహాన్ని తీసుకువెళ్తున్న వాహనం చూసినప్పుడు మీ మనసులో కలిగే ఆ క్షణిక ఆలోచన గురించి నేను చెప్పడం లేదు. "నేను ఆ వాహనంలో లేకుండా జీవించి ఉన్నందుకు చాలా సంతోషంగా ఉందని" కాసేపు మీకు అనిపించడం కాదు. నా ఉద్ధేశ్యం ఏమిటంటే, ఎల్లప్పుడూ పగలైనా-రాత్రైనా, ఈ విషయంలో మీరు సదా సచేతనులై ఉండాలి. మీ ఉనికిని మీరు సంపూర్ణంగా స్వీయానుభూతి చెందాలి.

మనిషిగా ఉండడమనేది జీవితకాల వేడుక. సజీవంగా ఉన్నందుకు మనలో కృతజ్ఞతాభావం ఉప్పొంగితే ఎంత బాగుంటుంది. అప్పుడు మనం ప్రేమించే వారిపై కృతజ్ఞత; సూర్యకిరణాలు, వర్షపు చినుకుల యెడల కృతజ్ఞత; ఋతువుల యెడల కృతజ్ఞత; జీవితపు సుమధుర సంగీతానికి కృతజ్ఞత; శ్వాస అనే కానుకకు కృతజ్ఞతలు తెలియజేస్తారు. కృతజ్ఞత లేని జీవితం, ఇష్టంలేని ఒక సామాజిక కార్యక్రమానికి వెళ్లినట్లు ఉంటుంది: "హలో, ఆహ్వానించినందుకు ధన్యవాదాలు! గుడ్ బై" అని బయట పడతారు. కానీ ఒకవేళ హృదయం కృతజ్ఞతాభావంతో నిండుగా ఉంటే, అప్పుడు ఈ జీవన సంబరంలో పూర్తిగా మైమరచిపోతారు.

గుర్తుంచుకోవలసిన విషయం

రెండు గోడలున్నాయి కదా - జననం మరియు మరణం. మనము ఎప్పుడైతే ఆ రెండవ గోడ సమీపానికి చేరుకుంటామో, అప్పుడు మన మనస్సులో అంతవరకు ఏదైతే ఊహించిపెట్టుకొని ఉంటామో వాటివలన ఒక విధమైన భయం కలుగుతుంది. మృత్యువుకు సంబంధించిన ఆందోళన మనకున్న అన్ని సమస్యలకంటే ఎక్కువగా మనల్ని కలవరపెడుతుంది. దాని పట్ల జాగరూకత వహించకపోతే, పుట్టినరోజు ఏడాదికి ఒకసారే జరుపుకున్నా, మృత్యువుని మాత్రం ప్రతిరోజూ గుర్తు చేసుకుంటూనే ఉంటాము. ఇది ఒక హాస్యాస్పదంగా గోచరించే అత్యంత భయంకరమైన విషయము! మృత్యువు గురించి చింతిస్తూ గడిపే ప్రతి క్షణమూ విలువైన ఈ జీవితాన్ని వృథాగా గడిపినట్లే. మనిషికి నిరంతరం జీవించి ఉండాలనే ఆ కోరిక ఎంతో ప్రబలంగా ఉండడంతో ఈనాటి ఈ క్షణంలో హాయిగా జీవించడం మరిచిపోతున్నాడు.

మనము ఎంత ప్రయత్నించినా, కొంత కాలం తరువాత ఆ రెండవ గోడను దాటి వెళ్ళక తప్పదు! మనలో ఎవరెంత తెలివితేటలతో ఉన్నా... లేదా, మరోలా చెప్పాలంటే - మనలో అందరికంటే మహా తెలివైనవారైనా సరే, 'ఏదో ఒక రోజు పోవలసిందే' అనే ఈ జీవిత సత్యానికి తప్పక కలవరం చెందుతారు.

దీనికి సంబంధించి పాత కాలం నాటి కథ ఒకటుంది. అది నాకు చాలా ఇష్టమైనది. ఒకానొకప్పుడు ఒక వైద్యుడు ఉండేవాడు. చాలా తెలివైనవాడు. అందరూ అతన్ని మహామేధావిలా భావించేవారు. అతను తన జీవితకాలంలో అనేకమందికి ఎన్నో రకాలైన చికిత్సలు చేసాడు. అయితే, తనకు మరణం దగ్గర పడుతోందని ఒకరోజు అతనికి అనిపించింది. కానీ చనిపోవాలని లేకపోవడంతో అందుకు అతను ఒక ఉపాయం ఆలోచించాడు.

'మృత్యుదేవత వస్తే కేవలం తానొక్కడిని మాత్రమే తీసుకెళ్తుంది, ఇద్దరినైతే

కాదు కదా!' అని అతను తనలాంటి ఒక తోలుబొమ్మను తయారు చేసాడు. అచ్చు తనలాగే ఉన్న ఆ బొమ్మను చూసి చాలా గర్వపడ్డాడు.

ఒకరోజు ఏవిధమైన సూచనలేకుండా మృత్యుదేవత రానే వచ్చింది. ఆ వైద్యుడు తాను చనిపోబోతున్నానని గుర్తించి వెంటనే తాను తయారు చేసిన ఆ తోలుబొమ్మను తన ప్రక్కనే పడుకోబెట్టుకున్నాడు. అలా అతను చాలా తెలివిని ప్రదర్శించాడు. మృత్యుదేవత మంచంపై ఉన్న ఇద్దరు వైద్యులను చూసింది. బొమ్మకు, అతనికి ఏ మాత్రం తేడా లేకపోవడంతో మృత్యుదేవత అయోమయంలో పడింది, 'నేనైతే ఒక్కరినే తీసుకెళ్ళాలి; ఎలా తీసుకెళ్లాలి?' అని బాగా ఆలోచించింది.

ఒక నిమిషంపాటు దీర్ఘంగా ఆలోచించాక, మృత్యుదేవత "వైద్యుడు గారు! శభాష్! మీరు నిజంగా మహా అద్భుతం చేసారు. సరిగ్గా మీలాంటి ఒక బొమ్మను తయారు చేసారు గాని ఒక్క పొరపాటు చేసారు" అని పలికింది.

అక్కడ పడుకొని ఉన్న ఆ వైద్యుడు మృత్యుదేవత పలికిన ఆ మాటల గురించి ఆలోచించి, "ఏం తప్పు జరిగింది? ఎక్కడ పొరపాటు జరిగింది? అన్నీ సరిగ్గానే ఉన్నాయి కదా?" అని మనస్సులో ఆందోళన చెందాడు.

కాసేపటి తర్వాత ఆ వైద్యుడు తనను తాను నియంత్రించుకోలేక "నేనెలాంటి పొరపాటు చేయలేదు!" అని నోరు విప్పాడు.

వెంటనే ఆ మృత్యుదేవత - "ఇదే నీవు చేసిన పొరపాటు!" అని అతన్ని పట్టుకున్నది.

అలా తన గర్వం కారణంగా ఆ వైద్యుడు మృత్యువాత పడ్డాడు. చూడండి, మనము చిరంజీవులం కాదు (ఇది మీకు ఒక కొత్త వార్తలా అనిపిస్తే మన్నించండి). మృత్యువు నుండి మనం ఎన్నటికీ తప్పించుకోలేము. కనుక ప్రతిరోజూ మనము మన కళ్ళను పూర్తిగా తెరచి స్పష్టంగా చూసి, ఆనందం-

సంతృప్తి లభించే ప్రతి అవకాశాన్ని సద్వినియోగ పరచుకోవాలని గుర్తించి, అర్థం చేసుకొని, ఆచరించడమే అసలైన వివేకం!

నదిని దాటాలి

కబీర్ వ్రాసిన ఒక కీర్తనలో, "ప్రవహించే నదిలో ప్రయాణించే ఒక చిన్న కాగితపు పడవవు నీవు" అని ఉన్నది. ఆయన ఎంత చక్కగా చెప్పారు. కాగితం కాబట్టి తడిసి ముద్దై, రూపం మారి నదిలో కలిసిపోతుంది. చివరికి ఏదో ఒక రోజు అంతమై పోతుంది. అయితే, జీవితమనే నదిలో ప్రస్తుతం మీరు ఏవిధంగా తేలియాడుతూ పోతున్నారో దాని వలన చివరికి మీ పరిస్థితి కూడా ఏమవుతుంది?

ఏది ఏమైనా మీకు మరొక్క విషయం కూడా తప్పక గుర్తు చేయాలి - ఈ జీవితానందాన్ని పొందడానికి మీరెంతో స్వేచ్ఛా జీవులు. అంతేకాక, జీవితంలోని అసలైన ఆనందాన్ని ఆస్వాదించడానికి అవసరమైన ప్రతీదీ మీకు అందుబాటులో ఉన్నది. అది మీ అనుభవం లోనికి రావాలంటే మీ హృదయంలో కృతజ్ఞత నుండి శాంతి వరకు, శాంతి నుండి కృతజ్ఞత వరకు విడదీయరాని అనుబంధం ఏర్పడాలి.

ఆ రెండవ గోడ యొక్క వాస్తవికతను నేను ఈ విధంగానే చూడడానికి ప్రయత్నిస్తాను. మీకు కూడా "ప్రయత్నించండి" అనే నేను చెబుతాను. ఎందుకంటే మనలో ఎవ్వరికీ కూడా అన్ని పరిస్థితుల్లోనూ స్పష్టత ఉండదు. కానీ ఆంతరంగిక శాంతి ద్వారా ఏ ఆనందమైతే కలుగుతుందో, అందుకు దోహదం చేసే ప్రతి అంశాన్ని నేను అనుభూతి చెంది పరిపూర్ణంగా జీవించాలని అనుకుంటున్నాను. ఆ స్థితిలో నేను ఉన్నప్పుడు, ఆ రోజు ఎన్నటికీ ముగిసిపోదన్నట్లుగా నేను ఆనందంలో మునిగి ఉంటాను. కానీ ఈ స్థితి తర్వాత 'రాత్రి' అవుతుందని కూడా నాకు తెలుసు!

మృత్యువుకు నేను భయపడను. ప్రతి క్షణాన్ని సంపూర్ణంగా అనుభూతి

పొందడానికి, దాని ప్రాముఖ్యతను గ్రహించడానికి మృత్యువు నాకు స్ఫూర్తిదాయకమవుతుంది. అలాగాక వేరే ఏ విధంగా నేను జీవించినా అది రాజీ పడినట్లే! అదంతా సాధారణ సిరిసంపదలను మనము అనుసరించడంలా ఉంటుంది.

అన్నీ తాత్కాలికమే

ఏదో ఒక రోజు ఈ శరీరం ఉండదని నాకు తెలుసు. నా శరీరమే లేనప్పుడు, నా ఆలోచనలు, నా అనుభవాలు కూడా దానితోపాటు అంతరించిపోతాయి. తరువాత ఏమి జరుగుతుంది? ఈ ప్రపంచంలో నాదంటూ ఏదీ లేదు. నేనెప్పుడైనా, "వావ్! ఇది నాది, అది నీది" అని అనుకొని ఉండవచ్చు, కానీ అవన్నీ తాత్కాలికమే. 'నా' అన్నది ఏదైనా ఏదో ఒకరోజు నాది కాకుండా పోతుంది.

ఈ విషయంలో నాకు బాగా నచ్చిన ఒక కథ గుర్తొస్తుంది. ఇది మెసిడోనియన్ పాలకుడు మరియు సైన్యాధ్యక్షుడైన గ్రేట్ అలెగ్జాండర్‌కు సంబంధించినది (ఇది కాస్త ఊహాత్మకంగా అనిపించవచ్చు). ఆ కథ ప్రకారం, మరణశయ్యపై ఉన్న అలెగ్జాండర్ ఇలా అన్నాడు - "నాకు మూడు కోరికలున్నాయి: నా శవపేటికను కేవలం నా వైద్యులు మాత్రమే మోయాలి. నా సమాధి వరకు వెళ్లే మార్గమంతా బంగారం, వెండి, రత్నాలను చల్లుతూ వెళ్లాలి. నా రెండు చేతులు నా శవపేటికకు బయట కనిపించేలా ఉంచాలి."

అక్కడ ఉన్న అతని సన్నిహితులు, సలహాదారులంతా ఇది విని సందిగ్ధంలో పడ్డారు. ఆయన అభిమాన సేనాధిపతి ముందుకు వచ్చి, "అలా ఎందుకు చేయాలి?" అని అడగగా, అలెగ్జాండర్ ఇలా సమాధానం చెప్పాడు - "మానవుని అంత్యకాలంలో వైద్యులు కూడా ఏమీ చేయలేరని, మరణం నుండి వాళ్లు కూడా కాపాడలేరని ప్రజలు తెలుసుకోవాలి. అలాగే, జీవితాంతం మనం ధనార్జనలో నిమగ్నమవుతాము, కాని అదంతా కాలాన్ని వృథా చేయడమే. అంతేకాదు, వట్టి చేతులతో వచ్చిన మనమంతా తిరిగి

వట్టి చేతులతోనే ఈ ప్రపంచం నుండి వెనుతిరుగుతామని అందరూ తెలుసుకోవాలని కోరుకుంటున్నాను."

అవును, మనమంతా వట్టి చేతులతోనే వెళ్లాలి. ఈ జీవితంలో నిజంగా నా అన్నది కేవలం శాంతి మరియు ఆత్మజ్ఞానమే! అవే నా స్వంతం. ఒక్కసారి ఈ ప్రాణం పోయిందంటే ఆ తర్వాత ప్రజల గుండెల్లో కేవలం నా జ్ఞాపకాలు మాత్రమే మిగిలి ఉంటాయి.

ఒక విషయాన్ని గుర్తుంచుకోండి. మీరు ఒకసారి ఎవరి ఇంటికో వెళ్ళారు. అక్కడ మీ సమయం సరదాగా గడిచింది, వాళ్లు రుచికరమైన భోజనాలు వడ్డించారు, గది కూడా చాలా అందంగా మీ కోసం అలంకరించారు. కాని కాసేపటి తర్వాత మీరు తిన్న ఆ ఆహారమంతా జీర్ణమైపోయింది, ఆ గదిని ఎలా అలంకరించారో కూడా మరచిపోయారు. కానీ అక్కడ మీకు కలిగిన ఆ ఆనందం మాత్రం మీకు ఎల్లప్పుడు గుర్తుండిపోతుంది. ఆ అనుభూతులనే మీరు అక్కడి నుంచి తీసుకెళ్తారు. పైగా, అవే మీకు మధుర స్మృతులుగా మిగిలిపోతాయి!

అనంతానికి ఓ ఆహ్వానం

కోటానుకోట్ల సంవత్సరాల క్రితం అంతా శూన్యమే. భవిష్యత్తులో కూడా కోట్లాది సంవత్సరాల తరువాత అంతా శూన్యమే అవుతుంది. ఈ క్షణం మనకున్న ఈ సమయం ప్రత్యేకమైనది. ఈ నిమిషాలను, గంటలను, రోజులను అసాధారణమైన రీతిలో జీవించడమే మన తక్షణ కర్తవ్యం!

మీకు ఇదే నా ఆహ్వానం. శాశ్వతమైన ఈ క్షణంలో మీరు ఆంతరంగిక శాంతిని అనుభూతి చెందండి. ఇక్కడ మీ జీవితకాలం పరిమితం. అయినప్పటికీ ముందుకు సాగి కొద్దిరోజుల పాటైనా మీరు అనంతమైన దానిలో మమేకం కాగలరు. అదే ఈ మనుగడ ఉద్దేశ్యం. స్పృహలో ఉండి ఆ సర్వవ్యాపక శక్తిని అనుభూతి చెందడానికి ఇదే మార్గం. దీని గురించే నేను

ఇంతకు ముందు వివరించాను.

అంతమయ్యే ప్రాణులమైన మనకు ఉన్న అవకాశం ఎలాంటిదంటే - మనం అనంతమైన చైతన్యంలో ఐక్యం కాగలము. ఆ అనుభూతికి సంబంధించిన విషయాల గురించి మనము వివరంగా తరువాతి అధ్యాయంలో మాట్లాడుకుందాము.

3వ అధ్యాయం

అనంతమైన శాంతిలో మీరు మమేకం కావాలి

నా బాల్యమంతా డెహ్రాడూన్‌లో గడిచింది. అక్కడ శీతాకాలం ప్రారంభానికి కొద్ది రోజులు ముందు వాతావరణం చాలా విలక్షణంగా ఉండేది. చక్కగా వినీలాకాశం కనిపించేది, హిమాలయాల నుండి స్వచ్ఛమైన గాలి వీచేది. ప్రతిరోజూ ఉదయాన గడ్డిపై, మొక్కలపై మంచు కురిసేది. లేలేత సూర్యకిరణాలతో గాలిలో ఉన్న తేమ వలన ఆ మంచు బిందువులు మెరుస్తూ కనిపించేవి. ఆ హిమబిందువులు వజ్రాల్లా ప్రకాశిస్తూ కనువిందు చేసేవి. ఆ బిందువులు ఎంతో చిన్నగా ఉన్నప్పటికీ చిరుభానుడిలా కాంతివంతంగా కనిపించేవి.

సూర్యతాపం పెరిగే కొలది గాలిలో వేడి అధికమై తాజాదనపు ఆ మనోహర ఉదయ దృశ్యాన్ని వీడి హిమబిందువులన్నీ క్రమేపీ ఆవిరైపోయేవి, ఆ తర్వాత ఎంతో నిర్మలంగా నీలాకాశం కనిపించేది. అనంత దూరాల వరకు ఆకాశం ఎంతో స్పష్టంగా కనిపించేది. ఆ రోజుల్లో కాలగమనం ఆగిపోయినట్లుగా నాకు అనిపించేది. ఆ తరువాత నెమ్మదిగా మధ్యాహ్నవేళకు కదిలే మేఘాలు వెండి అంచులతో కనువిందు చేసేవి.

మా ఇంటి ముందున్న తోటలో రెండు మాగ్నోలియా (హిమసంపంగి) చెట్లు ఉండేవి. తరచూ నేను అక్కడికి వెళ్లి వాటి క్రింద కూర్చొనేవాడిని. మా ఇంటి గోడలపై తీపి బఠాణీ తీగలు పెరుగుతూ ఉండేవి. ప్రతి తీగపై ఒక చిన్న పువ్వు వికసిస్తూ ఉండేది, వాటి సువాసన లావెండర్ పువ్వుల్లా ఎంతో పరిమళభరితంగా అనిపించేది. అక్కడ మరో విధమైన పువ్వులు కూడా కనిపించేవి. వాటిని మేము డాగ్ ఫ్లవర్స్ (కుక్క పువ్వులు) అని పిలిచేవాళ్ళము. కొంత మంది వాటిని 'స్నాప్ డ్రాగన్లు' అని కూడా పిలుస్తారు. వాటి తలపై నొక్కితే అవి నోరు తెరుస్తూ-మూస్తూ మనవైపు చూసి అరుస్తున్నట్లుగా ఉంటుంది. అక్కడికి వెళ్ళి కూర్చోవడాన్ని నేను చాలా ఇష్టపడేవాడిని.

ఆ మధురానుభూతులను చిరకాలం గుర్తుండేలా పదిల పరుచుకోవాలనే ఉద్దేశ్యంతో ఒకరోజు నేను ఆ తోటలోనికి వెళ్ళడం జరిగింది. ఆ రోజు కోసం నా హృదయం ఎంతో ఆత్రుతగా ఎదురుచూస్తున్నట్లు నాకు అప్పుడు అనిపించింది. నేను ఆ ప్రదేశమంతా తిరుగుతూ, అక్కడ పెరుగుతున్న వాటన్నింటిని గమనిస్తూ ఎంతో సంతోషించాను. కాసేపటి తరువాత నేను ఒక మాగ్నోలియా చెట్టు క్రింద కూర్చొని, కదిలే ఆ మేఘాలను మరియు అక్కడి పువ్వులను తదేకంగా చూసాను. అప్పుడు, ఒక ప్రబలమైన భావం నాలో ఉప్పొంగింది. "నన్ను సృష్టించిన ఆ మహత్తర శక్తే ఆ మాగ్నోలియా చెట్లను కూడా సృష్టించింది; పరిమళభరితమైన ఆ పువ్వులను సృష్టించింది; ఆ పచ్చిక మైదానంలో మంచు కురిసేలా చేసింది; సూర్యగమనాన్ని నిర్దేశిస్తుంది; దట్టమైన ఆ మేఘాలను నీలాకాశంలో తేలియాడేలా చేస్తోంది" అని. ఆ క్షణంలో, నన్ను సృష్టించిన ఆ శక్తి - స్త్రీ అయినా లేక పురుషుడైనా లేక మరేదైనా సరే అతి సున్నితమైన మృదుభాషలో, "వీటిని పరిపూర్ణంగా ఆస్వాదించు" అని నాతో చెప్పినట్లు అనిపించింది.

నిజంగా, ఆ ఉత్తమ క్షణాల్లో నాలో కలిగిన ఆ అనుభూతి ఎంతో అద్భుతమైనది: 'కేవలం ఆస్వాదించాలి.'

ఆ తరువాత నుండి నేను ఆ మాగ్నోలియా చెట్టు క్రింద కూర్చున్న ప్రతిసారీ ఓ

విలక్షణమైన, చక్కని అనుభూతి పొందేవాడిని - అప్పుడు నాకు ఏ కోరికలూ ఉండేవి కాదు, ఏమీ కావాలని అనిపించేది కాదు, ఏమీ చేయవలసిన అవసరం కూడా ఉండేది కాదు. కేవలం ఆ స్థానంలో ఉండడమే నాకు ఎంతో సంతృప్తినిచ్చేది.

అప్పటి నుండి ఒక పిలుపు సదా నాకు చెబుతూనే ఉంది - "ఈరోజు నీకోసమే" అని. అంటే, ఆ రోజు నేను తోటలో ఏ అనుభూతిని పొందానో, ఈరోజు నేను సజీవంగా ఉంటూ, ఈ స్థితిలో కూడా ఆ అనుభూతిని అలాగే పొందగలుగుతున్నాను.

ఆ భావంతో ఉండడం

ఆ అనుభూతిని పొందే నాలోని అంతర్భాగం ఏమీ మారలేదు. నిజానికి అది మార్పుచెందదు. నేను కొన్ని సందర్భాలలో ఇతర విషయాలకు ప్రాధాన్యతను ఇచ్చి ఆ అనుభూతిని మరుగున పడేలా చేస్తున్నానని నాకు తెలుసు. నేను దేని గురించి చెప్తున్నానో బహుశా మీకు అర్థమై ఉండవచ్చు - "నాకు ఇది కావాలి, నాకు అది కావాలి, ఇది ఇలా ఉండాలి, అది అలా ఉండాలి, నేనంటే ఇది, నేనంటే అది, నేనిప్పుడు ఇది చేయాలి, అది చేయాలి" అనేవే అవన్నీ!

నేను నిద్ర లేచి బయటికి వెళ్లి తొలి వెలుగుల శుభోదయాన్ని ఆస్వాదించకుండా, ఎప్పుడూ నా సమస్యలు మరియు చింతలతోనే ఆందోళన చెందుతూ ఉంటే, ఆ సమస్యలన్నీ నా జీవితాన్ని ఆక్రమించే ప్రమాదం పొంచి ఉన్నట్లని ఈ జీవితం నాకు సూచిస్తుందని నేను గుర్తెరగాలి. అవును, నాలుగు సంవత్సరాల వయస్సు నుంచే శాంతి గురించి ప్రసంగిస్తున్న వ్యక్తికి కూడా కొన్ని సందర్భాలలో స్పష్టతకు కట్టుబడి ఉండడం ఒక సవాలుగా మారవచ్చు. ఎందుకంటే, ఈ ఆందోళన, ఈ అజ్ఞానాంధకారం అత్యంత శక్తివంతమైనవి!

అంతేకాదు, ఆ రోజు నేను తోటలో పొందిన అనుభూతిని ఎన్నటికీ కోల్పోకూడదని కూడా నేను గ్రహించాను. నా జీవితంలోని ఆ అనుభూతితో ఏర్పడిన దృఢసంబంధాన్ని నేను పదే పదే గుర్తు చేసుకుంటాను. సంపూర్ణ శాంతి యొక్క అనుభూతే నా అసలైన వాస్తవికత. అవిగాక మిగతావన్నీ అలజడితో సమానమైనవే! కొన్ని సందర్భాలలో ఆ అలజడి ఆనందప్రదంగా అనిపిస్తే, కొన్ని సందర్భాలలో అదే మన చికాకులకు ప్రధాన కారణమవుతుంది. బాల్యంలోని ఆ మధుర క్షణాలను నేను గుర్తు చేసుకోవడమే పరిపూర్ణత కాదు; ఆ భావాన్ని జీవితంలోని ప్రతి క్షణమూ స్వయంగా అనుభూతి పొందాలి!

శాంతిలోనే సమస్త దీవెనలు సమ్మిళితం

ఆ తోటలో నేను పొందిన ఆ అనుభూతిని అనేకసార్లు గుర్తు చేసుకున్నాను. మనలో ఉన్న శాంతి ఇతర వాటితో ముడిపడి ఉండదని కూడా నేను తెలుసుకున్నాను. శాంతి అంటే శాంతే! 'శాంతి' అనేది మనలో ఉన్నది ఇతర కారణాల వలన కాదు; అక్కడ ఉండాలి కాబట్టే ఉన్నది. ఇతర ప్రయోజనాల కోసమో, ఇతర కారణాల దృష్ట్యా శాంతి అనేది ఉండదు. అది సరళమైన రీతిలో మనలో కొలువై ఉంటుంది. శాంతి పూర్తిగా మన కోసమే ఉద్దేశింపబడి ఉంటుంది. అది ఎవరి గురించో, దేని గురించో, ఏ వ్యక్తిపైనో ఆధారపడి ఉండదు. నా చిన్నతనంలో నేను ఆ చెట్టు క్రింద కూర్చొని పొందిన ఆ అనుభూతే శాంతి!

నేను మమేకం కావాలని ఆకాంక్షించిన అనుభవం అదే; నా జీవితంలో సదా నేను తెలుసుకోవాలని కోరుకున్నది కూడా అదే. ఆనాటి ఆ ప్రశాంత అనుభూతే నా జీవితంలోని అత్యంత ప్రగాఢమైన అనుభవం. కానీ ఆ అనుభూతి నాకంటే, మీకంటే, మనందరికంటే చాలా గొప్పది. నువ్వు, నేను, మనమంతా వెళ్లిపోయిన తరువాత కూడా ఈ విశ్వంలోని అణువణువులో శాంతి సంభావ్యత నిరంతరం సజీవంగా ఉంటుంది. దానికి ఆద్యంతములు లేవు. ఆ అనుభూతిని పొందినప్పుడు మనము అనంతమైన శాంతితో

మమేకమవుతాము.

ఆంతరిక శాంతి నుండి ఉద్భవించే అన్ని అనుభవాలు, అన్ని భావాలు పరిపూర్ణమైనవి. మీలో ఉన్న ఆ ఆనందం మిగతా వేటితోనూ ముడిపడి ఉండదు. అది ఆనందం. అంతే! అలాగే మీలో ఉన్న ఆ అసలైన ప్రేమ దేనిపై ఆధారపడి ఉండదు, వేరెవరి గురించో కాదు. అది ప్రేమ. అంతే! మీలో ఉన్న అద్భుతమైన ఆ అంతర్గత శాంతిని అనుభూతి చెందడానికి, మరియు మీ చుట్టూ ఉన్న ప్రపంచాన్ని చూడడానికి మీలో స్పష్టత ఉండడం ఎంతో అవసరం. అయితే మరో రకమైన స్పష్టత కూడా ఉంటుంది. ఆ స్పష్టత అనుభవపూర్వకమైనది మాత్రమే. దాని వలన మనకు ఇంకేదో తెలుస్తుందని కాదు, దానిని యధాతధంగా అనుభూతి చెందాలి. అదే అసలైన స్పష్టత.

ఇక్కడ మీరొక ముఖ్యమైన విషయాన్ని గమనించాలి: శాంతిలో అన్ని భావాలు సమ్మిళితమై ఉంటాయి - కానీ వాటన్నిటిలో శాంతి సమ్మిళితమై ఉండదు. శాంతిలో ఆనందం ఉంటుంది, కానీ కేవలం ఆనందమే శాంతి కాదు. శాంతిలో దయ ఉంటుంది, కానీ కేవలం దయ మాత్రమే శాంతి కాదు. శాంతిలో స్పష్టత ఉంటుంది, కానీ కేవలం స్పష్టత మాత్రమే శాంతి కాదు. ఇవన్నీ ప్రధానాంశమైన శాంతిని వివరించడానికి ఉపయోగింపబడే వివిధ రకాలైన పదజాలాలు మాత్రమే. శాంతితో, శాంతిగా ఉండడమనేది ఒక అద్భుతమైన సంపూర్ణ స్థితి.

నిద్రించకుండా నిద్రావస్థలో ఉండడమెలా?

ఒకసారి మా తండ్రిగారిని ఎవరో ఇలా అడిగారు: “మనం అంతర్ముఖులమై శాంతితో మమేకమైతే అప్పుడు ఎలా ఉంటుంది?” అని. అందుకు ఆయన, “అదెలా ఉంటుందంటే - నిద్రించకుండా నిద్రావస్థలో ఉన్నట్లు ఉంటుంది” అని జవాబిచ్చారు.

నేను డ్రైవింగ్ చేస్తుండగా ఈ మాటలను మొదటిసారి విన్నప్పుడు నాకెంతో ఆశ్చర్యంగా అనిపించి వెంటనే కారును రోడ్డు ప్రక్కనే ఆపేసాను. ఆ మాటలు నాకెంతో గొప్పగా అనిపించాయి. నిద్రించకుండా నిద్రావస్థలోఉండే ఆ స్థితి ఎలా ఉంటుందో ఒక్కసారి ఊహించండి. ఆ రెండు స్థితుల కలయిక ఎలా ఉంటుంది? నిద్రించకుండా నిద్రావస్థలో ఉండే ఆ స్థితి ఎంత హాయిగా ఉంటుందో ఊహించగలరా!

ఇతర విషయాలను ప్రక్కన బెట్టి మన ఆంతరంగిక అవసరాలను గుర్తించినప్పుడు మాత్రమే మనము స్వేచ్ఛా జీవులం కాగలము. అప్పుడు బాంధవ్యాల భారం మన భుజస్కంధాలపై నుండి తొలగిపోతుంది. మానవులమైన మనము, దేనినైనా ఉన్నది ఉన్నట్లుగా అనుభూతి పొందగల సామర్థ్యాన్ని కలిగి ఉన్నాము! అది మనల్ని ఏదో సాధించడంలో సమర్థుల్ని చేస్తుందని భావించడం కాదు. ఈ సామర్థ్యం మన దైనందిన జీవితానికి బహుశా విరుద్ధంగా ఉండవచ్చు కానీ మనకు ఆ సమర్థత ఉందని నా భావన. శాంతి మనందరికీ సాధ్యమే! అయితే శాంతిని సృష్టించే ప్రయత్నం చేయకుండా, దానిని యథాతథంగా అనుభూతి పొందాలనే నిర్ణయం స్వయంగా మనమే తీసుకోవాలి.

స్పష్టతను విస్మరించడం

మనలోనే శాంతి ఉన్నది. అయినప్పటికీ చాలామంది ఆ అనుభూతిని పొందలేరు. అది ప్రతి చోటా ఉన్నది, కానీ కనిపించదు. ఒకరకంగా చెప్పాలంటే అది వెలుగు లాంటిది. కిటికీలో నుండి చూస్తే మీకొక గోడ కనిపిస్తుంది. దగ్గరికి వెళ్లి చూస్తే మీకు ఆ గోడలో ఉన్న ఇటుకలు, ఇటుకల మధ్యలో ఉన్న సిమెంట్ కూడా కనిపిస్తుంది. మీరు ఇంకాస్త జాగ్రత్తగా పరిశీలిస్తే ఇటుకలపై వాతావరణ ప్రభావం, వివిధ వస్తువుల నీడలు, అలాగే సూర్యరశ్మి, చంద్రకాంతి, వీధి దీపాల యొక్క కాంతులను కూడా ఆ గోడ ప్రతిబింబిస్తుంది. ఆ గోడపై ఇతర భవన ఉపరితలాల మెరుపు ఛాయలు కూడా కనిపిస్తాయి. కాని మనము ఆ గోడను మాత్రమే చూస్తాము. ఆ

వెలుగును చూడలేము. ఎందుకంటే ప్రకాశం అంతటా ఉన్నది.

ప్రపంచాన్ని ప్రకాశవంతం చేయడానికి మనవైపు నుండి సహజమైన కాంతి అంటూ ఏదీ లేదు - మనలోని ప్రకాశం ఒక అద్భుతం మరియు జీవితాన్ని ప్రసాదించే ఒక కృప. ఆంతరంగిక శాంతికి కూడా అదే మూలం. మన చుట్టూ ఉన్న ప్రపంచంపై ఆ వెలుగు చూపే ప్రభావాన్ని మనము అభినందించవచ్చు. కానీ స్వయాన ఎంతో గొప్పదైన ఆ వెలుగు యొక్క మూలాన్ని కూడా మనము తప్పక అభినందించాలి.

అప్పుడప్పుడూ మనము చేయగలిగిన అతి గొప్ప పని ఏమిటంటే - కేవలం మనం మనలా ఉండడమే. తరచూ మన ధ్యాస ఆంతరంగిక ప్రపంచాన్ని ఆస్వాదించకుండా ఇతర దైనందిన కార్యకలాపాలలో నిమగ్నమై, అందులోనే తలమునకలై ఉంటుంది. మనలోని సత్యాన్ని తెలుసుకోకుండా బాహ్య ప్రపంచంలోని వివిధ అంశాల ప్రభావంతోనే మన జీవితాన్ని గడుపుతూ ఉంటాము. ఆ ప్రకాశం యొక్క ఉనికిలో మనమూ ఒక భాగమేనని గుర్తించి, ముమ్ముందు మనం కూడా ఆ స్థాయికి చేరుకుంటామని గ్రహించగలగాలి. జీవితానికి సంబంధించిన ఈ విధమైన అవగాహన మన అనుభవాలలో మార్పు తెస్తుంది.

కాలాతీతమైన ఈరోజు

మన చిన్ననాటి ఫోటోలను చూసినప్పుడు లేదా మన పిల్లల చిన్నప్పటి ఫోటోలను చూసినప్పుడు గడిచిపోయిన ఆ పాత రోజులను మనము ఒక్కసారిగా నెమరువేసుకుంటాము. మనము పాత స్నేహితులను కలిసినప్పుడు తరచూ ఇలా అంటాము. “ఎంత కాలం గడిచిపోయిందో!” అని. ఆ క్షణంలో మనకు, కాలమనే నది అనంతమైన సాగరం వైపు అతి వేగంతో ప్రవహిస్తున్నట్లు అనిపిస్తుంది.

వేటివలన మన సమయం వృథా అయి ఉంటుందో, ఏవైతే మనకు

భ్రమ కలిగించి ఉంటాయో, వాటి గురించి ఆలోచించినప్పుడు మనం ఎంతో ఆవేదన చెందుతాము. ఇది తరచూ పశ్చాత్తాపానికి మరియు ఆందోళనకు దారితీస్తుంది. అయినా సరే తిరిగి యథావిధిగా మన దైనందిన కార్యకలాపాల్లోనికి తీరిక లేకుండా నిమగ్నమవ్వడం జరుగుతూ ఉంటుంది.

మనము చేయవలసిన పనుల జాబితా, మన సమస్యలు మరియు మన ఆలోచనలు మనపై దండయాత్ర చేయడానికి వస్తున్నప్పుడు, 'సమయం విలువ ఏమిటో నాకు తెలుసా?' అనే ప్రశ్న మనలో తప్పక తలెత్తాలి. ప్రతి శ్వాస విలువేమిటో మనకు తెలియకపోతే, కాలం విలువను మనము ఎలా అర్థం చేసుకోగలము? ప్రస్తుత క్షణం నాకు ముఖ్యమైనది కాకపోతే నిన్నటి రోజు నాకు ఎలా ముఖ్యమవుతుంది? ఈ క్షణం ఎంత ముఖ్యమైనదో నాకు అర్థం కాకపోతే రేపటి రోజు నాకెలా ముఖ్యమవుతుంది?

మనము ఏవిధమైన ప్రణాళికలు వేసుకున్నామన్నది ముఖ్యం కాదు, ఏమి చేస్తున్నామన్నది ముఖ్యం కాదు, భవిష్యత్తులో ఏమి జరగబోతోందో అది కూడా ముఖ్యం కాదు. ఎందుకంటే, వర్తమానం అనే ఈ క్షణంలో మాత్రమే మనము జీవించి ఉండగలము. మనము జీవించి ఉండేది కేవలం వర్తమానంలోనే. మన వయస్సు ఆరు సంవత్సరాలైనా లేక వంద సంవత్సరాలైనా మనమంతా వర్తమానమనే ఈ క్షణంలో జీవిస్తున్నాము. మనము ఇక్కడ ఉంటూ, ఈ క్షణంలో జీవించి ఉండడం చాలా ముఖ్యమనే విషయాన్ని మనలో చాలామంది అంగీకరిస్తారు. కానీ ఇందులోని యథార్థమేమిటో మీకు తెలుసా? ఈ క్షణాన్ని మనము సంపూర్ణంగా అభినందిస్తున్నామా? ఈ క్షణం లభించినందుకు మనము కృతజ్ఞతాభావాన్ని వ్యక్తం చేస్తున్నామా?

సమయం గురించి ఆలోచించడానికి మరొక మార్గం ఉన్నది. కాని, అది మనం అలవాటు పడిన ఆలోచనా విధానానికి పూర్తి భిన్నంగా ఉంటుంది. అందుకే దానిని అర్థం చేసుకోవడం మొదట్లో కాస్త కష్టంగా అనిపించవచ్చు. నేను మీకు అర్థమయ్యేలా చెప్పడానికి ప్రయత్నిస్తాను. అయితే, మనము

దీనిని సాధారణంగా చేసే సమయ నిర్వచనంతో ప్రారంభిద్దాం. అలవాటుగా మనము కాలాన్ని చిన్న - చిన్న భాగాలుగా విభజిస్తాము - 'సంవత్సరాలు, నెలలు, వారాలు, రోజులు, గంటలు, నిమిషాలు, క్షణాలు' అని. వ్యాపారాలు, కార్యకలాపాలన్నీ సమయానుసారంగా నడుస్తాయి. ఉద్యోగులు వాస్తవానికి ఎంత సమయం పాటు పనిచేస్తున్నారో తెలుసుకోవడానికి వారి పనివేళల్ని నిశితంగా పరిశీలిస్తారు. కొన్ని సందర్భాలలో క్షణాల ఆధారంగా పరిగణిస్తారు. ఏదైనా చట్టపరమైన సమస్యతో న్యాయవాది దగ్గరికి వెళ్తే గంటల ఆధారంగా వసూలు చేసే రుసుము బాధ ఏమిటో మీలో కొందరికి సుపరిచితమే అయి ఉంటుంది.

మీ సమయాన్ని ఈ విధంగా విభజించడం పరిపాటే. అయితే కాలం విలువ తెలుసుకోవడానికి మీకు మరి కొన్ని సందర్భాలు కూడా ఉపయోగపడతాయి. మీరు మీ స్నేహితులతో కలిసి రాత్రి విందుకు ఏర్పాట్లు చేసుకున్నప్పుడు లేదా మీరు విమానాశ్రయానికి వెళ్తున్నప్పుడు లేదా ఏదైనా సంగీత కచేరి చూస్తున్నప్పుడు. ఈ వివిధ అనుభవాలలో మనకు సమయం వాస్తవం కంటే భిన్నంగా త్వరగానో లేక నెమ్మదిగానో నడుస్తున్నట్లు అనిపిస్తుంది.

అయితే సమయం గురించి గొప్పగా ఆలోచించడానికి సంబంధించి కాస్త భిన్నమైన దృక్పథం కూడా ఉన్నది. విజ్ఞానం, మతాలు మరియు తత్వశాస్త్రాలు - కాలం అంటే ఏమిటో, దానిని మనము ఎలా అర్థం చేసుకోవాలో రకరకాల వాదనలు వినిపిస్తాయి. నా స్వంత అనుభవంలో లేదా స్థానిక భాషలో చెప్పాలంటే - కాలమనేది అలా ముందుకు సాగిపోతూ ఉంటుంది. ఒకవేళ, ఈరోజు నా కాలు విరిగితే అది ఒక రోజులో తిరిగి అతుక్కోదు. కానీ బహుశా ఆరువారాల్లో సరిచేసుకోవచ్చని నేను దృఢ నమ్మకంతో చెప్పగలను.

కాలానికి సంబంధించి మన దగ్గర మరొక దృష్టికోణం కూడా ఉన్నది. దానిని మనం ఏదైనా అంతర్గత విషయంతో అనుసంధానం కావాలని అనుకున్నప్పుడు ఉపయోగించవచ్చు. మనం ఈ కాలచక్రం లోపలికి

మరియు బయటికి వెళ్ళవచ్చు, కానీ అక్కడికి ఎలా చేరుకోవాలో తెలిసినప్పుడు మాత్రమే అది సాధ్యం! మీరు కాలానికి సంబంధించి "బయటి ప్రపంచంలోని ప్రతి ఒక్క క్షణాన్ని ఒక యూనిట్‌గా, గడిచే క్షణాల సమూహాన్ని ట్రాక్ పై వెళ్తున్న ఒక గూడ్స్ ట్రైన్‌లాగా" భావించవచ్చు! ఆంతరంగిక ప్రపంచంలో ప్రతి ఒక్క క్షణాన్ని మనం సంపూర్ణంగా అనుభూతి పొందవచ్చు - అది శాశ్వతమైనది, అనంతమైనది, కాలానికి అతీతమైనది. శాంతి, శక్తి మరియు ప్రకాశం లాగా అంతర్గతకాలం కూడా తనకు తానుగా ప్రారంభమై తిరిగి అంతమవుతుంది - అది నిరంతరం అక్కడే ఉంటుంది.

మీరు గమనించినట్లైతే అంతర్ముఖమైన ఆ తరుణంలో కాలం ముందుకు సాగిపోతుంటే సమయం నృత్యం చేస్తున్నట్లు అనిపిస్తుంది. అది నేను ఆ మాగ్నోలియా చెట్టు క్రింద కూర్చొని ఉన్నప్పుడు కాలాతీతమైన అనుభూతిని పొందినట్లుగా ఉంటుంది. కాలాతీతమైన ఈరోజును ఆస్వాదించడానికి మీరు పూర్తి స్వేచ్ఛాజీవులు. మిమ్మల్ని మీరు మెరుగు పరచుకోవడానికి లేదా మీలోని సత్యం కోసం, మీరు అన్వేషించాల్సిన పని లేదు. మీరు అన్వేషిస్తున్న అపారమైన ఆ శాంతి మీకు లభ్యమయింది. ఈ అభిప్రాయానికి సంబంధించి సుప్రసిద్ధ ఆంగ్లకవి విలియమ్ బ్లేక్ వ్రాసిన కొన్ని ప్రఖ్యాతి చెందిన వాక్యాలు ఇలా ఉన్నాయి:

ప్రపంచాన్ని, ఒక ఇసుక రేణువులో చూడాలి,
స్వర్గాన్ని, ఒక పువ్వులో గమనించాలి,
ఆ అపరిమితాన్ని పిడికిలిలో బిగించాలి,
చివరగా, అనంతాన్ని ఒక గంటలో.

అనంతమైన దాని గురించి మనము ఆలోచిస్తున్నప్పుడు, ఒక విషయాన్ని తెలుసుకోవడం ఎంతో ముఖ్యం : ఈ క్షణంలో మనము అవధులు లేనంతగా ప్రసన్నం కాగలము, తృప్తి చెందగలము! చాలామంది దుఃఖాలు అధికమై మరణిస్తారు. కానీ సంతోషం అధికమైనదనే కారణంతో ఎవరైనా మరణించారా? రండి, మనము మన హృదయాలను ఆనందంతో

పరవశింపచేద్దాము!

నేతి - నేతి

అనంతమైన దాని గురించి ఆలోచన చేయడం కాస్త గజిబిజిగా మరియు నిరాశ కలిగించేదిలా ఉంటుందని నాకు తెలుసు. దానిని అర్థం చేసుకోవడానికి మనము మన మనస్సును ఉపయోగిస్తాము. కాని దాని గురించి ఆలోచించడం చాలా కష్టం, మన ఊహలకు అంత తేలికగా అందేది కాదు. నా సలహా ఏమిటంటే 'అనంతమైన దానిని మీరు మీ మనస్సుతో అర్థం చేసుకోవద్దు, మీ హృదయంతో ప్రయత్నించి అనుభూతి పొందండి.'

అనంతమైన సమయాన్ని మరి కాస్త మెరుగ్గా అర్థం చేసుకోవడానికి దోహదపడే విషయం ఇక్కడ మరొకటి ఉన్నది. సంస్కృతంలో ఉన్న ఒక కథనం ప్రకారం, ఆ అనుభవము, ఏదైతే వ్యాఖ్యలకు, నిర్వచనాలకు అతీతమైన స్థితిని వ్యక్తపరుస్తుందో, దానిని 'నేతి నేతి' అంటారు. ఈ పదం యొక్క వాస్తవ అర్థం - "ఇది కాదు, ఇది కాదు" అని. "న ఇతి" లేదా 'ఇది కాదు' అనే రెండు పదాల కలయికతో ఏర్పడింది. ఈ పదాన్ని మానవుడు "బ్రహ్మజ్ఞాన జిజ్ఞాసువు" అయినప్పుడు ఉపయోగిస్తాడు. తన పైనున్న తెరలను తొలగిస్తూ "ఇది నేను కాదు, ఇది నేను కాదు, ఇది నేను కాదు" అని "నేను" అనే సారాన్ని స్వయంగా కనుగొనేంత వరకు 'నేతి నేతి' అంటూ తనలో తాను ప్రయాణిస్తాడు. ఈ పుస్తకం ద్వారా మనము చంచలమైన మనస్సును వీడి మనము కోరుకున్నప్పుడల్లా మన అంతరంగంలోనికి ప్రవేశించేందుకై అవసరమైన సామర్థ్యాన్ని పెంపొందించుకునే దిశలో ప్రయాణిస్తాము. తద్వారా స్పష్టమైన రీతిలో మనల్ని మనం అనుభూతి పొందవచ్చు.

ఏదైనా ఒక అద్వితీయమైన అనుభూతి కలిగినప్పుడు దానిని మాటల్లో వర్ణించలేరు. అప్పుడు తాము దేనిని చూసారో, దాని గురించి కూడా

ఏమీ చెప్పలేకపోవచ్చు. ఇదంతా ఎలా ఉంటుందో బహుశా మీకు అర్థమై ఉంటుంది. అనుభవం యొక్క సారాంశాన్ని వివరించడానికి ఉపయోగించే పదాలలో అది ఇమిడేది కాదు. దేనినైనా చక్కగా వ్యక్తపరచడానికి భాష అనేది ఉపయోగపడవచ్చు కానీ మనిషి తన హృదయంలో పొందే అనుభూతిని వ్యక్తం చేయడంలో అది ఎప్పటికీ సహాయపడలేదు.

"నీవు దేని అనుభవాన్ని పొందావో, అది ఇదేనా, ఇది అదేనా?" అని ఏదో ఒక స్వరం మిమ్మల్ని ప్రశ్నిస్తుంది.

"కాదు! అది అలా లేదు, ఇలా లేదు" అని మాత్రమే మీరు అప్పుడు అంటారు.
"మరి, ఆ సమయంలో నీవు ఏమి చేస్తున్నావు?"
"ఏమీ లేదు!"
"నీవు ఏమి ఆలోచిస్తున్నావు?"
"ఏమీ లేదు!"
"మరి, నీకు ఏమి అనుభవం కలిగింది?"
"సమస్తమూ!"

ఏదైనా ఒక అనుభవాన్ని మనము సరళంగా వివరించలేకపోతే అది తప్పక అతి క్లిష్టమై ఉంటుందని సహజంగానే అందరూ భావిస్తారు. అయితే ఆ అనుభూతిని వివరించడానికి చేసే ప్రయత్నం కష్టమవుతుంది కానీ ఆ అనుభవం కాదు. నిజానికి కొన్ని సందర్భాలలో మనం ఏ అనుభవం పొందామో, దానికి సంబంధించిన ఒక స్పష్టమైన పూర్తి చిత్రాన్ని చూపించడానికి బదులుగా మచ్చుకు కొంచెం చూపించగలము. అంతేగాక అప్పుడప్పుడు అనుభవం పొందడమే ప్రధానమవుతుంది, కాని దానిని వ్యక్తం చేయడం కాదు. దీనికి సంబంధించి రూమీ అనే కవి వ్రాసిన ఒక కవితలో ఇలా ఉంటుంది:

మనం జీవన పర్యంతమూ కోరుకునే
స్పర్శ ఏదో ఒకటి ఉంటుంది
ఆత్మ ఈ శరీరాన్ని స్పర్శించాలి!
సముద్రపు నీటిలో చిప్ప నుండి వేరుచేయమని
ముత్యం వేడుకుంటుంది.
కలువ పువ్వు సంపూర్ణ ఉత్సాహంతో
ఓ వెర్రి ప్రేమికుడిని పొందాలని కోరుకుంటుంది.
నేను రాత్రివేళ కిటికీ తెరిచి
చందమామను రమ్మని ఆహ్వానిస్తాను.
తన బింబంలో నా ముఖారవిందాన్ని
స్పర్శించమని అభ్యర్థిస్తాను.
నాలోనికి ఊపిరి రావాలి,
భాష అనే తలుపులు మూసి
ప్రేమ అనే కిటికీ తెరువు
చందమామ తలుపుల నుండి కాక
కేవలం కిటికీనే ఉపయోగిస్తాడు.

నేను డెహ్రాడూన్‌లోని ఆ తోటలోనికి వెళ్లే ముందు ఏదో ఓ అద్భుతమైన అనుభవం కలగబోతోందని ఏమాత్రం ఊహించలేదు. నాకు తెలియకుండానే నేను ప్రతిక్షణాన్ని ఆస్వాదించసాగాను. ఆ తర్వాత నాలో ఒక అద్భుతమైన భావం ఉప్పొంగింది. అంతా చాలా సహజంగా జరిగింది. నేను అలా జరగడాన్ని అనుమతించాను. నా కిటికీని నేను తెరిచి ఉంచాను.

కొన్ని సందర్భాలు ఎలా ఉంటాయంటే, ఉదా: పూదోటలోనికి వెళ్లినప్పుడు అక్కడి మనోహర దృశ్యాలు, పరిమళాలు ఎంతో మందిని ఆకర్షిస్తాయి. తమ వెంట తీసుకెళ్ళిన కత్తెరతో ఆ పువ్వులను కోసుకొని ఇంటికి తెచ్చుకుంటారు. ఆ పని నేనూ చేసాను. ఆ తోటలోని పువ్వులను మరియు సువాసనను మన ఇంటికి తెచ్చుకోవడం సబబుగానే అనిపిస్తుంది. అయితే, అన్ని వేళలా ఈ దృక్పథం పనికి రాదు. కొన్నిసార్లు ఎటువంటి మార్పులు-చేర్పులు

చేయక, ఉన్న సౌందర్యాన్ని యథాతథంగా మనము అభినందించాలి. ఒక ఫ్లవర్ వాజ్‌లో ప్రకృతిని కలిగి ఉండడం ఎంతో గొప్పగా అనిపిస్తుంది కానీ, ప్రకృతిలో సహజంగా కలిసి ఉండడం నిజంగా ఒక అద్భుతమైన, పవిత్రమైన మరియు అద్వితీయమైన అనుభూతి.

వాస్తవం బహిర్గతం కావాలి

ఆంతరంగిక శాంతిని అర్థం చేసుకోవడానికి, మనలోని సహజ సౌందర్యం ప్రస్ఫుటమవడానికి మన మేధాసంపత్తితో నిర్మించుకున్న మన భావాలన్నింటినీ తప్పక తొలగించుకోవాలి. శాంతిని మీరేమీ సృష్టించరు! మీ అంతరంగంలో దానిపై ఉన్న తెరలను తొలగించాలి, అంతే! అంటే, అనవసరమైనవన్నీ తొలగిపోయేలా చేసుకోవాలి.

ఏదో రహస్యాన్ని ఛేధించాలని చాలామంది చెప్తుంటారు. కానీ మనం అన్వేషిస్తున్న ఆ రహస్యం ఇదే! మన సహజ స్వరూపాన్ని సంపూర్ణ సరళత్వంతో చూడడానికి, అర్థం చేసుకోవడానికి మరియు అనుభూతి పొందడానికి, అనవసరమైన వాటన్నింటిని తొలగించుకోవాలి. ఆంటోయిన్ డి సెయింట్-ఎక్సుపెరీ అనే ఒక ఫ్రెంచ్ రచయిత పరిపూర్ణత యొక్క గొప్పదనాన్ని ఈ విధంగా వ్యక్తపరచాడు - "పరిపూర్ణత అంటే అందులో కలపడానికి ఏమీ లేకపోవడం కాదు, అందులో నుండి తీసివేయడానికి ఏమీ లేకపోవడం."

మీకు ఇష్టమైన చొక్కా లేదా డ్రస్ గురించి ఒక్కసారి ఆలోచించండి. మీరు దాని గురించి మనసులో ఆలోచించి బీరువా దగ్గరికి వెళ్లి దానిని బయటికి తీసి మంచంపై పెడతారు. దానికి సంబంధించిన ఒక మంచి ఊహాచిత్రాన్ని మీ మనసులో చిత్రీకరించుకుంటారు. కానీ ఎంతో ఇష్టంగా మీరు వేసుకున్న ఆ డ్రస్ కొంతసమయం తర్వాత మాసిపోతుంది. మీరు ఏ పని చేసినా లేదా ఏ ఆట ఆడుతున్నా, ప్రయాణం చేస్తున్నా, పరిగెడుతున్నా, ఏదైనా తింటున్నా - చివరికి ఆ చొక్కా మాసిపోతుంది. ఆ తర్వాత దానిని మీరు

శుభ్రపరుస్తారు. శుభ్రపరచడం అనే ప్రక్రియ ఎలాంటిది? చాలా తేలిక! మీరు అప్పుడు కేవలం దానిపైనున్న మురికి తొలగిస్తారంతే! పరిశుభ్రతను వేరెక్కడి నుంచో తెచ్చి అందులో కలపరు. అవసరంలేని వాటిని తొలగించి, అవసరమైన దానిని యథాతథంగా ఉంచితే అదే పరిశుభ్రమైన వస్త్రం. మీలో ఉన్న శాంతిని కనుగొనడానికి కూడా ఇదే మార్గం. మీ లోపలికి శాంతిని తెచ్చి కలుపుకోరు, అదిగాక మిగతావి ఏవైతే మీలోపల ఉన్నాయో వాటిని తొలగిస్తారంతే! వర్తమాన క్షణంలో మీ అసలైన స్వరూపానికి వన్నె తెచ్చేందుకు దోహదపడేదే ఆత్మజ్ఞానము!

మైఖేలాంజెలో అనే ప్రఖ్యాత శిల్పి చెక్కిన ఒక గొప్ప విగ్రహానికి సంబంధించిన రహస్యం ఒకటి నాకు ఈ సందర్భంగా గుర్తొస్తున్నది. "మీరు డేవిడ్ విగ్రహాన్ని ఇంత చక్కగా ఎలా చెక్కగలిగారు?" అని ఎవరో అతన్ని అడగగా, "నేను కేవలం విగ్రహం చుట్టూ, డేవిడ్‌లాగా కనిపించకుండా చేస్తున్న ఆ భాగాన్నంతా తొలగించానంతే!" అని బదులిచ్చాడు.

ఆత్మజ్ఞాన మార్గాన్ని మీరు అనుసరించినట్లయితే మిగతా వాటన్నింటిని ప్రక్కన ఉంచి మీపై మీరు దృష్టి సారించడం ప్రారంభిస్తారు. అప్పుడు మీరు స్థిరంగా ఉంటారు. మన జీవితంలో ఇతరులు ప్రాముఖ్యమైనప్పుడు మనపై మనము చాలా అరుదుగా దృష్టిపెడతాము. ఆ అలజడి మన జీవితాలపై తన ఆధిపత్యాన్ని సాగించడం ప్రారంభించినప్పుడు ఇలానే జరుగుతుంది. కనుక ఆ అలజడిని మనం విస్మరించాలి.

మన దృష్టిని ఏమార్చే వాటన్నింటి నుంచి వైదొలగి నిశ్చలంగా ఉండే ఆ స్థితి ఎలా ఉంటుందో మీరు ఊహించగలరా? బాహ్యంగా ఉన్న మీ శరీరం తప్పకుండా మార్పు చెందుతుంది. కానీ బయటి సంఘటనలతో, ఇతరులెవ్వరితో సంబంధం లేనిది మీ లోపల ఒకటుంది. అదే కాలాతీతమైన నీవు!

శూన్యం నుండి అనంతం వరకు

మనకు అవసరం లేని వాటిని మనం ఎలా తొలగించుకోవాలి? ఆ అలజడిని మనం ఎలా విస్మరించగలము? ఈ ప్రశ్నలకు నా సమాధానం: మీ లోపల ఉత్పన్నమయ్యే ప్రతికూల భావాలపై దృష్టి పెట్టడానికి బదులు సానుకూలమైన వాటిని బలోపేతం చేయండి.

ఉండడం మరియు ఉండకపోవడమనేది ఈ విశ్వమంతటా ఎప్పుడూ జరుగుతూనే ఉంటుంది. మనము రెండింటినీ గుర్తించగలము, కానీ మన జీవిత విషయానికొస్తే, ఎల్లప్పుడూ మనతోనే ఉండే అత్యంత శక్తివంతమైన వాటినే ఎంచుకోవాలి. నా అనుభవంలో - మనము లేనిదానిని మార్చడానికి ప్రయత్నించడం కంటే ఉన్నదానిని ప్రోత్సహించడం చాలా ఉత్తమం! మనలో ఎప్పుడైతే ధైర్యం కొరవడుతుందో, అప్పుడు భయం తాండవం చేస్తుంది. భయంతో పోరాడడానికి ఉత్తమమైన మార్గం ఏమిటి? మనలోని ధైర్యాన్ని వెలికి తీసి మరొకసారి దానిని ప్రదర్శించాలి. మీరు స్పష్టతతో సన్నిహితంగా లేకపోతే సందిగ్ధతే నెలకొంటుంది. మీ స్పష్టతను ఉపయోగిస్తూ సందిగ్ధతను తొలగించుకోగలరు. మీరు నేరాలను ఎలా రూపుమాపగలరు? ముందుగా మీతో మీరు ప్రారంభించి, ఆ తర్వాత ఒక చైతన్యవంతమైన జీవితాన్ని జీవిస్తూ పది మందికి సహాయపడండి. చీకటి పటాపంచలు కావాలంటే ప్రకాశాన్ని ఆహ్వానించండి.

మీకు గుర్తుందా - స్కూల్లో టీచర్ రాగానే "అందరూ వచ్చారా?" అని అడుగుతారు. ఇది విని నాకు ఎప్పుడూ నవ్వు వచ్చేది. ఎందుకంటే, అక్కడ లేనివారు, "మేము ఇక్కడ లేము" అని వచ్చి చెప్పలేరు కదా! కనుక, అక్కడ ఉన్నవారితోనే మనం కలిసి పని చేయగలము. మనము ద్వేషాన్ని తొలగించుకోలేము. ఒకవేళ మనము ద్వేషాన్ని తొలగిస్తే ఆ స్థానం ఖాళీగా ఉండిపోతుంది. మరి, ఈ ప్రకృతిలో ఖాళీస్థలం ఉంటే, అది ఏదో ఒక దానితో నిండిపోతుంది. అందుకు బదులుగా మనము ప్రేమను ఎంచుకోవాలి. ప్రేమ లేకపోతే అక్కడ ఒక ఖాళీ స్థలం ఏర్పడుతుంది. వెను

వెంటనే అది ద్వేషంతో నిండిపోతుంది. ప్రేమను బహిర్గతం చేసినట్లయితే తనకు తానుగానే ద్వేషం అదృశ్యమవుతుంది.

నేలపై ఉండే ఒక గొయ్యి గురించి మీరు ఆలోచించినప్పుడు, అక్కడ అది ఉన్నట్లా లేక లేనట్లా? దానికంటూ ఒక స్వంత ఆకారం కలిగి ఉంటుందా? లేక వేరేదో లేకపోవడం వలన అది అక్కడ అలా ఉన్నదా? వేరే ఏదో లేనందువల్ల మాత్రమే అక్కడ గొయ్యి ఏర్పడి ఉంటుంది. గొయ్యిని మీరు ఒక ప్రదేశం నుండి మరొక ప్రదేశానికి తరలించలేరు. అవునా? గొయ్యికి సంబంధించిన ఈ నా అభిప్రాయాన్ని మీతో ఎందుకు పంచుకుంటున్నానంటే, మనలో ఏదో ఉన్నప్పటి స్థితి మరియు ఏమీ లేనప్పటి ఆ స్థితిని అర్థం చేసుకోవడంలో మీకు సహాయపడుతుందని. కొన్ని వాక్యాలను చూడండి-

దుఃఖమంటే ఏమిటి? సుఖం లేకపోవడం.
భ్రమ అంటే ఏమిటి? స్పష్టత లేకపోవడం.
చీకటి అంటే ఏమిటి? ప్రకాశం లేకపోవడం.
యుద్ధమంటే ఏమిటి? శాంతి లేకపోవడం.

యుద్ధం అంటే అదొక గొయ్యితో సమానం, అదొక వెలితి, ఒక నిరాకరణ. మరి, మనం ఈ పోరాటాలను ఎలా రూపుమాపగలము? ఆ గొయ్యిని దేనితోనైనా నింపడం వలన. మరి అలా నింపగలిగిన, అన్నిటికంటే గొప్పదైనది ఏమిటి? అదే శాంతి. ఆ శాంతిని కూడా మనము ఎక్కడ కనుగొనగలము? ప్రతి మనిషిలో! యుద్ధమనే గొయ్యిని మనము ఎక్కడ కనుగొంటాము? ప్రతి మనిషిలో!

సరళమైన సుమధుర సంగీతం

ఒకసారి నేను వియన్నాలో, ఒక శాస్త్రీయ సంగీత కార్యక్రమానికి వెళ్లాను. ఆ హాలంతా క్రిక్కిరిసిపోయింది. అక్కడికి వచ్చిన వారంతా ఎంతో ఉత్సాహంతో పరస్పరం మాట్లాడుకుంటూ ఉండడం వలన

హాలంతా కోలాహలంగా ఉంది. సంగీతకారులు వేదికపైకి వచ్చి అన్నీ సిద్ధం చేసుకోవడం మొదలు పెట్టారు. కాని ప్రేక్షకుల కోలాహలం ఇంకా పెరిగిపోయింది, కొందరు తమ సీట్లలో కూర్చోవడానికి చివరి నిమిషంలో వస్తుంటే వాళ్లకు దారి ఇవ్వడానికి ఇతరులు లేచి మళ్లీ కూర్చోవలసి వస్తోంది. అంతా చాలా గందరగోళ వాతావరణం నెలకొనడంతో నాకు అంత సరిగా అనిపించలేదు. నా మనసులో ఏదో తెలియని అసహనం కలిగింది. లేచి బయటికి వెళ్లిపోవాలని అనిపించింది. కానీ అతికష్టం మీద టికెట్ దొరికిందని గుర్తొచ్చింది!

ఇంతలో ఒక్కసారిగా ఆ సంగీతకారుల సన్నాహాలన్నీ ఆగిపోయాయి. సంగీత దర్శకుడు బయటికి వచ్చాడు. అందరూ గట్టిగా చప్పట్లు కొట్టారు, ఆపై అంతా నిశ్శబ్దం అయిపోయి, ఒక ప్రశాంత వాతావరణం ఏర్పడింది. సంగీతాన్ని నిర్వహిస్తున్న ఆ వ్యక్తి చేతిలో ఉన్న కర్రను గాలిలో పైకెత్తి పట్టుకోగానే సంగీత కార్యక్రమం ప్రారంభమయింది. ప్రారంభంలో నెలకొన్న ఆ నిశ్శబ్ద వాతావరణం వలన ప్రతి ఒక్క తీగ నుండి వచ్చే ధ్వని మరియు వ్రేళ్ళ కదలికలు కూడా చక్కగా వినిపించాయి. ఆ కార్యక్రమం నాకొక అద్భుతమైన, మధురానుభూతిని మిగిల్చింది.

అనేకసార్లు మనలో కూడా ఈ విధంగా జరుగుతూ ఉంటుంది. మన హృదయంలో కూడా ఒక సంగీత కార్యక్రమం జరుగుతోంది. కొందరిలో సన్నాహాలు చేసుకోవడానికి, కోలాహలభరితమైన ఆ స్థితి శాంతపడడానికి కొన్ని ఏళ్ళు పడుతుంది. మరికొందరికి, కర్రపైకి లేపగానే ప్రశాంతత నెలకొంటుంది. ఆపై మధుర సంగీతం ప్రారంభమవుతుంది. కోలాహలం, శాంతి మరియు సంగీతం - ఇవన్నీ మనలోనే ఉన్నాయి.

కొన్ని సందర్భాలలో, ఆ స్థితిలో వెలువడే ఆ స్వరం నృత్యం చేసేందుకు మనల్ని ప్రేరేపిస్తుంది. ఆ ఒక్క స్వరం, మిగతా స్వరాలకంటే జీవితంలో అత్యంత శక్తివంతమైనదిగా మారి, మన నలువైపులా మారుమ్రోగుతూ ఉంటుంది. ఆత్మజ్ఞానం ద్వారా మన హృదయంలోని అసలైన ఆ

స్వరానుభూతిని మనము పొందడమే గాక ఆ సమయాన్ని కూడా మనము స్వీకరిస్తాము. దానిపై దృష్టి కేంద్రీకరించడం వలన ఒక గొప్ప అనుభూతి కలిగి, మిగతావన్నీ ప్రక్కకు తొలగిపోయి ప్రతీదీ ప్రశాంతంగా మారిపోతుంది. అప్పుడు మన హృదయంలో ఒక సుమధుర సంగీతం ప్రారంభమవుతుంది. ఆ స్థితిలో మిమ్మల్ని మీరు ఆలకించగలుగుతారు.

వైరాగ్యము, ఆకాంక్ష మరియు ఎంపిక

మన చుట్టూ ఉన్న ఈ ప్రపంచంపై మనము పూర్తి వైరాగ్యంతో ఉండాలని అనుకోమంటారా? అనే ఈ ప్రశ్న నన్ను చాలామంది తరచూ అడుగుతుంటారు. ఈ విషయంపై నా దృక్పథం చాలా సరళమైనది: మీరు నూటికి నూరు పాళ్ళు వైరాగ్యంతో ఉండలేరు. దైనందిన జీవితంలో ఎటువంటి ఆటుపోట్లు లేకుండా జీవిస్తున్నామని ఎవరైనా మీతో చెబుతున్నారంటే దానర్థం వాళ్ళు భ్రమలో ఉన్నట్లు!

ఆత్మజ్ఞానం మనల్ని నిస్తేజంగా చేసి వాస్తవికతకు దూరంగా ఊహకందని ఉనికి లేని చోటికి కొనిపోతుందేమోనని కొందరు ఆందోళన చెందుతారు. కానీ ఇది నిజం కాదు. మనకు సంతృప్తి కలిగిన తరువాత ఒకే చోట పాతుకుపోయిన ఒక కాయగూరలా మారిపోతామా? (బహుశా ఒక బంగాళదుంపలా లేదా ముల్లంగిలా) బంగాళదుంపలా లేదా ముల్లంగి లాగా మన మెదడులో ఏ విధమైన ఆసక్తిగాని, ఏవిధమైన ఆకాంక్షగాని లేకుండా పోతుందా? అలాంటిది ఏమీ లేదు! బుద్ధభగవానుడి జీవిత విశేషాలకు సంబంధించి అనేక కథలు నేను చదివాను. ఆయనకు జ్ఞానోదయమైన తర్వాత ఆయనలో అతి ప్రబలమైన ఒక ఆకాంక్ష జనించింది - శాంతి సందేశాన్ని అంతటా వ్యాపింపజేయాలని. ఆత్మజ్ఞానానికి సంబంధించిన ఒక విషయాన్ని నేను మీకు స్పష్టం చేస్తాను. ఆత్మజ్ఞానమనేది మన బాహ్యావ్యక్తిత్వానికి సంబంధించినది కాదు. అలాగే, జీవితంలో ఎటువంటి సమస్యలు లేకుండా చేయదు, లేదా మనల్ని పరిపూర్ణమానవునిగా మార్చదు. అది మనలో ఉన్న దానిని గుర్తించడానికి అవసరమైన స్పష్టతను

మనకు కలిగిస్తుంది. మనం ఎప్పుడు పుట్టామో, ఎప్పుడు పోతామో ఈ విషయం మన చేతిలో ఉండేది కాదు. ఆ రెండూ కాకుండా మిగతా ప్రతీదీ మన చేతిలో ఉంటుందని గ్రహించండి.

ప్రతికూల పరిస్థితుల్లో సైతం మన దారిని జాగ్రత్తగా ఎంపిక చేసుకునే అవకాశం ఎల్లప్పుడూ మనకు ఉంటుందని గుర్తించడం స్పృహతో జీవించడంలో ఒక భాగం. మనం ఎంపిక చేసుకోగలమనే విషయాన్ని గుర్తించనప్పుడు, ఎంపిక చేసుకోవాలనే విషయాన్ని మనం ఎంపిక చేసుకోనప్పుడు మనము స్పృహతో జీవించలేము. ఒక వ్యక్తిలోని అజ్ఞానం మరొక వ్యక్తిని కూడా అజ్ఞానంవైపు కొనిపోతుంది, అలా ఈ అజ్ఞాన చక్రం సదా కొనసాగుతూనే పోతుంది. దాని పర్యవసానాలు కూడా అలాగే ఉంటాయి. మరొక వైపు, ఎంపిక చేసుకోగలిగే ఆ అవకాశాల విషయంలో అవగాహన కలిగి ఉంటే, వాటిని మనము చైతన్యవంతంగా ఎంపిక చేసుకుని సంతృప్తిగా ఉండగలము. 5వ అధ్యాయంలో ఈ విషయం గురించి నేను తిరిగి మీకు వివరంగా చెప్తాను.

మన చింతలను అధిగమించడం

మన చింతలన్నీ తొలగిపోతే మనకు శాంతి లభిస్తుందనే ఆలోచన ఎంతో ఉత్సాహాన్ని కలిగిస్తుంది. నేను కేవలం నా స్వంత అనుభవంతో మాత్రమే ఏదైనా చెప్పగలను: నేను ఆహారం గురించి ఆలోచించడం మానేసినంత మాత్రాన నా ఆకలి తీరుతుందా? లేదు! 'ఆహారం గురించి మీరు ఆలోచించడం మానండి' అని ఎవరైనా నాతో చెబితే అంతటితో నా ఆకలి తీరుతుందా? లేదు!

జీవించి ఉన్నంత కాలం మీరు ఏదో ఒక విషయంలో కలత చెందుతూనే ఉంటారు. కొన్ని సార్లు తక్కువగా, కొన్నిసార్లు చాలా ఎక్కువగా! అయితే ఒకవేళ మీకు అవకాశం ఉండి, చంచలమైన ఈ మనస్సును దాటి ప్రశాంతమైన హృదయంవైపు వెళ్లాలనే నిర్ణయం మీరు తీసుకున్నట్లయితే,

దాని వలన మీకు ఎంతో ప్రయోజనం చేకూరుతుందని గ్రహించండి.

అనేకమంది తమ చింతల నుండి విముక్తిని కలిగించే స్థానాల అన్వేషణలో ప్రపంచంలోని నలుమూలలకు వెళ్లినవారు నాకు తెలుసు. దానివలన ఏమవుతుంది? చివరికి ఏమి జరిగిందంటే, వాళ్లు ఒక కుర్చీలో స్థిరపడ్డారు. ఆ స్థితిలో కళ్ళు మూసుకొని ఇలా ఆలోచిస్తారు- "ఎట్టకేలకు నేను ఇక్కడికి వచ్చాను. ఇప్పుడు నేను, నిజంగా హాయిగా ప్రశాంతతను పొందగలను" అని. అది కూడా ఒకటి, రెండు క్షణాల పాటు అనిపిస్తుందంతే.

ఆ తర్వాత ఎక్కడో ఒకచోట కీటకాల శబ్దాలు వినడం ప్రారంభిస్తారు లేదా చెట్లపై వీచే గాలిని లేదా ఒడ్డున ఎగసిపడే అలలను లేదా అడవిలో ఎక్కడో దూరంగా పాడే పక్షిగానాన్ని వింటారు. వెంటనే ఇల్లు గుర్తొస్తుంది, ఇంటిపైకి గాలి మళ్ళుతుంది. ఏయిర్ పోర్ట్‌లో ఆపి ఉంచిన సామాన్లన్నీ తిరిగి వచ్చినట్లుగా అన్నీ తిరిగి దాడి చేస్తాయి!

ఈ విధంగా ప్రతి వ్యక్తి నిరంతరం తన నుండి తాను దూరంగా పారిపోవడానికి ప్రయత్నిస్తాడు - కానీ తన నుండి తాను ఎంత దూరం వెళ్ళగలడు? ఎంతవరకు పరుగెత్తగలడు? లోలోపల అశాంతిగా ఉన్నప్పుడు ప్రకృతి సౌందర్యం కూడా మనకు చికాకుగా అనిపిస్తుంది. మనము మన లోపలి ఆ స్వగృహంలో ఉన్నప్పుడు దాదాపుగా ప్రతి ఒక్కటి శ్రావ్యంగా ఉంటుంది. మన చింతలనే ఆ అలజడికి పరిష్కారం దొరకనంతవరకు, ఆ చింతలన్నీ మనతోపాటు నిర్విరామంగా ప్రయాణాన్ని కొనసాగిస్తాయి. అంతర్గత శాంతివైపు కొనిపోగల ఆత్మజ్ఞానమార్గాన్ని మనం ఏ క్షణమైనా ఎంపిక చేసుకోగలమని తెలుసుకోవడంలోనే మన ఆత్మరక్షణ దాగి ఉంటుంది.

కబీర్‌దాసు గారు ఏమంటారంటే - "మీరు చింతన చేయాలని అనుకుంటే సత్యాన్ని చింతన చేయండి, అసలైన ఆనందం గురించి చింతన చేయండి. మీ జీవితంలో శాంతి చేకూరాలనే విషయంపై చింతన చేయండి." అంటే,

సానుకూల విషయాలను ఎంపిక చేసుకొని మీ జీవితంలోని ఆందోళనలకు దూరంగా ఉండండి.

మీ హృదయాన్ని ఆలకించండి

నాకు ఆత్మజ్ఞానమనేది 'మనస్సుతో హృదయాన్ని పరిపూర్ణం చేసుకొని ఆ తర్వాత శాంతిని అనుభూతి పొందే వరకు చేసే ఒక వినూత్నమైన ప్రక్రియ.' ఇదంతా రాకెట్‌ను ఆకాశంలోనికి పంపడం లాంటిది. మనస్సుతో పనిచేయడమంటే - మనస్సును శాంతింపజేసి ధ్యాసను కేంద్రీకరించడం. అంటే దానర్థం - రాకెట్‌ను లాంచింగ్ ప్యాడ్‌పైకి తీసుకురావడం. అప్పుడు మనం మిగతా వాటన్నింటిని అక్కడే వదిలేస్తాము, మన దృష్టిని కేంద్రీకరిస్తాము, ఎగరడానికి సిద్ధమవుతాము. హృదయాన్ని పరిపూర్ణం చేసుకోవడం అంటే పూర్తిగా అంతర్ముఖం అవడం. తద్వార అద్భుతమైన అనుభూతిని పొందుతూ భువి నుంచి పైకి ఎగరడం ప్రారంభించినట్లు. భూమి యొక్క గురుత్వాకర్షణ శక్తి నుంచి బయటికి వెళ్తున్నప్పుడు మన హృదయంలో కలిగే ఆ అనుభూతే - ప్రశాంతత! ఆ తర్వాత రాకెట్‌ను తీసుకెళ్లే ఆ పరికరం క్రింద పడిపోతుంది. అప్పుడు మనము కాలము మరియు అంతరిక్ష కక్ష్యకు వెలుపల, మనలోని విశాల విశ్వంలో పరిభ్రమిస్తూ ఉంటాము.

పరిపూర్ణ ఆనందాన్ని అందించగలిగే ప్రదేశం నాలోని నా హృదయమే! అక్కడ మిగతావేవీ ఉండవు, కేవలం ఆనందం మాత్రమే ఉంటుంది. నా హృదయంలో మహాసముద్రాలున్నాయి. వాటిలో నేను చేసే ప్రయాణం ఎక్కడికో చేరుకోవాలని కాదు, ఆ సముద్రయానమే అద్భుతమైనది కాబట్టి. భ్రమల్లో సతమతమవుతున్న స్థితిలో కూడా స్పష్టతను కనుగొని ధైర్యం అందించగల ప్రదేశం మన హృదయమే; ఆ స్పష్టతలో కలిగే ఆనందానుభూతిని మనము పొందగలము. నా హృదయం తృప్తి చెందినప్పుడు నేను స్వర్గంలో ఉంటాను. ఈ మనుగడ యెడల కృతజ్ఞతాభావంతో నా హృదయం పరిపూర్ణమైనప్పుడు నేను నిజంగా

జీవిస్తున్నట్లు అనిపిస్తుంది. డెహ్రాడూన్‌లో ఆ అందమైన శుభోదయాన నేను మమేకమైనది కూడా అలాంటి అనుభూతిలోనే!

నిజంగా మనం మన హృదయంతో మమేకమయ్యామో, లేదో స్వయంగా మనమే నిర్ధారించుకోవాలి. అంతేగాని, 'బహుశా మన హృదయం కోరుకునేది దీనినే' అని మన మనస్సు ఆలోచించడం కాదు. స్థిరంలేని ఈ మనస్సు ఎప్పుడూ ప్రతిదానికీ అడ్డుపడుతుంది, ప్రతి దానిని తనదైన రీతిలో అభివర్ణించడానికి ప్రయత్నిస్తుంది. లౌకికంగా మునుముందు ఏం జరగబోతుందో పరిశీలించడం మానుకోవడం మనస్సుకు చాలా కష్టంగా ఉంటుంది. మీ హృదయానికి సంబంధించి మీ మనస్సు యొక్క అవగాహన కేవలం ఈ విధంగానే ఉన్నట్లయితే దానివలన అలజడి ఇంకా అధికమైపోతుంది. దేని అనుభూతిని పొందాలో చెప్పడానికి లేదా వివరించడానికి హృదయం ఉండదు. మన హృదయం కేవలం తన భావాలను సరళమైన రీతిలో వ్యక్తపరుస్తుంది.

ప్రశాంతంగా ఉండడం వలన మాత్రమే మనము మన ప్రాధాన్యతలను ఎంతో స్పష్టంగా గుర్తించగలము మరియు సాధ్యమైనంత వరకు ఉత్తమమైన మార్గంలో మన దృష్టిని కేంద్రీకరించగలము. మన హృదయంలో శాంతిని అనుభూతిని పొందినప్పుడు మాత్రమే మనల్ని మనం సరైన రీతిలో తెలుసుకోగలము. నమ్మకానికి, తెలుసుకోవడానికి మధ్యగల వ్యత్యాసాన్ని అర్థం చేసుకునేందుకు మన దృష్టిని కేంద్రీకరించడానికి ఇదే ఉత్తమ సమయం.

4వ అధ్యాయం

నమ్మకానికి,తెలుసుకోవడానికి మధ్య వ్యత్యాసాన్ని నేర్చుకోవాలి

మన ఆలోచనా విధానం మన జీవన శైలిపై శక్తివంతమైన ప్రభావాన్ని చూపుతుంది. మన మేథాశక్తిని ఉపయోగించి ముమ్ముందు ఎదుర్కోబోయే సవాళ్లను మరియు అవకాశాలను అర్థం చేసుకొని సరైన నిర్ణయాలను తీసుకోగలము. అదే సమయంలో మన సమిష్టి తెలివితేటల వలన మానవుల పరస్పర ప్రయోజనాల నిమిత్తం ఈ ప్రపంచాన్ని తీర్చిదిద్దేందుకు కూడా అది తప్పక తోడ్పడగలదు. సగటు మానవ జీవన ప్రమాణాల పెరుగుదలే ఇందుకు ఒక చక్కని ఉదాహరణగా చెప్పుకోవచ్చు.

కాబట్టి మన మేథాశక్తిని ప్రశంసించాలి, కానీ ఆలోచనలకు ఉన్నటువంటి పరిమితులను గమనించడం కూడా చాలా ముఖ్యం. మనము అనేకరకాలుగా ఈ ప్రపంచంతో సంభాషిస్తూ ఉంటాము. అయినప్పటికీ, ఈనాటి ఆధునిక సమాజంలో మనుష్యుల స్వంత ఆలోచనాసరళి వారి జీవన విధానంపై తరచూ ఆధిపత్యం చలాయిస్తుంది. కొందరు ఎలా ఉంటారంటే, తమకు ఏది ఎదురైనా సరే తమ నమ్మకాలతో ఒక మూసను తయారుచేసుకొని అందులోనే అన్నింటినీ నింపుకోవడానికి ప్రయత్నిస్తూ ఉంటారు. కానీ ఈ మనుగడ యొక్క ప్రవాహాన్ని మరియు గొప్పదనాన్ని, జీవితంలోని చిక్కులు

మరియు ఆందోళనలకు స్పందించడానికి ఇది ఒక సరళమైన మార్గంలా అనిపించడం లేదు.

మన లోపలి ప్రపంచానికి మరియు ఈ బాహ్య ప్రపంచానికి మధ్య అనుబంధం ఏర్పరచుకొని ఉండడానికి మరొక సంతృప్తికరమైన మార్గం ఉందని నేను భావిస్తున్నాను. నా ఉద్దేశ్యంలో మనిషికి అన్నిటికంటే గొప్ప మధురానుభూతి కలిగేది ఎప్పుడంటే - మనస్సుతో క్రొత్తదనాన్ని అంగీకరిస్తూ, ఆంతరిక ప్రపంచంపై దృష్టి కేంద్రీకృతమై ఉన్నప్పుడు. ఈ విధంగా మన మనస్సు ఏ మార్పుకైనా సిద్ధంగా ఉన్న స్థితిలో కూడా మన హృదయమేమో మన నిజతత్వంతో మమేకమై ఉంటుంది. ఆత్మజ్ఞానం ద్వారా, మనలోపల జరుగుతున్న దానిపై దృష్టిపెట్టడం ప్రారంభించగలుగుతాము; ప్రపంచాన్ని ఏమాత్రం విస్మరించకుండా! అంతేగాక, నమ్మడంతోపాటు తెలుసుకోవడాన్ని కూడా కలుపుకొని నిజంగా ఏది ముఖ్యమైనదో గుర్తించగలుగుతాము. ఆలోచనలే అన్నిటికంటే ఎంతో గొప్పవని పరిగణించే సమయంలో, స్పృహలో ఉంటూ సమతుల్యంగా ఉండడం చాలా ముఖ్యం.

ఆలోచనల పరిమితులను కనుగొనుట

మన జీవితానుభవాలపై, మన మనస్సు ఆధిపత్యం చలాయిస్తే ఎదురయ్యే సమస్యలేమిటి? ఎందుకంటే, 'మనం ఎవరు?' అనే అతి ముఖ్యమైన విషయాన్ని వివరించడానికి మరియు వ్యక్తం చేయడానికి ఈ ఆలోచనలు మరియు నమ్మకాలనేవి తరచూ కొట్టుమిట్టాడుతూ ఉంటాయి.

ఒక దృశ్యాన్ని ఊహించుకోండి : ఈ ప్రపంచంలో మీరు అందరికంటే ఎక్కువ ఇష్టపడే ఒక వ్యక్తి ప్రక్కన కూర్చొని, "నన్ను నీవు ప్రేమిస్తున్నావా?" అని అడిగితే, అప్పుడు ఆ వ్యక్తి, "అలా అని నేను అనుకుంటున్నాను" అని అంటే ఎలా ఉంటుంది? ఆ వ్యక్తి మిమ్మల్ని ప్రేమిస్తున్నానని అనుకుంటున్నాడా? లేదా, ఒకవేళ ఆ వ్యక్తి, "అలా అని నేను నమ్ముతున్నాను" అని అంటే!

మిమ్మల్ని ప్రేమిస్తున్నట్లు నమ్ముతున్నాడా? దానికంటే, 'ప్రేమించడం లేదు' అనడం ఉత్తమం. మీరు కూడా ఎవరినైనా ప్రేమిస్తున్నారో లేదో మీకే స్వయంగా తెలుస్తుంది. అది నమ్మేదో లేక అనుకునేదో కాదు.

ఆలోచనల పరిమితిని తెలియజెప్పే సాధారణమైన ప్రశ్న ఇక్కడ మరొకటి కూడా ఉన్నది: "నువ్వు ఎవరు?" అనే ఈ సాధారణ ప్రశ్నకు సమాధానం చెప్పడానికి జనాలు తడబడతారు. ఎందుకంటే ఈ ప్రశ్న వారి నమ్మకాలను దాటి అనుభవంలోనికి వెళ్ళమని చెప్తుంది. మన పేరు, వయస్సు, లింగం, వృత్తి, వైవాహిక స్థితి మరియు మనకు ఇష్టమైన రంగు మొదలైనవన్నీ చెప్పి దీనికి ఒక అర్థవంతమైన సమాధానం చెప్పలేము. తర్క వితర్కాలతో మరియు సిద్ధాంతాలతో కూడా దీనికి అర్థవంతమైన సమాధానం చెప్పలేము. మీతో మీకు అంతర్గతంగా, స్పష్టంగా ఉన్న ఒక అనుబంధమిది, పదజాలాలతో దీనికి ప్రతిస్పందించాల్సిన అవసరం లేదు. మీకు అది తెలిసి ఉండాలి.

వేదాంతతత్వానికి అంతర్జాతీయ ప్రతినిధిగా వ్యవహరించిన భారతదేశానికి చెందిన స్వామి వివేకానంద ఒకసారి ఇలా అన్నారు: "గుడ్డిగా నమ్మడమంటే మన ఆత్మను మనం కించపరుచుకోవడమే. మీరు కావాలనుకుంటే నాస్తికులుగా ఉండండి, కానీ ప్రశ్నించకుండా దేనినీ నమ్మవద్దు." నమ్మడమనేది పాక్షికంగా ప్రజాదరణ పొందింది. ఎందుకంటే వేరెవరో మనకోసం ముందే తగినంత హోంవర్క్ చేసి ఉంటారు కాబట్టి. గుడ్డి నమ్మకం వలన కలిగే పరిణామాలను మనము అర్థం చేసుకోవడం లేదని కాదు, తెలుసుకోవడం కంటే అది మనకెంతో సులువుగా అనిపిస్తుందంతే! కానీ తెలుసుకోవడమన్నది మరీ అంత కష్టమేమీ కాదు, ఇదంతా మిమ్మల్ని మీరు తెలుసుకోవడానికి సంబంధించినది; వేరెవరినో లేదా వేరొకదానిని తెలుసుకోవడానికి సంబంధించినది కాదు.

అంతర్గత విశ్వం

"నిన్ను నీవు తెలుసుకో!" అని సోక్రటీస్ అన్నప్పుడు, నీ అంతరాంతర

విశ్వాన్ని అనుభవం పొందడానికి అదొక ఆహ్వానం లాంటిది. నిన్ను నీవు తెలుసుకోగలిగిన నీలోని ఆ స్థానానికి నీవు చేరుకున్నప్పుడు ఏమి లభ్యమవుతుంది? నీ నమ్మకాల జాబితా కాదు. నీ మానసిక సంఘర్షణలు, లేదా నీలోని విభిన్న వ్యక్తిత్వ లక్షణాలో లేదా నీవెవరనే సిద్ధాంతాలో కాదు. అప్పుడు నీకు లభించేవి: అనంతమైన శాంతి, మీరు సాగిస్తున్న మనుగడ యెడల కృతజ్ఞతానుభూతి. వాటిని హృదయపూర్వకంగా పొందుతారు. ఇదే, మీకు ఆ విశ్వశక్తికి మధ్య ఉన్న సంబంధం. ఈ అలజడితో తీరికలేని జీవితంలో అదొక అరుదైన అనుభవం – మీరు ఉనికితో ఉండడం!

మనస్సు యొక్క తర్కం మీపై అనేక రకాలైన ప్రశ్నల జడివానను కురిపిస్తుంది - "ఎవరు? ఏమిటి? ఎక్కడ? ఎలా? ఎందుకు?" అనే వివిధ రకాలైన ప్రశ్నలు! ఈ విధమైన ప్రశ్నలు మన దైనందిన జీవితంలో ఎంతో ఉపయోగకరం కాగలవు. కానీ ఇవన్నీ మనల్ని ఆ అనంతంవైపు కొనిపోలేవు. మన అంతరంగంలోని ఆ అనుభూతిని పొందడానికి మన మనస్సు యొక్క అవధులు దాటి వెళ్ళవలసి ఉంటుంది. మన ప్రశ్నలకు మనము దూరంగా వెళ్ళగలిగినప్పుడు మాత్రమే తెలుసుకోవడమనేది మొదలవుతుంది.

అందుకే భారతదేశంలో ఆత్మజ్ఞానాన్ని "రాజయోగ" అని పిలుస్తారు. 'యోగా' అంటే వివిధ రకాలైన ఆసనాలతో చేసే వ్యాయామం కాదు; దాని అర్థం: "కలయిక". 'రాజ' అంటే 'రాజు' అని. కాబట్టి 'రాజయోగ' అంటే అన్ని యోగాలకు రాజులాంటిదని అర్థం. అది మనలోని దైవంతో మనల్ని ఏకం చేస్తుంది. అందుకే అన్ని యోగాలకంటే రాజయోగ గొప్పది. దైవం అంటే ఎక్కడో కొండల్లో దాగి ఉన్న రహస్యం కాదు సుమా! అది మీలో ఉన్న శాంతి!

నా శరీరం నాతో ఎలా స్పందిస్తుందో, నా హృదయం కూడా నాతో అదే రీతిలో స్పందిస్తుంది. అలాగే మీ శరీరానికి ఆకలి వేసినప్పుడు అది మీకు తెలియజేస్తుంది. మీ శరీరానికి నిద్ర వచ్చినప్పుడు అది మీకు

తెలియజేస్తుంది. అలాగే మీ శరీరానికి ఏదైనా నొప్పి కలిగితే మీకు అది తెలియజేస్తుంది. "దయచేసి" అనేమీ సంబోధించి కాదు, పైగా మీరు ఆ విధంగా ఆశించలేరు. దానికి ఏవిధమైన మర్యాదలు గాని, సంస్కారాలు గాని ఉండవు. "నీకు ఆకలి వేస్తోంది, ఏదో ఒకటి తినడం మంచిది" అని చెప్తుంది. మీ అంతరాత్మను స్పష్టంగా వినడంలో ఆత్మజ్ఞానం మిమ్మల్ని సమర్థవంతుల్ని చేస్తుంది. తద్వారా మీ హృదయం ఆనందంతో నిండుగా ఉంటే అది మీకే తెలుస్తుంది. మీ హృదయం ప్రేమతో నిండుగా ఉంటే మీకే అది తెలుస్తుంది. అంతర్గత శాంతి యొక్క భాష సుస్పష్టంగా ఉంటుంది. అది శక్తివంతమైనది మరియు వర్తమానానికి సంబంధించినది. వినసొంపైన అతి సరళమైన కవిత్వం అందులో ఇమిడి ఉన్నది.

మన మార్గాన్ని కనుగొనాలి

విమానాన్ని నడిపేటప్పుడు పైలట్లకు నావిగేషన్‌లో నేర్పే మొట్టమొదటి నియమం ఏమిటి? తామెక్కడ ఉన్నారో తెలుసుకోవాలి. మీరు ఎక్కడున్నారో మీకు తెలియని స్థితిలో మీరు ఉన్నప్పుడు, ఆ మ్యాప్‌లు ఎంత మంచివి, సరైనవి అయినా నిరుపయోగమే! తనను తాను తెలుసుకోకుండా కేవలం నమ్మకాలతోనే సాగిపోవడమంటే - మీ వద్ద ఒక మ్యాప్ ఉన్నప్పటికీ ఆ మ్యాప్‌లో మీరెక్కడ ఉన్నారో మీ స్థానాన్ని తెలుసుకోకుండా ఉన్నట్లు. మీరు ఎక్కడ ఉన్నారో తెలియకపోతే మీరు వెళ్ళవలసిన ప్రదేశానికి ఎలా వెళ్ళగలరు?

విమానం నడిపే పైలట్లు కొన్ని సమయాల్లో తామెక్కడ ఉన్నారో గుర్తించలేని స్థితిని ఎదుర్కొన్నప్పుడు అయోమయంలో పడతారు. ఆ స్థితిలో తామెంత ఎత్తులో ఉన్నారో, ఎంత వేగంతో వెళ్తున్నారో తెలియక సతమతమవుతూ ఉంటారు. తామెక్కడైతే ఉన్నామని అనుకుంటూ ఉంటారో అక్కడ ఉండరు. దిశల అవగాహన పూర్తిగా కోల్పోతారు. మనము కూడా మన దైనందిన జీవితంలో దాదాపుగా ఇలాంటి పరిస్థితినే ఎదుర్కొంటూ ఉంటాము. మనమెవరో తెలుసుకోలేక పోతే మన వద్ద అనేక రకాలైన ఆలోచనలు,

ఎన్నో ప్రణాళికలు ఉన్నప్పటికీ, నిజంగా మనకేది ముఖ్యమైనదో అర్థం చేసుకోలేకపోతాము. మనల్ని మనం తెలుసుకోలేకపోతే మనలో ఉద్భవించే అంతులేని ప్రశ్నల సమాధానాలకు దూరమవుతూపోతాము. మనల్ని మనం తెలుసుకోకపోతే, మనలోని శాంతిని గ్రహించి అనుభూతి పొందక, దాని కోసం బయటి ప్రపంచంలో నిరంతర అన్వేషణ చేయవలసిన అవసరం మనకు ఏర్పడుతుంది.

ఈ క్షణంలో మీరు ఎక్కడ ఉన్నారో తెలుసుకోవడానికి; అంతర్ముఖులై మీ ఉనికిని ఇప్పుడే ఇక్కడే అభినందిస్తూ మిమ్మల్ని మీరు తెలుసుకోవడానికి నేను మీకు ఆహ్వానం పలుకుతున్నాను. ఈ విధంగా, ప్రస్తుత సమయంలో మీరు ఎక్కడ ఉన్నారో మీ వర్తమానస్థితిని తెలుసుకోవడమే ఆత్మజ్ఞానము! ఎప్పటికైనా సరే ముఖ్యంగా మనము తెలుసుకోవలసినది ఏమిటి? మనము ఈ జీవితాన్ని పొంది ధన్యులమయ్యామని; ప్రతిరోజూ, ప్రతి గంట, ప్రతి నిమిషం మనకు పరిపూర్ణ ఆనందాన్ని పొందేందుకు ఒక అవకాశం లభిస్తూ ఉందని గుర్తించగలగాలి. మీరు అంతర్ముఖులై శాంతితో మమేకమైన ఆ క్షణంలో ఆనందమూ, సంతృప్తి మొదలైన వాటి అనుభూతిని పొంది ఈ ప్రయాణాన్ని నిజంగా ఆస్వాదిస్తారు. ఇందులో మీరు గమ్యం వరకు చేరుకోవడం కోసం రేపటి రోజు వరకు వేచి ఉండవలసిన అవసరం లేదు.

లోలోపల అవగాహన పెంపొందాలి

మన లోపల ఏదైతే ఉన్నదో, అదే అన్ని విషయాలకు కేంద్ర బిందువు. మనము కిటికీ నుంచి బయటికి చూసి, "ప్రపంచం ఎంత అందంగా ఉందని" అనుకుంటాము. కానీ అసలైన సౌందర్యం మనలోనే ఉందని గ్రహించము. ఒకవేళ సమస్త మానవజాతి అంతరించిపోతే, మనతోపాటు ఆ అందం కూడా అంతమైపోతుంది. ఎందుకంటే సౌందర్యానికి మూలం మనలోనే ఉన్నది కాబట్టి. మీరు ఈ క్షణంలో కూడా మీ లోపల అనంతమైన అందాల విశ్వాన్ని మోస్తున్నారు. మనలో ఉన్న అద్భుతాలవైపు మనల్ని కొనిపోయే మార్గమే ఆత్మజ్ఞానం. అన్నీ మన లోపలే ఉండి, వాటిపై మనం

ఎప్పుడు శ్రద్ధ వహిస్తామోనని ఎదురు చూస్తూ ఉంటాయి.

ఒక మామిడి పండులో గల తీపి గురించి ఆలోచించండి. ఒక అద్భుతమైన రుచిని ఉత్పన్నం చేయడానికి అవసరమైనవన్నీ అందులో ఉన్నాయి. కానీ మనము ఆ మామిడి పండును కోసి, తిని ఆస్వాదిస్తేనే ఆ పండు ఉనికికి ఒక సార్థకత వస్తుంది. ఆ మామిడిపండు రుచి కోసం మనలో కోరిక మరియు దాని రసం కోసం తపన లేకపోతే ఆ మామిడిపండు కొన్ని రసాయన లక్షణాలతో నిండి ఉన్న ఒక వస్తువు మాత్రమే. ఎప్పుడైతే ఆ మామిడి పండును తినాలనే కోరిక మరియు తపన రెండూ ఏకమవుతాయో అప్పుడు ఒక మధురానుభూతి కలుగుతుంది. చివరగా, రుచి చూడదగిన అద్భుతమైన జీవన మాధుర్యం కూడా మీలోనే ఉన్నది.

మీరు ఎప్పుడైనా విపరీతమైన దాహంతో ఉన్నప్పుడు, మీ ముందు రెండు ప్రత్యామ్నాయాలు ఉన్నాయనుకోండి - ఒకటి, మీ ముందు ఒక చల్లటి మంచినీళ్ళ గ్లాసు, మరొకటి చల్లటి నీరు గురించి ఒక 30 నిముషాల ప్రసంగం, ఈ రెండింటిలో మీరప్పుడు దేనిని ఎంచుకుంటారు? తప్పకుండా ఎవరైనా సరే మంచినీళ్ళనే ఎంచుకుంటారు. ఇదే విధంగా, ఆత్మజ్ఞానంతో మీ దాహాన్ని తీర్చుకోవడం మరియు దాని గురించి కేవలం ఒక సిద్ధాంతాన్ని ఏర్పరచుకోవడమనే ఈ రెండూ మీ ముందుకు వచ్చినప్పుడు, ఎల్లప్పుడూ ఆత్మజ్ఞాన అనుభవాన్నే మీరు ఎంపిక చేసుకోవాలి.

అనుభవం లేకుండా, మనం చేసే ప్రతి ఆలోచన మరియు నమ్మకాలన్నీ కేవలం సిద్ధాంతాలు మాత్రమే. మనము సిద్ధాంతాలకు బానిసలుగా మారవచ్చు - అవి అద్భుతమైన రీతిలో అన్నింటిని మనకు వివరిస్తాయని ఆశించి! ఆ తర్వాత వాస్తవాన్ని కూడా మనం మన ఊహలకు అనుగుణంగా చూడాలని అనుకుంటాము. ఒక ఆర్థికవేత్త చెప్పిన ఒక చమత్కారం గురించి నేను విన్నాను, అది నాకు ఈ సందర్భంగా గుర్తొస్తున్నది. "ఆలోచన ఆచరణలో పెట్టాక చాలా బాగా పనిచేస్తుంది. కానీ అది సిద్ధాంతంగా పని చేస్తుందా?" సిద్ధాంతాల వలన చాలా ఉపయోగాలున్నాయి; కొన్ని

సందర్భాలలో ఎంతో విమర్శనాత్మకంగా కూడా ఉపయోగపడతాయి. కానీ దానికి కొన్ని పరిమితులు ఉంటాయి. ఒక సందర్భాన్ని మీరు ఊహించుకోండి - తమ పెళ్ళిరోజు సందర్భంగా చక్కటి విందు భోజనం తయారు చేస్తానని ఒక భర్త తన భార్యకు మాట ఇచ్చాడు.

ఆమె: "ఏమండీ రాత్రి భోజనానికి మీరేం చేసారు?"
అతను: "నేను నిన్ను అమితంగా ప్రేమిస్తున్నాను కదా! ఈరోజు మధ్యాహ్నం నుండి ఏమేమి వండాలో ఆలోచిస్తూ ఉన్నాను."
ఆమె: "వినడానికి ఇది బాగానే ఉంది."
అతడు: "కానీ నేనేమి నీకోసం తయారు చేయలేదు."
ఆమె: "అయ్యో!"

ఇదంతా కాస్త తాత్విక చర్చలాగా అనిపిస్తుంది. మనిషిగా ఉండడం వలన మనలో మేథోపరమైన అనేక యోగ్యతలు ఉండవచ్చు, వాటన్నింటినీ సమకూర్చుకోవడం చాలా మంచి విషయమే. కానీ అవన్నీ అనుభవంలోనికి వచ్చినప్పుడే ఆసక్తికరంగా ఉంటుంది. ఇక్కడ నేను కేవలం చెప్పదలచుకున్నది ఏమిటంటే - "మనము ఎవరు?" అనే విషయంలో ఊహలు మరియు సిద్ధాంతాలు మనల్ని కేవలం కొంత దూరం వరకు మాత్రమే తీసుకెళ్ళగలవు. కానీ జీవితమనేది ఒక సిద్ధాంతం కాదు, అనుభవం ముఖ్యం!

తెలుసుకోదగినది ఏమిటి?

మన గురించి మనం ఊహించుకున్నప్పుడు బహుశా దారి తప్పవచ్చు, అలాగే తనను తాను తెలుసుకోగలిగే ఆ అవకాశాలను కూడా కోల్పోవచ్చు. మరి, తెలుసుకోదగినది ఏమిటి? మనము జీవించి ఉన్నామని, మనము జీవించే ఈ ఘడియలన్నీ యథార్థమని తెలుసుకోవాలి. ప్రతి క్షణాన్ని మనము పూర్తిగా ఆనందించగలగాలి. మనము అన్వేషిస్తున్న అంతర్గత శాంతి సువిశాల సముద్రమంత పరిపూర్ణ భావాన్ని కలిగిస్తుంది. మనము

శాంతితో ఉన్నప్పుడు, అంతర్గత ప్రపంచము మరియు బాహ్యప్రపంచము రెండూ మనకు ప్రకాశవంతంగా ఉంటూ వెలుగులు చిందిస్తాయి. జ్ఞానమంటే మాటల్లో వివరించేది కాదు; మనలో ఉన్న దైవాన్ని అనుభూతి పొందేలా చేసేది.

ఈ సరళమైన సత్యం మన ముందున్నది. కానీ అవసరానికి మించిన ఆలోచనలు మనల్ని ఈ సత్యం నుండి దూరం చేయగలవు. ఒక పురాతన గ్రీకు నాటక రచయిత యూరిపీడిస్ ప్రకారం - "తెలివితేటలు, జ్ఞానము ఒకటి కావు." ఒక్కొక్కసారి ఎలా ఉంటుందంటే - ఒక పేజీ పుస్తకంలో దొరికే సమాచారం కోసం రెండు వేల పేజీల గైడ్‌ను చదువుతున్నట్లు ఉంటుంది. ఎంత ఎక్కువ చదువుతారో, అంత తక్కువ అర్థమవుతుంది.

దీనికి సంబంధించి పాతకాలం నాటి ఒక కథ ఉంది, అది నాకు చాలా ఇష్టమైనది. ఒక ఊరిలోని మేధావులంతా ఒకచోట సమావేశమై, "సూర్యుడు ముఖ్యమా లేక చంద్రుడు ముఖ్యమా?" తెలుసుకోవాలని అనుకున్నారు. వాళ్లంతా చాలాసేపు చర్చించుకొని, ముందూ-వెనుక అన్నీ ఆలోచించి చివరికి ఒక నిర్ణయానికి వచ్చి, చంద్రుడే ముఖ్యమని తేల్చేసారు. మరి, చంద్రుడు ఎందుకు ముఖ్యమనుకున్నారు? అందుకు వాళ్ళ సమాధానం ఏమిటంటే - "పగటిపూట కాంతి పుష్కలంగా ఉంటుంది, అప్పుడు ఎలాగూ సూర్యుడు ప్రకాశిస్తూ ఉంటాడు. కానీ రాత్రివేళ చీకటిగా ఉన్నప్పుడు వెలుగునిచ్చేది చంద్రుడే కదా, కాబట్టి చంద్రుడే ముఖ్యమని చాలా స్పష్టంగా తెలిసిపోతుంది."

ఈ కథను నేను మొట్టమొదటిసారి విన్నప్పుడు నాకు చాలా నవ్వు రావడమే కాదు, ఎంతో విచిత్రంగా అనిపించింది. ఆ తర్వాత నేను అనుకున్నాను - నిజానికి అప్పుడప్పుడు మనం కూడా ఇలాగే ఆలోచిస్తాము. మనం మన జీవితంలోగల అతి ముఖ్యమైన వాటినే అభినందించడం మరిచిపోతాము. మన కళ్ళముందున్న అతి ప్రధానమైన అంశాన్ని మనం ఎప్పుడైతే గుర్తించి దానిని అభినందించడం ప్రారంభిస్తామో అప్పుడు మనకు ఏ అపురూపమైన

కానుక లభించిందో అది ప్రకాశవంతమై మనపై కాంతిని ప్రసరింపజేస్తుంది.

స్పష్టమైన మార్గాన్ని కనుగొనాలి

ఒకసారి నేను లండన్‌లో రద్దీ సమయంలో కారులో ప్రయాణిస్తుండగా రోడ్డు ప్రక్కన ఒక నిర్దిష్ట మార్గంలో నడుస్తూ వెళ్తున్న ఒక వ్యక్తిని చూసాను. అతను సాధారణ వేగంతోనే నడుస్తూ వెళ్తున్నాడు, కానీ నేను కాస్త దూరంగా ఉన్నప్పటికీ అతని శరీర కదలికలు, హావభావాలు ఇతరుల కంటే కాస్త భిన్నంగా ఉండడం గమనించాను. అయితే, నేను కారులో కూర్చొని మెల్లగా కదులుతూ పోయి, అతన్ని దగ్గరి నుండి చూసాక స్పష్టమైనది ఏమిటంటే - అతను గుడ్డివాడు, ఒక కర్ర సాయంతో నడుస్తూ వెళ్తున్నాడు.

నేను గతంలో కూడా చాలామంది అంధులు కర్రను ఉపయోగించి నడుస్తూ వెళ్ళడం చూసాను, అందువల్ల అది నా దృష్టినేమీ ప్రత్యేకంగా ఆకర్షించలేదు కానీ ఆ రోజు ఈ వ్యక్తి విషయంలో గమనించింది ఏమిటంటే - అతను తన చుట్టూ ఉన్న వేటిని పట్టించుకోవడం లేదు. తన కుడివైపున్న గోడను గాని, ఎడమవైపున్న గోడను గాని లేదా చుట్టూ ఉన్న ఇతర ఆటంకాలను గాని పట్టించుకోకుండా కేవలం తాను క్షేమంగా ముందుకు సాగిపోవడానికి అవసరమైనంత మార్గం సుగమంగా ఉన్నదో లేదో అని కర్రతో తడుముకుంటూ సాగిపోతున్నాడు. ఆ వ్యక్తి ఒక ఉద్దేశ్యంతో వెళ్తున్నాడు. అందువల్లనే ప్రక్కనే ఉన్న ట్రాఫిక్ వల్ల అతను ప్రభావితం కావడం లేదు - దుకాణాల బయట మాట్లాడుకుంటున్న వారి వలన గాని, ఎదురుగా ఉండే కారులో నుంచి వచ్చే పాటల వలన గాని లేదా రోడ్డు ప్రక్కన మొరుగుతున్న కుక్కల వలన గాని అతను వేటికీ ప్రభావితం కావడం లేదు. అతనికి తానెక్కడ ఉన్నాడో తెలుసు, పైగా ప్రతిక్షణం అతనిలో కలిగే ప్రశ్న ఒకే ఒక్కటి - 'నేను ముందుకు సాగిపోవడానికి ముందున్న మార్గం ఆటంకరహితంగా ఉన్నదా, లేదా?' అని.

నేను ఏమని ఆలోచించానంటే - మనం మన జీవితంలో మానసికంగా

సాగుతున్న మన విధానంతో పోలిస్తే అతని విధానం నిజంగా ఎంతో ప్రభావవంతంగా ఉన్నది. ఒక్కొక్కసారి మనము ఏదో రకమైన అడ్డంకులు, సమస్యలు ప్రతిచోటా ఉంటాయని ఊహిస్తాము. ప్రమాదాలు లేనిచోట ఉన్నట్లు, ఉన్నచోట లేనట్లు భావిస్తాము. మన చుట్టూ ఉన్న వాటిని మనం పట్టించుకోవడం వలన మనం ఎక్కడున్నామో, ఎక్కడికి వెళ్లాలని అనుకుంటున్నామో విస్మరిస్తాము. మనము ఏదైనా కొండను చూసినప్పుడు, అది మనల్ని భయపెట్టవచ్చు. కానీ దాని ప్రక్క నుండి కూడా దారి తప్పక ఉంటుంది కదా! ఈ విధంగా మనముందున్న అడ్డంకుల గురించి ఆలోచిస్తూ, అందులోనే సతమతమవుతూ మన ముందున్న స్పష్టమైన మార్గాన్ని చూడలేకపోతాము.

ఏదైనా అడ్డంకి ఎదురైనప్పుడు ఒక అంధుడు ఏమి చేస్తాడు? ఆ చుట్టుపక్కల తాను నడక కొనసాగించడానికి అనువైన మార్గం ఉందేమో కనుగొంటాడు. కానీ అడ్డంకులు ఎదురైనప్పుడు మనము ఏమి చేస్తాము? సాధారణంగా అందులోనికి దూరిపోతాము. ఏదో రకంగా దానంతట అదే తొలగిపోతుందని ఆశిస్తాము.

ఈ విషయంపై నేను ప్రత్యేకంగా కొంత చెప్పాలని అనుకుంటున్నాను: నా అనుభవం ప్రకారం ఆత్మజ్ఞానం మన మార్గంలో ఉన్న అడ్డంకులను ఏదో మాయచేసి తొలగించదు. అది మనకు ఒక స్పష్టమైన మార్గాన్ని చూపిస్తుంది. అందుకు ప్రతిస్పందనగా ఏమి చేయాలని అనుకుంటున్నామో మనమే నిర్ణయం తీసుకోవచ్చు. ఒకవేళ మనము, మనకు ఏది ముఖ్యమో తెలుసుకొని స్పష్టమైన మార్గం ఉందని గమనిస్తే అప్పుడు సాఫీగా ముందుకు సాగిపోగలము.

అప్పుడప్పుడు మన జీవితంలో ఎదురయ్యే అడ్డంకులన్నీ మనపై ఆధిపత్యం చలాయిస్తూ మనల్ని ఆందోళనకు గురిచేస్తాయని నాకు తెలుసు. అయితే, నాకు మరొక్క విషయం కూడా తెలుసు - ఆత్మజ్ఞానం పొందడానికి, ఆనందానుభూతిని పొందడానికి, హృదయంలో శాంతి

వెల్లివిరియడానికి, సరైన అవగాహనతో ఉంటూ మంచి వాటిని ఎంపిక చేసుకోవడానికి పెద్ద-పెద్ద అడ్డంకులు ఉన్నాయని అనుకుంటారు. కానీ అవన్నీ కేవలం మూఢనమ్మకాలు మాత్రమే. ఇక్కడ మరొక్క విషయం - మనలో ఉన్న శాంతితో మమేకం కావాలని నిర్ణయించుకుని, ప్రయాణం ప్రారంభించినప్పుడు మనకు ఎదురుగా ఒక స్పష్టమైన మార్గం తప్పక గోచరిస్తుంది.

మనస్సు – హృదయాల మధ్య సంభాషణ

ఒకవేళ మనం అంతర్గత అనుభవానికి ఎక్కువ ప్రాధాన్యత ఇచ్చినట్లయితే, దానివలన బాహ్య ప్రపంచంలోని మన బాధ్యతలపై అదేమైనా ప్రభావం చూపుతుందా? బహుశా చూపవచ్చు! మన ఆలోచనలు వాస్తవానికి ఎప్పుడూ భిన్నంగానే ఉంటాయని నాకు తెలుసు. మనమంతా, తరచూ నిస్సహాయక స్థితిలో అహేతుకంగా మారిపోవచ్చు; మన భావోద్వేగాలను మన మనస్సు తన ఇష్టానుసారంగా మలుచుకోవచ్చు. మన గురించి మనకు తెలియనప్పుడు దేనికైనా మనం మోసపోవచ్చు. అందులో మన భావోద్వేగాలు కూడా భాగం కావచ్చు. కానీ ఆత్మజ్ఞానం వలన మనలోని అంతరాంతర అనుభవంతో మమేకం కావడానికి ప్రయత్నిస్తాము.

వాస్తవానికి నేను గమనించిన అతి ప్రయోజనకరమైన విషయం ఏమిటంటే - నేను నా ఆలోచనలను మరియు నా అంతర్గత అనుభవాన్ని, రెండింటిని జాగ్రత్తగా ఆలకించాలి, మరియు అవి రెండూ సమతుల్యంగా ఉండాలి. ఒకవేళ ఆ రెండింటికి మధ్య ఏవైనా విభేదాలున్నట్లు మీరు గమనిస్తే హృదయాన్ని, మనస్సును రెండింటినీ ఒక దగ్గరికి పిలిచి ఎదురెదురుగా కూర్చోబెట్టి మాట్లాడించడానికి ఇదే సరియైన సమయం! ఒకవేళ మనం ఇలా చేయబోతున్నట్లయితే, మనలోని మరొక భాగాన్ని కూడా ఆ సంభాషణలో పాల్గొనేలా చేయాలి - అదే, మన అంతర్ దృష్టిని మరియు మన అనుభవాలన్నింటిని ఏకం చేసే సహజమైన మన బుద్ధిని!

మన అంతర్గత సంభాషణల్లో మన మనస్సు గొంతే ఎక్కువ బిగ్గరగా వినిపిస్తుంది. అప్పుడు మనం కోరస్‌లో కొన్ని పదాలు వింటూ ఉంటాము - ఎవరు? ఏమిటి? ఎక్కడ? ఎలా? ఎందుకు? అనే వాటిని. కాబట్టి హృదయస్వరాన్ని స్పష్టంగా వినడానికి బహుశా ఇదే సరియైన సమయం కాగలదు. మన మనస్సు మనతో ఆశయాలు, ప్రణాళికలు, ఊహలు, ఆందోళనల గురించి మాట్లాడడంలో నిమగ్నమై ఉంటుంది. కానీ హృదయం మాత్రం కేవలం ఒకే ఒక సరళమైన విషయాన్ని విభిన్న పద్ధతుల్లో చెప్తూ ఉంటుంది - 'తృప్తి చెందు' అని. అందువల్లనే "మీరు ఎవరు?" అనే ప్రశ్నకు అత్యంత అర్థవంతమైన సమాధానం హృదయంలోనే దొరుకుతుంది.

ప్రతి దానికి అర్థాలను కనుగొనే ప్రయత్నంలో సదా మన మనస్సు నిమగ్నమై ఉంటుంది. కానీ హృదయం మాత్రం అన్ని అర్థాలతో చక్కగా సాగిపోతూ ఉంటుంది. నేను ఇంతకు ముందు చెప్పిన ప్రేమ యొక్క ఉదాహరణనే తీసుకోండి - ప్రేమకు ఎన్నడూ ఎటువంటి వివరణ అవసరం లేదు. మన మనస్సు మనకు ఏవో కారణాలు చెప్పగలదు, కానీ దానిని మనము మన హృదయంలో అనుభూతి పొందుతున్నామా, లేదా? మనము ప్రేమను ఎలా అనుభూతి చెందుతామో నిజానికి ఎన్నడూ వివరించలేము - ప్రేమంటే కేవలం ప్రేమే, అదెంతో అద్భుతమైనది!

శాంతి కూడా అలాంటిదే. అది కేవలం మన హృదయంలో ఉంటుంది. శాంతిని పొందాలనే తపన కూడా మన హృదయంలోనే ఉంటుంది. శాంతికి మూలం కూడా మనలోనే ఉన్నది. అందువల్లనే శాంతి గురించి ఎవరితోనైనా మొదటిసారి మాట్లాడడం చాలా ఆసక్తికరంగా ఉంటుంది. ఎందుకంటే, మన ఇద్దరం ముందుగా మనస్సుతోనే ప్రారంభించాలి. ఒకరినొకరు ముందుగా మాటల ద్వారా అర్థం చేసుకొని ఆ తర్వాత నిరాకారమైన అంతర్గత శాంతి అనే అంశాన్ని చూడడానికి ప్రయత్నించాలి. ఏదేమైనా చివరగా, శాంతి అనేది అనుభవంతో మాత్రమే అర్థమవుతుంది. మన జీవితంలో శాంతి అంటే ఏమిటో, నాకు తెలిసిన విషయాలను ఈ పుస్తకం ద్వారా మీకు తెలియజేయడానికి ప్రయత్నిస్తున్నాను. కానీ దానిని

మీరు మాత్రమే స్వయంగా అనుభూతి పొందగలరు, అర్థం చేసుకోగలరు.

ప్రతి విషయంపై ప్రశ్న తలెత్తడం ముఖ్యం

ఎన్నో ఏళ్లుగా మన మనస్సంతా మనం నమ్మేందుకు అంగీకరించిన మరియు నమ్మిన వాటన్నింటితో పూర్తిగా నిండిపోయింది. మన నమ్మకాలన్నీ సదా మనతోనే ఉంటూ ఒక్కొక్కసారి అవి మోయలేనంత భారంగా మారి మనల్ని కృంగిపోయేటట్లు చేస్తాయి. నమ్మకాలతో నిండిన ఆ బరువైన సంచుల్ని క్రిందికి దించితే ఎలా ఉంటుందో ఒక్కసారి ఊహించండి, అప్పుడు మీరెంతో తేలికైపోతారు - క్రొత్త ఆలోచనలను, అనుభవాలను స్వీకరించడానికి సిద్ధమైపోతారు.

మనము దేనినైనా ఎలా నేర్చుకున్నామో, ఎలా తెలుసుకున్నామో మరియు ఎలా వాటిని నమ్ముతున్నామో పరిశీలించడం చాలా అవసరం. ఉదాహరణకు - వల్లె వేసి నేర్చుకోవడం, పదే - పదే పలికి గుర్తుపెట్టుకోవడం మనం తల్లిదండ్రుల ద్వారా తెలుసుకునే ఒక పద్ధతి. మనము పెరిగి పెద్దయ్యాక కూడా దీనినే ఉపయోగిస్తాము. చూడండి! నేను మొదటి సారి జపాన్ దేశానికి వెళ్ళినప్పుడు, "ధన్యవాదాలు" అనే పదాన్ని జపాన్ భాషలో ఏమంటారో తెలుసుకోవాలని కొంతమంది స్నేహితులను అడిగాను.

"అరిగటొ గోజైమాసు" అని చెప్పారు.
"ఏమిటి?" అని అన్నాను.
"అరిగటొ గోజైమాసు" అని మళ్ళీ చెప్పారు.
"ఏమిటి?" అన్నాను. నా చెవులకు ఆ పదాలు చాలా కష్టంగా అనిపించాయి.
"అరిగటొ గోజైమాసు" అనేది.
"సరే" అన్నాను.

క్రమేపీ వాళ్ళు నాకు దాన్ని విడమరచి, నాకు అర్థమయ్యేలా చెప్పారు. ఆ పదాలను సంభాషణలో ఉపయోగించడంలో సహాయం చేసారు. అర్థమైన

తర్వాత నేను నా సంభాషణల్లో ఉపయోగించడం మొదలు పెట్టాను. అలాగే మరికొన్ని ఉపయోగపడే పదాల విషయంలో కూడా సహాయం చేసారు. ఇదంతా ఎలా ఉండాలంటే, ఆ పదాలను నేనే స్వంతంగా ఉపయోగించగలగాలి!

కాబట్టి, పదే-పదే వల్లిస్తూ నేర్చుకున్నది కూడా మనకు ఉపయోగపడుతుంది. కానీ జాగ్రత్తగా ఉండాలి, దానికే కట్టుబడి ఉండకూడదు. మనము పెరిగి పెద్దవుతున్నప్పుడు మన తల్లిదండ్రులు మరియు ఉపాధ్యాయులు మనకు ప్రాపంచిక జ్ఞానాన్ని బోధిస్తూ ఉంటారు. మనం నేర్చుకున్న విషయాల గురించి పునరాలోచించడమనేది స్వతంత్రులుగా మారే క్రమంలో ఒక అంతర్భాగం. జీవితానికి సంబంధించిన ఊహలు మరియు మనం ప్రశ్నించేవన్నీ మనకు స్వతహాగా కలిగిన మన ప్రశ్నలేనా, అవి మన ఆలోచనలేనా? మన రెండు చెవుల మధ్య మారుమ్రోగే ఆ అలజడిలోని ఎక్కువ భాగం వాస్తవానికి ఇతరులదే! కానీ ఆ అలజడిని తగ్గించుకొని మన అంతరంగంలోని పిలుపును వినే అవకాశం ఎల్లప్పుడూ మన సమక్షంలోనే ఉంటుంది.

మీ తల్లిదండ్రులు మీకు సదుద్దేశ్యంతోనే ఎన్నో విషయాలు చెప్పి ఉంటారు, కానీ అవన్నీ తప్పనిసరిగా నిజమై ఉండాల్సిన అవసరం లేదు. కొన్ని అసత్యపు ఆలోచనలు, వీడని వారసత్వ సంపదగా మనకు తరతరాలుగా అందించబడ్డాయి. తరతరాల నుంచి వస్తున్న ఆ ఆలోచనల భారాన్ని మనము ఇప్పటికీ మోస్తూనే ఉన్నాము. మన తల్లిదండ్రులు వేటినైతే నిజమని నమ్మి తమ జీవితాలను గడిపారో అవన్నీ ఈనాడు అసత్యమని తేలాయన్న సంగతుల గురించి కూడా మనమంతా బహుశా ఆలోచిస్తూ ఉంటాము. వాళ్ళు ఆచరించేవి ప్రస్తుత పరిస్థితులకు సరిపడవని కూడా తెలుస్తున్నది. మనము నేర్చుకున్న ప్రతి విషయాన్ని ప్రశ్నిస్తూ ఉన్నప్పుడే ఈ ప్రపంచాన్ని స్పష్టంగా చూడగలము - ఇతరుల కళ్ళతో కాదు, స్వయంగా మన కళ్ళతో!

ఒకరోజు మా స్కూల్లో సైన్స్ తరగతిలో టీచరు వచ్చి - 'మీ భౌతిక శాస్త్రంలోని

132వ పేజీని తీయండి' అన్నారు. మేము ఆ పేజీని తీసాము, కొంత సేపు చదివాక, "పరమాణువు గురించి ఇక్కడ చెప్పిన నిర్వచనం తప్పు, దానిని విభజించలేమని ఉన్నది, కాబట్టి దానిని కొట్టివేయండి" అని గట్టిగా అరిచి చెప్పడం జరిగింది. అప్పుడు నాకు చాలా ఆశ్చర్యం వేసింది. ఎందుకంటే, గత సంవత్సరం అదే పుస్తకం చదివిన వారందరికి పరమాణువును విభజించలేమనే విషయమే మనసులో గుర్తుండిపోయి ఉంటుంది. అలా నమ్మి ఉండడం వలన తేడా ఏముంటుందో నాకేమీ అర్థం కాలేదు. కానీ ఆ మొత్తం సంఘటన నాకు నేర్పింది ఏమిటంటే... ఏ సిద్ధాంతాన్ని కూడా మనం పూర్తిగా నమ్మకపోవడమే మంచిదని.

గత కొద్ది సంవత్సరాలుగా నేను గమనించింది ఏమిటంటే - వారసత్వంగా సంక్రమించిన ఆలోచనలు అనేకసార్లు క్రొత్త విషయాలను నేర్చుకోవడంలో ప్రతిబంధకంగా మారుతూ ఉంటాయి. కాగా, అనుభవం ద్వారా తెలుసుకున్న విషయాలు మనల్ని ఎన్నో క్రొత్త విషయాలను నేర్చుకునే అవకాశాలవైపు మొగ్గుచూపడంపై ఉత్సాహపరుస్తుంటాయి. బహుశా ఆలోచనల కంటే అనుభవం ద్వారానే మనము ఎక్కువ ఆత్మవిశ్వాసాన్ని కలిగి ఉంటాము.

మన జీవితాలను స్పృహతో ఉంటూ జీవించడానికి, తల్లిదండ్రులు, ఉపాధ్యాయులు చెప్పిన వాటిని ఏమాత్రం ఆలోచన చేయక గుడ్డిగా నమ్మి ముందుకు సాగిపోకుండా ఉండేందుకు ఒక అద్భుతమైన అవకాశం మనముందు ఉన్నది. నేను చెప్పిన వీటన్నింటిలో, అనేక విషయాలు మీలో కూడా ప్రతిధ్వనిస్తూ ఉండడం మీరు గమనించగలరు. నా మాటలను కేవలం నమ్మడమే కాదు, వాటిని పరిశీలించండి - కానీ మీ ఊహలతో కాదు, అనుభవంతో!

కేవలం శాంతించండి

ఎవరైనా మన నమ్మకాలను ప్రశ్నించడం ప్రారంభించినప్పుడు మనలో అది భయాన్ని రేకెత్తిస్తుంది. నమ్మకమూ- భయమూ, ఈ రెండూ ఒకదానినొకటి

పెనవేసుకొని ఎలా పెరిగిపోతాయంటే, రెండు ప్రక్క ప్రక్కనే పెరిగే ముళ్ళపొదల్లా. వాటిని వేరు చేయడం నిజంగా చాలా కష్టం. ఒకవేళ మీరు భయంతో జీవిస్తున్నట్లయితే నమ్మకాలను ఆశ్రయించడం ఆకర్షణీయంగా ఉంటుంది. కానీ నమ్మకాలు అనేవి అనేకసార్లు భయానికి దారితీయవచ్చు.

నేను ఇంతకు ముందు చెప్పినట్లుగా 'మనస్సు - హృదయానికి మధ్య సమతుల్యత ఏర్పరచుకొని ఉండడం ఎంతో ముఖ్యం' అనే విషయాన్ని మనము నేర్చుకోవాలని నాకు అనిపిస్తుంది. తరచూ జరిగే మార్పులను నా మనస్సు ఎల్లప్పుడూ అంగీకరించగలగాలి. కానీ నా హృదయం మాత్రం ఎప్పుడూ మారదు. అది నాకు నా అంతరంగంలో బలాన్ని చేకూరుస్తుంది, అలాగే ఇతరుల ఆలోచనలను వినడాన్ని కూడా అంగీకరిస్తుంది. ఇతరుల నుండి నేర్చుకోవడానికి మరియు క్రొత్త విషయాలను అంగీకరించేందుకు మనస్సును సిద్ధపరచడానికి సంబంధించిన పాతకాలం నాటి కథ ఒకటి ఈ సందర్భంగా నాకు గుర్తొస్తున్నది:

ఒకానొకసారి ఒక యువకుడు జ్ఞానం పొందాలనే ఆకాంక్షతో ఒక జ్ఞానిని అన్వేషించడం ప్రారంభించాడు. ఎంతో వెదికాడు, తన అభిప్రాయాలకు సరిపోయే వ్యక్తి దొరికే వరకు వెదుకుతూనే పోయాడు. చివరికి ఒక జ్ఞాని తారసపడగా, "మీరు నాకు జ్ఞానం ప్రసాదించగలరా?" అని అడిగాడు.

మొదట ఆ జ్ఞాని సుముఖత వ్యక్తం చేయలేదు, "కానీ నిజంగా నువ్వు జ్ఞానం స్వీకరించడానికి సిద్ధంగా ఉన్నావా?" అని అడిగాడు.

"ఖచ్చితంగా" అన్నాడు యువకుడు. "నేను ఎన్నో ఏళ్ళ నుండి మీ కోసమే వెతుకుతూ ఉన్నాను, సుదూర ప్రాంతాల వరకు ప్రయాణం చేసాను, తప్పకుండా సిద్ధంగా ఉన్నాను" అని ఆయనకు సమాధానమిచ్చాడు.

ఆ జ్ఞాని ఒక నిమిషం పాటు దీర్ఘాలోచన చేసిన పిదప "సరే, నేను నీకు నేర్పుతాను. కానీ అంతకంటే ముందు నేను నా మొక్కలకు నీరు పోయాలి

కాబట్టి దయచేసి నాతోపాటు బావి వద్దకు వచ్చి నిలబడు, నేను నీళ్ళు తోడి మొక్కలకు పోసేవరకు వేచి ఉండు. అలాగే ఒక షరతు - ఏమి జరిగినా నువ్వు మాత్రం మౌనంగానే ఉండాలి, ఏమీ మాట్లాడకూడదు, నేను మొక్కలన్నింటికి నీళ్ళు తోడి పోసాక నీకు జ్ఞానం ఇస్తాను" అని చెప్పాడు.

ఈ శిష్యుడు "ఇదేదో చాలా బాగుందే, నేను చేయవలసిందల్లా కేవలం మౌనంగా ఉండడమే, ఈయన మొక్కలకు నీరు పోయడం నేను చూడాలి, ఆ తర్వాత నాకు జ్ఞానం ఇచ్చేస్తారు కదా" అని మనసులో అనుకున్నాడు.

వాళ్ళిద్దరూ బావి దగ్గరికి వెళ్ళారు. ఆ గురువు బకెట్‌ను బావిలోనికి వేసి కాసేపటి తర్వాత దాన్ని పైకి లాగాడు. కానీ దాని నిండా చిల్లులున్నందువలన పైకి రాగానే వెంటనే ఖాళీ అయిపోయింది. అయినా సరే మళ్ళీ వెంటనే ఆ గురువుగారు తిరిగి ఆ బకెట్‌ను బావిలోనికి వేసారు.

శిష్యుడు ఆలోచనలో పడిపోయాడు - "ఇది చాలా విచిత్రంగా ఉన్నదే! ఈయన నిజంగా జ్ఞానేనా? ఆ బకెట్‌కు నిండా చిల్లులు ఉన్నాయన్న సంగతి కూడా ఆయనకు తెలియదా? ఇలాగైతే ఆ మొక్కలకు నీళ్ళు ఎప్పటికి పోయగలడు, బకెట్ పైకి వచ్చేలోగా ఖాళీ అయిపోతోందే!" అని. కానీ లోలోపల అనుకున్నాడు, "నేను మౌనంగా కదా ఉండాల్సింది. అలా ఉంటే జ్ఞానం ఇస్తానని చెప్పారు" అని.

ఆ గురువు గారు మళ్ళీ బకెట్‌ను పైకి లాగారు. మళ్ళీ ఆ బకెట్‌కు ఉన్న చిల్లుల వలన నీరంతా కారిపోయి, పైకి వచ్చేసరికి ఖాళీ అయిపోయింది. శిష్యునికి లోలోపల అనుమానం మొదలైంది, అయినా సరే "నాకెందుకు మౌనంగా ఉంటే నాకు జ్ఞానం దొరుకుతుంది కదా" అని మనసులో అనుకున్నాడు.

మూడవసారి కూడా బకెట్ అదే విధంగా పైకి రావడం, చిల్లుల నుండి నీరంతా పూర్తిగా కారిపోయి బకెట్ ఖాళీ అయిపోవడం జరిగింది. అయినా సరే, మళ్ళీ ఆయన వెంటనే బకెట్‌ను బావిలోనికి విసిరాడు. అప్పుడు

శిష్యునికి "బకెట్‌కు చిల్లులున్నాయని, దానివలన నీరంతా కారిపోతున్నదని ఈయన ఎందుకు చూడలేకపోతున్నాడు? నిజంగా ఈయన గురువేనా?" అని అనుమానం కలిగింది.

నాల్గవసారి, బకెట్‌పైకి రావడం, ఖాళీ అవడం, అప్పుడు కూడా ఆ రంధ్రాల నుంచి నీరంతా కారిపోవడం చూసాడు. గురువుగారు మళ్ళీ దానిని బావిలోనికి విసిరాడు. అది చూసిన శిష్యుడు "ఈ మనిషికి ఏమైంది? నిజంగా ఈయన నాకేమైనా నేర్పించగలడా?" అని అనుకున్నాడు.

ఐదవసారి, గురువు గారు ఆ బకెట్‌ను గట్టిగా పైకి లాగగానే నీరంతా బావి చుట్టూ పడి మడుగులా ఏర్పడింది. అంతటితో శిష్యుడు ఇక ఉండలేక "క్షమించండి, మీ బకెట్ నిండా చిల్లులున్నాయని మీకు తెలియడం లేదా, దానివల్ల ఒక్క చుక్క కూడా అందులో ఆగదని మీకు తెలియదా?" అని నోరు విప్పాడు.

ఆ గురువుగారు బకెట్‌ను క్రింద పెట్టి చిరునవ్వు నవ్వుతూ శిష్యుని వద్దకు వచ్చి కూర్చొని, "నిజమే, ఈ బకెట్ నిండా చిల్లులున్నాయి, అందువల్లనే నీరు నిలవడం లేదు, అదే విధంగా నీ బకెట్‌కు కూడా చాలా చిల్లులున్నాయని నువ్వు తెలుసుకున్నావా? అందుకే నీకు ఏమిచ్చినా అందులో ఏదీ నిలవదు, నీ మనస్సు కూడా ఆలోచనలు - మూఢనమ్మకాలనే చిల్లులతో ఉన్నది" అని వివరించాడు.

పాత కాలం నాటి కథల లాగానే ఈ కథలోని సారాంశం కూడా అతి సరళమైనదే - ఒకవేళ మీ మనసు కూడా వివిధ రకాలైన మూఢనమ్మకాలతో నిండి ఉన్నట్లయితే ఇతరుల నుండి ఏదైనా నేర్చుకోవడమన్నది చాలా కష్టతరం అవుతుంది. కానీ వివేకం మాత్రం చెరువులో లేదా బావిలోనికి రాయి విసిరితే వచ్చే తరంగాలలా బయటికి ప్రసరిస్తూ ఉంటుంది.

ఒకసారి మా నాన్నగారి మీద అనుమానం ఉన్న ఒక వ్యక్తి ఆయన ప్రసంగం

వినడానికి వచ్చాడు. తన ప్రశ్నలతో ఏదో రకంగా వివాదం సృష్టించాలనే ఉద్ధేశ్యంతో వచ్చి సరైన సమయం కోసం ఎదురుచూస్తూ ఉన్నాడు. ఏదో ఒక మాటకో, ఒక కథకో, ఒక విషయానికో వ్యతిరేకిద్దామనే దురుద్దేశ్యంతో వచ్చాడు కాబట్టి మా నాన్నగారు చెప్పే ప్రతి మాటను తప్పనిసరిగా ఎంతో జాగ్రత్తగా వినవలసి వచ్చింది. కానీ అతను మధ్యలో ఎక్కడా కూడా అడ్డుకోలేకపోయాడు. వాస్తవానికి చివరికి జరిగిందేమిటంటే - కార్యక్రమం ముగిసాక మా నాన్న గారిని జ్ఞానం ఇవ్వమని అడగడానికి సిద్ధమైపోయాడు. అతను అనేక రకాలైన ఆలోచనలు, ప్రణాళికలతో వచ్చాడు కానీ హృదయపూర్వకంగా, శ్రద్ధతో ఆలకించడం వలన అలా జరిగింది.

తెలుసుకోవలసిన అవసరం

నాతో అప్పుడప్పుడూ జనాలు, "ఓహ్! ఇవన్నీ వదిలేయండి, అంతర్గత శాంతికి సంబంధించిన ఈ సంభాషణలన్నీ కేవలం కల్పితమే" అని అంటూ ఉంటారు. వాస్తవానికి, 'శాంతి సాధ్యమే' అన్న విషయంపై చాలామంది అనుమానాలు వ్యక్తం చేస్తుంటారు. కొందరేమో జాగ్రత్తగా అన్నీ పరిశీలించిన తర్వాతే ఒక నిర్ణయానికి వస్తారు, దానిని నేను తప్పక గౌరవిస్తాను. మరికొందరు కేవలం హృదయ స్పందనతో శాంతిని లిఖిస్తారు. ఒకవేళ మీకు మీ జీవితంలో ఆత్మజ్ఞానం లేనట్లయితే, "శాంతి సాధ్యమే" అనే సిద్ధాంతాలు భయాందోళనలకు గురిచేస్తాయి. బలమైన తమ నమ్మకాల సౌధానికి బీటలు పడతాయేమోనని కొందరు భయపడుతూ ఉంటారు.

అనుమానాలు మనల్ని ఆందోళనకు గురిచేయగలవు. నీవు ప్రేమిస్తున్న వ్యక్తి నిన్ను ప్రేమిస్తున్నాడా, లేదా అనే అనుమానం నీకు వచ్చినప్పుడు కేవలం ఆలోచనలతో ఈ భయాన్ని తొలగించుకోలేవు. దానిని నీవు స్వయంగా పరీక్షించి తెలుసుకోవలసి ఉంటుంది.

నేను ఈ విషయాన్ని ఒక కథ రూపంలో మీకు వివరిస్తాను.

అక్బర్ 16వ శతాబ్దపు చక్రవర్తి, బీర్బల్ ఆయనకు మంచి సలహాదారుడు.

ఒకరోజు అక్బర్ గారి శ్రీమతి ఆయన వద్దకు వచ్చి, "మీరు మా సోదరుని కంటే మీ సలహాదారుడైన బీర్బల్‌నే ఎక్కువగా ఇష్టపడతారు. నా సోదరుడు మీకు బంధువు అవుతాడు. మీరు నా సోదరునికే ఎక్కువ ప్రాధాన్యత ఇవ్వాలి! బీర్బల్ మీకేమవుతాడు?" అని అడిగింది.

"అవును, నేను బీర్బల్‌నే ఎక్కువ ఇష్టపడతాను, అతను చాలా తెలివైనవాడు, చురుకైనవాడు" అని అక్బర్ సమాధానం ఇచ్చాడు.

దానికి ఆమె "నా సోదరుడు కూడా అంతటివాడే. అతన్ని ఆ స్థానంలో నియమించాలని నేను మిమ్మల్ని కోరుకుంటున్నాను" అని అన్నది.

"అదెలా సాధ్యం!" అన్నాడు అక్బర్.

"చాలా సులభం, మీరు ఉద్యానవనంలో విహరిస్తూ ఉన్న సమయంలో బీర్బల్‌ను పిలిచి నన్ను తక్షణమే తీసుకురమ్మని చెప్పండి. తాను వచ్చి నన్ను పిలిచినా నేను రాను. అప్పుడు మీరు చెప్పింది చేయలేనందుకు శిక్షగా అతన్ని పదవిలో నుంచి తొలగించండి" అని ఆమె అన్నది.

తర్వాత అక్బర్ ఉద్యానవనంలో విహరిస్తూ బీర్బల్‌ను రమ్మని కబురు పంపాడు. వెంటనే బీర్బల్ వచ్చాడు.

"మహారాజా! నేను మీకు ఏవిధంగా సేవచేయగలను?" అని అడిగాడు బీర్బల్.

"వెంటనే వెళ్ళి మహారాణిని తీసుకురండి. నేను ఇక్కడ విహరిస్తున్నప్పుడు

నా ప్రక్కన ఆమె కూడా ఉండాలని కోరుకుంటున్నాను” అని చెప్పాడు అక్బర్.

అప్పుడు బీర్బల్ అక్బర్ వైపు చూసి, “మహారాజా! మీ వద్ద అనేకమంది సేవకులు ఉండగా, నాకే ఈ గౌరవాన్ని ఎందుకు ఇచ్చారో తెలుసుకోవచ్చా?” అని అడిగాడు.

అప్పుడు అక్బర్ కాస్త కొంటె నవ్వుతో, “కారణం ఏమీ లేదు! ఏదో ఊరికే అలా నిన్ను ఎంచుకున్నాను” అని చెప్పాడు.

తప్పక ఇందులో ఏదో తిరకాసు ఉందని బీర్బల్ గ్రహించాడు. రాజుగారి భార్య కావాలనే ఇదంతా చేయిస్తున్నట్లు అంచనా వేయగలిగాడు. ఆమెకు అక్కడికి వచ్చే ఉద్దేశ్యం లేనట్లు కూడా పసిగట్టాడు.

అలాగేనని అక్బర్‌కు చెప్పి మహారాణి వద్దకు వెళ్లేటప్పుడు దారిలో ఒక భటుడిని పిలిచి బీర్బల్ ఈ విధంగా చెప్పాడు “నేను మహారాణి గారితో మాట్లాడడానికి వెళ్తున్నాను. నేను ఆమెతో మాట్లాడుతున్న సమయంలో నువ్వు మధ్యలో వచ్చి గుసగుసలాడినట్లు నా చెవిలో ఏదో చెప్పు. కానీ కొన్ని మాటలు మాత్రం కొంచెం గట్టిగా ఆమెకు వినిపించేలా చెప్పు. అందులో ముఖ్యంగా - ‘ఆమైతే చాలా అందంగా ఉంది’ అనే మాట మాత్రం మహారాణి గారికి వినిపించేలా చెప్పు” అని వివరించి వెళ్లాడు.

బీర్బల్ వెళ్ళి మహారాణి గారితో సంభాషించాడు.

“మహారాణి గారు! మహారాజు గారు ఉద్యానవనంలో మిమ్మల్ని కలవాలని అనుకుంటున్నారు” అని చెప్పి ఆమెను ఒప్పించబోతున్నాడు. ఇంతలో ఆ భటుడు వచ్చి ఆయన చెవిలో ఏదో గుసగుసలాడుతూ, “ఆమైతే చాలా అందంగా ఉందని” కొంచెం గట్టిగా చెప్పి వెళ్లిపోయాడు.

బీర్బల్ మహారాణి వైపు తిరిగి, "అలాగే మహారాణిగారు, మీరిక రానవసరం లేదు. కానీ ప్రస్తుతం నా అవసరం అక్కడ ఉందని అనిపిస్తోందని" చెప్పి అక్కడి నుంచి వెళ్లిపోయాడు.

రెండు నిమిషాల తర్వాత మహారాణిగారు ఉద్యానవనంలో మహారాజుగారి ప్రక్కన కనిపించారు. అప్పుడు రాజుగారు ఆమెవైపు చూసి, "చూసావా! బీర్బల్ తెలివైనవాడని నీకు ముందే చెప్పాను కదా!" అని అన్నాడు. "బీర్బల్! ఇదంతా నువ్వెలా చేసావు?" అని అడిగారు రాజుగారు.

అప్పుడు బీర్బల్ "మహారాజా! నేను కేవలం ఒక చిన్న అనుమానాన్ని రేకెత్తించాను. దాని గురించి తెలుసుకోవడానికి ఆమె రావలసి వచ్చింది" అని జవాబిచ్చాడు.

నేర్పించడం గురించి

అనేకసార్లు మా నాన్నగారు, నాకు మా సోదరులకు ఈ విధంగా చెప్పేవారు - "అది ఎలా జరుగుతుందో తెలీదు కాని నేను ఎన్నడూ వ్యక్తపరచని ప్రశ్నలకు కూడా నా గురువుగారి వద్ద నుండి నాకు సమాధానాలు వస్తాయి." దేనినైనా ఎలా వినాలి, విన్నదాని గురించి ఎలా ఆలోచన చేయాలనే విషయాన్ని మేము మా నాన్నగారి నుండి ఎంతో నేర్చుకున్నాము. తరచుగా, సమాధానాలు విన్న తర్వాత, నాలోని ఆ ప్రశ్నల పట్ల స్పష్టత కలిగేది.

మా నాన్నగారు నాకు ఏదైతే ఇచ్చారో అందుకు నేను అత్యంత కృతజ్ఞుడిని! ఆయన నాకు ఇచ్చిన కానుక వలన, నేను నా హృదయాంతరాల్లోనికి ప్రవేశించి సంతృప్తిని అనుభూతి పొందగలుగుతున్నాను. మా నాన్నగారి మరణంతో మా తండ్రి కొడుకుల బంధం ముగిసిపోయింది కానీ ఆయన నాకిచ్చిన కానుక మాత్రం నిరంతరాయంగా ఫలాలను అందిస్తూనే ఉండడం విశేషం. ఆ ఫలాల విత్తనాలను నేను వీలయినంత ఎక్కువ మందికి

పంచాలనేదే నా ఆకాంక్ష!

ఒక మార్గదర్శకునిగా మారడం అనే దాని గురించి నేను నా చిన్నతనంలో ఆలోచించడం అంత సులభంగా ఉండేది కాదు. నాకు గుర్తుంది: మా ఇంటి బయట ఉన్న పెద్ద-పెద్ద గదుల్లో అనేకమంది డాక్టర్లు, లాయర్లు మరియు అనేకమంది గొప్పవాళ్ళు, విద్యావంతులు ఎంతో ఓపికతో నా సందేశాలు వినేందుకై ఎదురు చూసేవారు. అప్పుడు నాకు తొమ్మిదో లేక పది సంవత్సరాలో ఉండేవి. వాళ్ళందరూ నాకంటే పెద్ద వయస్కులు - ముప్పై, నలభై, యాభైకి పైన ఉండేవి వారి వయస్సు. అలాంటి వారంతా ప్రశ్నలు అడిగేందుకు, నేను చెప్పే సమాధానాల కోసం ఎదురు చూసేవారు.

నేను ప్రసంగిస్తున్నప్పుడు తరచూ అడిగేవారు "కానీ ఇవన్నీ మీకెలా తెలుసు?" అని. దీనికి నేనెప్పుడూ ఒకే సమాధానం చెప్పేవాడిని "ఇది నా స్వానుభవం" అని. ఆ తరువాత వారు "మాకు కూడా ఆ అనుభవాన్ని కలిగించగలరా?" అని అడిగేవారు. అందుకు నా జవాబు "తప్పకుండా! కానీ శాంతి కోసం మీలో తపన ఉండాలి. ఎందుకంటే ఆత్మజ్ఞానం పొందడానికి సిద్ధం కావడం అనేది మీలో స్వతహాగా జరగాలి. మిమ్మల్ని మీరు తెలుసుకోవాలనే జిజ్ఞాసను మీరే గుర్తించాలి" అని చెప్పేవాడిని.

మీరు కేవలం మీ నమ్మకాలను నిర్ధారించుకొని బలపరచుకునే ఉద్దేశ్యంతో ఉన్నట్లయితే ఈ దారిలో మీ ప్రయాణం నిరర్థకం. "మీరు ఎవరు?" అనే విషయాన్ని తెలుసుకోవలసిన ఆవశ్యకతను నిజంగా అనుభూతి చెందాలి. ఉదాహరణకు మీరు కాగితంతో చుట్టిన ఒక బహుమతిని ఒక పిల్లవాడికి ఇచ్చారనుకోండి, అది అందుకోగానే పిల్లవాడు, "ఇదేమిటి? ఇదేమిటి? ఇది అదేనా? ఇందులో ఏముందో నాకు తెలుసు!" అని అంటాడు. ఆ బహుమతి ఆకారాన్ని బట్టి అందులో ఏముందో పిల్లవాడు ఊహించడానికి ప్రయత్నిస్తాడు. కానీ నిజంగా అందులో ఏమున్నదో తెలుసుకోవడానికి ఉన్న ఒకే ఒక మార్గం - పైన ఉన్న ఆ కాగితాన్ని తీసివేయడం. మనకు సంబంధించిన విషయం కూడా సరిగ్గా ఇలాంటిదే.

భారతదేశంలో నా పర్యటనలన్నీ ముగిసాక నేను తిరిగి స్కూల్‌కు వెళ్ళి అక్కడ ఒక విద్యార్థిగా కూర్చొనేవాడిని. కొన్నిసార్లు ఆ పరిస్థితులకు అనుగుణంగా నన్ను నేను మలుచుకోవడం కొంచెం కష్టంగా అనిపించేది. ఎందుకంటే ముందురోజు వరకు నేను చెప్పేది అందరూ ఎంతో శ్రద్ధగా వినేవారు, మరుసటి రోజే, 'నువ్వు స్కూల్‌కు ఆలస్యంగా వచ్చావని' టీచర్లు అరిచేవారు (బహుశా నేను ఆలస్యం అయి ఉండవచ్చు!)

అప్పుడు "నేనెవరు?" అని నన్ను నేను ప్రశ్నించుకున్నాను. ఆ ప్రశ్నకు జవాబు ఒక చిన్న ఆలోచనతో మొదలైనది: "నా జీవితం నిరంతరం మారుతూ ఉంటుంది. కానీ, ఆత్మజ్ఞానం వలన నాతో నేను ఎల్లప్పుడూ మమేకమై ఉంటాను." అతి స్పష్టంగా నాకు అర్థమైన విషయం ఏమిటంటే - "ఏదీ శాశ్వతం కాదు! జీవితంలోని ఈ వివిధ పాత్రలను పోషించడానికి నేను ఏ మాత్రం విచారించాల్సిన అవసరం లేదు. నేను ఎల్లప్పుడూ ఇలా విద్యార్థిగానే ఉండిపోను. కానీ నేను పాఠశాలలో ఉన్నప్పుడు మాత్రం విద్యార్థిగానే ఉండాలని గ్రహించాను. అంతేకాదు, నేను ఎల్లప్పుడూ చిన్నపిల్లవాడిగానే ఉండిపోను. కానీ నేను ఉన్నంత వరకు కొడుకుగా కూడా ఉండగలను." ఇంకా: " నేను నా జీవిత పర్యంతమూ భారతదేశంలో ఈ జ్ఞాన సందేశాన్ని వినిపించే వక్తగా ఉండను. కానీ, నేనిక్కడ ఉన్నంత వరకు అలా ఉండగలను."

జీవితంలో ఏదీ స్థిరం కాదనే అవగాహనే విముక్తి. ఈ విధమైన దృక్పథం నన్ను పరిస్థితులకు అనుగుణంగా మసలుకొనేటట్లు చేయడమే గాక కటువుగా ఉండే ఉపాధ్యాయులతో సులువుగా మెలిగేందుకు తోడ్పడింది.

నమ్మకాలను నిలిపివేయాలి

"జ్ఞానము ఆశ్చర్యంతో ప్రారంభమవుతుంది" అని సోక్రటీస్ అన్నారు. ఆయన, మరోసారి, ఒక నిగూఢమైన సత్యాన్ని కొన్ని పదాలలో పొందుపరిచారు. ఇదే రకమైన ఆలోచనలే ఆంగ్లకవి కోల్‌రిడ్జ్ అన్న

మాటలలో కూడా ప్రతిబింబిస్తుంది. అందులో ఆయన పాఠకులకు, "కవితపై విశ్వాసం ఉంచడానికి, అవిశ్వాసం యొక్క సంకల్పాన్ని ప్రస్తుతానికి నిలిపివేయండి" అని సలహా ఇచ్చాడు.

1772వ సంవత్సరంలో జన్మించిన సామ్యూల్ టేలర్ కోల్‌రిడ్జ్, ప్రజలు చదివేటప్పుడు తమ తర్కబుద్ధిని పక్కన పెట్టాలన్నారు. అప్పుడే వారు వేరే విధమైన అనుభూతిని, తమ ఊహాతీతమైన దానిని అనుభూతి చెందగలరు. అదే స్ఫూర్తితోనే ఆయన తన తోటి కవి అయిన విలియమ్ వర్డ్స్‌వర్త్‌తో కలిసి ఒక ప్రాజెక్టును, "లిరికల్ బలాడ్స్" అనే భావనామయ కవితా సంపుటిని రూపొందించారు.

వర్డ్స్‌వర్త్ యొక్క ముఖ్యమైన లక్ష్యం గురించి కోల్‌రిడ్జ్ ఈ విధంగా వర్ణించారు:

"ఆచారాల బద్ధకం నుండి మనస్సు యొక్క దృష్టిని మేల్కొల్పడం మరియు మన ముందున్న సుందరమైన మరియు అద్భుతమైన ప్రపంచం వైపునకు మళ్ళించడం ఒక తరగని నిధి లాంటిది. కానీ మనము దానిని మన అహంకారము, అలసత్వము అనే పొరలు కప్పిన కనుల కారణంగా కళ్ళున్నా చూడలేము, చెవులున్నా వినలేము, హృదయమున్నా అనుభూతిని పొందలేము, అర్థం చేసుకోలేము."

ఇదే స్ఫూర్తితోనే, మనము ఇక్కడ లక్ష్యంగా పెట్టుకున్నది ఏమిటంటే - నమ్మకాలను ఇష్టపూర్వకంగా పక్కనపెట్టాలి. అవును! మనకు ఎల్లప్పుడు తెలివైన ఆలోచనలు, స్పష్టమైన భావాలు అవసరమే! ఎందుకంటే ఈ ప్రపంచాన్ని మనము ఎలా అర్థం చేసుకున్నామో అవే తెలియజేస్తాయి కాబట్టి. విజ్ఞానం మనందరికీ అపారమైన ప్రయోజనాలను అందిస్తోంది. కానీ ఆత్మజ్ఞానం విషయానికి వస్తే, మనము మన ఆలోచనలను నిశ్చలం చేసి లోపలున్న ఆ అంతర్గత స్వరాన్ని వినాలి. మనకు నిజాన్ని చూసే కనులు, నిజాన్ని వినే చెవులు మరియు నిజాన్ని అనుభూతి చెంది దాన్ని

అర్థం చేసుకునే హృదయాలు కావాలి. అవే నిజాన్ని తెలుసుకుంటాయి.

మన మనస్సును అభివృద్ధి చేయడంతో పాటు, మన నమ్మకాలను కూడా ప్రక్కన పెడితే నష్టమేమీ జరగదు. అది మన దృష్టిని యాంత్రిక జీవితంలోని బద్ధకం నుండి మేల్కొలుపుతుంది. అంతే కాదు, మన ముందున్న, సరిగ్గా మనలో ఉన్న అద్భుతాల ప్రపంచంవైపు మనల్ని కొనిపోతుంది.

5వ అధ్యాయం

నీతోనే ప్రారంభించు

ఒక యువకుడు రోడ్డుపై వెళ్తూ ఒక వృద్ధున్ని చూసాడు. ఆ వృద్ధుడు ఒక పెద్ద కట్టెల మోపును తన వీపు మీద పెట్టుకొని మోసుకుంటూ వెళ్తున్నాడు. ఆ కట్టెల బరువుకు అతను వంగిపోయి గూనివాడిలా నడుస్తున్నాడు. అతన్ని చూసి ఆ యువకుడు, "ఈ పెద్దాయన ప్రపంచాన్ని బాగా చూసిన అనుభవజ్ఞుడిలా ఉన్నాడు, నేనైతే ప్రస్తుతం ఇంకా జీవితపు తొలిదశలోనే ఉన్నాను. నాకు జీవితంలో పనికివచ్చే విషయాలు ఏమైనా చెబుతాడేమో అడిగి తెలుసుకుంటే మంచిది కదా!" అని మనసులో అనుకొని ఆ పెద్దాయన దగ్గరికి వెళ్ళి, "తాతా! జీవితం సాఫీగా సాగిపోవాలంటే ఏం చేయాలో నాకేమైనా సలహా ఇస్తావా" అని అడిగాడు. ఆ వృద్ధుడు అతనివైపు చూసి, తన వీపు మీద మోస్తున్న ఆ బరువును క్రిందికి దించి నిటారుగా నిలబడ్డాడు. మళ్లీ అతన్ని చూసి, ఆ కట్టెల మోపును తిరిగి ఎత్తుకొని తన వీపు మీద పెట్టుకొని యథాతథంగా తనదారిలో తాను వెళ్లిపోయాడు.

ఈ కథలోని నీతి ఏమిటి? మనము పరిమిత భారాన్ని మోయాలని సూచిస్తున్నదా? లేదా జీవితంలోని అధిక భాగాన్ని మనం కేవలం అవసరమైన వాటిని పొందడానికి ఉపయోగిస్తూ, మన ధ్యాసను భంగపరిచే వాటిపై మన సమయాన్ని వృథా చేయడం మానుకోవాలనా? లేదా కొన్నిసార్లు మనము ఏ విషయాన్నైనా మాటల్లో చెప్పడం కంటే చేతల్లో చూపించడం వల్ల ఎక్కువ ఉపయోగం ఉంటుందనా? కానీ నేను గ్రహించిన

విషయం ఏమిటంటే, జీవితం ఎప్పుడూ మన కాళ్ళ మీద మనం నిలబడాలనే కోరుకుంటుంది. అప్పుడప్పుడు ఇతరుల సహాయం తీసుకోవచ్చు కానీ అంతిమంగా మన బాధ్యత మనమే తీసుకోవాలి. ఈ అధ్యాయంలో నేను చెప్పదలచుకున్నది అదే!

మన నావను మనమే నడపాలి

మనము కాస్త గతానికి వెళ్లి గమనిస్తే, మనము జన్మించినప్పుడు మన ప్రపంచానికి మనమే ముఖ్యులం. అప్పుడు జీవితంలో ఏవిధమైన గందరగోళాలు గాని, సందిగ్ధతలు గాని మనల్ని చుట్టుముట్టలేదు. అంతేకాదు, జీవితానికి అవసరమైన వాటిని వ్యక్తపరిచే స్వచ్ఛమైన శక్తి కూడా మనకు ఉండేది. ఒక పసిపిల్లవాడు నవ్వడము, ఏడవడము ఎంత సహజంగా చేస్తాడో ఆలోచించండి. పసిపిల్లవాడు లోలోపల ఆనందంగా ఉన్నప్పుడు ముఖంలో కనిపించే ఆ బోసినవ్వు గురించి ఆలోచించండి. ఆ భావాలన్నింటిని మనము ఎక్కడ కోల్పోతున్నాము? వయసు పెరిగే కొద్దీ మనము ఇతరుల కోసం నాటకం ప్రదర్శించే నటులుగా మారిపోతాము, మిగతా వారందరినీ సంతోషంగా ఉంచడానికి ప్రయత్నిస్తాము. కానీ మన ఆనందం ఎక్కడ ఉన్నది? మన ప్రేమ ఎక్కడ ఉన్నది? మన శాంతి ఎక్కడ ఉన్నది? అవన్నీ సదా మన అంతరంగంలోనే ఉన్నాయి, కానీ అవన్నీ అక్కడ ఉన్నాయనే సంగతిని మనము తరచూ మరిచిపోతూ ఉంటాము.

మనతో మనకున్న ఆ బంధాన్ని కోల్పోయినప్పుడు, సమాధానాల కొరకు బాహ్యప్రపంచం వైపు చూడడం సబబే అనిపిస్తుంది. ఇతరులు మనకు ఎన్నో రకాలుగా సహాయం చేయగలరు: మనం చెప్పేది ప్రేమతో ఆలకించడం నుండి మనకు ఒక మంచి సలహా ఇవ్వడం వరకు, ఏదైనా సరే! కానీ తిరిగి ఏదో విధంగా మనతో మన సంబంధాన్ని తప్పక నెలకొల్పుకోవలసి వస్తుంది. ఎందుకంటే అంతిమంగా మనకు తెలిసేది ఏమిటంటే - నా సంతోషానికి కేవలం నేనే బాధ్యుడిని; అలాగే మీ సంతోషానికి మీరే బాధ్యులు!

మిమ్మల్ని మీరు ఆమోదిస్తున్నారా?

మన కుటుంబ సభ్యులు, మిత్రులు, సహోద్యోగులు మొదలైన వారంతా మన గురించి ఎలా ఆలోచిస్తారో, అదే విధంగా మనము కూడా మన గురించి అప్పుడప్పుడు తప్పుగా భావిస్తుంటాము. అలాగే మనము ఎలా ఆలోచిస్తామో వాళ్లు కూడా అలాగే ఆలోచిస్తారని కూడా అనిపిస్తూ ఉంటుంది. తమ రేటింగ్ తెలుసుకోవాలని నిరంతరం ప్రజాభిప్రాయాన్ని సేకరిస్తూ ఉండే రాజకీయ నాయకుల్లా మనము కూడా తయారైపోయాము. అందువల్లనే అలాంటి రాజకీయ నాయకులు ప్రజలు వినాలనుకునేది మాత్రమే చెప్తూ ఉంటారు. కానీ ఇతరుల అభిప్రాయాలు మరియు మీ అవసరాలు - ఈ రెండూ వేరు. రోమన్ చక్రవర్తి మరియు తత్వవేత్త అయిన మార్కస్ ఆరేలియస్ ఈ విధంగా పేర్కొన్నాడు:

"ఎవరి ఆనందం వారి మీదే ఆధారపడి ఉంటుంది. అయినాసరే గమనిస్తే, ఇతరులు నీ గురించి ఏమనుకుంటారో అనే దానిపైనే నీ ఆనందాన్ని ఆధారపడేలా చేసుకుంటావు."

తనను తాను గౌరవించుకోలేని వ్యక్తిని ఇతరులు గౌరవించడం చాలా కష్టం. వాస్తవానికి, మనకు ప్రతిచోటా ఆమోదముద్ర పడాలని ఆకాంక్షిస్తాము. మనమెవరో తెలియనివారు కూడా మన రంగు-రూపును చూసి ఏమనుకుంటారో అని కూడా జనాలు ఆందోళన చెందుతూ ఉంటారు. 'మీటింగ్‌లో సరిగ్గా మాట్లాడానా? లేదా?' అని కొందరు ఆందోళన చెందుతుంటారు. ఇతరులు తమను ఇష్టపడుతున్నారా లేదా అని కూడా కొందరు లోలోపల మధనపడుతుంటారు. వీటన్నింటిలో అన్నిటికంటే ముఖ్యం - మిమ్మల్ని 'మీరు' ఆమోదిస్తున్నారా, లేదా? మీతో మీరు ఉండడానికి ఇష్టపడుతున్నారా, లేదా? మిమ్మల్ని మీరు అర్థం చేసుకొని అభినందిస్తున్నారా, లేదా? ఇది స్వార్థం కాదు. మీ అంతరంగంపై దృష్టి కేంద్రీకరించడం ప్రధానం!

చెడుగా భావించకు, ఎవ్వరికీ చెడు చేయకు

ఇంట్లో, ఆఫీసులో, పాఠశాలలో, జనాల మధ్యలో - మనల్ని అందరూ నిత్యం పరిశీలించి బేరీజు వేస్తూ ఉంటారు. మనం కూడా ఇతరుల విషయంలో అలాగే వ్యవహరిస్తూ ఉంటాము. మనము ఇతరులను అంచనా వేయడానికి ఎల్లప్పుడూ ఎందుకు ప్రయత్నిస్తామంటే వారు మనల్ని పరిశీలిస్తున్నారని భావించి! ఈ విధంగా ఒక ప్రతికూల వాతావరణం ఏర్పడి మీరు గుర్తించేలోపు అదొక పెద్ద పెనుతుఫానులా మారిపోతుంది.

చూడండి, రెండు రసాయన పదార్థాలు ఉన్నాయి. అవి విడివిడిగా ఉన్నంత వరకు ఎలాంటి రసాయనిక చర్య లేకుండా ఉంటాయి, కానీ అవి రెండూ కలిస్తే మాత్రం వెంటనే విస్ఫోటనం జరుగుతుంది. మీరూ మరియు ఇతరులు, ఒకరినొకరు పరిశీలించుకునే ఆ విధానాన్ని కూడా మీరు అదే విధంగా భావించవచ్చు. ఇరువురి ఆలోచనలు ఆ రసాయన పదార్థాల వంటివే, అవి ఏకం కాగానే భావోద్వేగజనిత విస్ఫోటన ప్రక్రియ ప్రారంభమవుతుంది.

కానీ దీనికి మరొక మార్గం కూడా ఉన్నది. అలా చేయడం ఎల్లప్పుడూ సులభం కాకపోవచ్చు కానీ మనము ఇతరులను పరిశీలించడం మానుకొని మనల్ని మనం ఎంతగా అంగీకరిస్తున్నామో దానిపై దృష్టి పెట్టగలిగితే ఎంతో మార్పువస్తుంది. మనలో మనము మమేకమైనప్పుడు, ఇతరులు ఏమంటున్నా సరే వారి అభిప్రాయాలను వినడం మనకు ఏమాత్రం ఇబ్బందిగా అనిపించదు.

నాకు ఎప్పుడూ ఒక మాట ఎంతో ఉపయోగకరంగా అనిపిస్తుంది - "చెడుగా ఆలోచించకు, ఎవ్వరికీ చెడు చేయకు." మరో రకంగా చెప్పాలంటే, ఇతరుల ప్రతికూల మాటలనే బరువును ఈరోజు మీరు మోయనప్పుడు ఇంకొక చోట దానిని దించవలసిన అవసరం కూడా మీకు రాదు.

ఇతరుల వ్యక్తిత్వంపై దృష్టి పెట్టడంకంటే మీ వ్యక్తిత్వంపై దృష్టిపెట్టడం మంచిది. నేనెలా ఉన్నాను? 'నన్ను నేను' అర్థం చేసుకున్నానా? ఇతరుల యెడల దయాగుణంతో ఉన్నానా? ప్రేమతో ఉన్నానా? నాలో నేను శాంతిని అనుభూతి పొందుతున్నానా? నాకు నేను ఏమని చెప్పుకోవాలంటే: నాపై నాకు దయాగుణం ఉంటే తప్ప ఇతరుల నుంచి దయను ఆశించకూడదు. మీలో మీరు ఆ ప్రేమను చవిచూడలేకపోతే ఇతరుల నుండి ప్రేమను ఆశించవద్దు. మీలోపల మీరు శాంతిని పొందనంతవరకు ఇతరులలో శాంతిని అన్వేషించవద్దు.

రూమీ అనే కవి దీనినే ఎంతో చక్కగా అభివర్ణించాడు:

"నిన్నటి రోజు నేను తెలివైనవాడిని, అందుకే ఈ ప్రపంచాన్ని మార్చాలనుకున్నాను. ఈరోజు నేను జ్ఞానవంతుడిని, అందుకే నన్ను నేను మార్చుకుంటున్నాను."

ఇదే రకమైన వివేకాన్నే తిరిగి 600 సంవత్సరాల తరువాత రష్యా రచయిత లియో టాల్‌స్టాయ్ ఈ విధంగా వ్యక్తపరిచాడు:

"మన ఈ ప్రపంచంలో ప్రతి ఒక్కరూ మానవజాతిని మార్చాలని ఆలోచన చేస్తారు, కానీ తమని తాము మార్చుకోవాలని ఎవ్వరూ ఆలోచించరు."

వీటన్నింటిని మార్చాలనుకుంటే - మీతో మీరు ప్రారంభించండి.

సమాజాన్ని కాదు, నిన్ను నీవు ఆలకించు

విమర్శలకు ప్రతిస్పందించడానికి మరొక మార్గం కూడా ఉందని గుర్తు చేసే ఒక అద్భుతమైన సామెతను నేను వినడం జరిగింది: "ఇతరులు మీ గురించి ఏమనుకుంటారనేది మీకు సంబంధించిన విషయం కాదు." అవును! మీరు గౌరవించేవారు ఏదైనా మీకు సంబంధించి ఒక మంచి మాట

చెబితే, అది చాలా మంచిది. దాని నుండి ఏదైనా నేర్చుకోండి. లేదంటే, మీ దారిలో మీరు కొనసాగండి.

ఒకసారి ఒక భార్య-భర్త తమ గుర్రాన్ని వెంటబెట్టుకొని నడుచుకుంటూ ఒక సుదూర యాత్ర నిమిత్తం బయలుదేరారు. ఒక గ్రామానికి చేరుకోగానే, అక్కడి గ్రామస్తులు వారిని చూసి, “వీళ్ళు వెర్రిబాగులవారిలా ఉన్నారే! ప్రక్కన గుర్రం ఉండగా దానిపై ఎందుకు కూర్చొని వెళ్ళడం లేదు” అని మాట్లాడుకున్నారు.

ఈ భార్యాభర్తలిద్దరూ ఆ మాటలు విని, “సరే, మనం గుర్రంపై కూర్చొని ప్రయాణిద్దాము” అని మాట్లాడుకొని, ఇద్దరూ గుర్రంపైన కూర్చున్నారు.

అలా కూర్చొని ప్రక్క గ్రామానికి చేరుకోగానే, ఈ అపరిచితులను చూడడానికి ఎంతో మంది తమ ఇళ్ళ నుండి బయటికి వచ్చారు. “వీళ్ళకు నిజంగా దయ అనేదే లేదు, ఇద్దరూ దర్జాగా గుర్రంపై కూర్చొని ఆ మూగజీవాన్ని బాధిస్తున్నారే!” అని మాట్లాడుకున్నారు.

ఆ మాటలను వీళ్లు కూడా వినడం జరిగింది. “మా ఆవిడను, ఈ గుర్రాన్ని బాధించడం సబబు కాదు” అని భర్త మనసులో అనుకుని, భార్యను గుర్రంపైన కూర్చోమని, తాను దిగి నడుచుకుంటూ పోయాడు.

కొంత దూరం వెళ్ళాక, ఆ గ్రామ ప్రజలే కొందరు ఇళ్ళ నుంచి బయటికి వచ్చి, “ఈవిడను చూడండి, భర్తంటే కొంచెం కూడా గౌరవం లేనట్లుంది” అని అనుకోవడం మొదలు పెట్టారు.

వెంటనే, తన భార్యను ఎవ్వరూ విమర్శించకూడదనే ఉద్ధేశ్యంతో, “నువ్వు దిగు, నేను గుర్రంపై కూర్చుంటాను” అని భర్త భార్యతో అన్నాడు.

అదే విధంగా, తర్వాతి గ్రామానికి వెళ్లగానే అక్కడి వాళ్ళు, “నీకు నీ

భార్యపై కొంచెం కూడా కనికరం లేదా? నువ్వు దర్జాగా కూర్చొని ఆమెను నడిపిస్తున్నావే!" అని అన్నారు.

వెంటనే అతను క్రిందికి దిగి, తన భార్యతో - "చూడు! వీళ్ళ మాటలను మనము పట్టించుకుంటూ పోతే మన గమ్యానికి ఎన్నటికీ చేరుకోలేము. కాబట్టి మనము ఎలా మొదలు పెట్టామో అలాగే ప్రయాణాన్ని కొనసాగిద్దాము" అని చెప్పి గుర్రాన్ని వెంట బెట్టుకొని, చక్కగా నడుస్తూ తమ ప్రయాణాన్ని కొనసాగించారు.

ఎవరు పట్టించుకుంటారు?

భారతదేశంలో, చాలా కుటుంబాల్లోని వారు డబ్బులను పొదుపుగా ఖర్చు పెడుతుంటారు - అలా చేయాలి కూడా! కానీ, ఇంట్లో అబ్బాయి పెళ్ళి లేదా అమ్మాయి పెళ్ళి ప్రస్తావన వచ్చేటప్పటికీ, వారి వివాహానికి మాత్రం అనవసరమైన ఖర్చులు ఎన్నో పెడతారు. ఎన్నో ఏళ్ళ తరబడి సంపాదించిన దానికంటే ఎక్కువ మొత్తాన్ని అప్పుగా తెస్తారు. ఎందుకలా అప్పు చేస్తారంటే, జనాలంతా తమ గురించి గొప్పగా చెప్పుకోవాలని. ఇలా ప్రపంచమంతటా జరుగుతుంది. కానీ భారతీయుల్లో మాత్రం ఇదొక కళలా మారింది! తరువాత ఆ అప్పును తీర్చడానికి ఎన్నో ఏళ్ళు పడుతుంది.

లక్షల రూపాయలను ఆదా చేయడానికి నేను మీకొక చిట్కా చెప్తాను. మిమ్మల్ని ఇష్టపడేవారిని, మిమ్మల్ని గౌరవించేవారిని మాత్రమే మీరు మీ వివాహానికి ఆహ్వానించండి. ఈ చిట్కా పుట్టినరోజులకు, వార్షికోత్సవాలకు మరియు ఇతర సామాజిక కార్యక్రమాలకు కూడా చక్కగా వర్తిస్తుంది. కానీ ఇక్కడ అసలు విషయం ఏమిటంటే - మీరు ఇతరుల దృష్టిలో, బాహ్యంగా పరిపూర్ణతను సాధించాలని అనుకుంటే తప్పుదారిలో వెళ్తున్నట్లే! మీ గురించి ఇతరులు ఏమనుకుంటారనే వారి ఆలోచనలను మీరు నియంత్రించలేరు. వారి అభిప్రాయాలు, ఆలోచనలు మారుతూ ఉంటాయి మరియు వారి అంచనాలు కూడా నానాటికీ పెరుగుతూ పోతాయి. మనల్ని

మనం విశ్వసించి, మనల్ని మనం అభినందించుకున్నప్పుడు, మన గురించిన ఇతరుల అభిప్రాయాలు గతించిన విషయంలా అనిపిస్తాయి. అవన్నీ ఒకోసారి అసందర్భంగా, ఒకోసారి ఆహ్లాదంగా, మరోసారి ఆనందప్రదంగా అనిపిస్తాయి. కానీ అవన్నీ ఎప్పటికీ శాశ్వతం కాదు. నా గురించి నాకేమి తెలుసో, మీ గురించి మీకేమి తెలుసో అదే శాశ్వతం!

చాలా సందర్భాలలో, నిజానికి మన గురించి ఎవ్వరూ ఏమీ ఆలోచించరు. వాళ్ళు కూడా వాళ్ల గురించి మనము ఏమనుకుంటామనే ఎక్కువగా ఆలోచిస్తారు! అమెరికా వార్తాపత్రిక సలహాదారుడైన ఆన్ లాండర్స్ ఒకసారి ఇలా వ్యాఖ్యానించాడు :

> *"20 ఏళ్ళ వయసులో, ఇతరులు మన గురించి ఏమనుకుంటారని ఆలోచిస్తాము. 40 ఏళ్ళ వయసులో, మన గురించి ఎవరేమనుకున్నా ఏమీ పట్టించుకోము. 60 ఏళ్ళ వయసులో, వాస్తవానికి మన గురించి ఎవ్వరూ ఏమీ ఆలోచించరని గ్రహిస్తాము."*

ఒకసారి నేను భారతదేశంలోని పూనాలో గల ఒక జైలులో ఖైదీలకు నా ప్రసంగాన్ని వినిపిస్తూ ఉండగా, ఒక ఖైదీ నన్ను ఏదో అడగడానికై లేచి నిలుచొని, "నేనిక్కడ అకారణంగా ఉన్నాను" అని అన్నాడు. "అంటే, నా ఉద్దేశ్యం ఏమిటంటే - నేనిక్కడికి రాకూడదు, అకారణంగా వచ్చాను. త్వరలోనే విడుదల కాబోతున్నాను, ఆ తర్వాత నేను మా ఇంటికి తిరిగి వెళ్తాను. అయితే, నేను తిరిగి వెళ్ళాక మా ఊర్లో వాళ్ళంతా నా గురించి ఏమనుకుంటారు?" అని అడిగాడు. చాలామంది ఖైదీలు ఈ విషయం గురించి తప్పక తెలుసుకోవాలని అనుకుంటున్నట్లు నాకు అప్పుడు అనిపించింది. ఎందుకంటే, అక్కడ ఉన్న ప్రతి ఒక్కరూ అతన్నే చూడడం ప్రారంభించారు. అతని ఈ ప్రశ్న అందరిని ఉత్కంఠపరిచింది. ఆ గదిలో వందలాది మంది ఉన్నారు. నిజంగా అదొక విచిత్రమైన క్షణం! అక్కడంతా ఒక్కసారిగా నిశ్శబ్ద వాతావరణం నెలకొన్నది. ఆ తర్వాత దానికి నా సమాధానమేమిటో తెలుసుకోవాలని ఆశ్చర్యంగా అందరూ ఒక్కసారిగా

నావైపు చూసారు.

"నిజంగా మీరు తెలుసుకోవాలని అనుకుంటున్నారా?" అని నేను అడిగాను.

"అవునండీ! నిజంగానే తెలుసుకోవాలని అనుకుంటున్నాను" అని అన్నాడు అతను.

"సరే ఈ విషయం గురించి చెప్పడానికి నేను కాస్త విచారిస్తున్నాను" అని నేను చెప్పి, "వాళ్ళెవ్వరూ మీ గురించి ఏమీ ఆలోచించడం లేదు. వాళ్ళ సమస్యలు వాళ్ళకున్నాయి! మీ గురించి వాళ్లేమనుకుంటారోనని మీరు అనుకుంటున్నారంతే! కానీ ఎక్కువ మంది ఎవరి పనుల్లో వాళ్ళు తీరికలేకుండా ఉన్నారు. వాళ్ళు ఊరికే అలా కూర్చొని కేవలం మీ గురించి ఆలోచిస్తున్నారని మీకు అనిపిస్తుందంతే! మీరు వాళ్ళకు ముఖ్యమైనవారే కావచ్చు, కానీ మీరు అనుకునేంత ముఖ్యమేమీ కాదు. ఎవరికి వారు తమ తమ పనుల్లో తీరిక లేకుండా ఉన్నారు" అని వివరించాను.

ఆ ఖైదీలందరికీ ఈ దృక్పథం నచ్చినట్లుంది. ఇతరులు మన గురించి ఒక నిర్ణయానికి వచ్చినప్పుడు, ఆ విషయంలో ఎల్లప్పుడూ "రెండు రకాల ఆలోచనా విధానాలు" ఉంటాయని మనందరికీ తెలుసు. ఇది దాదాపుగా నిరర్థకమైనది: అది అంత ముఖ్యమైనది కాదని తెలిసినప్పటికీ వాళ్ళ మనసులో ఏముందోనని మన మనసులో ఆలోచిస్తాము! కాని వాళ్ళు తమ మనసులో వేరే వాటి గురించి ఆలోచిస్తూ ఉండవచ్చు కదా! ఇదంతా గుండ్రంగా తిరుగుతూ ఉన్నట్లు ఉంటుంది. కానీ కాస్త ఎక్కువ సమయము, ఇంకాస్త ఎక్కువ కృషి అవసరమయినప్పటికీ, దీనికి పరిష్కారం ఏమిటంటే - మీరు తెలుసుకోదగిన వాటిపై మీ శక్తిని వెచ్చించండి: తద్వారా మీరెవరన్నది మీ హృదయంలో తెలుసుకోగలరు. అది కాక మిగిలినవన్నీ అలజడే!

బుద్ధుని భిక్షపాత్ర

ఇతరుల మాటలకు నిరుత్సాహపడేవారు, నేనిప్పుడు చెప్పబోయే విషయాన్ని కాస్త శ్రద్ధగా వినాలని కోరుకుంటున్నాను. ఏది సరియైనదో నిర్ణయం తీసుకోగలిగిన శక్తి మీకు ఉన్నది; ఆ శక్తిని మీకు గుర్తు చేయడానికే నేనిక్కడ ఉన్నాను. ఆ శక్తి మీలోనే ఉందని, అది ఎంతో ఉన్నతమైనదని చెప్పడానికే నేను ఉన్నాను. మీలో ఉన్న ఆ శక్తిని ఆధారం చేసుకొని మీతో మీరు ఒక్కసారి కలవడానికి ప్రయత్నించాలని, అందుకోసం సంసిద్ధంగా ఉండమని నేను మిమ్మల్ని కోరుకుంటున్నాను. నిరుత్సాహపడవలసిన అవసరం లేదు. ధైర్యం మీలోనే ఉన్నది, దానిని సాధించుకొని అనుభూతి చెందగలిగే అవకాశం ఎల్లప్పుడూ మీలోనే ఉంటుంది.

ఒకసారి, గౌతమ బుద్ధుడు ఒక శిష్యునితో దారిలో నడుచుకుంటూ వెళ్తూ ఉండగా, ఆ పట్టణంలోని వారంతా ఆయనను విమర్శిస్తూ... “నువ్వు మంచివాడివి కాదు, నువ్వు ఇది చేయవు, అది చేయవు” అని నానా మాటలు అన్నారు.

“స్వామీ! మీ గురించి వాళ్ళంతా విమర్శిస్తూ, చెడుగా మాట్లాడుతుంటే మీకేమీ బాధగా అనిపించడం లేదా?” అని శిష్యుడు ఆయన్ను అడిగాడు.

ఇంటికి తిరిగి వెళ్ళేంతవరకు బుద్ధుడు ఏ సమాధానం చెప్పకుండా మౌనంగా ఉన్నాడు. వెళ్ళాక, ఆయన తన వద్ద ఉన్న భిక్షాపాత్రను శిష్యుని వైపుకు దగ్గరగా జరిపాడు.

“ఇది ఎవరి పాత్ర?” అని ఆయన అడిగాడు.
“ఇది మీ పాత్ర!” అని శిష్యుడన్నాడు.

ఆయన ఆ భిక్షాపాత్రను శిష్యునివైపుకు మరింత దగ్గరగా జరిపి,

“ఇది ఎవరి పాత్ర?” అని మళ్ళీ అడిగాడు.
“ఇప్పుడు కూడా ఇది మీదే!” అన్నాడు శిష్యుడు.

ఆయన అలా జరుపుతూ పోయాడు, శిష్యుడేమో, “ఇది మీ పాత్రే” అని అంటూనే ఉన్నాడు.

చివరికి బుద్ధుడు ఆ భిక్షపాత్రను తీసుకొని ఆ శిష్యుని ఒడిలో పెట్టి, “ఇప్పుడు ఇది ఎవరిది?” అని అడిగాడు.

ఆ శిష్యుడు, “ఇప్పుడు కూడా ఇది మీ భిక్షాపాత్రే కదా స్వామీ!” అని అన్నాడు.

“ఖచ్చితంగా నాదే!” అని బుద్ధుడు చెబుతూ, “నీవు ఈ భిక్షాపాత్రను స్వీకరించనంతవరకు ఇది నీది కాదు. అదే విధంగా ఆ విమర్శలను, చెడుమాటలను నేను స్వీకరించనంతవరకు అవన్నీ నాకు చెందవు” అని స్పష్టీకరించాడు.

ఫిర్యాదులు చేయడం కాదు

ఒకవేళ మనము జాగ్రత్తగా లేకపోతే, ఒకే ఒక వ్యక్తి ప్రతికూల భావాలు మిగతా వారందరి జీవితాలను చీకటిమయం చేయగలవు. తద్వారా వారందరిలో నిరాశాఛాయలు అలుముకోవచ్చు. ఆరవ శతాబ్దపు బెనెడిక్టన్ హోలీ ఆర్డర్ వ్యవస్థాపకుడైన బెన్‌డిక్ట్, గొణుగుడికి వ్యతిరేకత చూపడానికి ఇదే కారణం కావచ్చు. దీని వివరణ సెయింట్ బెనెడిక్ట్ ఆశ్రమంలో నివసించే వారి కోసం రూపొందించబడిన “రూల్ బుక్” లో ఇవ్వబడింది. నసపెట్టే ఒక వ్యక్తి ఇరవై నాలుగు గంటలూ ఆశ్రమంలో మీకు తోడుగా నివసిస్తే ఎంత చిరాకుగా ఉంటుందో ఊహించండి.

ఈ సందర్భంగా నాకు ఒక జోక్ గుర్తొస్తున్నది. ఒకానొకసారి ఒక

యువకుడు ఒక మఠంలో చేరుతాడు. మొదటి రోజు ఉదయాన్నే అక్కడి వాళ్ళు అతనికి, "ఈ ప్రదేశంలో మాకొక ముఖ్యమైన నియమమున్నది - అస్సలు మాట్లాడకూడదు. అయితే, సంవత్సరానికి ఒక్కసారి మేము నిన్ను 'ఇక్కడ నీకెలా అనిపిస్తోంది' అని మాత్రమే అడుగుతాము, అప్పుడు నువ్వు కేవలం రెండు-మూడు మాటలు మాత్రమే మాట్లాడాలి." అని చెప్పారు.

అయితే, మొదటి సంవత్సరం గడిచిన తర్వాత అతన్ని, "ఎలా అనిపిస్తోంది?" అని అడిగారు.

"చాలా చలిగా ఉంది" అని చెప్పాడు.

మరొక సంవత్సరం గడిచింది.

"ఎలా ఉంది?" అని అడగగా
"మంచం గట్టిగా ఉంది" అన్నాడు.

తర్వాత మళ్లీ ఇంకొక సంవత్సరం గడిచింది.

"ఎలా ఉంది?" అని అడిగారు.
"చాలా నిశ్శబ్దంగా ఉంది" అన్నాడు.

చివరగా మఠాధిపతి వచ్చి అతన్ని చూసి - "నువ్వు ఇక్కడ మూడు సంవత్సరాలుగా ఉంటున్నావు. ఇక్కడ ఉండి నువ్వు ఫిర్యాదులు చేయడం తప్ప మరేమీ చేయలేదు" అని అన్నాడు.

మీకు కావలసినవన్నీ మీలోనే ఉన్నాయి

మనలోని వెలితిని భర్తీ చేసుకోవడానికి మనము అనేకసార్లు ఇతరులవైపు చూస్తాము మరియు ఇతర మార్గాలను అన్వేషిస్తూ ఉంటాము. కానీ మనలోని

ఆ వెలితిని వేరెవ్వరూ భర్తీ చేయలేరు. అలా జరిగితే పగిలిన కుండలో నీరు నింపడంలా అవుతుంది. మనల్ని మనం స్వీకరించాలి అనంటే దానర్థం - మనలోని అద్భుతశక్తులను మరియు అంతర్గతవనరులను స్వీకరించాలని. చివరగా, మనము ఇతరుల అభిప్రాయాల గురించి ఆందోళన చెందవలసిన అవసరం లేదు. ఎందుకంటే, మనకు కావలసిన ప్రతీదీ మనలోనే ఉన్నది.

ఇది ఎంతో ముఖ్యమైనది కాబట్టే నేను మీకు మరలా చెపుతున్నాను: మనకు కావలసిన ప్రతీదీ మనలోనే ఉన్నది! స్పష్టత, ఆనందం, శాంతి, ప్రేమ - ఇవేగాక మరెన్నో సద్గుణాలు మీలోనే ఉన్నాయి. అవి వికసించడానికి ఎదురుచూస్తున్నాయి. అదే విధంగా, దుర్గుణాలు కూడా మీలోనే ఉన్నాయి. స్పష్టత మీలోనే ఉంది, సందిగ్ధత కూడా మీలోనే ఉంది! ఆనందమూ మీలోనే ఉంది, అలాగే దుఃఖము కూడా ఉంది! శాంతి మీలోనే ఉంది, అలాగే అశాంతి కూడా! ప్రేమా మీలోనే ఉంది, అలాగే ద్వేషం కూడా ఉంది.

మీలో ఉన్న అవగుణాలు త్వరగా ప్రస్ఫుటమవుతాయి. కానీ మీలోని మంచిని కనుగొనడానికి మీరు కాస్త శ్రమించవలసి ఉంటుంది. సద్గుణాలు మీ అంతర్గత శాంతి నుండి ఉత్పన్నమవుతాయి. పైగా మీ హృదయాంతరాల్లో చెక్కుచెదరని, మార్పు చెందని ఓ దృఢమైన పునాదిని నిర్మిస్తాయి. కానీ ఆ నిధిని మీరు ఎక్కడ అన్వేషిస్తున్నారో ఒకసారి గమనించండి. ఈ విషయానికి సంబంధించి నాకొక కథ గుర్తొస్తున్నది.

ఒకానొకసారి ఒక వ్యక్తి తన గ్రామాన్ని వదిలి డబ్బు సంపాదించడానికి ఒక నగరానికి వెళ్లాడు. చాలా డబ్బు సంపాదించాడు. కొన్ని సంవత్సరాల తర్వాత, తన గ్రామానికి తిరిగి వెళ్లి కుటుంబంతో గడపాలని అనుకున్నాడు. తన దూర ప్రయాణానికి అవసరమైన ఏర్పాట్లన్నీ చేసుకున్నాడు. సూట్‌కేస్‌లో తనకు కావలసిన వస్తువులు, బహుమతులు వగైరా అన్నీ సర్దుకొని ఇంటివైపుకు పయనమయ్యాడు. సరిగ్గా అదే సమయంలో ఒక దొంగ అతన్ని చూసి, “ఇతని దగ్గర చాలా డబ్బు ఉన్నట్లుంది. ఆ చిన్న-చిన్న వస్తువులు, బహుమతులు కాదు, అతని దగ్గరున్న డబ్బులు ఎలాగైనా

కాజేయాలి" అని అనుకున్నాడు. ఆ దొంగ అతని దగ్గరికి వెళ్లి మాటా-మాటా కలిపి, నువ్వు ఎక్కడికి వెళ్తున్నావని అడిగి, "ఓ అలాగా! నేను కూడా అటువైపే వెళ్తున్నాను, ఇద్దరం తోడుంటాము. కలిసే ప్రయాణిద్దామా!" అని అన్నాడు!

ఆ రోజు రాత్రి వాళ్లు ఒక సత్రంలో బసచేసారు. రాత్రి భోజనం చేస్తున్నప్పుడు, 'నగరంలో చాలా డబ్బు సంపాదించానని, ఊరికి తిరిగి వెళ్లాక పెద్ద ఇల్లు కట్టుకొని కుటుంబంతో హాయిగా ఉండగలనని' చెప్పాడు ఆ వ్యక్తి. ఈ మాటలు విని దొంగ చాలా సంతోషించాడు. త్వరగా పడుకోవాలని ఏదో ఒక కుంటిసాకు చెప్పి దొంగ అతనికంటే ముందు గదిలోనికి వెళ్లి, అతని బ్యాగులన్నీ వెతికాడు. కానీ ఎక్కడా డబ్బు దొరకలేదు. గదిలో ఉండే అలమారాలో వెతికాడు, అక్కడా కనిపించలేదు. అతని మంచం పైన-క్రిందా అంతా చూసాడు, కాని అతనికి ఒక్క పైసా కూడా దొరకలేదు.

మరుసటిరోజు వాళ్లిద్దరూ మళ్ళీ ఇంకొక ఊరికి చేరుకున్నారు. అక్కడ కూడా రాత్రికి ఒక సత్రంలో బస చేసారు. "మీరు నిజంగానే చాలా డబ్బులు సంపాదించారా?" అని అడిగి, "మీరు ఇల్లు కట్టుకోవడానికి, మీ కుటుంబ పోషణకు అవసరమైనంత డబ్బు వెంట తీసుకెళ్తున్నారా?" అని కూడా అడిగాడు దొంగ.

"ఆ! అవును" అన్నాడు ఆ వ్యక్తి. "నేను అనుకున్న దానికంటే ఎక్కువే సంపాదించాను. నిజంగా నేను చాలా ఆనందంగా ఉన్నాను. ఆ డబ్బుతో ఇంటికి తిరిగి వెళ్లి హాయిగా జీవితం గడుపుతాను" అని కూడా అన్నాడు.

మరొకసారి దొంగ, చాటుగా గదిలోనికి వెళ్ళి అంతటా వెతికాడు. ఎక్కడో దాచి ఉంటాడని అనుకొని ప్రతిచోటా క్షుణ్ణంగా వెతికాడు, కానీ ఏమీ దొరకలేదు.

మరుసటి రోజు, వాళ్లిద్దరూ మరలా ఇంకొక గ్రామానికి చేరుకొని అక్కడ

కూడా సత్రంలో బసచేసారు. రాత్రి భోజనానికి వాళ్లిద్దరూ కలిసి వెళ్లారు. భోజనం పూర్తయ్యాక దొంగ, "అయితే, నువ్వు ఇంటికి తిరిగి వెళ్లిన వెంటనే ఆ డబ్బంతా ఖర్చు చేస్తావన్నమాట!" అని అడిగాడు. "అవును, నిజమే!" అన్నాడా వ్యక్తి. "మున్ముందు మీకంతా మంచే జరుగుతుందని" అతనికి శుభరాత్రి చెప్పి యథాప్రకారం గదికి వెళ్ళి ప్రతి అంగుళం వెతికి చూసాడు, కానీ దొంగకు ఏమీ దొరకలేదు.

చివరిరోజు ఉదయం, ఆ వ్యక్తి యొక్క గ్రామానికి దగ్గరలో ఉండగా, ఆ దొంగ ఇక ఉండబట్టలేక, "నేను ఒక విషయాన్ని ఒప్పుకోవాలని అనుకుంటున్నాను" అన్నాడు. "నేనొక దొంగను, నీ దగ్గర చాలా డబ్బుందని నువ్వు చెప్పినప్పటి నుంచి, దానిని దొంగిలించాలనే నీవెంట ఉన్నాను. ప్రతి రోజు రాత్రి నేను నీ గదంతా వెతికేవాడిని, చివరికి నీ బూట్లలో కూడా చూసాను, నీ తలగడ క్రింద చూసాను కానీ నాకేమీ దొరకలేదు. నిజంగా నువ్వు ఏమైనా సంపాదించావా?" అని అడిగాడు.

"ఆ! అవును" అని ఆ వ్యక్తి నవ్వుతూ చెప్పాడు. తన జేబులో నుంచి నిండుగా ఉన్న తన రెండు పర్సులను తీసి చూపిస్తూ "నువ్వు ఒక దొంగవనే విషయం నాకెప్పుడో అర్థమైపోయింది. అందుకే, ప్రతిరోజు రాత్రి భోజనానికి వెళ్లే ముందు, గదిలో నీ తలగడ క్రిందే నా డబ్బంతా దాచేవాడిని. ఎందుకంటే నువ్వు నా వస్తువులన్నీ శోధిస్తావు గాని నీ వస్తువులను ఎన్నడూ వెతకవని నాకు తెలుసు" అని చెప్పాడు.

అంతర్గత శాంతి అనే అమూల్యమైన నిధిని వెతకడానికి మీరు మీలోనికే ప్రవేశించాలి. అది బజారులో అమ్మేది కాదు. దానిని పర్యవేక్షించడానికి ఏ జమీందారూ లేడు; ఏ ప్రభుత్వాలు దానిని నియంత్రించలేవు. పైగా దానిని మీ నుండి ఎవ్వరూ దోచుకోలేరు. ఆత్మజ్ఞానము మరియు అనేక ఇతర నిధులతో తులతూగుతున్న ఎంతో గొప్ప ధనవంతులు మీరు. మీ లోపలి శాంతిని అన్వేషించడానికి ఇవే మీకు యోగ్యతను కలిగిస్తాయి.

బయటి ప్రపంచాన్ని చూడడంలో, అనుభవం పొందడంలో, రుచి చూడడంలో, వాసన చూడడంలో, వినడంలో మనం ఎంతో ప్రావీణ్యత పొందాము. కానీ మీకు తెలుసా - మనం మన ఇంద్రియాలను అంతర్ముఖం కూడా చేయగలమని? మీ అంతరంగ ప్రపంచం యొక్క ఆకారం మరియు పరిమాణం ఏమిటని? మీరు అంతర్ముఖం కావడానికి ప్రయత్నించినప్పుడు మీకు ఏ విధమైన చిత్రాలు కనిపిస్తాయి? మీ కోరికలు మరియు అవసరాల రుచి ఏమిటి? మీ భావాల పరిమళం ఏమిటి? మీ అంతరంగంలో దాగిన పిలుపు ఏమిటి? మిమ్మల్ని మీరు స్పష్టంగా వినగలుగుతారా?

మా చిన్నప్పుడు, మాకు పెయింట్ చేయడానికి నంబర్లతో కూడిన ఒక పెయింట్ పుస్తకం ఉండేది - 1 అంటే ఎరుపని, 2 అంటే పసుపని, 3 అంటే నీలమని, అలాగ! చాలా సరదాగా అనిపించేది. తర్వాత కొన్ని క్రొత్త రకం పుస్తకాలు వచ్చాయి - వాటి పేజీలపై ముందే పెయింట్ ఉండేది, కేవలం అక్కడ తడి చేస్తే చాలు బొమ్మలు రంగుల్లో కనిపించేవి. ఇది చాలా సరళంగా అనిపించేది. అయితే, ఒకరోజు నాకు ఏమనిపించిదంటే, అంతా ఒకేసారి తడి చేస్తే ఎలా ఉంటుందో చూద్దామని నేను మొత్తం పుస్తకాన్ని నీటిలో ముంచాను. అది ఆరిపోయిన తర్వాత తీసి చూస్తే అంతా రంగు రంగుల ముద్దలా తయారై ఏమీ అర్థం కాలేదు. అంతా గందరగోళంగా తయారైపోయింది. ఆ తర్వాత, నేనే స్వయంగా డ్రాయింగ్ వేసి పెయింటింగ్ చేయడం మొదలు పెట్టాను.

'ఎక్కడ పెయింట్ వేయాలో మాకు చెప్పండి' అని ఎంతో ఆశగా ఎదురు చూస్తూ బ్రతికేవారు ఈ ప్రపంచంలో చాలామంది ఉన్నారు. "మాకొక రంగుల డబ్బా ఇవ్వండి, దానితో రంగులు వేయడమో లేక నీటితో తడపడమో చేస్తామంతే! ఏదీ స్వయంగా గీయమని మాత్రం మాకు చెప్పకండి" అని అలాంటివాళ్లు అంటారు. కానీ మన భావాలను వ్యక్తం చేసే అవకాశాన్ని మనకు ఇవ్వడం జరిగింది. మనలోని స్వశక్తితో అందమైన చిత్రాలను చిత్రీకరించే అవకాశం ఇవ్వబడింది. ప్రతి ఉదయం అందమైన చిత్రాలను చిత్రీకరించే అవకాశాన్ని ఎంపిక చేసుకోవచ్చు! నంబర్లను మరిచిపోండి.

బాక్స్ బయట రంగులు దిద్దండి. మీ హృదయంలో ఉన్నదానికి రంగులు వేయండి. మీరెవరో గ్రహించి, దానికి అత్యంత ప్రకాశవంతమైన రంగును వేయండి.

ఒకటి మరియు సున్నా

చాలా కాలం క్రితం నేను కాలిఫోర్నియాలోని శాంతాక్రూజ్‌లో జరిగిన ఒక కార్యక్రమంలో నా సందేశం వినిపించాను. ఆ కార్యక్రమాన్ని ప్రశ్నలు - సమాధానాలతో ముగించాను. నాకు బాగా గుర్తుంది, హాలంతా జనాలతో పూర్తిగా నిండిపోయింది. ఎంతోమంది బయటే నిలబడి కిటికీల్లో నుండి తలుపుల్లో నుండి లోపలికి చూస్తున్నారు. ఇంతలో ఒక యోగా టీచర్ ఏదో ప్రశ్న అడగడానికి చెయ్యి పైకెత్తడం జరిగింది. వెంటనే అక్కడున్న వారందరూ ఆమెనే చూడడం మొదలు పెట్టారు.

"యోగా గురించి మీ అభిప్రాయం ఏమిటి?" అని నన్ను అడిగింది.

బహుశా ఆ పరిస్థితిని నేను సరిగ్గా అంచనా వేయలేకపోయానేమో తెలియదు గాని నాకు అనిపించింది, "అవును! యోగా అంటే చాలా మంచిది, అందరూ తప్పకుండా చేయాలి" అని నేను అంటానని ఆమె అనుకున్నది. అలా నేను చెబితే ఆమె దగ్గరికి ఎక్కువమంది నేర్చుకోవడానికి వస్తారని లేదా ఆమెకు మంచి పేరు లభిస్తుందని బహుశా అనుకొని ఉండవచ్చు. ఇప్పుడు ఆలోచిస్తే, నా సమాధానం ఆమెకు అసంబద్ధంగా అనిపించి ఉండవచ్చుననిపిస్తుంది. నేను ఏమని చెప్పానంటే -

"యోగా అంటే, అది సున్నాతో సమానం" అని అన్నాను.

"సున్నా!" అన్నాను.

ఆమెకు ఈ మాట నచ్చలేదు, ఆ విధమైన సమాధానాన్ని తాను

ఊహించలేదు. అందుకే, వెంటనే లేచి అక్కడి నుండి వెళ్ళిపోయింది. ఆమె వెళ్ళిపోయిన తర్వాత అక్కడున్న వారికి నేను అన్న ఆ మాటకు అర్థమేమిటో పూర్తిగా వివరించాను:

“దీనిని ఇలా అర్థం చేసుకోండి: మీరు ఒకటితో సమానం, యోగా అనేది సున్నాతో సమానం. ఒకటికి ముందు సున్నా పెడితే ఏమవుతుంది? ఒకటి, ఒకటిగానే ఉండిపోతుంది; సున్నా, సున్నాలాగే ఉండిపోతుంది. అదే ఒకటి తర్వాత సున్నా పెడితే పది అవుతుంది, ఇంకొక సున్నా పెడితే వంద అవుతుంది.”

ఇదొక మంచి సమాధానమని నా అభిప్రాయం. కానీ ఆ యోగా టీచరుకు మాత్రం నా సమాధానం వివరంగా చెప్పడంలో నేను విఫలమయ్యానని అనుకుంటున్నాను.

ఇక్కడ ఆలోచించదగిన విషయం ఒకటుంది - మనము, మన ముందు ఏమి ఉంచినా అది మనతో ముడిపడేది కాదు; ఉద్యోగము, డబ్బు, నమ్మకాలు, ఇతరుల అవసరాలు, యోగా... ఇవేవైనా సరే మనకంటే ముందుకు రాకూడదు. కానీ, మన తర్వాత మనము దేనిని ఉంచినా సరే, అది మన ఉనికిని రెట్టింపు చేస్తుంది. అన్నిటికంటే ముందు, అన్నిటికంటే ముఖ్యంగా మనం ఒకటిని ముందుంచాలి. ఎందుకంటే, అది ఆ స్థానంలో లేకపోతే ఇక దేనికీ విలువ ఉండదు. అలా ఒకటిని ముందుంచి ఆ తర్వాత మనము ఎన్ని సున్నాలనైనా పెట్టవచ్చు.

ఈ ప్రపంచంలో ఏడువందల కోట్లకు పైబడి జనాభా ఉన్నారు. కానీ నేను, ఒక్కడినే! మీరూ, ఒక్కరే! అందుకే, మీ జీవితంలో ప్రతిదీ మీతో ప్రారంభం కావాలి - మీతో!

మీరు దేనిని ఎంచుకుంటారు?

'మనమెవరు?' అనే విషయాన్ని నిజంగా మనము ఎప్పుడైతే అర్థం చేసుకుంటామో, అది మనకు ఎనలేని శక్తినిస్తుంది. అది మన జీవితంలోనే గాక మన చుట్టూ ఉన్న ప్రపంచానికి కూడా ఒక స్వరూపాన్ని ఇస్తుంది. నేను ఎంచుకోవడమనే విషయం గురించి చెప్తున్నాను. శాంతి మరియు సంఘర్షణ మధ్య, ప్రేమ మరియు ద్వేషం మధ్య, ఆశ మరియు నిరాశ మధ్య, సంతోషము మరియు దుఃఖాల మధ్య దేనిని ఎంపిక చేసుకోవాలో అందుకు తగిన యోగ్యతను పొందేలా ఆత్మజ్ఞానము మిమ్మల్ని తయారు చేస్తుంది. అలాగే ఎంచుకోకపోవడమనే ప్రత్యామ్నాయం కూడా ఉన్నది! ఒకవేళ మీరు జీవితమనే నదిలో 'కొట్టుకు పోవాలి' అని ఎంపిక చేసుకుంటే, అప్పుడు జీవితం మిమ్మల్ని మీకు ఇష్టం లేని స్థానానికి తీసుకు వెళ్ళినా సరే ఫిర్యాదు చేసే అవకాశము కూడా మీకు ఉండదు.

మీ జీవితంలో ఏదైతే జరుగుతున్నదో, ఆ విషయంలో మీరు చాలా అప్రమత్తంగా ఉండడం ఎంతో అవసరం. మనం మన కారులో గాని లేదా సైకిల్‌పైన గాని మన ఇంటికి వెళ్తూ ఉంటే, అప్పుడు మనము సరైన దిశలోనే వెళ్తున్నామా, లేక దారి తప్పామా అనే విషయం మనకు ఎలా తెలుస్తుంది? ఎలాగంటే, మనము మన దారిలో ఏవైతే చూస్తామో, అవే మనం సరియైన మార్గంలో వెళ్తున్నామో లేదో నిర్ధారిస్తాయి. అలాగే మన ఈ జీవన మార్గంలో అలాంటి సంకేతాలు ఏమున్నాయి? మనము వాటిని సరియైన రీతిలో చూస్తున్నామా? ఈరోజు నేను ఎక్కడున్నానో, ఈ ప్రపంచంలో నేను ఎటువంటి అనుభూతులను పొందాలని అనుకుంటున్నానో నాకు ఆ విషయంపై స్పష్టత ఉన్నదా?

ప్రతి క్షణం మనము స్పృహతో ఉండడం సాధ్యమేనా? లేదు. ఎందుకంటే స్పృహలో లేకుండా జీవించడమనేది దాదాపుగా మనకు ఈ జీవితంలో సహజమైపోయింది; నిజానికి అందులో మనము ఆరితేరామనే చెప్పాలి. కానీ ఒకవేళ మనము స్పృహలో ఉంటూ ఏదైనా చేయాలని నిర్ణయించుకుంటే

అప్పుడు ఏమవుతుంది? సరే, అది మన మీద, ఇతరుల మీద అత్యంత ప్రభావాన్ని చూపవచ్చు. కానీ దీనిని మనము ఎల్లప్పుడూ మనతోనే ప్రారంభించాలి. మీరు మీ విశ్వం మధ్యలో ఉన్నారు. కానీ మీరు దీనిని తెలుసుకోవడానికి, అర్థం చేసుకోవడానికి మరియు దీని పూర్తి అనుభవాన్ని పొందడానికి మాత్రం ఎంపిక చేసుకోవడమనేది చాలా ముఖ్యం!

మన జీవితంలో మనము దేనినైతే ఎంచుకుంటామో, అది మనలో అనూహ్యమైన మార్పులకు శ్రీకారం చుడుతుంది, అలాగే మన చుట్టుప్రక్కల వారి జీవితాలపై కూడా ప్రభావం చూపుతుంది. చాలామంది, తమ వద్ద ఏ విధమైన ప్రత్యామ్నాయాలు లేవని భావిస్తారు. కానీ మన వద్ద ఎల్లప్పుడూ ఒక ప్రత్యామ్నాయం ఉంటుంది. మీరు ఎప్పుడైనా ఒక భయానక స్థితిలో ఉంటే, అప్పుడు మీరు స్వేచ్ఛతో లేనట్లు, తప్పించుకోవడానికి ఏ గత్యంతరము లేనట్లు భావిస్తారు. చాలామంది ఇలాంటి పరిస్థితులను ఎదుర్కొంటూ భయభ్రాంతులకు లోనవుతారు. అయినప్పటికీ, ఆ స్థితిలో కూడా మీరు మీలోని శాంతితో ఏకమయ్యే ఓ చక్కని అవకాశాన్ని ఎంపిక చేసుకోగలరు. కానీ ఆ ఎంపిక చేసుకోవలసినది కేవలం మనమే - వేరెవరో కాదు, మన కోసం వేరెవరూ ఆ పని చేయలేరు.

జీవితంలో ముందుకు సాగడమనేది బహుశా కారు నడపడం లాంటిది కావచ్చు. డ్రైవింగ్ చేయడమంటేనే ఎంపిక చేసుకోవడము - ఎక్కడ కారును త్రిప్పాలో, ఏ గేర్ వేయాలో, ఎంత వేగంతో వెళ్లాలో, ఎక్కడ ఆగాలో, రేడియోలో ఏమి వినాలో... ఇవన్నీ! మీరు జీవితమనే బండిలో డ్రైవర్ సీటులో ఉన్నప్పుడు మీరు ఇన్‌ఛార్జ్ అవుతారు, అప్పుడు మీరు తీసుకునే నిర్ణయాలకు తగిన పరిణామాలు ఉంటాయి. మీరు సరైన నిర్ణయం తీసుకోవడం మానేస్తే అప్పుడు దారి తప్పవచ్చు, గ్యాస్ అయిపోవచ్చు, మీరు ఆగిపోవచ్చు లేదా ఏ ప్రమాదమైనా సంభవించవచ్చు! సరైన నిర్ణయాలు తీసుకోవాలి. అప్పుడు మీరు ఎటు వెళ్ళాలనుకుంటే అటు వెళ్ళవచ్చు, అలాగే మీ ప్రయాణాన్ని కూడా తప్పక ఆనందించగలరు.

రండి! ఈ ఉదాహరణ గురించి మరింత వివరంగా మాట్లాడుకుందాము. మీరు కారు నడుపుతున్నప్పుడు, వెనుక ఉన్నవి కనిపించే ఆ అద్దంలోనే ఎప్పుడూ చూస్తూ ఉండిపోతే, ముందు ఏమి జరుగుతోందో మీకు తెలియదు. 'రాబోయే మలుపు ఎలా ఉంటుందో' అనే ఊహల్లో విహరిస్తుంటే ప్రస్తుతం మీ సమక్షంలో జరుగుతున్న దానిని మీరు గమనించలేకపోతారు. ఈ క్షణంలో ఉండడమనేది మనకు ఎంతో తృప్తినిస్తుంది; ముమ్ముందు ఉన్న మార్గాన్ని స్పష్టంగా చూడాలి, మంచి మార్గాన్ని ఎంచుకొని ముందుకు సాగాలి. అలాగే ప్రయాణంలోని ప్రతి మలుపును అభినందించాలి. అయితే, ఇంతకూ మీరు మీ జీవితంలో డ్రైవర్ సీటులోనే ఉన్నారా?

మనతోనే ప్రారంభించాలి

మనము ఎప్పుడైతే ప్రతిక్షణంలో లభ్యమయ్యే ఈ జీవిత కానుకను స్వీకరించాలని నిశ్చయించుకుంటామో, మనకు లభ్యమయ్యే ఆ కానుకను అలా స్వీకరించడం కోసమే లభించిందని ఎప్పుడైతే అర్థం చేసుకుంటామో, అప్పుడు మాత్రమే మనతో మనము ప్రారంభిస్తాము. మనతో మనము ఎప్పుడు ప్రారంభించగలుగుతామంటే - ఎప్పుడైతే మనము ఇతరుల అభిప్రాయాలు, అవసరాలు మరియు కోరికలనే అలజడికి అతీతమైన మన హృదయాన్ని ఆలకించాలని నిర్ణయించుకుంటామో, ఆ క్షణం! మనలోని శాంతిని పొందే శక్తి మనలోనే దాగి ఉందని ఎప్పుడైతే గుర్తిస్తామో, అప్పుడు మాత్రమే మనము ప్రారంభించగలము! అలాగే అప్పుడు మనము ఇతరుల అభిప్రాయాలు, అవసరాలు మరియు కోరికలనే అలజడికి అతీతమై మన హృదయాన్ని వినాలని నిర్ణయించుకుంటాము. మనలోనే శాంతిని పొందే శక్తి దాగి ఉందని ఎప్పుడైతే గుర్తిస్తామో, అప్పుడు మాత్రమే మనతో మనము ప్రారంభించగలుగుతాము. అంతర్ముఖం కావాలనే నిర్ణయాన్ని మనము ఎప్పుడైతే తీసుకుంటామో, అప్పుడు మన అంతరంగంలోని ఆ నిధి మన కోసమై వేచి ఉందని, పైగా దానిని మన నుండి ఎవరూ దోచుకోలేరని గ్రహిస్తాము. 'మనము ఎవరు' అనే విషయాన్ని స్వయంగా తెలుసుకోవాలనే ఆ తపన మనలో కలిగినప్పుడు మాత్రమే మనతో మనము ప్రారంభిస్తాము.

నా హృదయాన్ని నేను కలిసినప్పుడు, మొట్టమొదటిసారి నాతో నేను కలిసినప్పుడు ఎంతో ఆశ్చర్యపోయాను. ఆ విషయానికి సంబంధించిన కొన్ని వాక్యాలు -

చీకటిలో చూడడం నేర్చుకోమని నువ్వు చెప్పినప్పుడు,
నాకు అయోమయంగా అనిపించింది,
కానీ ఇప్పుడు నేను చూస్తున్నాను.

పాత్ర లేకుండా రుచి చూడడం నేర్చుకోమని నువ్వు చెప్పినప్పుడు,
నేను చాలా దప్పికతో ఉన్నాను,
కానీ ఇప్పుడు నేను త్రాగగలుగుతూ ఉన్నాను.

ఏ కదలికా లేకుండా స్పర్శించడం నేర్చుకోమని నువ్వు చెప్పినప్పుడు,
మొదట నేను మొద్దుబారిపోయాను,
కానీ ఇప్పుడు నేను అనుభూతి చెందాను.

నిశ్శబ్ధంలో వినడం నేర్చుకోమని నువ్వు చెప్పినప్పుడు,
మొదట నేను చెవిటి వాడినయ్యాను,
కానీ ఇప్పుడు నేను వింటున్నాను.

ఈ అధ్యాయంలో ప్రధానమైన ఎన్నో విషయాలను మనము తెలుసుకున్నాము. కాబట్టి, నేను మీకు మూడు సరళమైన పద్ధతులను ఒకసారి తిరిగి గుర్తుచేయాలని భావిస్తున్నాను. వాటి సహాయంతో మనతో మనము చక్కగా మమేకం కాగలము -

- మనకు కావలసివన్నీ మనలోనే ఉన్నాయని తెలుసుకోవాలి. అద్భుతమైన రీతిలో, క్రమపద్ధతిలో అమర్చబడిన వనరులన్నీ మనలోనే ఉన్నాయని తెలుసుకోవాలి.
- మనలో ఎంతో సామర్థ్యం ఉన్నది కానీ మనము ఏవిధంగా

జీవిస్తున్నామో, దానిని మన జీవితంలో వ్యక్తపరచాలి - మీలాగా మరొకరు ఉండరు. కాబట్టి మీరు ఎంత అత్యుత్తమంగా ఉండగలరో, అంత గొప్పగా ఉండండి.

- గుర్తుంచుకోండి, ఎల్లప్పుడూ మన వద్ద ఒక ప్రత్యామ్నాయం తప్పక ఉంటుంది. మీరు ఎలాంటి స్థితిలో ఉన్నప్పటికీ మీ వద్ద ఒకటి కంటే ఎక్కువ ప్రత్యామ్నాయాలు ఉంటాయి.

తెలివితక్కువ దద్దమ్మలు ఎవరు?

ఈ అధ్యాయం చివరిలో ఈ కథను చేర్చకుండా నేను ముగించలేక పోతున్నాను. ఇది అక్బర్ - బీర్బల్‌కు సంబంధించిన కథ, నా విధానంలో చెప్తాను. ఈ కథ ముఖ్యంగా దేని గురించి తెలియజేస్తుందంటే - 'స్వయంగా మనల్ని మనం చూసుకోకుండా ఇతరులను అంచనా వేయడంలో మన సమయాన్ని ఎలా వృథా చేసుకుంటామో!' అని.

భారతదేశంలో అక్బర్ అనే ఒక చక్రవర్తి ఉండేవాడు. తన అభిమాన మంత్రి అయినటువంటి బీర్బల్‌ను ఒకరోజు ఏదో విషయం కోసమై రమ్మని కబురు పంపాడు.

"బీర్బల్! నువ్వు వెళ్లి నా దగ్గరికి ఒక ఐదుగురు తెలివితక్కువ దద్దమ్మలను వెతికి తీసుకొని రా!" అని చెప్పాడు అక్బర్. "అలాగే ప్రభూ! అని బీర్బల్ బదులిచ్చి అక్కడి నుండి బయటికి వచ్చాడు. బయటికి వస్తూ... నేను ప్రభువుల వారి అభ్యర్థనను అంగీకరించి అలాగేనని చెప్పడమైతే చెప్పాను గాని ఐదుగురు దద్దమ్మలను వెతకడం ఎలా?" అని మనసులో ఆలోచిస్తూ వచ్చాడు.

కొలువులో అందరికంటే బీర్బల్ తెలివైనవాడు, కానీ ఈ సమస్యకు బహుశా పరిష్కారం దొరకదేమోనని కాస్త ఆందోళన చెందాడు. అందువల్ల ఆయన మిగతా పనులన్నీ ప్రక్కన పెట్టి దద్దమ్మలను వెతకడానికై వీధిలోనికి వెళ్లాడు.

‘ఈ పని చేయాలంటే ఎలాగ?’ అని ఆలోచిస్తూ ఉండగా, ఇంతలో ఒకతను నేలపై పడిపోయి ఉండడం చూసాడు బీర్బల్. అతను నేలపై పడిపోయి చేతులను దూరంగా చాపి పెట్టుకొని కాళ్ళను గాలిలో ఆడిస్తూ ఉన్నాడు.

“ఏమి చేస్తున్నావు?” అని అడిగాడు బీర్బల్.

“మా ఆవిడ ఇంటిని అలంకరిస్తోంది. అందులో భాగంగా కిటికీ పరదా కోసమైనా నా చేతులతో ఇలా కొలత పెట్టి బజారుకు వెళ్లి పరదాను తీసుకురమ్మని పంపింది” అని తన రెండు చేతుల మధ్య దూరాన్ని చూపుతూ అన్నాడు. “ఇంతలో నేను జారి క్రింద పడ్డాను. అయితే లేవలేకపోతున్నాను; ఎందుకంటే చేతులను కదిలిస్తే కొలత పోతుంది కదా” అని చెప్పాడు.

“అయితే, నాకు మొదటి దద్దమ్మ దొరికినట్లే” అని మనసులో అనుకున్నాడు బీర్బల్.

ఒక గంట తరువాత, ఒక వ్యక్తి తన తల మీద ఒక పెద్ద గంప పెట్టుకొని గాడిదపై కూర్చొని పడిపోకుండా బ్యాలెన్స్ చేసుకుంటూ వెళ్తూ కనిపించాడు.

“ఏం చేస్తున్నావు?” అని అడిగాడు బీర్బల్.

“నాకు నా గాడిదంటే ప్రాణం, దానికి ఇది బరువు కాకూడదని నేను మోస్తున్నాను” అని చెప్పాడు.

బీర్బల్ సంతోషించాడు, మరొక దద్దమ్మ తనకు దొరికాడని.

చీకటి పడుతుండడంతో బీర్బల్ ఒక వీధి దీపం క్రిందికి వెళ్ళి నిలబడ్డాడు. అక్కడే ఒక వ్యక్తి మోకాళ్ళమీద కూర్చొని చేతులతో నేలపై ఏదో వెతుకుతూ కనిపించాడు.

“ఏం చేస్తున్నావు?” అని అడిగాడు బీర్బల్.

“ఈరోజు మధ్యాహ్నం వేళ నేను మా స్నేహితులతో కలిసి ఇక్కడి నుంచి ఒక మైలు దూరంలో ఉన్న అడవికి విహారానికై వెళ్ళాను, అక్కడ నా వ్రేలికి ఉన్న ఉంగరం ఎక్కడో పడిపోయింది” అని చెప్పాడు.

“సరే, కానీ నీ ఉంగరాన్ని నువ్వు వెతకాల్సింది అడవిలో కదా?” అని అడిగాడు బీర్బల్.

“అరే! నీకేమైనా పిచ్చా?” అని అంటూ, ఆ వ్యక్తి “ప్రస్తుతం అడవిలో ఏమైనా వెలుతురు ఉంటుందా? చీకటి పడింది కదా!” అని అన్నాడు.

బీర్బల్ సంతోషంతో పని పూర్తయిందని చేతులు దులుపుకున్నాడు.

మరుసటి రోజు, ఆ ముగ్గురిని బీర్బల్ చక్రవర్తి సమక్షానికి తీసుకెళ్లాడు.

“మహాప్రభూ! మీరు చెప్పినట్లుగా దద్దమ్మలు దొరికారు” అన్నాడు. అంతే కాదు, వాళ్లందరూ ఏమేమి చేస్తుండగా దొరికారో కూడా అన్నీ వివరంగా చెప్పాడు బీర్బల్.

“కాని బీర్బల్, నేను ఐదుగురిని తీసుకురమ్మని నీకు చెప్పాను కదా!” అని అడిగాడు చక్రవర్తి.

“ప్రభూ! నాల్గవ దద్దమ్మను నేను. ఎందుకంటే దద్దమ్మలను వెతకడానికి నా సమయాన్నంతా వృథా చేసుకున్నాను” అన్నాడు బీర్బల్.

“మరి, ఐదవ దద్దమ్మ ఎవరు?” అని అడిగాడు చక్రవర్తి.

బీర్బల్ ఓ చిరునవ్వు నవ్వి ఆయన వంక చూసాడు!

6వ అధ్యాయం

కృతజ్ఞతాభావం

“మీ జీవితంలో ఉన్న దేని పట్ల మీరు కృతజ్ఞతతో ఉన్నారు?” అని నేను అడిగినప్పుడు చాలామంది చెప్పే సమాధానం ఎలా ఉంటుందంటే - తమ కుటుంబమని, స్నేహితులని, ఇల్లని, తమ ఉద్యోగమని అంటుంటారు. ఇవన్నీ నిస్సందేహంగా అతి ముఖ్యమైన ఆశీస్సులేనని తప్పక అర్థం చేసుకోగలము. కానీ వేటి కోసమై కృతజ్ఞతాభావంతో ఉండాలని అందరూ భావిస్తుంటారో, వాటిని దృష్టిలో పెట్టుకొనే ఇలా అంటూ ఉంటారని నాకు అప్పుడప్పుడూ అనిపిస్తూ ఉంటుంది. అయితే, మీకు లభ్యమైన మహత్వపూర్ణమైన “జీవితం” అనే ఈ కానుకను కూడా మీరు తప్పక గుర్తిస్తారనే ఆశతో నేను ఎదురుచూస్తూ ఉంటాను. అదే లేకపోతే మిగతావన్నీ అసాధ్యమే! అయినప్పటికీ ఎంతో సులభంగా ఈ చిన్న విషయం మన మెదడులో నుంచి జారిపోతూ ఉంటుంది.

బహుమతిని తెరవడం

“మనము ఈరోజు కోసమే జీవించాలి” అనే మాటను జనులు అందరికీ చెప్తూ ఉండడం నేను తరచూ గమనిస్తూ ఉంటాను. కానీ ఈ సలహాను మనస్ఫూర్తిగా స్వీకరించేవారు మనలో ఎంతమంది ఉన్నారు? “నేను జీవించి ఉన్నందుకు ధన్యవాదాలు” అని మనం ఒకరోజులో ఎన్నిసార్లు

తలుచుకుంటాము. ఉదయం లేవగానే మనకు గుర్తొచ్చే విషయం ఇదేనా లేక మన మనస్సు నేరుగా ఇతర ప్రాపంచిక విషయాలవైపు మన ధ్యాసను మరలిస్తుందా? 'టైమ్ ఎంతైంది? ఈరోజు నేను ఏమేమి చేయాలి? టూత్‌పేస్ట్ ఎక్కడుంది? నాకు కాఫీ కావాలి...' అనే వీటిపైకి ధ్యాస వెళ్తుంటే – అదే అలజడి! అలజడి! అలజడి! ఆ అలజడికి ఒకసారి అలవాటు పడిపోతే ఆ తర్వాత మిగతావేవీ మనకు వినిపించవు, అలా చివరికి మనల్ని మనం ఆలకించడం కూడా మానేస్తాము.

జీవితమనే బహుమతిని తెరిచి, దానిని స్వీకరించాల్సిన సమయం ఆసన్నమైనది. అంతేకాదు, ఈ బహుమతిపై 'గడువు తేదీ' (ఎక్స్‌పైరీ తేదీ) కూడా ఖచ్చితంగా ఒకటి ఉంటుంది. అందువలన, ఈ బహుమతిపై చుట్టి ఉంచిన ఆ కాగితాన్ని వెంటనే తొలగించడం మొదలుపెట్టాలి! ప్రతి క్షణం మనకు లభిస్తున్న అవకాశాన్ని ఎప్పుడైతే పూర్తి స్పష్టతతో గ్రహిస్తామో, అప్పుడు మన హృదయం కృతజ్ఞతతో పరిపూర్ణమవుతుంది. ఆ కృతజ్ఞత గురించే నేను ఇక్కడ మీతో మాట్లాడాలని అనుకుంటున్నాను: ప్రతీ శ్వాస జీవితమనే ఆశీర్వాదాన్ని మనకు అందిస్తుందని మనము మన అంతరంగంలో అంగీకరించాలి. అలా జరిగినప్పుడు, స్పష్టతతో పాటు సంతృప్తి అనే ఒక అపురూపమైన భావన కలుగుతుంది.

నాలో కృతజ్ఞతాభావం ఉత్పన్నమైనప్పుడు, "నేను జీవించి ఉన్నాను, నేను జీవించి ఉన్నానని నాకు నిజంగా తెలుసు" అనే ఓ అద్వితీయ భావము స్వతహాగా వ్యక్తమవుతుంది. అప్పుడు నాకు, నాలో ప్రాణశక్తి ప్రతిస్పందిస్తోందని కూడా స్పష్టమవుతుంది. సమస్త సృష్టిని నడిపిస్తున్న ఆ శక్తే, ఈ క్షణంలో నన్ను కూడా నడిపిస్తున్నది. నాలోని రక్తకణాలు, నా ఊపిరితిత్తుల నుండి ఆక్సిజన్‌ను అవసరమైన చోటికి సరఫరా చేస్తున్నాయి. నాలోపల మరియు నాకు నలువైపులా ఎలక్ట్రాన్‌లు, ప్రోటాన్‌లు మరియు న్యూట్రాన్‌లు ఎన్నో ఉన్నాయి. ఈ అద్భుతమైన గ్రహంపైన, అన్ని రకాలైన అవకాశాలతో ప్రతి నూతన శ్వాస నా మనుగడకు జీవం పోస్తోంది. సంక్లిష్టమైన భాగాలతో మరియు అనేక విధాలైన ప్రక్రియల సమాహారంతో

ఒక అద్భుతమైన రీతిలో మానవుడు నిర్మింపబడ్డాడు - ఇదొక సంపూర్ణ సజీవ అద్భుతం! కనుక, మనము మన నిర్మాణాన్ని అభినందిస్తూ, ప్రతి క్షణాన్ని పరిపూర్ణంగా ఆనందించడం కంటే మించి మనకు మనము ఇచ్చుకోగలిగిన బహుమతి ఇంకేముంటుంది?

ఈ జీవితమనే బహుమతి లభ్యమయినందుకు, ఈ క్షణాన ఈ ప్రపంచంలో జీవించి ఉన్నందుకు అతి స్వచ్ఛమైన మరియు శక్తివంతమైన రూపంలో నేను కృతజ్ఞతలు తెలియజేయాలి. అంతేగాని, ఇది ఉన్నందువలన నేను ఏమేమి చేయడానికి సమర్థుడినో అందుకోసం కాదు. నేను బాహ్యం నుండి వైదొలగి అంతర్ముఖం అవుతున్నప్పుడు మాత్రమే నా కొరకు ఆ కృతజ్ఞతా గీతం ఆలపించబడుతుంది.

ఈ భూమండలంపై కోట్లాది సంఖ్యలో జనాభా ఉన్నారు. అయితే, తమకు లభ్యమైన దాని గురించి ఎవరెలా భావిస్తారో, అది ఒక్కొక్క వ్యక్తికి ఒక్కొక్క రకంగా ఉంటుంది. అందరికీ ఒకేలా ఉండాలనేమీ లేదు. జీవించి ఉన్నందుకు తనకు ఎలా అనిపిస్తుందో, సంతృప్తి చెందినప్పుడు ఎలా అనిపిస్తుందో, ఆనందించినప్పుడు ఎలా అనిపిస్తుందో తెలిపే గీతాన్ని మనలో ప్రతి ఒక్కరూ ఓ భిన్నమైన రీతిలో ఆలపించగలరు. కొందరికైతే తమకు ఎంత గొప్ప బహుమతి లభించిందో ఏమాత్రం తెలియదు; మరికొందరేమో సంబరాలు జరుపుకుంటున్నారు. మీరు ఎవరైనప్పటికీ, అత్యంత విలువైన జీవితమనే ధనం మీ వద్ద ఇప్పటి వరకు ఉన్నందుకు కృతజ్ఞతాభావాన్ని అనుభూతి పొందే ఒక చక్కని అవకాశం ఎల్లప్పుడూ ఉంటుంది.

కృతజ్ఞతానుభూతి

కృతజ్ఞత అనేది ఆలోచన చేసే విషయం కాదు; అనుభూతి చెందే విషయం. సంతృప్తి అనేది అనుభవంతో తెలుసుకోవాలి; అంతేగాని సంతృప్తిగా ఉన్నామని ఆలోచన చేయలేము. అలాగే కృతజ్ఞత అనేది కూడా ఆలోచించే విషయం కాదు, అనుభవప్రదమైనది. మనల్ని మనము అదృష్టవంతులుగా

ఊహిస్తే సరిపోదు; ఊహించే విషయం కాదది. ఏ రీతిలో మనము ఈ జీవితానుభూతిని పొందుతున్నామో అందుకు ప్రతిఫలంగా కృతజ్ఞతను వ్యక్తం చేయడానికి సంబంధించినది.

కృతజ్ఞత అనేది మంచీ - మర్యాదలతో ముడిపడి ఉండేది కాదు; నా మనుగడను గుర్తెరిగి, అభినందించడాన్ని నా రీతిలో నేను ఎంపిక చేసుకోవడం. మనకు ఎవరైనా ఏదైనా ఇచ్చినప్పుడు, "ధన్యవాదాలు" తెలియజేయాలని ప్రేరేపిస్తుంటాము (పిల్లల విషయంలో తరచూ ఇలా జరుగుతుంది). కానీ జీవితం యెడల కలిగే ఆ కృతజ్ఞతాభావం మాత్రం మన లోలోపలి నుండి ఉత్పన్నమవుతుంది.

మనకు లభించిన ఈ జీవితం యెడల కృతజ్ఞతాభావాన్ని అనుభూతి చెందడానికి సరైన సమయం ఎప్పుడు వస్తుంది? ఇప్పుడే! దానికై ఏ వేడుక కోసమో, ఏ గ్రహాల కలయిక కోసమో లేక వ్యక్తిగత కష్టాల కోసమో ఎదురుచూడవలసిన అవసరం లేదు. కేవలం మన ధ్యాసను అంతర్ముఖం చేసి మనకు లభ్యమవుతున్న దానిని అభినందించాలి. కృతజ్ఞతాభావంతో ఉన్న ఆ ఉత్తమ క్షణాన అన్నివైపుల నుండి మన ధ్యాస తొలగిపోతుంది. అప్పుడు ఎలా ఉంటుందంటే మన ప్రయాణంలో చివరి గమ్యానికి చేరినట్లు, అలాగే ఉత్తేజకరమైన ఓ నూతన ప్రయాణానికి శ్రీకారం చుడుతున్నట్లు! భూత-వర్తమానాల ఖచ్చితమైన సమావేశ స్థానమే కృతజ్ఞత - ఒక వర్తమాన క్షణ వేడుక!

మనము సంపూర్ణులము

కృతజ్ఞత అనేది ఉన్నదానికి ప్రతిఫలంగా జనిస్తుంది, లేనిదానికి కాదు. అలాగని మనము మన అవసరాలను, కోరికలను, ఆశలను మరియు మన కలలన్నింటిని విస్మరించాలని కాదు. అయితే, మన వద్ద ఇప్పటికే ఏవైతే ఉన్నాయో, వాటి కోసం ధన్యవాదాలు తెలియజేయడానికై బాహ్య విజయాల కోసమై నిరీక్షించాల్సిన అవసరం లేదు. మన ఊహాశక్తితో

మరియు మన ఉత్సాహంతో బాహ్య ప్రపంచంలో, మన కోసం మరియు ఇతరులందరి కోసము ఎన్నో గొప్ప-గొప్ప వాటిని సాధించుకోగలము. కానీ మనం పరిపూర్ణం కావడానికి మాత్రం ఏ విజయాలతో పనిలేదు; ఎందుకంటే మనము సంపూర్ణులము!

ఏది ఎలా ఉన్నా దానిని యథాతథంగా ఎల్లప్పుడూ స్వీకరించగలిగి, అలాగే వాటిని యథాతథంగా మనము అనుభూతి చెందాలి; యథాతథంగా వాటిని అభినందించాలి. ఉన్నది ఉన్నట్లుగా చూసి మనము ఎప్పుడైతే అభినందిస్తామో అప్పుడు మన కృతజ్ఞత అనంతం అవుతుంది. మన సంతోషాన్ని కొలవడానికి వీలుపడదు. మన ఆనందాన్ని మనము కొలవలేము, మన ప్రేమను కొలవలేము, మన అవగాహనను కొలవలేము. మన అంతర్గత శాంతి కొలవడానికి వీలుకానిది. మనము ఒక దర్జీలాగా దాని చుట్టుకొలతను ఒక టేపుతో కొలిచి దాని పరిమాణాన్ని చెప్పలేము. వాటిని మనం ఒక త్రాసులో పెట్టి తూచలేము. అవన్నీ అనంతమైనవి మరియు నిరాకారమైనవి. అయినప్పటికీ అవన్నీ మనకు సంపూర్ణంగా వాస్తవమైనవి.

ప్రతి శ్వాసకు మనము ఎప్పుడైతే విలువనిస్తామో, అప్పుడు అది ఒక వాస్తవం అవుతుంది. మనలోని శాంతితో మనం ఎప్పుడైతే పూర్తిగా మమేకమవుతామో అప్పుడు అది యథార్థమవుతుంది. ఇవన్నీ కేవలం ఇక్కడే, ఇప్పుడే సాధ్యం కాగలవు. "ఇప్పుడే" చేయవలసిన మంచి కార్యం ఏమిటి? ఇప్పుడే చేయవలసిన మంచి కార్యం - స్పృహతో ఉండడం. ఈ సమయంలో చేయవలసిన మంచి కార్యం – ఆనందంగా ఉండడం. ఈ సమయంలో చేయవలసిన మంచి కార్యం - కృతజ్ఞతతో ఉండడం!

కష్టాలు మరియు విజయాలకు అతీతంగా

"మా జీవితంలో ఎదురయ్యే కష్టాల గురించి మీ అభిప్రాయం ఏమిటి? వాటి యెడల కూడా మేము కృతజ్ఞతాభావాన్ని కలిగి ఉండాలా?" అని

ఎంతోమంది తరచూ నన్ను అడిగేవారు. ఒకసారి ఒక వ్యక్తి (కొంచెం కోపంతో) నన్ను ఇలా అడిగాడు - "ప్రస్తుతమున్న ఈ దారుణ స్థితికి ధన్యవాదాలు తెలియజేయాలా? ఈ దుఃఖాలకు కూడా ధన్యవాదాలు తెలియజేయాలా? ఈ బాధలకు మేము ధన్యవాదాలు తెలియజేయాలా?" అని. లేదు! కానీ ఆ స్థితిలో కూడా మంచిని సూచించే ఒక సంకేతం తప్పక ఉంటుంది - అదే మీ జీవితం. జీవితమే లేకుంటే, మీరు మంచిని ఆస్వాదించలేరు, చెడును అనుభవించలేరు. జీవితమే లేకుంటే మీకు కోపమూ రాదు, దుఃఖ-బాధలూ ఉండవు. జీవితమే లేకుంటే, కష్టకాలం మంచిగా మారడం చూసే అవకాశం కూడా మీకు ఉండదు. ఈ విషయంపై నేను మీకు ఒక కథ వినిపిస్తాను.

ఒకానొక రాజ్యంలోని రాజు, మంత్రి మరియు సైన్యాధిపతి ఈ ముగ్గురు కలిసి ఏదో రహస్యాన్ని చేధించాలనే ఉద్దేశ్యంతో పొరుగు రాజ్యాన్ని సందర్శించడానికి బయలుదేరారు. మార్గమధ్యములో ఒక ఆపిల్ పండును కోస్తుండగా రాజుగారి బొటనవ్రేలు తెగి బాగా రక్తస్రావం జరిగింది. సేనాధిపతి రాజుగారి బొటన వ్రేలికి పెద్ద కట్టుకట్టాడు; అలాగే వారు తమ ప్రయాణాన్ని కొనసాగించారు. రాజుగారు తన వ్రేలికి గాయం అయినందుకు బాగా చికాకు పడుతూ - 'తనకు ఎందుకిలా జరిగిందని?' పదే పదే తనను తను ప్రశ్నించుకోవడం మొదలు పెట్టాడు. కొంత దూరం వెళ్లాక, తనకెందుకు ఇలా జరిగిందని మంత్రిని అడిగాడు.

"మహారాజా! ఏం జరిగినా అంతా మన మంచికే" అన్నాడు మంత్రి.

రాజుగారికి ఈ మాటలు ఏమాత్రం నచ్చలేదు, ముఖ్యంగా ఆ వ్రేలి నొప్పి అధికంగా ఉన్నప్పుడు! 'ఈ మంత్రికి ఏదో ఒక గుణపాఠం తప్పక చెప్పి తీరాలి' అని రాజు మనసులో గట్టిగా నిర్ణయించుకొని, ఒక పెద్ద గొయ్యి వెతికి అందులో నుంచి బయటికి రాకుండా మంత్రిని తోసేయమని సైన్యాధిపతిని రాజు ఆజ్ఞాపించాడు.

రాజుగారు చెప్పినట్లే సైన్యాధిపతి చేసాడు. మంత్రి ఎంత ప్రాధేయపడినా రాజు ఏమాత్రం పట్టించుకోలేదు. మంత్రి గొడవ పడినా రాజు వినలేదు. చివరికి సైన్యాధిపతి చెవిని రక్తం కారేంత గట్టిగా కొరికాడు మంత్రి. మంత్రి 'నన్ను ఎందుకు ఇలా హింసిస్తున్నారు?' అని వాపోయాడు. అయినా ఫలితం లేదు.

"ఏం జరిగినా అంతా మన మంచికే కదా!" అన్నాడు రాజు.

అలా రాజు మరియు సైన్యాధిపతి కలిసి మంత్రిని ఆ గొయ్యిలో వదిలేసి ఇద్దరూ అడవి మార్గాన తమ ప్రయాణాన్ని కొనసాగించారు. కొన్ని గంటల పాటు నడిచాక, వారు ఒక వింత గ్రామానికి చేరుకున్నారు. అయితే వీరికి విషయం బోధపడేలోపే ఆ గ్రామస్తులంతా వీరిని చుట్టుముట్టి, అనుమతి లేకుండా తమ గ్రామంలోనికి ప్రవేశించినందుకు తీవ్రంగా మండిపడ్డారు. అనుమతి లేకుండా గ్రామంలోనికి ప్రవేశించే వారికి మరణశిక్ష విధించడం అక్కడి ఆచారం! ఆ గ్రామస్తులు ముందుగా రాజును చూసి ఆయనను బలి ఇవ్వాలని నిర్ణయించుకొని, త్రాళ్ళతో కట్టేసారు. ఆయనకు నిప్పంటించి బలి ఇవ్వడానికి అన్ని ఏర్పాట్లు చేయడం మొదలు పెట్టారు.

రాజు గట్టిగా అరుస్తూ కేకలు పెట్టాడు "ఇది దారుణం! ఇలా ఎందుకు చేస్తున్నారు? నన్ను కాపాడండి! ఆపండి!" అని.

అయితే, ఈ తతంగానికి అంతిమ ఏర్పాట్లు చేస్తున్న వ్యక్తి ఒక్కసారిగా ఉలిక్కిపడి, గ్రామపెద్ద వైపు తిరిగి చూసి, "ఇతన్ని బలి ఇవ్వలేము" అన్నాడు.

"ఎందుకు బలి ఇవ్వలేము?" అని అడిగాడు గ్రామపెద్ద.

"మనము ఎవరిని బలి ఇస్తామో అతను సంపూర్ణ ఆరోగ్యవంతుడై ఉండాలి కదా, కానీ ఇతన్ని చూడండి" అని రాజు బొటన వ్రేలికి ఉన్న కట్టును

చూపించాడు.

దీనితో ఆ గ్రామస్తులంతా తీవ్ర నిరసన వ్యక్తం చేసారు. వెంటనే వాళ్ళ దృష్టి సైన్యాధిపతిపై పడింది, అతన్ని కట్టేసారు. మళ్ళీ అంతిమ ఏర్పాట్లు చేయడం మొదలు పెట్టారు. కానీ ఈసారి, రక్తంతో తడిసిన అతని చెవిని గమనించాడు.

"మనము ఇతన్ని కూడా బలి ఇవ్వలేము" అని చెప్పి కట్టేసిన ఆ త్రాళ్ళను విప్పేసారు.

గ్రామపెద్ద మరియు గ్రామస్తుల మధ్య పెద్ద గొడవ మొదలై ఆగ్రహంతో పిచ్చి పిచ్చిగా అందరూ అరుచుకోవడం, వాదించుకోవడం మొదలు పెట్టారు. ఈ గందరగోళం నడుమ, రాజు మరియు సైన్యాధిపతి ఇద్దరూ మెల్లగా అక్కడి నుంచి ఏదోలా తప్పించుకొని అడవిలోనికి తిరిగి పారిపోయారు. ఏదో విధంగా మళ్ళీ తిరిగి మంత్రిని పడేసిన ఆ గొయ్యి దగ్గరికి వచ్చేసారు.

మంత్రిని ఆ గొయ్యిలో నుండి బయటికి లాగమని రాజు సైన్యాధిపతిని ఆదేశించాడు. "నిన్ను ఇలా గొయ్యిలో పడేసినందుకు నన్ను మన్నించు, నిజానికి గాయపడిన నా వ్రేలే నా ప్రాణాలను కాపాడింది" అంటూ ఆ గ్రామస్తుల బారి నుండి ఎలా తప్పించుకొని పారిపోయి వచ్చారో అంతా రాజు వివరంగా చెప్పాడు.

"నన్ను ఈ గొయ్యిలో పడేసినందుకు నాకు చాలా ఆనందంగా ఉంది" అని మంత్రి అన్నాడు. "ఎందుకంటే, నాకు ఎలాంటి గాయాలు లేవు. మీతోపాటు నేను వచ్చి ఉంటే, మీకు బదులుగా నన్ను బలి ఇచ్చేవారు" అని వివరించాడు.

మన జీవితంలో దుఃఖ-బాధలనే కారుమబ్బులు కమ్ముకున్నప్పుడు, వాటి వెనుక ఉండే ఆశాకిరణాలను ఈ కథ మనకు గుర్తు చేస్తుంది. ఆ

ఆశాకిరణాలు మనకు ఏమి తెలియజేస్తాయి? ఆ కారుమబ్బుల వెనుక ఒక శక్తివంతమైన సూర్యుడు ఉన్నాడని, మనకు వెచ్చదనాన్ని పంచి మన మార్గాన్ని తేజోవంతం చేయడానికై ఎదురు చూస్తున్నాడనే విషయాన్ని తెలియజేస్తాయి.

అలాగని మనకు ఎదురయ్యే ఆ విపరీత పరిస్థితుల ప్రభావం తగ్గిపోతుందని కాదు. ఏ బాధను మనము అనుభవిస్తున్నామో అంతకంటే మించినది కూడా ఏదో ఒకటి ఉందనే విషయాన్ని నేను సూచిస్తున్నాను. నిజంగా చెప్పాలంటే, ఆనందానికి సంబంధించిన విషయంలో కూడా ఇదే వాస్తవం. ప్రతిదీ మారిపోతుంది. మనం కష్టాల్లో ఉండవచ్చు, కానీ కష్టాలు మన జీవితాన్ని నిర్వచించవు. మనం గొప్ప విజయాలు సాధించవచ్చు, కానీ విజయాలే మన జీవితాన్ని నిర్వచించవు. కష్టాలు-విజయాలు ఇవేవీ మన జీవితంలో శాశ్వతం కాదు, శాంతి మాత్రమే శాశ్వతం!

శారీరక బాధలు, మానసిక బాధలు మరియు భావోద్వేగ బాధలు మన మనస్సును కలవరపరుస్తాయి. కానీ ఒక అనిర్వచనీయమైనది సదా మన హృదయంలో సంభవిస్తూనే ఉంటుంది. మీరు కష్టకాలంలో ఉన్నప్పుడు అంతర్గత శాంతిని అనుభూతి చెందడం కష్టతరం కావచ్చు. కానీ ఆ క్షణాన మీరు అంతర్ముఖం అయినట్లయితే, అక్కడ దుఃఖాలకు మించినది మీకు తారసపడుతుంది; కష్టాలకు ఆవలివైపున సుఖాలు మీ కోసం ఎదురు చూస్తున్నాయనే విషయాన్ని మీకది గుర్తు చేస్తుంది.

ఈ విషయంపై సోక్రటీస్ చెప్పిన కొన్ని మాటలు ఇలా ఉన్నాయి:

"మీరు కోరుకున్నది మీకు లభించకపోతే మీరు బాధపడతారు. మీరు కోరుకోనిది మీకు లభించినా కూడా మీరు బాధపడతారు; ఇంతే కాదు, మీరు కోరుకున్నది మీకు లభించిన తర్వాత కూడా మీరు బాధపడతారు, ఎందుకంటే దానిని మీరు శాశ్వతంగా మీ వద్ద ఉంచుకోలేరని. కాబట్టి, మీ మనస్సే మీకున్న అతి పెద్ద సమస్య. మార్పు నుండి విముక్తి పొందాలని,

బాధల నుండి విముక్తి పొందాలని, జనన మరణాల నుండి విముక్తి పొందాలని అది కోరుకుంటుంది. కానీ మార్పు అనేది సహజం. ఎంత నటించినా ఆ వాస్తవాన్ని మీరు మార్చలేరు. కానీ జీవితమంటే బాధలే కాదు; ప్రతి పరిస్థితిలోనూ మీరు మీ మనస్సుపై మోహం వీడి స్వేచ్ఛగా ఈ యాత్రను ఆనందించాలని సంకల్పించగలిగితే, దీనిని చక్కగా ఆస్వాదించగలరు. అలా కానంత వరకు కేవలం దుఃఖాలనే అనుభవిస్తూ ఉంటారు."

దట్టమైన ఓ కారుమబ్బు

అందరిలాగే నా జీవితంలో కూడా మంచి రోజులు ఉంటాయి, చెడు రోజులు కూడా ఉంటాయి. నా రోజు ఎంత దుర్భరంగా ఉన్నప్పటికీ, అంతర్ముఖమై, నేను జీవించి ఉన్నందుకు ధన్యవాదాలు తెలియజేయాలని నేను భావిస్తాను. మరి, ఇక ఏ రోజైతే నాకంతా మంచే జరుగుతూ ఉంటుందో, అన్నీ సానుకూలంగా జరుగుతూ ఉంటాయో, అప్పుడు కూడా నేను అంతర్ముఖమై, నేను జీవించి ఉన్నందుకు ధన్యవాదాలు తెలియజేయాలని భావిస్తాను. కష్టాలైనా, సుఖాలైనా అన్నిటికంటే కీలకమైన దానిని అవి మరిపింపజేయకూడదు. సమస్యలైనా సరే లేక ఆనందమైనా సరే అవి మన హృదయంలో లభ్యమయ్యే శాంతి నుండి మన దృష్టిని మరల్చకూడదు.

ఒకసారి నేను అర్జెంటీనాలో ఒక కార్యక్రమానికి బయలుదేరేందుకు సిద్ధమవుతున్న సమయంలో... గతంలో నేనెన్నడూ చూడని దట్టమైన ఓ కారుమబ్బు కమ్ముకుంది - నా భార్య మెరొలిన్‌ను హాస్పిటల్‌కు తరలించినట్లు నాకు ఒక ఫోన్ వచ్చింది. ఆమె మా చిన్న కొడుకుతో కలిసి శాండియోగోలోని ఒక హోటల్‌లో బస చేసినప్పుడు రూమ్ సర్వీస్ ద్వారా ఒక పిజ్జా ఆర్డర్ చేసారు. రూమ్ సర్వీస్ ట్రాలీ కొరకు తలుపుతీయడానికి ఆమె క్రిందికి వంగినప్పుడు ఒక్కసారిగా స్పృహ తప్పి నేలపై వాలిపోయింది. మరుసటిరోజు హాస్పిటల్‌లో, ఆమె వెన్నెముక నుండి రక్తంతో కూడిన ఒక ద్రవ నమూనాను తీసుకున్నారు. వైద్యపరీక్షలు చేయగా ఆమె తలలో ఏదో

సమస్య ఉందని తేల్చారు: ఆమెకు మెదడులో ఏదో ధమని వ్యాధి ఉందని, రక్తనాళానికి సంబంధించిన అతి గంభీరమైన సమస్య ఉందని, ఆమెకు ప్రాణాపాయం ఉందని కూడా నాకు చెప్పారు.

నేను ఫోన్ పెట్టేసి నా చుట్టూ చూసాను. నేనేమో వేలాది మైళ్ళ దూరంలో భిన్నమైన టైమ్‌జోన్‌లో ఉన్నాను. ఆ రోజు సాయంకాలం నేను పెద్ద సంఖ్యలో సమావేశమవుతున్న ఒక భారీసభలో ప్రసంగించాలి. అక్కడికి వచ్చేవారిలో చాలామంది నా రాక కోసం ఎన్నో ఏళ్ళగా ఎదురుచూస్తున్నారు. నాలో తిరుగుతున్న ఆ సమాచారాన్ని మరియు నా భావోద్వేగాలను రెండింటినీ కట్టడి చేయడానికి నేను చాలా సంఘర్షించాను.

ఆ క్షణంలో, నేను ప్రశాంతంగా కూర్చొని మౌనంగా నాతో నేను మమేకమవుదామని నిశ్చయించుకున్నాను. నేను అలా చేయగా, వేలాది మైళ్ళ దూరంలో జరుగుతున్న తీవ్రమైన ఆ సంఘటనల వాస్తవిక భారాన్ని నేను గుర్తించగలిగాను, అలాగే నా అంతరంగంలోని శాంతిని కూడా అనుభూతి పొందాను. అప్పుడు, నాలో అపారమైన శాంతి మరియు స్పష్టత పెల్లుబికాయి. ఆ తర్వాత, నేను నా విమానం సిద్ధంగా ఉండడానికి అన్ని ఏర్పాట్లు చేసుకున్నాను. అలాగే మరోవైపు కార్యక్రమానికి హాజరయ్యే ఆ ముఖ్యమైన ప్రేక్షకులతో సంభాషించడానికి కూడా సిద్ధమయ్యాను.

ఆ రోజు మంచి చెడులను సమతుల్యం చేయడం వలన, నా మార్గంలో నేను దృఢంగా నిలబడడానికి అది దోహదం చేసింది. నేను ప్రోగ్రాంకు వెళ్లి, అక్కడ ప్రసంగించి, తర్వాత నేరుగా విమానాశ్రయానికి బయలుదేరాను. ఆరోజు రాత్రంతా ప్రయాణించాను. ఆ ప్రయాణం నాకు చాలా వింతగా అనిపించింది. మెరొలిన్ పరిస్థితి వల్ల సంభవించే పరిణామాలను ఊహించి నా మనస్సు కలవరపడుతోంది కానీ నాలోని ఆ అంతర్భాగం మాత్రం ఎంతో స్పష్టతతో ఉంది.

నేను విమానం దిగి, కస్టమ్స్ నుంచి బయటికి వచ్చి నేరుగా హాస్పిటల్‌కు

వెళ్లాను. మెరొలిన్ మేల్కొనే ఉంది. అయితే, ఆపరేషన్ చేయడం తప్పనిసరి అని, అది చాలా క్లిష్టమైన ఆపరేషన్ అని డాక్టర్లు చెప్పారు. నేను హాస్పిటల్ దగ్గరలో అందుబాటులో ఉండాలనే ఉద్దేశ్యంతో ఒక హోటల్‌లో రూమ్ తీసుకున్నాను. ప్రతిరోజూ హోటల్‌కు, హాస్పిటల్‌కు తిరుగుతూ ఒక నెలరోజుల పాటు అక్కడే ఉండిపోయాను. మా ఇంట్లో వాళ్లు, సన్నిహితులందరూ, మెరొలిన్ త్వరగా కోలుకోవాలని ఎంతో ఆశతో ప్రతిరోజూ ఎదురుచూసేవారు. ఎప్పటికప్పుడు మాకు తన ఆరోగ్య పరిస్థితి తెలిసేది. అలాగే, ఆత్మజ్ఞానంతో లభించే శక్తిని, సరళత్వాన్ని కూడా నేను ఆ స్థితిలో కూడా అనుభూతి చెందేవాడిని. ఆ విధంగా ఉండడం వలన, నేను మెరొలిన్‌కు మరియు ఇంట్లో వాళ్ళకు చక్కగా సహాయపడగలిగాను.

ఆ సమయంలో, మా కుటుంబంలోని వారి బాధ వర్ణనాతీతం. కానీ అప్పుడు కూడా జీవితం యెడల కృతజ్ఞతాభావం ఉండేది. సమస్య పట్ల కాదు; అప్పుడు కూడా జీవించి ఉన్నందుకు కృతజ్ఞత ఉండేది. చీకటిలో ఓ దివ్వె, జరుగుతున్న దాని పూర్తి స్వరూపాన్ని చూసేందుకు సహాయపడే ఒక కాంతి. ఆ తర్వాత క్రమేపీ మెరొలిన్ పరిస్థితి మెరుగుపడి, తాను ఇంటికి రావడం జరిగింది. మేమంతా తనను చాలా బాగా చూసుకున్నాము. అయితే అప్పుడు మేము అనుభవించిన ఆ బాధ, ఆ పరిస్థితి మీకు చెప్పినా అర్థం కాకపోవచ్చు. శారీరకంగా, మానసికంగా, భావోద్వేగాలను తట్టుకునే ఆ శక్తి అసాధారణమైనది. అయితే కష్టకాలంలో మనం ఎలా స్పందించాలో ఆ విషయం గురించి నేను మీకు తదుపరి అధ్యాయంలో వివరంగా చెప్తాను.

శాంతి అనే నది

అంతర్గత శాంతిని నేను ఒక నదిలా భావిస్తాను. అది మనలో జనిస్తుంది. మనమేమో బంజరు భూమిలో ఉన్నట్లు, అక్కడ ఏ చెట్టూ చేమ లేనట్లు అనేక సార్లు భావించవచ్చు. అక్కడ ఏ రూపం గాని, ఏ రంగు గాని, ఏ ఆశ్రయం లేనట్లుగా మనకు అనిపించవచ్చు. కాని నిర్వీర్యమైన ఆ భూమి నుండి ఒక శాంతి స్రవంతి ఉద్భవించి, తేజోవంతంగా ప్రకాశిస్తూ, పాత నదీ

గర్భాలను వెతుక్కుంటూ, భూమిపైనున్న పగుళ్లపై నుండి ప్రవహించడం జరుగుతుంది.

అలాగే నీటి మట్టం పెరిగి, ఆ నీరు లోయల గుండా ప్రవహిస్తున్నప్పుడు అనేక విషయాలు సంభవిస్తాయి. నది ఒడ్డున పచ్చని గడ్డి మొలకెత్తుతుంది; అక్కడి పొడి నేలపై ఉన్న విత్తనాలు మొలకెత్తి చిగురించి పువ్వులై వికసిస్తాయి; ఆ గడ్డిని, ఆకులను తినడానికి అనేక కీటకాలు వస్తాయి; చిన్న కీటకాలను తినడానికి పెద్ద కీటకాలు వస్తాయి; ఆహారం కోసం అన్వేషిస్తున్న అనేక పక్షులను ఆ నది ఆకర్షిస్తుంది; ఆ పక్షులు తమతోపాటు అనేక రకాలైన విత్తనాలను అక్కడికి తీసుకువస్తాయి; ఆ తర్వాత ఆ విత్తనాలు సారవంతమైన ఆ నేలపై పడతాయి.

ఈ విధంగా అక్కడ చెట్లు పెరగడం మొదలవుతుంది. ఆ చెట్టుకొమ్మలు పండిన ఫలాలతో బరువెక్కుతాయి, వాటి కొమ్మలపై అనేక రకాలైన ఆకులు పెరుగుతాయి. భూమి నుండి ఆకాశం వరకు ఉన్న ఆ దృశ్యమంతా ఒక అందమైన పెయింటింగ్‌ను తలపిస్తుంది. కీటకాల అరుపులు, పక్షుల కిలకిలారావాలతో అక్కడి గాలిని మధుర గానంతో పరవశింపజేస్తాయి. ఆ విశాలమైన కారడవిలో ఒక సుమధుర పరిమళాన్ని వెదజల్లుతాయి. ఆనందకరమైన ఆ సృష్టి వేడుకలో పాల్గొనమని ప్రతి జీవికి ఒక ఆహ్వానం పలికినట్లుగా ఉంటుంది.

ప్రతి మొక్క, ప్రతి ప్రాణి ఎదుగుదలలో ప్రత్యేకమైన అనేక అంశాలు దాగి ఉంటాయి, కానీ అవన్నీ అభివృద్ధి చెందడానికి మాత్రం నీరు తప్పని సరి; శాంతి అనే నీరు, జీవితం వికసించడానికి సహాయకారి అవుతుంది. నాతో నేను మమేకమైనప్పుడల్లా నా జీవితంలో ఉన్న శాంతి యెడల నేను కృతజ్ఞతను తెలుపుతాను. అలాగే నాకు లభ్యమయిన మనుగడ కోసము మరియు నా కోసమే వికసించే అనేక వర్ణాలకు నేను కృతజ్ఞతలు తెలియజేస్తున్నాను.

దురాశ

మంచి ఆహారం, అందమైన ప్రదేశాలు, వినూత్నమైన సాంకేతికత మొదలైన వాటన్నింటినీ నేను కూడా మిగతావారి లాగానే ఎంతో ఇష్టపడతాను. ఇతరుల కంటే మీరు ఎక్కువ సంపన్నులైతే నమ్మశక్యం కాని ఎన్నో వాటిని ఈ ప్రపంచం మీకు అందిస్తుంది. కానీ వాటిని మీరు అభినందించకుండా, కేవలం సేకరిస్తూ, నిల్వ చేసుకుంటూ ఉన్నప్పుడే అసలైన సమస్య తలెత్తుతుంది.

ఒకసారి, నేను ఒక టీవీ స్టేషన్‌లో ప్రాపంచిక సమస్యలపై చర్చిస్తుండగా... ఎవరో దురాశ గురించి ప్రస్తావించి, ప్రతి చోటా అది మితిమీరిపోతోందని చెప్పడం జరిగింది. నేను కారులో ఇంటికి తిరిగి వెళ్తుండగా, 'దురాశకు విరుగుడు ఏమిటి?' అని ఆలోచిస్తున్నాను. అంతలో ఒక ట్రాఫిక్ లైట్ దగ్గర ఆగవలసి వచ్చింది. ప్రక్కనే వచ్చి ఆగిన కారు డ్రైవర్ పాటలను పెద్ద శబ్దంతో బయటికి వినిపించేత గట్టిగా పెట్టాడు. ధమ్, ధమ్, ధమ్ అని ఆ శబ్దం చాలా గట్టిగా వినిపిస్తోంది. అది వినడానికి చాలా అసహనంగా ఉంది. ముందుగా నాకు అతను అంత శబ్దం చేయవలసిన అవసరం లేదని అనిపించింది. కానీ తిరిగి ఆలోచిస్తే 'వాస్తవానికి అతను అలా చేయడానికి కారణం, అతనికి ఆ పాట బాగా నచ్చి అందరూ వినాలని అనుకుంటున్నాడేమో' అని అనిపించింది. బహుశా ఆ వ్యక్తి కేవలం ఆ పాటను అభినందిస్తున్నాడేమో! అప్పుడు నాకు ఒక ఆలోచన తట్టింది - 'దురాశకు విరుగుడు అభినందించడం.' నిజానికి మనం ఎప్పుడైతే అభినందిస్తామో, అప్పుడు దానిని ఇతరులతో పంచుకోవాలని అనుకుంటాము. కానీ అందుకు వ్యతిరేకంగా ఎప్పుడు జరుగుతుందంటే, మనకు దేనిపైనైనా దురాశ కలిగితే, అప్పుడు దానిని మన దగ్గరే ఉంచుకోవాలని అనుకుంటాము.

కాబట్టి దురాశ అనేది ఎలాంటి ఒక అవలక్షణమంటే - మనకు ఎంత దొరికినా సంతోషంగా ఉండలేము. కానీ మనము ఎప్పుడైతే

అభినందించడం ప్రారంభిస్తామో, అప్పుడు మనలో సంతృప్తి కలుగుతుంది. ఇక మనమెప్పుడైతే కృతజ్ఞతాభావంతో పూర్తిగా మమేకమవుతామో అప్పుడు దురాశ కూడా అంతమవుతుంది.

మనతో మనము నిజాయితీగా ఉండాలి. అలాగే, ప్రతిరోజు మనము దేనికి నిజంగా ప్రాధాన్యత ఇస్తున్నామో కూడా గుర్తించాలి. మన జాబితాలో, మన జీవితం పట్ల మన అభినందన ప్రథమ స్థానంలో ఉన్నదా లేక మిగతావన్నీ ప్రధానమైపోయాయా? ఆ జాబితాలో మిగతావన్నీ ప్రధానమైపోయి, ఇది కనుమరుగవుతోందా? బంధాలు, ఇల్లు, వృత్తి, సెలవులు, కార్యకలాపాలు, అభిరుచులు, టెక్నాలజీలు మొదలైనవన్నీ జీవితమనే బహుమతిని అభినందించడం కంటే మన జాబితాలో ప్రాధాన్యతను సంతరించుకునేంత అర్హత కలిగి ఉన్నాయా? మనకు లభించిన ఈ ఆశీర్వాదాన్ని అనుభూతి చెందడానికే మనం ఎక్కువ ప్రాధాన్యత ఇవ్వవలసిన అవసరం ఉందని నాకు అనిపిస్తుంది. అంతేగాని దీని పట్ల మన ప్రాధాన్యత మిగతా వాటి కంటే దిగువస్థానానికి పడిపోకూడదు. ఈ ఆశీర్వాదాన్ని అభినందించడమనే విషయాన్ని మనం ప్రతిరోజూ ప్రథమ స్థానంలో ఉంచితే, అప్పుడు మన జీవితాలు ఎంతో మారిపోతాయి! తద్వారా లౌకిక విషయాలలో మీ దృక్పథాన్ని ఇదెలా మార్చగలదని, మీ జీవితంలో ఎలాంటి మార్పులు సంభవిస్తాయని మీరు భావిస్తున్నారు?

నేను కొందరిని చూస్తుంటాను. వాళ్ళకు జీవితంలో అంతిమ ఘడియలు దగ్గర పడుతుంటాయి. ఈ విషయం వాళ్ళకు అర్థమై ఉంటుంది. అయినా సరే, వాళ్లు మిగతా వాటికే ప్రాధాన్యత కల్పించి వాటినే అగ్రస్థానంలో ఉంచుతారు. మన జీవితాలను ఆహ్లాదపరిచే ఈ విలువైన రోజులలో నిజమైన మరియు అనంతమైన ఆనందము ఎక్కడ ఉన్నట్లు?

నిజంగా మనకు ఇంతకు మించిన ప్రాధాన్యత కలిగినవి ఇంకేమున్నాయి? మన మనస్సు ఈ ప్రపంచంలో సంతృప్తి కోసం అన్వేషిస్తూ పోయే కొలది మనలో ఉన్న అసలైన సంతృప్తి క్రమేపీ కనుమరుగవుతుంది. ఈ విషయంపై

కబీర్‌దాస్ మనకు బోధించిన జ్ఞానవంతమైన మాటలు ఇలా ఉన్నాయి -

"నీటిలోని చేపకు దాహం, ఇది విని నాకు కలిగేను హాసం."

మనము దురాశతో ఉన్నప్పుడు, నీటిలోనే ఉన్నప్పటికీ దాహంతో తల్లడిల్లిపోయే ఆ చేపలాగా మారిపోతాము. దానికి నలువైపులా నీరు ఉండి కూడా ఒక్క చుక్కను కూడా త్రాగలేదు. అలాగే మనకు కావలసినవన్నీ మన వద్దే ఉన్నాయి కానీ మనం వాటిని అభినందించము. మనవద్ద ఏవైతే ఉన్నాయో, వాటి యెడల కలిగే కృతజ్ఞతాభావమే మన దాహాన్ని తీర్చగలుగుతుంది.

మీరు విజయం సాధించారని భావిస్తున్నారా?

చివరికి, ఈ బాహ్య ప్రపంచంలో ప్రతీదీ తాత్కాలికమే! అవి మీ వద్ద నుండి చిటికెలో మాయం కాగలవు! 'మీరు ఎవరు' అనే దానిని మీరు ఏ క్షణాన అనుభూతి చెందుతారో, అదే వాస్తవానికి పరిగణింపబడుతుంది. అయితే, మీరు విజయం సాధించారని భావిస్తున్నారా? అది మీరు మాత్రమే నిర్ధారించగలరు. మీరు విజయం సాధించారని భావిస్తున్నారా? మీరు పొందాలనుకున్న విజయాన్ని మీరు మాత్రమే సృష్టించుకోగలరు. మీరు విజయం సాధించారని భావిస్తున్నారా? దీనికి మీరిచ్చే సమాధానం, మీతో మీకున్న అనుబంధం గురించి చెబుతుంది.

చాలామంది 'నీవు విజయం సాధించావు' అని ఇతరులు అంటే వినాలని ఎంత కఠోరంగా శ్రమిస్తుంటారో మీకు తెలుసా? 'ఇదే విజయం' అని సమాజం నిర్దేశించిన లక్ష్యాలను చేరుకోవటానికి కోటానుకోట్ల మంది నిత్యం కలలు కంటూ ఉంటారని మీకు తెలుసా?

జీవితమంటే ఇంతేనా లేక ఇంతకంటే మించి ఇంకేమైనా ఉన్నదా? ఉంది! అంతర్గత ప్రపంచం కూడా ఒకటుంది. మీరు ఇతరులు నిర్దేశించిన

బాటలో విజయాల కోసం ఈ ప్రపంచంలో శ్రమించాల్సిన అవసరం లేదు; మీ అంతరంగంలోనే దానిని కనుగొనగలరు. అక్కడ మీరు కీర్తి కోసం కష్టపడవలసిన పనిలేదు; మీరు ప్రేమకోసం ఏదో చేయవలసిన అవసరం లేదు... మీరు ఎలా ఉన్నారో, అలానే ప్రేమను పొందగలుగుతారు. అక్కడ మీరు ఇతరుల గౌరవం పొందడానికి ప్రయత్నించాల్సిన పనిలేదు; మిమ్మల్ని మీరు గుర్తించి అభినందించవచ్చు. అక్కడ మీరు మీ ఆస్తి అంతస్తులను బేరీజు వేయాల్సిన అవసరం లేదు; అందుకు బదులుగా మీ జీవితపు అమూల్యమైన కానుకను ఆస్వాదించడం కొనసాగించవచ్చు.

కోరికలు మరియు అవసరాలు

సంతృప్తి అనే విషయంలో మనం ఇంత అయోమయంగా ఉండడానికి కారణం - కోరికలకు మరియు అవసరాలకు మధ్య ఉన్న వ్యత్యాసాన్ని తెలుసుకోలేకపోవడము.

గాలి - ఇది మూడు నిమిషాల పాటు లేకపోతే మనం ప్రాణాలతో ఉండలేము.
ఎండ, నీరు, ఆహారం, నిద్ర - ఇవన్నీ మన అవసరాలే!
సమోసా - ఇదొక కోరిక
కొత్త సినిమా చూడడానికి తప్పకుండా వెళ్ళడం - ఇదొక కోరిక.
మెరుస్తూ కనిపించే ఆ క్రొత్త కారును కొనడం - ఇదొక కోరిక.

కోరికల్లో తప్పేమీ లేదు. అవి మన జీవితాలకు ఆనందాన్ని చేకూరుస్తాయి, డబ్బులు చలామణిలో ఉంటాయి, ఉద్యోగ అవకాశాలు ఏర్పడతాయి. మీకు ఈరోజు నచ్చింది, బహుశా రేపటి రోజు నచ్చకపోవచ్చు. ఇదే కోరికల స్వభావము! కోరికలు మారకుండా ఉంటే, వాటికి అర్థం లేకుండా పోతుంది. అవి నిరంతరం మార్పు చెందుతూ ఉండాలి. మీరు ఒక క్రొత్త టీవి కొని ఇంటికి తీసుకు వచ్చి దానిని ఆన్ చేయగానే అందులో ఒక క్రొత్త టీవి ప్రకటన వస్తూ ఉంటే, అప్పుడు అది కావాలని అనిపిస్తుంది. మీరు మీ సన్నిహితులతో కలిసి ఒక రెస్టారెంట్‌కు వెళ్లి మెన్యూ చూసి ఎంతో

ఆలోచించి ఒక వంటకాన్ని తీసుకురమ్మని ఆర్డర్ ఇస్తారు. అది వచ్చేలోగా, మీ ప్రక్కనే ఉన్న టేబుల్‌పై ఉన్న వాళ్లు తింటున్న వాటిని చూసి, అవి తీసుకుంటే బాగుంటుందని అనుకుంటారు. ఇదే కోరిక: ఎన్నటికీ తృప్తి చెందదు!

మనం మన అవసరాలను మరిచిపోయి, మన కోరికలపైనే ఎక్కువగా శ్రద్ధ చూపిస్తాము. ఇది అంతగా ఆశ్చర్య పడాల్సిన విషయమేమీ కాదు; కారణం – మనచుట్టూ ప్రకటనలతో హోరెత్తించే మిలియన్ డాలర్ల పరిశ్రమ ఇది. అది నిరంతరాయంగా మన మెదళ్ళలో ఒక అవసరాన్ని కల్పిస్తూనే ఉంటుంది; ఒక ఆలోచన రేకెత్తిస్తూనే ఉంటుంది. దాని వల్ల మనం ఎల్లప్పుడూ దీని తరువాత ఇది కొనాలి, తరువాత అది కొనాలి అంటూ ప్రణాళిక వేస్తూనే ఉంటాము.

"పొరుగింటి పుల్లకూర రుచి" అనే ఒక సామెత మీరు వినే ఉంటారు. దీనర్థం ఏమని? మనము ఎవరితో ఎక్కువగా ఉంటామో, వాళ్లను మాత్రం పట్టించుకోమని! మన జీవితంలో కూడా అవసరమైన వాటి విషయంలో కూడా తరచూ ఇలాగే జరుగుతూ ఉంటుంది. మనలో ఎవరైనా ఈరోజు ఉదయం లేవగానే, గాలి, నీరు, ఆహారం మరియు సూర్యకాంతి లభిస్తున్నందుకు కృతజ్ఞతలు తెలియజేసారా? అలాగే నిద్ర విషయంలో?

నా దృష్టిలో, దేనినైనా కాస్త ఎక్కువగా కోరుకోవడం మంచిదే. కానీ దాని కోసమే తాపత్రయ పడుతూ మిగతా వాటిని కోల్పోకుండా, జాగ్రత్త పడడం కూడా ముఖ్యమే! దేనినైనా కోరుకోవడం వలన, దాని ప్రతిగా మనము అంతకంటే విలువైనదానిని ఏమైనా కోల్పోతున్నామా? లేక దాని వలన మన జీవితాలలో ఇంకాస్త ఆనందం కలుగుతోందా? ఆ కోరిక వలన మనలో మంచి పెంపొంది, మన జీవితంలో వేరేదేదీ తరిగిపోకుండా, ఏది నష్టపోకుండా ఉంటే అది చాలా గొప్ప విషయం!

ఎవరైనా తమ పరివారం కోసం మరియు తన స్వంత జీవితాన్ని

మెరుగుపరుచుకోవడంపై దృష్టి పెట్టి, ఆ విషయంలో దృఢ సంకల్పంతో ఉంటే, అలాంటి వారిని చూసి నేనెంతో ప్రభావితం అవుతాను. ముఖ్యంగా ఆర్థిక పరంగా వెనుకబడిన ప్రాంతాల్లో ఉన్న వారి విషయంలో! కానీ మీరు ఎక్కడున్నా సమతుల్యతను కాపాడుకోవడం చాలా గొప్ప విషయం. ఇందుకు అత్యుత్తమమైన పద్ధతి ఏమిటంటే - మన జీవితంలో మనతో మనకున్న అనుబంధాన్ని కోల్పోకుండా మన పరిస్థితిని మెరుగు పరుచుకోవడానికి ప్రయత్నం చేస్తూ ఉండడం! బాహ్య ప్రపంచంలోని సంపద ఎన్నో సందర్భాలలో మన కోరికలను నెరవేర్చగలదు, కానీ మన హృదయ సంపద మాత్రమే మన అసలైన అవసరాలను తీర్చగలదు.

నేను దేని గురించి చెప్తున్నానో బహుశా మీరు అంచనా వేసి ఉంటారని భావిస్తున్నాను... అయితే, అంతర్గత శాంతి అనేది ఓ అవసరమా లేక ఒక కోరికా? ఒకసారి నేను ఇదే విషయాన్ని కొంతమంది శ్రోతలను అడగగా, వాళ్లు తికమక పడ్డారు, దీర్ఘాలోచన చేసారు. అంతర్గత శాంతితో అనుబంధాన్ని ఏర్పరచుకోవడమనేది ఒక కోరికా లేక అదొక అవసరమా? దీనిని ఎవరికి వారే నిర్ణయించుకోవాలి. కానీ, అంతర్గత శాంతి ఎంత ముఖ్యమైనదో నాకు తెలుసు; నాకు అది అత్యంత ప్రధానమైన అవసరం. అది, ఫ్యాన్‌ను 'ఆన్ చేయడం - ఆఫ్ చేయడం' లాంటిది కాదు. వాస్తవానికి అది గాలి లాంటిది. 'రాత్రి తొమ్మిది గంటల నుంచి ఉదయం ఆరు గంటల మధ్యలో శ్వాస తీసుకోవలసిన అవసరం నాకు ఉండదు' అని ఎవరైనా అనగలరా!

'శాంతి' అనేది మన లోలోపల నిరంతరం నాట్యం చేస్తూ ఉండాలి. అంతేగాని మనము ప్రశాంతంగా కూర్చొని దానిపై దృష్టి పెట్టినప్పుడు మాత్రమే కాదు. శాంతి లేకుండా, మనల్ని మనం సంతృప్తి పరచుకోవడానికి ఎన్ని రకాలుగా ప్రయత్నించినా అవన్నీ నిష్ప్రయోజనమే; కానీ శాంతి అనేది ఉన్నట్లయితే మన శ్రేయస్సుకి సంబంధించినవన్నీ మనకు లభిస్తాయి. కనుక, ఇక్కడ ముఖ్య ఉద్దేశ్యం ఎదగడం, కేవలం బ్రతకడం కాదు.

శాంతి అనేది ఒక అవసరమని అర్థం చేసుకోవడానికి కూడా అనేక మంది సంఘర్షిస్తుంటారు. నా ఉద్దేశ్యంలో – మీకు అంతర్గత శాంతి అనేది కేవలం ఒక తెలివైన ఆలోచనగా ఉండి, పరిస్థితులకు అనుగుణంగా 'ఆన్-ఆఫ్' చేసి సంతోషించడమే అయితే, మీరు ఇంకా నమ్మకాల లోకంలో సంచరిస్తున్నట్లే కానీ అనుభూతి చెందే లోకంలోనికి రానట్లు! కానీ, లోపల ఉన్న నిధిని గుర్తించడానికి కేవలం ఒక్క క్షణం పడుతుంది, ఆ కృతజ్ఞతాభావం కేవలం ఒక గుండె చప్పుడు దూరంలోనే ఉంటుంది.

సంతృప్తిగా ఉన్నదెవరు?

మనము అంతర్గత శాంతి సంపర్కంలో లేనప్పుడు మన మనస్సు పరధ్యానమనే సుదీర్ఘ ప్రయాణాలు చేయిస్తుంది. అప్పుడు మనము ఎంత అశాంతికి లోనవుతామంటే, మన జీవితంలో అన్నీ అపసవ్యంగా ఉన్నట్లు అనిపిస్తుంది. ఇతరుల జీవితాల్లో జరిగే వాటిని చూసి మనము ఇష్టపడతాము, మనకు లభ్యమైన ఆశీర్వాదాలను గమనించడం విస్మరిస్తాము.

ఇలా జరిగినప్పుడు, ఆశాసంద్రంలో మనము మునిగిపోవడమే గాక, అవి దొరకకపోతే మరింత నిరాశకు లోనవుతాము. ప్రతి నిరాశ మరిన్ని ఆశల వైపు ప్రేరేపిస్తుంది. అది అలా కొనసాగుతూ పోతుంది. కబీర్‌దాస్ చెప్పినట్లుగా - "వట్టిపోయిన గేదె పాలు ఇవ్వనప్పుడు దాని నుండి మీరు వెన్నను ఎలా ఆశించగలరు?" నెరవేర్చడానికి తగినంత సమర్థత లేని దాని నుండి మనము ఏదైనా ఆశిస్తే, దాని వలన ప్రయోజనం ఏముంటుంది?

బెంజిమన్ ఫ్రాంక్లిన్ అనే ఒక మేధావి ఒకసారి ఇలా వ్రాసాడు: "తెలివైనవారు ఎవరు? అందరి నుండి నేర్చుకునేవాడు. శక్తివంతుడు ఎవరు? తన అభిరుచులపై నియంత్రణ కలిగినవాడు. ధనవంతుడు ఎవరు? సంతృప్తిగా ఉన్నవాడు. మరి, అలా ఉన్నదెవరు? ఎవ్వరూ లేరు."

ఈ "ఎవ్వరూ లేరు" అనే మాట నాకు హాస్యాస్పదంగా అనిపిస్తుంది.

ఇది సమస్త మానవాళిని పరిహాసం చేసినట్లే. నేను ఈ ఒక్క విషయంలో ఫ్రాంక్లిన్‌తో ఏకీభవించను; ఎందుకంటే మనల్ని మనం మన జీవితానికి కేంద్రబిందువుగా చేసుకున్నప్పుడు అసలైన విజయాన్ని అనుభూతి పొందగలము, పరిపూర్ణతను అనుభూతి పొందగలము. అపారమైన సంతృప్తిని కూడా అనుభూతి పొందగలము. మనమంతా! అయితే, మన వద్ద ఉన్న వాటి యెడల కృతజ్ఞతాభావం కలిగినప్పుడే ఇవన్నీ ఆరంభమవుతాయి.

ఒకసారి నేను ఒక కథ విన్నాను. ఈ సందర్భంగా నాకు ఆ కథ గుర్తుకొస్తున్నది. రాళ్ళు కొట్టే ఒక వ్యక్తి - అతని కలలు నెరవేరడానికి సంబంధించిన ఈ కథతో నేను ఈ అధ్యాయాన్ని ముగిస్తాను.

ఒక వ్యక్తి ఉండేవాడు, అతను వృత్తిరీత్యా రాళ్ళు కొట్టి బ్రతికేవాడు. అతను ప్రతిరోజు కొండకు వెళ్ళి బండరాళ్ళను కొట్టి ఇంటికి తీసుకు వచ్చి వాటితో చిన్న-చిన్న విగ్రహాలను, పాత్రలను తయారు చేసి, వాటిని అమ్ముకొని బ్రతుకు సాగించేవాడు. అదే అతని జీవనాధారం!

అతను చాలా అసంతృప్తిగా కాలం వెల్లబుచ్చేవాడు. ఎందుకంటే కొండలపైకి ఎక్కి, రాళ్ళను పగులకొట్టి మోసుకురావడం చాలా శ్రమతో కూడుకున్న పని. పని చేస్తున్నప్పుడు కూడా చుట్టూ ఎటు చూసినా దుమ్ము ధూళే ఉండేది. పైగా తాను తయారు చేసిన వస్తువుల అమ్మకానికై ధనవంతులపై ఆధారపడవలసి వచ్చేది. తనను తాను శక్తిహీనుడిలా భావించి చాలా నిరాశతో బ్రతుకు సాగించేవాడు.

ఒక రోజు అతను ఒక ధనవంతుని ఇంటి ప్రక్క నుండి వెళ్తూ... ఆ ఇంట్లో వాళ్లు విందూ వినోదాలతో మహదానందంగా ఉండడం చూసాడు. అతను మనస్సులో "నాకు కూడా ఇలాంటి జీవితం ఉంటే బాగుండేది. ప్రతిరోజు రాళ్ళు పగలకొట్టడం చాలా కష్టంగా ఉంది" అని మనసులో అనుకొని పైకి చూసి, "భగవంతుడా! నాపై దయ జూపి నన్ను అలా చేయవా!" అని

ప్రార్థించాడు.

ఆ రోజు భగవంతుడు అతని మొర ఆలకించినట్లు ఉన్నాడు (ఆయన రోజూ మొర ఆలకించడేమో కాని ఆరోజు అతని అదృష్టం బాగున్నట్లున్నది). వెంటనే ఒక పెద్ద భవనంతో, సకల సౌకర్యాలతో అతను ఒక కోటీశ్వరుడు అయిపోయాడు.

“ఇది కదా కావలసింది” అని అనుకున్నాడు. ‘అందరూ నా ముందు తలవంచుతారు, నన్ను గౌరవిస్తారు, నా ఆజ్ఞ కోసం ఎదురు చూస్తారు’ అని మనసులో మహదానందపడ్డాడు.

ఒకరోజు అతను, రాజుగారు వెళ్తూ ఉండగా కోటీశ్వరులంతా దారికి ఇరువైపులా నిలుచొని ఆ రాజుగారికి ప్రణామాలు చేస్తుండడం చూసాడు. రాజు పేరు చెప్పగానే అందరూ భయంతో వణికిపోతున్నారు. “ఇది కదా నిజమైన శక్తంటే” అని అనుకున్నాడు. అప్పటి దాకా సంతోషంగా ఉన్న అతను, తనకు ఇంకా ఏదో కావాలని అనుకున్నాడు. “భగవంతుడా! నన్ను రాజును చేయవా!” అని ప్రార్థించాడు. ఆ రోజు కూడా భగవంతుడు అతని మొర ఆలకించాడు. వెంటనే ధనవంతుడిగా ఉన్న ఆ శిల్పి మహారాజు అయిపోయాడు.

వేసవి కాలంలో ఒక రోజు ఉదయం వేళ ఆ వ్యక్తి, ప్రస్తుతం రాజు కదా, తన వరండాలో నిలుచొని ఆకాశంలో ప్రకాశిస్తున్న సూర్యున్ని చూసాడు. కనుచూపు మేరలో సూర్య కిరణాలు కనిపించాయి, సూర్యుని తాపాన్ని తట్టుకోలేక అందరూ ఏవేవో ప్రయత్నాలు చేస్తున్నారు. వెంటనే అతను, “సూర్యుడు నాకంటే గొప్పవాడిలా ఉన్నాడు. అందరూ సూర్యునిపై దృష్టి పెడుతున్నారు” అని అనుకుని “భగవంతుడా! నన్ను సూర్యునిలా చేయవా!” అని ప్రార్థించాడు.

ఆరోజు కూడా భగవంతుడు అతని మొర ఆలకించాడు.

మరుక్షణమే, సూర్యుడైపోయి ఆకాశంలో ప్రకాశిస్తున్నాడు. "ఇది చాలా బాగుందని" సంబరపడ్డాడు. "అందరూ నాకంటే క్రిందే ఉన్నారు,. నాపైన ఎవ్వరూ లేరు. ప్రతి ఒక్కరి జీవితాన్ని నేను నియంత్రిస్తాను. నేను లేకపోతే ఎవ్వరూ దేనిని చూడలేరు. నేను ఉదయించాకే అందరూ నిద్రలేస్తారు, నేను అస్తమించాక అందరూ నిద్రకు ఉపక్రమిస్తారు. ఈ జీవితం నిజంగా చాలా బాగుందని" ఆనందపడ్డాడు.

అతను ఇప్పుడు సూర్యునిలా ఉన్నాడు కదా! ప్రతిరోజు తన సంపూర్ణశక్తితో ప్రకాశిస్తూ ఉన్నాడు. అయితే, ఒకరోజు ఒక పెద్ద మేఘం అతనికి అడ్డు వచ్చింది. ఆ మేఘానికి క్రింద తన కాంతిని ప్రసరింపజేయడానికి ప్రయత్నించాడు కానీ అది సాధ్యపడలేదు. 'ఏమిటి? ఈ మేఘం నాకంటే శక్తివంతమైనదా?' అని ఆలోచించి, "భగవంతుడా! నన్ను మేఘంలా మార్చేయవా?" అని ప్రార్థించాడు.

వెంటనే, అతను ఓ పెద్ద మేఘంలా మారిపోయాడు. "ఇప్పుడు నా శక్తితో నేను సూర్యున్ని కూడా అడ్డుకోగలను" అని అనుకున్నాడు. అయితే ఒకరోజు అతను తన ప్రమేయం లేకుండా కదిలిపోవడం చూసి ఆశ్చర్యపోయాడు. గాలి నాకంటే శక్తివంతమైనదా? అలా జరగడానికి వీలులేదని, "భగవంతుడా! నన్ను గాలిలా మార్చవా?" అని ప్రార్థించాడు.

తర్వాత గాలిలా మారిపోయి అటు ఇటు వీస్తూ చాలా ఆనందపడ్డాడు. ఒకరోజు అతను అలా వీస్తూ పోతున్నా, ఎంత వీచినా ఒకదానిని మాత్రం తాను కదిలించలేకపోయాడు. గాలికంటే శక్తివంతమైనది ఏముంటుందని చూసి ఆశ్చర్యపోయాడు. ఒక పెద్ద పర్వతాన్ని చూసాడు. గాలి దానిని ఏమాత్రం కదిలించలేక పోయింది. అది గాలినే అడ్డుకున్నది.

"భగవంతుడా! నన్ను పర్వతంలా మార్చవా!" అని ప్రార్థించగా అతను వెంటనే పర్వతంలా మారిపోయాడు. "నిజంగా నేను ఇప్పుడు అందరికంటే శక్తివంతున్ని" అని సంబరపడ్డాడు.

"గాలి మేఘాన్ని కదిలించగలదు, మేఘం సూర్యకిరణాలను అడ్డుకోగలదు, సూర్యుడేమో రాజు కంటే గొప్పవాడు, ఆ రాజు ధనవంతుని కంటే గొప్పవాడు, ఆ ధనవంతుడు శిల్పి కంటే గొప్పవాడు. కాని గాలి మాత్రం పర్వతాన్ని కదిలించలేదు, అలాంటి పర్వతాన్ని నేను. ఇది కదా గొప్ప విషయం!" అని చాలా ఆనందించాడు.

కానీ అతను అలా కొంత కాలం మాత్రమే సంతోషంగా ఉన్నాడు. ఎందుకంటే ఒకరోజు అతనికి 'టక్ - టక్ - టక్' మనే శబ్దం వినిపించింది. తనను ఎవరో బద్దలు కొడుతున్నట్లుగా అనిపించి, 'తనకంటే శక్తివంతుడు, పర్వతాన్ని బద్దలు కొట్టగలిగిన వారెవరో గాని ఈ భూమిపై అందరికంటే గొప్ప శక్తివంతుడై ఉంటాడని' క్రిందికి చూడగా అక్కడ తన లాంటి ఒక శిల్పి ఉండడం గమనించాడు!

7వ అధ్యాయం

కష్టకాలాన్ని ఎదుర్కోవడం

ఒకానొకసారి ఒక పేషంట్ డాక్టర్ దగ్గరికి వెళ్ళి - "డాక్టరు గారు! నా శరీరమంతటా నొప్పిగా అనిపిస్తోంది" అని చెప్పాడు.

"శరీరమంతా నొప్పిగా ఉండడమంటే ఏమిటో కాస్త వివరంగా చెప్పు" అనడిగాడు ఆ డాక్టరు.

"నేను ఎక్కడ తాకితే అక్కడ నొప్పిగా ఉంటోంది; ఇక్కడ తాకితే నొప్పి, అక్కడ తాకితే నొప్పే. శరీరంలో ఎక్కడ తాకినా నొప్పిగానే ఉంటోంది" అని చెప్పాడు.

"అసలు సమస్య ఎక్కడుందో నాకు అర్థమైంది" అని డాక్టరు చెబుతూ, "నీ వ్రేలు విరిగింది" అన్నాడు.

మీరు కూడా మీ జీవితంలో బాధల్లో ఉన్నప్పుడు ప్రతీదీ మీకు కష్టం కలిగించేదిలా అనిపిస్తుంది. మీరు కష్టాల్లో సతమతమవుతూ ఉన్నప్పుడు మీ చుట్టూ ఉన్న ప్రపంచమంతా తారుమారయినట్లుగా అనిపిస్తుంది. ఆహ్లాదభరితమైన సూర్యోదయం, పాత మిత్రులతో కలిసి విందు భోజనం చేయడం, మీకిష్టమైన రెస్టారెంట్‌కు వెళ్లి భోంచేయడం... మామూలుగానైతే

ఇవన్నీ మీకు అమితమైన ఆనందాన్ని కలిగిస్తాయి. కానీ కష్టాల్లో ఉన్నప్పుడు అవన్నీ నచ్చకపోవడమే గాక మిమ్మల్ని బాధిస్తున్నట్లుగా కూడా అనిపిస్తుంది.

ఆ స్థితి ఎలా ఉంటుందో నేను అర్థం చేసుకోగలను. జీవితంలో కష్టాలు ఎదురైనప్పుడు ఏదీ మనకు సవ్యంగా ఉన్నట్లు అనిపించదు. ఒక్కోసారి మనము ముందుకు వెళ్తున్నట్లుగా ఉంటుంది, ఒకోసారి మనము వెనుకకు వెళ్తున్నట్లు అనిపిస్తుంది. కొన్ని రోజులు మనకు అన్నీ అనుకూలంగా ఉన్నట్లు అనిపిస్తుంది, కొన్ని రోజులు అన్నీ మనకు విరుద్ధంగా ఉన్నట్లు అనిపిస్తుంది. మరికొన్ని రోజులు గడ్డుకాలంలాగా కూడా అనిపిస్తుంది. కానీ ఏదో సామెత చెప్పినట్లు "నొప్పి మన చేతుల్లో లేనిది; కానీ బాధ మన చేతుల్లో ఉంటుంది – అనుకుంటే ఉంటుంది, లేదంటే ఉండదు."

కష్టకాలం మరియు గడ్డుకాలం మధ్య గల తేడాను తెలిపే ఒక సహాయకారి నా వద్ద ఉండాలి. నాకు ఏమనిపిస్తుందంటే - మనము కష్టాల్లో, బాధల్లో ఉన్నప్పుడు కూడా సహాయపడే విచక్షణ మన వద్ద ఉండాలి. జీవితంలో ఎన్నో రకాల కష్టాలను మనము ఎదుర్కోవచ్చు. ప్రతి సమస్యకు పరిష్కారం దొరకడం ఎల్లప్పుడూ సాధ్యం కాకపోవచ్చు. కానీ ఆ స్థితిలో వాటి గురించి మనము ఏదో ఒకటి క్రొత్తగా చేయగలమని, మన స్థితిగతులను మార్చుకోగలమని మన మనసుకు అనిపిస్తూ ఉంటుంది. అయితే, కష్టకాలంలో ప్రతీదీ మనకు నిరాశాజనకంగా ఉండవచ్చు; పైగా మనము అప్పుడు ఏమీ చేయలేకపోవచ్చు లేదా చాలా తక్కువగా చేసే అవకాశం ఉండవచ్చు. ఆ విధమైన పరిస్థితులు మన మనోధైర్యాన్ని తీవ్రంగా దెబ్బతీస్తాయి. అంతేగాక, భయము, నిరాశ, పశ్చాత్తాపం, దుఃఖం మొదలైనవన్నీ మన జీవితంపై ఆధిపత్యం చేస్తున్నట్లు కూడా అనిపించవచ్చు.

నిజానికి కొన్ని సందర్భాలలో మన పరిస్థితులను మార్చుకోవడానికి మనము ఏమీ చేయలేకపోవచ్చు. జీవితంలో కొన్ని విషయాలు మన ఆధీనంలో

ఉండవు. అప్పుడు మనము యథార్థాన్ని తప్పక అంగీకరించాలి. కానీ అప్పుడు మనము ఎలా స్పందించాలో ఎంపిక చేసుకోవడానికి ఎల్లప్పుడూ మనముందు ఒక అవకాశము ఉంటుంది. కష్టకాలమనేది మన స్పష్టత నుండి మరియు మన వివేకం నుండి మనల్ని దూరం చేయగలదు. కానీ ఆ సామర్థ్యాలన్నీ సదా మనలోనే ఉంటాయి. మనలోని ఆ అంతర్గత శాంతితో మమేకమవ్వడానికి కూడా మన వద్ద ఎల్లప్పుడూ అవకాశం ఉంటుంది. అలా జరిగితే మనం ఏ పరిస్థితిని ఎదుర్కొంటున్నామో, అందులో మార్పురావడానికి అదే తొలిమెట్టు కావచ్చు!

మనము జీవితంలో కష్టకాలాన్ని ఎదుర్కొంటున్నప్పుడు రెండు వాస్తవాలు ప్రక్క - ప్రక్కనే ఉంటాయి: మన మనసులో కొనసాగుతున్న చెడు ఆలోచనలు ఒకటైతే, మన హృదయంలో సదా ఉండే మంచి మరొకటి! అత్యంత క్లిష్టమైన పరిస్థితుల్లో ఉన్నప్పుడు కూడా మనము ఎంపిక చేసుకోగలిగితే, మనలోని మంచితో మమేకమవడానికి ఓ అవకాశం తప్పక మనముందు ఉంటుంది. నేను మీ జీవితంలో కష్టకాలంతోపాటు ఎదురయ్యే భావోద్వేగ భరితమైన అంధకార భారాన్ని తగ్గించగల విషయంపై మరికొన్ని అభిప్రాయాలను మీతో పంచుకోవాలని అనుకుంటున్నాను. మానవాళి శ్రేయస్సు కోసం నేను సానుకూల స్థానం నుండి ప్రారంభించాలని అనుకుంటున్నాను. ఎందుకంటే, ఈ ప్రపంచంలో, 'మీరు తప్పు' అని భావించడం కంటే మించిన అంధకారం మరొకటి లేదు.

మీరు ఈ వార్త విన్నారా?

ఈనాడు మనకు టీవీలలో మరియు ఇతర పరికరాల ద్వారా అందుతున్న సమాచారం అసాధారణమైనది. విస్తృతమైన సమాచారాన్ని మనకు అందించడానికి ఎన్నో అవకాశాలున్నాయి. ఇవి మన పరిసరాల్లోనే గాక సుదూర ప్రాంతాల్లో సైతం జరిగే వివిధ రకాలైన సంఘటనల ఆందోళనకరమైన సమాచారాన్ని మన ముందుకు తీసుకువస్తున్నాయి. ఏదైనా ఒక కథ అసాధారణంగా ఉంటే, అదొక వార్తలా మారుతుంది.

కాబట్టి, మనము ప్రతికూల వార్తలను వింటూ పోయే కొలది మనలోని వాస్తవికభావం కూడా క్రమేపీ వక్రీకరించడం మొదలవుతుంది. అప్పుడు మనకు ఈ ప్రపంచము అత్యంత ప్రమాదకరమైన ప్రదేశంలా కనిపించడమే గాక ప్రతి ఒక్కరూ మనకు ప్రతికూలంగా కనిపిస్తారు.

సరే, ప్రపంచంలోనైతే ఎన్నో భయంకర సంఘటనలు జరుగుతాయి, కానీ ప్రతి ఒక్క దుర్వార్తను మనము విని చేతులు ముడుచుకొని కూర్చోవడం వలన ఎవ్వరికీ సహాయం అందదు, పైగా అది మనల్ని మరింతగా బాధపెడుతుంది. బదులుగా, ఆయా దుర్ఘటనల్లో నష్టపోయిన వారి పట్ల మనము సానుభూతి చూపి వీలైతే వారికి ప్రత్యక్షంగా సహాయం చేయడానికి మన వంతు కృషి చేయగలగాలి. “అటువంటి పరిస్థితుల్లో మనము ఏమైనా చేయగలమా?” అని కూడా మీకు సందేహం కలగవచ్చు. ఈ ప్రపంచంలో ద్వేషం కంటే ఎక్కువగా ప్రేమ, కరుణ మరియు ఉదారస్వభావం లాంటి సద్గుణాలు ఎన్నో ఉన్నాయనే విషయాన్ని మనము గుర్తుంచుకోవాలి. కానీ వీటికి సంబంధించిన మంచి వార్తలను ఎక్కువగా వెల్లడించరు!

మంచి చేసే సామర్థ్యం మానవాళికి లేదనే అనుమానం ఇప్పటికీ మీలో ఉన్నట్లయితే, నిజంగా మీరు ఇప్పుడే అసలైన కష్టకాలాన్ని ఎదుర్కొంటూ ఉన్నట్లు! ఇక్కడ నాదొక సలహా - ఇతరుల్లో ఉండే మంచి చెడులపై దృష్టి సారించే ముందు, మీ లోలోపల తదేకంగా దృష్టి పెట్టి మీలో ఉన్న మంచితనాన్ని కనుగొనండి; మీ అంతర్గత శక్తి సామర్థ్యాలను కనుగొనండి; మీలోని ప్రేమను కనుగొనండి. శాంతి మూలాల నుండి మీరెంత దూరం వెళ్ళిపోయినా సరే, తిరిగి వచ్చే అవకాశం ఎల్లప్పుడూ మీకు ఉంటుందని గ్రహించండి. ఇది మనందరికీ కూడా తప్పకుండా వర్తిస్తుంది. ఒక బంజరుభూమి సైతం అందమైన పూదోటలా మారే సామర్థ్యం ఉన్నట్లే, శాంతి కూడా తప్పక సాధ్యమే అవుతుంది.

మన ఆత్మీయులు మరణించినప్పుడు

మనం ఎదుర్కొనే కష్టాలలో అతిప్రధానంగా చెప్పుకోవలసినది - మన ఆత్మీయులు చనిపోవడము. ఆ స్థితి మనకు సమాధానాలు దొరకని అనేక ప్రశ్నలతోపాటు తీరని లోటును, తీవ్ర దిగ్భ్రాంతిని, కోపాన్ని, భ్రమలను కలిగిస్తుంది.

ప్రతి ఒక్కరూ అనుభవించే ఆ బాధ, ఒక్కొక్కరికి ఒక్కొక్కరకంగా, భిన్నంగా ఉంటుంది. మనము దుఃఖాన్ని అనేక దశల్లో అనుభవిస్తూ ఉంటాము, అనేకసార్లు తిరిగి పాత ఒరవడిలోనికే వచ్చేస్తుంటాము. ఎందుకంటే మన మనస్సు మరియు హృదయము, తమ నూతన రూపాలను మనకు చూపిస్తూ ఉంటాయి. శోకసముద్రంలో మునిగినప్పటికీ చివరికి మళ్ళీ యథాస్థితికి తిరిగి వచ్చినవారిని నేను చాలామందిని చూసాను. అయితే, కొందరు తమ జీవితాల్లో వినూత్నమైన మార్పులతో బయటపడితే, మరికొందరు ఎన్నో ఏళ్ళ తరబడి అదే మనోవేదనతో పూర్తిగా కృంగిపోయి ఉండడం కూడా నేను చూసాను.

భరించరాని కష్టనష్టాలకు సంబంధించినంతవరకు నా వద్ద ఏవిధమైన పరిష్కారాలు లేవు. కేవలం మీకు సహాయపడగలిగే కొన్ని ఆలోచనలు మాత్రమే నా వద్ద ఉన్నాయి. నా స్వంత అనుభవం ప్రకారం, నా దుఃఖం తగ్గుముఖం పట్టిన తర్వాత, ఆ పోయిన వ్యక్తితో నాకున్న అనుబంధం ఎలా మార్పు చెందుతుందో గమనించడానికి ప్రయత్నిస్తాను. ఆ బంధం అంతటితో సమసిపోదు, అందులో మార్పు సంభవించి ఉంటుంది. మీ ఆత్మీయులు భౌతికంగా శరీరాన్ని త్యజించారని గ్రహించడానికి మీకు కాస్త సమయం పట్టవచ్చు, కాని భౌతికంగా వారు ఇక్కడ లేకుంటే ఎక్కడో ఒకచోట ఖచ్చితంగా ఉండాలి. అయితే, వారు సదా ఉండబోయేది ఎక్కడ? మీలో, మీ గుండెల్లో.

ఆ వ్యక్తి యొక్క జ్ఞాపకాలు అతని స్థానాన్ని భర్తీ చేయలేవు, వారిలోని విభిన్న

లక్షణాలు: శరీర పరిమళం, మాటలోని మాధుర్యం, నవ్వుతున్నప్పుడు కళ్ళలో కనిపించే ఆనందం, ఆ నవ్వుముఖం... ఇవన్నీ ప్రత్యేకమైనవి. కానీ, మీ ఆత్మీయునిలోని అత్యంత ప్రధానమైనది మాత్రం ఎల్లప్పుడూ మీ జ్ఞాపకాలలో చిరస్థాయిగా నిలిచి ఉంటుంది. మీరు ఎక్కడికి వెళ్ళినా వారి స్మృతులు సదా మీ వెంటే ఉంటాయి. నేను కోల్పోయిన వ్యక్తి యొక్క మధుర జ్ఞాపకాలు నా హృదయంలో సదా సందడి చేస్తూ ఉండాలనేదే నా ఆకాంక్ష!

మా తండ్రిగారు చనిపోయినప్పుడు నాకు ఎనిమిదిన్నరేళ్ళు. ఆయన నాకు అత్యంత ప్రీతిపాత్రమైనవారు. ఆయనకు కూడా నేనంటే చాలా ప్రేమ. కానీ ఆయన చాలా నిక్కచ్చిగా ఉండేవారు. జనాలకు ఆయనంటే అమితమైన గౌరవం. కాని చిన్నగా ఉన్నప్పుడు మనము దేనినైనా ఉన్నదానిని ఉన్నట్లుగానే అంగీకరిస్తాము. కాబట్టి, నాకు ఇదంతా సహజంగానే అనిపించేది. ఆయన నాకు కేవలం తండ్రి మాత్రమే. ఆయన చెప్పే ప్రవచనాలు వినడానికి జనాలు తండోపతండాలుగా వచ్చేవారు. అప్పట్లో కార్యక్రమాలు కూడా చాలా అద్భుతంగా జరిగేవి. ప్రతి ఒక్కరూ ఒకే ఒక ఉద్దేశ్యంతో వచ్చేవారు - తమను తాము ఇంకాస్త చక్కగా తెలుసుకోవాలని. ఆయన కూర్చొని ప్రసంగించడం ప్రారంభించగానే, మరుక్షణం నిశ్శబ్ద వాతావరణం ఏర్పడేది. వాటన్నింటిలో నేను కూడా పాల్గొనగలగడం నిజంగా నా అదృష్టం. జీవితంలో అలాంటి అనుభూతి ఒక్కరోజు కలిగినా చాలా ప్రత్యేకమనే చెప్పాలి. కానీ అలాంటివి నేను కొన్ని సంవత్సరాల వరకు చూడగలిగాను.

మా తండ్రిగారు చనిపోయిన తర్వాత, మొదట్లో కొన్ని రోజుల పాటు ఏమి జరిగిందో నాకేమీ అర్థం కాలేదు. నేను ఎప్పుడూ ఏడుస్తూ ఉన్నానని మాత్రం బాగా గుర్తున్నది. కొంత కాలం తర్వాత నేనొక విషయం గ్రహించాను - నా హృదయంలో, ఇప్పుడు కూడా నేను ఆయనను చూడగలను, ఆయనను వినగలను, అనుభూతి పొందగలనని. ఆనాటి నుండి ఈనాటి వరకు ఎన్నో ఏళ్లు గడిచినప్పటికీ, ఇప్పటికీ నేను ఆయన్ను చూడగలుగుతున్నాను, ఆయనను వినగలుగుతున్నాను, ఇప్పుడు కూడా ఆయనను నాలో అనుభూతి

పొందుతున్నాను. ఎవరైనా చనిపోతే, దాని గురించి మనమేమీ చేయలేము, కేవలం అంగీకరించడం ప్రారంభించడమే. ఆ తర్వాత బహుశా నెమ్మది నెమ్మదిగా క్రొత్త రూపంలో ఆయన నాతో పాటు ఉన్నారనే విషయాన్ని అర్థం చేసుకోగలిగాను. ఆ ప్రేమానుబంధం ఎన్నటికీ విడదీయరాని బంధం!

మా తండ్రిగారి మరణం చాలా మందికి తీరని లోటును ఏర్పరిచింది. వారి మరణానంతరము కొన్ని రోజుల తర్వాత కొంతమంది శిష్యులు ఒకచోట సమావేశమై ఆవేదన చెందడం నేను చూసాను. ఆ రకమైన బాధకు వారంతా లోనవ్వడం నేను చూడలేకపోయాను, వెంటనే నేను వేదికపైకి వెళ్ళి చేతిలోనికి మైక్ తీసుకున్నాను. నేను వారందరివైపు చూసి, "ఏడవవలసిన అవసరం లేదు, ఎవరి కోసం మీరు విలపిస్తున్నారో ఆయన ఇప్పుడు కూడా మీ గుండెల్లో, మీ జీవితాలలో చిరస్థాయిగా నిలిచి ఉన్నారు" అని చెప్పాను. నేను చెప్పిన ఆ రెండు మాటలు వారికి ఎంతో ప్రోత్సాహకరంగా అనిపించి వెంటనే జయ జయధ్వానాలు చేసారు. బహుశా వారంతా నాలో, ఒక క్రొత్త కోణంలో మా తండ్రిగారిని చూసారు, ఆయన శక్తిని కూడా వారంతా తమలో అనుభూతి పొందారు.

ఏ విధంగానైతే మనము శక్తిని అంతమొందించలేమో; కేవలం దానిని రూపాంతరం చెందించడమో లేక స్థానభ్రంశం మాత్రమే చేయగలమో, అలాగే మన ఆత్మీయులు మనల్ని విడిచాక వేరే విధంగా, వేరెక్కడో ఉండవచ్చు. ఇదే ప్రకృతి నియమము. ఈ విశ్వంలో గల శక్తి ఇలాగే పనిచేస్తుంది, స్థిరంగా పరిణామం చెందుతుంది. ఒక విత్తనం చెట్టులా మారుతుంది, ఆ చెట్టు ఫలాలను అందిస్తుంది, ప్రతి ఒక్క ఫలంలో ఒక విత్తనం ఉంటుంది, అందులోని ప్రతి విత్తనానికి చెట్టులా మారే సామర్థ్యం ఉంటుంది. మీ చేతిలో ఒక విత్తనం ఉంటే ఏమున్నట్లు? అది ఒక చిన్న విత్తనమే కావచ్చు కానీ ఒక అడవిని సృష్టించగలిగే సామర్థ్యం దానికి ఉంటుంది, విత్తనంలో గల ఆ అడవిని అనుభూతి చెందండి.

మీ ఆత్మీయులు సదా మీలోనే ఉండి, మీ ద్వారా వారి శక్తి ముందుకు

సాగిపోతూ ఉంటుంది. పైగా, వారెల్లప్పుడూ చైతన్యమని పిలవబడే ఆ అనంతమైన, సర్వవ్యాపకమైన శక్తిలోని భాగమే. మీ హృదయాన్ని తెరిచి వారి అంశను గ్రహించగలరు.

చంద్రుని వైపు చూడండి

చాలామంది శాస్త్రవేత్తలు చంద్రుడు భూమి నుండి విడిపోయాడని నమ్ముతారు. ఈ సిద్ధాంతాన్ని 'జెయింట్ ఇంపాక్ట్ హైపోథీసిస్' అని పిలుస్తారు - ఒక భారీ శకలం భూమిని ఢీకొట్టి దాని శిథిలాల నుండి అద్భుతమైన క్రొత్త గ్రహం సృష్టింపబడింది అని అంటారు. కొందరు దీనిని థియా అని పిలుస్తారు. గ్రీకు పురాణాల ప్రకారం చంద్రుని దేవతైన సెలీన్ తల్లి పేరు మీద దానికి ఆ పేరు పెట్టారు. అందువల్ల చంద్రుడు భూమిలో కొంత భాగం మరియు థియాలో కొంత భాగం కావచ్చు.

చంద్రుడు భూమి నుంచి విడిపోయాక కేవలం కొంత దూరం మాత్రమే పోగలిగాడు. అక్కడ నుండి తన పాత స్వగృహం చుట్టూ ఒక కక్ష్యలో పరిభ్రమిస్తూనే ఉన్నాడు; అలా కదులుతూ ఇక్కడున్న మనల్ని కూడా ప్రభావితం చేస్తున్నాడు. మనల్ని వీడిపోయిన ఆత్మీయులను కూడా మనము ఇదే విధంగా మనకు చంద్రునిలా మారిపోయారని భావించవచ్చు. ఆ వ్యక్తి సదా మనలోని భాగమే. ఆ వ్యక్తి మన జీవితాలలో ఒక కక్ష్యలో పరిభ్రమిస్తూ మన కటిక రాత్రులను ప్రకాశింపజేస్తారు. మన భావోద్వేగాల ఆటుపోట్లలో మనల్ని ముందుకు నడిపిస్తారు. పైకి దృష్టి సారించి, వారిపై ప్రసరిస్తున్న ఆ సూర్యకాంతి ప్రతిబింబాన్ని వీక్షించండి.

పోయిన వ్యక్తిని మనము గౌరవించవచ్చు మరియు వారు మనలో ఉన్నట్లు క్రొత్త తరహాలో స్వీకరించవచ్చు. ఒకప్పుడు ఉన్నదానిని ఆధారం చేసుకొని ఉండవలసిన అవసరం లేదు! మనము రాత్రివేళ ఆకాశంలో కనిపించే ఆ చందమామను చూసి మన ఆత్మీయులతో ఉన్న అనుబంధాన్ని గుర్తు చేసుకోగలము. మనము ఆ బాధను అనుభవించవచ్చు, దానితో పాటు

వారితో జీవన పర్యంతమూ ఉండాలని కోరుకున్నామనే ఆ కోరికను కూడా మన హృదయంలో గుర్తించవచ్చు. మన ఆత్మీయుల జ్ఞాపకాలను ఆదరిస్తూ, గడిచిన దానిని ఆదరిస్తూ, ప్రస్తుతాన్ని ఆస్వాదిస్తూ జీవితాంతం మనము చక్కగా జీవించవచ్చు.

మన ఆత్మీయులు మనతో ఉన్నట్లుగా ఉంటే అదెలాంటి బలాన్ని చేకూరుస్తుందనే విషయంపై నేను వ్రాసిన ఒక కవితలో ఇలా ఉంది –

"రాత్రివేళ చిమ్మచీకటి ఏర్పడినప్పుడు,
చంద్రోదయంతో ప్రకాశిస్తున్న వేళ,
అభినందించడానికే కాదు,
వీక్షించడానికి కూడా
మీ కోసం చిరు కాంతి తప్పక ఉంటుంది."

క్లిష్టపరిస్థితుల్లో కూడా ప్రశాంతతానుభూతి

మనము ప్రేమించే వ్యక్తిని కోల్పోవడం కంటే మించిన కఠినమైన సవాలు ఇంకేదైనా ఉంటుందా? ఏదో ఒకరోజు చనిపోవాలనే విషయం కొందరిని భయాందోళనకు గురిచేస్తుంది. ఎంతో మంది తమ జీవితాల్లో వివిధ దశల్లో తరచూ మరణ భయాన్ని ఎదుర్కొంటూ ఉంటారు. ఏదైనా ఆపదల్లో చిక్కుకున్నప్పుడు లేదా తీవ్ర అనారోగ్యానికి గురైనప్పుడు ఈ భయం మరింత అధికంగా ఉంటుంది. కానీ, సురక్షితంగా మరియు క్షేమంగా ఉన్నప్పుడు కూడా అది మనల్ని వెంటాడుతూనే ఉంటుంది.

మరణానికి చేరువవుతున్న వారితో మాట్లాడవలసినదిగా నన్ను తరచుగా విజ్ఞప్తి చేస్తుంటారు. చెప్పాలంటే, అది నాకు చాలా అసౌకర్య పరిస్థితే అయినప్పటికీ మరణం యొక్క వాస్తవికతను గుర్తు చేసుకోవడానికి నాకు అది ముందుగా సహాయపడుతుంది. చివరికి మనమందరమూ వెళ్లిపోవలసిందేననే విషయాన్ని అర్థం చేసుకోవాలి. ఇప్పుడు మీ వద్ద

మీకున్న ఈ జీవితం ఇలాగే శాశ్వతంగా ఉంటుందని అనుకోవడం కేవలం ఒక అపోహ మాత్రమే. అయితే, మీరెప్పుడు పోతారనే విషయాన్ని మీకెవ్వరూ ఖచ్చితంగా చెప్పలేరు. మీకు మీ జీవితం గురించి, మీ మరణం గురించి ఏమి తెలుసు? మీకు ఖచ్చితంగా తెలిసిన ఏకైక విషయం - మీరు జన్మించారు మరియు ఈ క్షణంలో మీరు జీవించి ఉన్నారు!

మనము అనారోగ్యంతో ఉన్నప్పుడు కూడా ఆ అద్భుతమైన శక్తి మనలోపల దాగి ఉందని గుర్తుంచుకోవాలి. మనము - మనలోని మిత్రున్ని కనుగొని వీలైతే వినియోగించుకోవాలి, తద్వారా మనలో ఉన్న సంపూర్ణ సానుకూల శక్తిని ఉపయోగించుకోగలగాలి. తీవ్రమైన అనాగోగ్యం, దుఃఖము, నిరాశ, ఆందోళన తదితర ప్రతికూల అనుభవాలు మరియు భావనలు మనలో ఉన్న ధైర్యం, స్పష్టత, సంతృప్తి, ఆనందము మరియు శాంతిని హరించగలవు. అయితే మన ధైర్యం ఇప్పటికీ మనలోనే ఉన్నది; మన స్పష్టత ఇప్పటికీ మనలోనే ఉన్నది; మన తృప్తి ఇప్పటికీ మనలోనే ఉన్నది; మన ఆనందం ఇప్పుడు కూడా మనలోనే ఉన్నది; మనకు కావలసిన శాంతి ఇప్పుడు కూడా మనలోనే ఉన్నది; కనుక కష్టకాలాల్లో సైతం, మన హృదయంలో ఉన్న ఆ శక్తిసామర్థ్యాల వరకు మనము ఎల్లప్పుడూ తప్పక చేరుకోగలము.

శాంతికి సంబంధించి ఒక గుణం ఉంది. దాని గురించి నేను మీకు చెప్పాలనుకుంటున్నాను. మీరు మీ అంతరంగంలో విశ్రాంతి తీసుకోవడానికి మీకది అనుమతిస్తుంది. బాహ్యప్రపంచమంతా మిమ్మల్ని పూర్తిగా తిరస్కరించినప్పుడు ఒక్క విషయం గుర్తుంచుకోండి - మీరు ఎల్లవేళలా మీలో ఉన్న మార్పు చెందని ఆ శాశ్వతమైనదానితో మమేకం కాగలరు. మీరు ఈ జీవన సంఘర్షణలతో అలసిపోయినప్పుడు మీ అంతరంగంలో విశ్రాంతి తీసుకోగలరని గ్రహించండి. అంతరంగంలోనికి ప్రవేశించి అక్కడ పొందే అనుభూతికి సంబంధించిన ఆ స్థితి గురించి మా తండ్రిగారు ఏమని చెప్పారంటే - “నిద్రపోకపోయినా నిద్రించినట్లు.” మనకు ఎప్పుడు అవసరమని అనిపించినా, ఈ అలజడి నుండి వైదొలగి అంతర్గత శాంతి యొక్క అనుభూతిని తప్పక పొందవచ్చు.

గొప్ప అంచనాలు

అంచనాలు మన అనుభవాలకు ఏవిధమైన రూపాన్ని అందిస్తాయో తెలుసుకోవడానికి కష్టకాలం మనకు ఒకరకంగా ఉపయోగపడుతుంది. అది మంచైనా కావచ్చు లేక చెడైనా కావచ్చు. ప్రతిరోజుపై నాకెన్నో అంచనాలు ఉంటాయి. నా అలారం గడియారంపై నాకెన్నో అంచనాలు ఉంటాయి. నా ఉప్పు సీసాపై కూడా నాకు అంచనాలుంటాయి: నేను దానిని చేతికి తీసుకున్నప్పుడు తప్పక అందులో ఉప్పు ఉంటుందని. అంచనాలు తప్పు కావచ్చు అనే అవగాహన నాకు ఉన్నంత వరకు అంచనాలు వేసుకోవడంలో ఏమీ తప్పులేదు! మైక్‌టైసన్ అనే బాక్సర్ ఎంతో స్పష్టంగా ఏమని చెప్పాడంటే –

> "మూతి మీద ఆ పంచ్ పడనంతవరకు ప్రతి ఒక్కరికి ఏదో ఒక ప్రణాళిక ఉంటుంది."

భయం లేదా ఊహలతో దారితప్పకుండా జీవితాన్ని యథాతథంగా స్వీకరించడానికి ధైర్యం కావాలి. ఏదైతే ఉన్నదో, దానికి సంబంధించిన స్పష్టత మనకు ఏర్పడినప్పుడు అనేక రకాలైన ఒత్తిళ్ల నుంచి అది మనల్ని కాపాడుతుంది లేదా సెనెకా చెప్పినట్లు "నిజంగా కలిగే బాధకంటే, ఊహించే బాధే ఎక్కువ!"

మీ అంచనాలపై ఆధారపడి మీరు జీవించడం ప్రారంభిస్తే అప్పుడు ఏమి జరుగుతుంది? సరే, ఖాళీగా ఉండే ఆ ఉప్పు సీసా వల్ల ఎదురయ్యే నిరాశను మీరు అధిగమించవచ్చు. తమ ఎలక్ట్రానిక్ ఉపకరణాలు పనిచేయనప్పుడు కృంగిపోయే అనేకమందిని నేను చూసాను. కానీ వారైతే అప్పుడు కూడా జీవించే ఉంటారు కదా! మనము ఇతరులపై అధిక అంచనాలు వేసుకున్నప్పుడు తీవ్రమైన సమస్యలు తలెత్తుతాయి; నెరవేరని కోరికలు విపరీతమైన కోపానికి మరియు నిరాశకు దారి తీస్తాయి; బంధాలు తెగిపోతాయి మరియు సమస్తమూ గందరగోళంగా అనిపించవచ్చు.

ఒక యువకుడు ప్రతివారం తన సరుకును బరువైన బస్తాలలో మార్కెట్‌కు తీసుకువెళ్లేవాడు; ఇది చాలా కష్టంగా ఉండేది, పైగా ఒక్కడూ ఎన్ని బస్తాలను మోయగలడు; దానికి ఒక హద్దు ఉంటుంది కదా! అయితే, అతను బాగా కష్టపడి డబ్బులు కూడబెట్టి వాటితో ఒక గాడిదను కొనాలని నిర్ణయించుకున్నాడు. కాని అతని భార్య అందుకు ససేమిరా ఒప్పుకోలేదు. ఆమె ఒక ఆవు ఉంటే బాగుంటుంది, ఆవు పాలు ఇస్తుంది, దాని వలన పెరుగు-వెన్న మొదలైనవన్నీ వస్తాయని మొండిచేయడంతో చేసేదేమీ లేక అతను చివరికి గాడిదకు బదులు ఒక లేగ దూడను కొన్నాడు. కానీ దాని వలన పెద్ద బస్తాలను మోసే బాధైతే అతనికేమీ తగ్గలేదు. అయినా సరే అతను బాగా కష్టపడేవాడు. ఎలాగైనా ఒక గాడిదను కొనాలనే ఉద్దేశ్యంతో కొంచెం కొంచెం డబ్బు దాచుకొని కొద్ది రోజుల తర్వాత ఒక గాడిదను కొన్నాడు. గాడిద రాకతో అతని జీవితం మారిపోయింది. కానీ సమస్య ఏమిటంటే - వారి పెరట్లో ఖాళీ స్థలం చాలా తక్కువగా ఉండేది. పైగా, అతి తక్కువ కాలంలోనే ఆవు పెద్దదైపోయింది. 'ఆవు తనను ఎక్కడ తొక్కేస్తుందోనని' పాపం గాడిద ఎప్పుడూ ఆవును చూసి భయపడుతూ ఉండేది.

ప్రతిరోజూ ఈ పరిస్థితిని చూసి ఆ వ్యక్తి విసుగు చెంది, ఒకరోజు భగవంతున్ని ఇలా ప్రార్థించాడు - "ఓ భగవంతుడా! ఇలాగైతే చాలా కష్టం. నాపై దయజూపి ఆవును చంపేసేయ్! అప్పుడు నా గాడిదకు కావలసినంత స్థలం దొరుకుతుందని." మరుసటి రోజు ఉదయం అతను లేచి చూడగా గాడిద చనిపోయింది. "అయ్యో దేవుడా! ఆవుకు - గాడిదకు మధ్య వ్యత్యాసం నీకు తెలుస్తుందని అనుకున్నానే!" అని వాపోయాడు.

అంచనాలు!

మీరు వెళ్ళినవి లేదా మీకు తెలిసి జరిగిన అనేక వివాహాల గురించి ఆలోచించండి. ఆ జంట మరియు ఆయా కుటుంబసభ్యులంతా 'సంపూర్ణ ఆదర్శ వివాహం' అంటూ ఎన్నో అంచనాలు వేసుకుంటూ ఉండగానే ఏదో ఒక సమస్య తలెత్తడం మీరు గమనించే ఉంటారు. వివాహం చేసుకునే

వారికి అతని స్నేహితులు లేదా వివాహం చేస్తున్న పెద్దలు కూడా - "అన్నీ మనం అనుకున్నట్లుగా జరగకపోవచ్చు!" అనే మాటైనా సరే ముందుగా చెప్పాలి కదా!

నిస్సందేహంగా, మన జీవితాల్లోని ఈ బంధాలు, ఇల్లు, ఉద్యోగము, వివాహాలు తదితర ముఖ్యమైన అంశాల్లో గొప్ప-గొప్ప అంచనాలు వేసుకోవడం చాలా మంచి విషయమే కానీ వాటినే పట్టుకొని వ్రేలాడకూడదు. ఒక క్షణంలో దాగిన అద్భుతాన్ని నిరాశ అనేది అంతమొందిస్తుంది. మనం అనుకున్నది అనుకున్నట్లు జరగలేదని జీవితంలోని అత్యంత విలువైన అధిక భాగాన్ని మనము పశ్చాత్తాపంతో వృథాగా గడిపేస్తాము. ఇలా జరిగినప్పుడు, తప్పు ఎక్కడ ఉన్నట్లు: వాస్తవంలోనా లేక మన ఊహల్లోనా? మనము ఇతరులపై ఎక్కువ ఆశలు పెట్టుకుంటాము, ఆ ఆశలు చెదిరిపోయినప్పుడు భరించరాని నిరాశ కలుగుతుంది, భరించరాని బాధ కలుగుతుంది. వాస్తవంతో మనము మసలడం నేర్చుకుంటే దృఢమవుతాము. ఈ విషయంపై గాలికి అనుగుణంగా ఊగే ఒక చెట్టును చూసి నేర్చుకోవాలి. తుఫాను గాలుల్లో సైతం ఎగురుతూ ఉండే ఒక పక్షిని చూసి నేర్చుకోవాలి. కెరటాలతో పాటు కదిలే ఒక చేపను చూసి నేర్చుకోవాలి.

మన అంచనాలను నిర్దేశించేది ఎవరు? మనమే! మనమే స్వయంగా మన అంచనాలను సృష్టించుకుంటాము. మనమే, ఇతరుల అంచనాలను అంగీకరిస్తాము. కొన్ని అంచనాలు ఒక్కోసారి ఫలిస్తాయి, కొన్ని ఫలించవు. మరి, విషయం ఏమిటంటే - ఇతరులకు మనపై ఎన్నో అంచనాలు ఉండవచ్చు, కానీ వాటిని మనము మన స్వంతంగా భావించవలసిన అవసరం లేదు. మనము నిరాశకు లోనయినప్పుడు తరచూ మనపై మనకే నిరాశ కలుగుతుంది. అలా జరిగితే, మన విలువైన సమయాన్ని మనమే వృథా చేస్తున్నట్లు.

మీరెందుకు మీలా కనిపించడం లేదు?

మీ అంచనాలకు అతీతమై అతి ముఖ్యమైన పరిణామం కోసం మీ ఆరాటం ఎంత వరకు ఉంటుందో గమనించడం చాలా కష్టమైన పని. ఇదెలా ఉంటుందంటే, ఒక వ్యక్తి ఎక్కడో తప్పిపోయి తానెక్కడ ఉన్నాడో పరిసరాలను గమనించకుండా మొండిగా ఒక మ్యాప్‌ను నమ్మేవాడిలా! వాస్తవానికి ఎక్కడో ఏదో పొరపాటు జరిగిందనే విషయం అతనికి బోధపడనంతవరకు అతనలాగే చేస్తుంటాడు, చివరికి మ్యాప్‌పై నిందలు వేస్తాడు. ఏదో సరిగ్గా లేదని హృదయం మనకు చెబుతున్నప్పటికీ మనము మాత్రము మన మనస్సునే అనుసరించి దాని ఊబిలోనే చిక్కుకుపోతూ ఉంటాము.

ఒకసారి నేను ఒక భారీ సభలో ప్రసంగించడానికి వెళ్లాను, అక్కడి నిర్వాహకులలో కొందరు నాకు ప్రత్యేకంగా స్వాగతం పలకడానికి వేదిక ద్వారం వద్ద ఎదురుచూస్తూ ఉన్నారు. నేను ప్రసంగిస్తుండగా వారంతా గతంలో కూడా ఎన్నోసార్లు చూసారు. అయితే, నన్ను స్వాగతించడానికి ప్రత్యేకంగా సన్నాహాలు చేస్తున్నారని తెలిసి నాకు చాలా ఆనందంగా అనిపించింది.

అయితే, ఆ రోజు నేను, సూట్-టై ధరించి వెళ్ళలేదు. ఏదైనా ఒక కార్యక్రమానికి చేరుకోవాలంటే చాలా సమయం పట్టేటట్లయితే సాధారణ దుస్తుల్లో వెళ్ళడం నాకు మామూలే! ఈ కార్యక్రమానికి కూడా చేరుకోవాలంటే చాలా దూరం నేను ప్రయాణం చేసి వెళ్ళాలి కాబట్టి నాకు సౌకర్యంగా అనిపించే దుస్తులు ధరించి వెళ్లాను, సూట్-టైలో వెళ్ళలేదు. అయితే, అక్కడికి వెళ్ళి కారు ఆగిన తర్వాత, నాకు స్వాగతం పలకడానికి ఎదురుచూస్తున్న వాళ్ళంతా నన్ను చూస్తూ ఉన్నారు కానీ వాళ్ళలో ఏమాత్రం చలనం లేదు. ఆ తర్వాత నేనే తలుపు తీసుకొని బయటికి రాబోతుంటే... "లేదు! లేదు! మీరు రావడానికి వీల్లేదు" అని గట్టిగా అరుస్తూ, "వెంటనే మీ కారును ఇక్కడి నుంచి తీసేయండి! ప్రక్కకు వెళ్ళిపోండి! మేమిక్కడ ఒక

ముఖ్యమైన అతిథి కోసం వేచి ఉన్నాము, వెంటనే కారు తీసేయండి" అని అరిచి గగ్గోలు పెట్టారు.

వారు నావైపు తదేకంగా చూస్తూ కూడా అలా అంటూ ఉంటే అప్పుడు నాకు అనిపించింది - అక్కడ ఉన్న వారిలో ప్రతి ఒక్కరూ సూట్-టైతో వచ్చేవారి కోసము ఎదురుచూస్తున్నారని. కానీ నేను అలా రాలేదు, వారి అంచనాలకు నేను సరిపోలేదు. ఇంతలో అక్కడున్న వారిలో ఎవరో నన్ను చూసి గుర్తుపట్టి, "అయ్యా! మీరా! మమ్మల్ని క్షమించండి, వచ్చింది మీరేనని మేము గుర్తుపట్టలేకపోయాము" అని తప్పు చేసినట్లుగా భావించాడు. మిగతావాళ్ళు మాత్రం – 'మీరు మీలా ఎందుకు కనిపించడం లేదు?' అన్నట్లుగా నావైపు చూస్తూ ఉండిపోయారు.

వృద్ధాప్య సమస్య

గ్రీకు తత్వవేత్త అయిన ప్లేటో ఎనభై ఏళ్లకు పైగా జీవించాడు. ఆయన చెప్పినట్లు - "ఎవరైతే శాంతస్వభావంతో మరియు సంతోషంగా జీవిస్తుంటారో, వారిపై పెరుగుతున్న వయస్సు ప్రభావం చాలా వరకు ఉండదు. కాని, అందుకు భిన్నమైన స్వభావాలతో ఉన్నవారు, యవ్వనంలోనూ, వృద్ధాప్యంలోనూ ఒకే రకమైన భారాన్ని మోస్తుంటారు." నేను కూడా పెద్దవాడిని అవుతున్న క్రమంలో, ఈ మాటలను చదివిన ప్రతిసారి ఈ భావాన్ని ఎంతో అభినందిస్తాను. వృద్ధాప్యం అనేది ఒక క్లిష్టమైన ప్రక్రియ, పైగా అది మీ వ్యక్తిత్వానికి కఠినమైన పరీక్షలాంటిది.

అహం అనేది మనలోనికి తప్పకుండా ప్రవేశిస్తుంది. కానీ వృద్ధాప్యం మన మనస్సులను కలవరపెట్టినప్పుడు అది భయంతో కూడిన అలజడిని సృష్టిస్తుంది - "నేనిప్పుడు అలా చేయలేను, నాకిప్పుడు అరవై ఏళ్లు వచ్చాయి, నీకు తెలుసా?" అంటారు. సరే! మీరు ఈ వయసులో పరుగు పందేలలో పాల్గొనలేకపోవచ్చు లేదా పరిగెత్తినా ఎక్కువ సమయం పట్టవచ్చు. అయితే, ఇదేమైనా పెద్ద సమస్యనా!

మీరు ఏ వయసులో ఉన్నప్పటికీ, కొన్ని పనులను ఇప్పుడు కూడా చేయలేరు. కానీ మీరు ఇప్పుడు చేయగలిగినవి ఎన్నో ఉన్నాయి, వాటిని మీరు స్వీకరించండి, చేయలేకపోతున్న వాటి గురించి మరిచిపోండి. వృద్ధాప్యం అనేది కేవలం మన మనసులో ఉంటుందంతే! యవ్వనంలో ఉన్నప్పుడు మన జీవితాన్ని ప్రేమిస్తాము, మరణాన్ని పట్టించుకోము. ఎప్పుడైతే మరణించాలంటే భయం కలుగుతుందో లేదా బ్రతకాలన్నా భయం కలుగుతుందో అప్పుడు నిజంగా మనము వృద్ధులము అయినట్లు!

వాస్తవాన్ని గ్రహించండి

మీరు వంట చేస్తున్నారు, ఇంతలో వేరే పనిలో నిమగ్నమైపోతే అప్పుడు అదంతా మాడిపోవచ్చు. అప్పుడు, ఇంట్లో వండడానికి కూడా ఇంకేమి లేని పరిస్థితిలో మీరున్నట్లయితే... బహుశా మీలో చాలామందికి ఈ పరిస్థితి లేదా దాదాపుగా ఇలాంటి పరిస్థితే ఎదురై ఉండవచ్చు. అయితే, అప్పుడు ఏమి చేయాలో అర్థంగాని అయోమయ స్థితిలో మీరు కూర్చొని ఉంటే, ఎవరో అకస్మాత్తుగా వచ్చి: "సానుకూలంగా ఉండు!" అని అంటే ఎలా ఉంటుంది?

సరే, వాస్తవం ఏమిటంటే: నేను అప్పుడు సానుకూలంగా స్పందిస్తే ఏమవుతుంది? నా వద్ద తినడానికి ఏమీ లేవు: అప్పుడు నేను వాస్తవాన్ని అంగీకరించాలి గాని సానుకూలంగా స్పందిస్తే సరిపోదు. ఈ విషయం గురించి నేను ఎందుకు ప్రస్తావిస్తున్నానంటే: అంతర్గత శాంతి వలన కలిగే శాంతిని మరియు ప్రతి ఒక్క రోజును మనము ఆదరించాలనే నా సందేశాలు కేవలం సానుకూలంగా స్పందించడానికి సంబంధించినవి కాదు. మీరు చిరునవ్వుతో, ఆశావాదిగా మారి మీకు ఎదురయ్యే కష్టాల నుండి తప్పించుకోమని నేను చెప్పడం లేదు. అందుకు బదులుగా మనము ఈ ప్రపంచాన్ని చూసి, మనల్ని మనం స్పష్టంగా తెలుసుకుంటే మన జీవితాన్ని కూడా మనము మరింతగా అభినందించగలము మరియు ఆనందించగలము. మీరు అనుభవించిన కష్టాలు అసలైనవే కావచ్చు, కానీ

మీ అంతరంగంలో ఉన్న ఆనందం కూడా అసలైనదే. మీరు అనుభవించిన కష్టాలు యథార్థమే కావచ్చు, కానీ మీ లోపల ఉన్న శాంతి కూడా యథార్థమే! స్పృహలో ఉంటూ జీవించడమంటే - మీ చుట్టూ ఉన్న ప్రపంచంలో మరియు మీ అంతర్గత ప్రపంచంలో, ప్రతీ విషయంలోనూ సాధ్యమైనంత వరకు వాస్తవికంగా ఉండడమే. నిరాశ నిస్పృహలు, దుఃఖము, కోపము, ఒంటరితనము, బాధలు మొదలైన వాటన్నింటిని అంగీకరించడంతో పాటు మీలోని శాంతితో ఎల్లప్పుడూ మమేకమై ఉండడం సాధ్యమేనని గుర్తించండి.

ఒక గొప్ప చైనీస్ సామెతలో ఎలా ఉంటుందంటే - "పెద్దపులిని సృష్టించినందుకు దేవుడిని ఆరోపించకు, దానికి రెక్కలు ఇవ్వనందుకు కృతజ్ఞతలు తెలియజేయి." రెక్కలున్న పెద్దపులి ఎంతటి విధ్వంసాన్ని సృష్టించగలదో ఊహించగలరా! అదృష్టవశాత్తూ అలాంటి ఊహాత్మక జీవులను మనము ఎదుర్కోవలసిన అవసరం లేదు. లేదా అలాంటి ఊహాత్మక పరిస్థితుల్లో కూడా మనము ఉండవలసిన అవసరమూ రాదు. ఉన్నవాటిపై మనము చక్కగా దృష్టి పెట్టగలిగితే జీవితం ఎంతో సులువవుతుందని నేను గ్రహించాను. వాస్తవస్థితే జీవించడానికి అత్యుత్తమమైన స్థానము!

వాస్తవికతతో ఉన్నట్లయితే, జీవితంలో ఎదురయ్యే వాటిని ఎదుర్కోవడానికి సంసిద్ధమయ్యేందుకు కూడా అది మీకు తోడ్పడుతుంది. ఒకవేళ మీకంతా మంచే జరుగుతూ ఉన్నట్లయితే, కాస్త జాగ్రత్త వహించండి! ఏదో ఒక సమయంలో చెడు కూడా ఆసన్నమవుతుంది. అలాగని మీరు భయపడవలసిన అవసరం లేదు, కేవలం ఈ విషయాన్ని గుర్తుంచుకుంటే చాలు. ఒకవేళ మీకంతా చెడే జరుగుతూ ఉన్నట్లయితే, మంచి రోజులు తప్పక వస్తాయని గుర్తుంచుకోండి. భవిష్యత్తులో జరగబోయే ప్రతిదాని గురించి మీరేమీ కంగారు పడవలసిన అవసరం లేదు; మార్పు సహజమనే విషయాన్ని గుర్తుంచుకుంటే చాలు! అలాగే మీరు మీ యథాస్థితికి చేరతారని గ్రహించి, దాన్ని కాపాడుకుంటే చాలు!

వాస్తవికతతో ఉండడం వలన ఇంకా ఏమి జరుగుతుందంటే, మన

జీవితంలోని భీకరమైన తుఫాన్లలో కూడా అత్యంత ప్రశాంతమైన ప్రదేశం ఒకటుందని, అది స్వయంగా మనలోనే ఉందనే విషయాన్ని గుర్తిస్తాము. వాస్తవానికి నేను తెలుసుకోవాలని కోరుకునేది కూడా దీనినే! నేను ఈ రెండు స్థితుల్లోనూ అంతర్గత శాంతితో ఉండగలను - మంచి క్షణాల్లోనైనా లేక చెడు క్షణాల్లోనైనా సరే! నేను ప్రతిసారి తుఫాన్ల నుండి తప్పించుకోలేను లేదా అందులోనే నా ప్రయాణాన్ని కొనసాగించలేను, కానీ నాలో ఉన్న నిశ్చల ప్రశాంత ప్రదేశానికి తప్పక చేరుకోగలను.

కాబట్టి నాకు సానుకూల మనస్తత్వం ఉన్నప్పటికీ నేను వాస్తవికంగా ఉండాలి. నేను విమానం నడిపే ప్రతిసారీ, అదనపు ఇంధనాన్ని తీసుకువెళ్తాను. మీరు ఒకవేళ విమానం నడపడం నేర్చుకుంటున్నట్లయితే, మీరు ఒక సలహా పదే పదే వింటుంటారు - "అత్యవసర పరిస్థితుల్లో మీకు మూడు విషయాలు పనికిరావు - మీ వెనుక ఉన్న రన్‌వే, మీ పైనున్న ఆకాశం మరియు ట్రక్కులో ఉన్న ఇంధనం." మీరు రన్‌వేలోని ఎక్కువ భాగాన్ని ఉపయోగించి టేకాఫ్ చేయకపోతే మీ వెనుక రన్‌వే ఎంత ఉన్నా వృథా. మీరు శక్తినంతా కోల్పోయి అత్యవసర పరిస్థితుల్లో క్రిందికి దిగుతున్నప్పుడు మీ దిగువున ఉన్న గాలే కీలకం, అంతేగాని పైనున్న ఆకాశం కాదు. అలాగే, మీరు ఆకాశంలో ఉన్నప్పుడు, విమానాశ్రయంలోని ట్రక్కులో ఉన్న ఇంధనం మీకు ఏమాత్రం ఉపయోగకరం కాదు. ఇది వాస్తవికంగా ఉండడమంటే!

మీ జీవితానికి మీరే పైలెట్ కావాలి

నేను ఫ్లోరిడాలో హెలికాప్టర్ నడపడం నేర్చుకుంటున్నప్పుడు ఒక కథ విన్నాను. అది నాకు చాలా హాస్యాస్పదంగా అనిపించింది. అనేకసార్లు మనము మన సమస్యలను, మన కష్టాలను కొని తెచ్చుకుంటామని హెచ్చరించేదే ఈ సంఘటన. దానికంటే ముందు నేను మీకు మరొక విషయం కూడా చెప్తాను. పైలెట్లు ఏదైనా ఒక విషయాన్ని కథలు కథలుగా గొప్పగా చెప్తుంటారు. అతిశయోక్తిగా చెప్పడంలో వాళ్లు నిష్ణాతులని చెప్పవచ్చు. అయితే, ఈ కథ ఒక యథార్థ సంఘటన ఆధారంగా రూపొందించబడినది.

ఇది కాస్త అతిశయోక్తిగా కూడా మీకు అనిపించవచ్చు!

ఒక వ్యక్తి ఉండేవాడు. అతని వద్ద, చేతితో త్రిప్పి స్టార్ట్ చేసే ఒక ప్రొఫెల్లర్ విమానం ఉండేది. ఒకరోజు అతను స్టార్ట్ చేయడానికి ఎంతగా ప్రయత్నించినా ఫలితం లేదు, తగినంత పవర్ రాకపోవడంతో ఆ ప్రొఫెల్లర్ కదల్లేదు. అతను కాక్‌పిట్ లోపలికెళ్లి థోరెటల్ వాల్వ్‌ను ముందుకు నెట్టాడు, అలా చేసి ఇంజన్‌కు మరింత పవర్ పెంచాడు; మనము పాతకాలం నాటి కార్లను స్టార్ట్ చేయడానికి ఏవిధంగా ప్రయత్నిస్తామో, సరిగ్గా అలాగే చేసాడు. అలా చేసిన తర్వాత కూడా ఫలితం లేదు. ఆ థోరేటర్ వాల్వ్‌ను మరింత ముందుకు నెట్టాడు.

చివరగా, ఆ పైలట్ ప్రొఫెల్లర్‌ను గట్టిగా తిప్పడంతో ఇంజన్‌కు ప్రాణం పోసినట్లయింది. కానీ అతను థోరెటర్ వాల్వ్‌ను ఎక్కువగా పెంచడం వల్ల నిజానికి విమానమంతా పవర్ పెరిగిపోయింది. అప్పుడు అతను ముందుకు వెళ్లాలనుకున్నాడు, సాధారణ పరిస్థితుల్లో అది మంచిదే. కాని ప్రస్తుతం ఆ పైలెట్ కాక్‌పిట్ బయట నిలబడి ఉన్నాడు, అలాంటి పరిస్థితుల్లో మంచిది కాదు. అయితే, అతను ముందుగా విమానం తన స్థానం నుండి కదలకుండా ఉండడానికై ఒక పెద్ద రాతి దిమ్మెను ఒక చక్రానికి ముందు పెట్టాడు. అందువల్ల స్టార్ట్ అయ్యాక మరొక చక్రం నిశ్చలంగా ఉండలేక ముందుకు కదలడం ప్రారంభించింది. అలా ఒక చక్రం ఇరుక్కుపోయింది, మరొక చ్రకానికి అడ్డులేక పోవడంతో విమానం ఒక వృత్తాకారంలో తిరగడం మొదలై వెంటనే వేగం కూడా పుంజుకున్నది.

ఆ స్థితిలో, ఈ పైలెట్ ఒక రెక్కపై ఉన్న గొళ్ళాన్ని పట్టుకోవడానికి ప్రయత్నించాడు. అయితే, అలా చేయడం వల్ల రెండవ చక్రం ఆ దిమ్మె పైనుండి ప్రక్కకు జరిగిపోయింది. వెంటనే రన్‌వేపై విమానం కదలకుండా ఆపడానికి దానికే అతుక్కొని ఉండడం తప్ప అతనికి గత్యంతరమేమీ లేదు. అతను దానిని ఎక్కువసేపు పట్టుకోలేకపోయాడు, ఎందుకంటే అతని తలకూడా తిరుగుతూ పోయింది. చివరికి దానిని అతను విడిచిపెట్టాడు,

అప్పుడు విమానం తనంతట తానే నేరుగా రన్‌వేపైకి వెళ్ళిపోయి వేగం పుంజుకుంది, లోపల పైలెట్ లేకుండానే ఆకాశంలో ఎగిరింది.

సరిగ్గా అదే సమయంలో, సమీపంలో హెలికాఫ్టర్ శిక్షణ పొందుతున్న కొందరు పైలెట్లు ఇదంతా చూసారు కాబట్టి వెంటనే ఆ విమానాన్ని వెంబడించడం ప్రారంభించారు. గాలిలో విన్యాసం చేస్తున్నట్లుగా కనిపించే ఆ దృశ్యం ఎలా ఉంటుందో ఒక్కసారి ఊహించండి. ఆకాశంలో వెంబడించడం! ఖాళీ విమానం మిగతావన్నీ విస్మరించి హాయిగా ఆకాశంలో ఎగురుతున్నట్లుంది. దేనికోసం అది తయారు చేయబడిందో ఆ పనే అది చేస్తున్నది. అయితే, సుమారు ఒక గంట నలభై ఐదు నిమిషాల పాటు అంటే అందులో ఇంధనం అయిపోయే వరకు అది అలా ఎగురుతూనే ఉంది. తర్వాత అతను నెమ్మదిగా దిగడం మొదలుపెట్టి, ఓపెన్ గ్రౌండ్‌లో అత్యంత సున్నితంగా క్రాష్ ల్యాండింగ్ చేసాడు. ఆ విమానం టేకాఫ్ అయిన ఆ తీరును చూసి ఆ హెలికాప్టర్ పైలట్లందరూ నిశ్చేష్టులయ్యారు.

ఈ కథ గుర్తుకు రావడానికి ప్రధాన కారణం ఏమిటంటే, కొన్ని సందర్భాలలో విమానాన్ని క్రాష్ చేసేదే పైలెట్ అని చెప్పడానికి! కాక్‌పిట్ లోపలికి వెళ్లి, "సరే, నేను ఇప్పుడు ఇది చేయాలి, అది చేయాలి" అని అనుకునేవారి చర్యలే సమస్యలను కూడా సృష్టిస్తాయి. ఈ కథలో మనం గమనిస్తే, విమానం తన పనిని చాలా అద్భుతంగా చేసింది, అది గాలిలో ఉన్నంత వరకు లోపల ఎవ్వరూ లేకపోయినా సరే హాయిగా ఎగిరింది. అందుకే విమానానికి ఉపయోగకరమైన సముచిత మార్గదర్శకత్వం చేయడం ముఖ్యం! దేని కోసం రూపొందించబడిందో ఆ పనిని చేయనివ్వండి, మిగతావి కాదు. జీవితంలో కూడా అంతే! "సరే, నేను నా జీవితంలో నా కోసం ఇలా చేయాలి" అని మీరు ఆలోచిస్తూ ఉంటే భూమిపై క్రాష్‌ల్యాండ్ అయ్యే ప్రమాదం ఉన్నది. జీవితం చాలా సరళమైనది మరియు అపురూపమైనది. కనుక, దేనికోసం ఇది రూపొందించబడినదో దానినే చేయడానికి అనుమతించాలి.

మన జీవితంలో ఏదైనా కీడు సంభవిస్తే... అప్పుడు మనము ఇతరులను, మన

తలరాతను లేదా మన కర్మలను నిందిస్తాము. అయితే, ఆ స్థితిలో మనల్ని మనము ఎలా నియంత్రించుకుంటామో దానిపై ఇది ఆధారపడి ఉంటుంది. మనకు ఆ స్పష్టత ఉందా? మన వద్ద సరియైన ప్రణాళికలు ఉన్నాయా? ఊహించని పరిస్థితులలో మనము సానుకూలంగా ప్రతిస్పందిస్తున్నామా? మన జీవితాన్ని తనదైన రీతిలో ఉత్తమంగా నడవడానికి అనుమతించకుండా, అది నడవలేని విధంగా నిర్వహించాలని ప్రయత్నిస్తున్నామా? నా అనుభవంలో, మనం మన జీవితాన్ని నియంత్రించడం మరియు దానిని వికసించేలా చేయడం అనే ఈ రెండింటి మధ్య సమతుల్యత పొందడానికి ప్రయత్నించాలని అనుకుంటున్నాము - విమానాన్ని నడిపించడం మరియు దానిని ఎగరనివ్వడానికి మధ్య జరిగినట్లుగా!

మీలోని ప్రకాశాన్ని అన్వేషించండి

ఒక సామెత ఉంది "చీకటిని శపించడం కంటే, దీపాన్ని వెలిగించడం ఉత్తమం" అని. మీరు రాత్రంతా మంచంపై పడుకొనే ఉండి చీకటిని నిందించడం వల్ల వెలుతురు రాదు కదా! మనము కూడా మన సమస్యలనే చీకటి అడవిలో కూర్చొని విలపిస్తూ ఉండవచ్చు... నాకు తెలుసు, కొన్నిసార్లు సమస్యల భారం బాగా ఎక్కువగా ఉందని అనిపించవచ్చు, కానీ ఏదో ఒక సమయంలో "ఇక చాలు" అని అనవలసి ఉంటుంది.

ఆ స్థితిలో - మనము ధైర్యం తెచ్చుకొని అగ్గిపెట్టె తీసుకొని ఒక దీపాన్ని వెలిగించాలి. ఆ తర్వాత అదే దీపాన్ని ఉపయోగించి మనము మరొక దీపాన్ని వెలిగించవచ్చు, దానివలన ఆ మొదటి దీపంలోని వెలుగు ఏమాత్రం తరగిపోదు. పైగా కాంతి రెట్టింపు అవుతుంది. మన జీవితాలు ప్రకాశవంతం అయ్యేంతవరకు ఈ ప్రక్రియను మనము కొనసాగించవచ్చు. కానీ కేవలం వెలుగుతున్న దీపం మాత్రమే మిగతా దీపాలను వెలిగించగలదు! కాబట్టి మనం ఎల్లప్పుడూ మనలోని ప్రకాశాన్నే వెదకాలి.

మరి, వెలుగు అంటే ఏమిటి? అది ఒక చైతన్యం; ఒక నిజమైన ప్రకాశం;

మనం కష్టకాలాన్ని ఎదుర్కొంటున్నప్పుడు అది మనకు మార్గనిర్దేశం చేస్తుంది.

కష్టకాలంపై నా దృక్పథం కొత్తదేమీ కాదు. ఈ సందేశం, నాకు తెలిసినంత వరకు, ప్లాటో కాలంలోనైనా, లేదా పదిహేనవ శతాబ్దపు సంత్ కబీర్ రచనలు చేస్తున్న కాలంలోనైనా, లేదా వాళ్ళందరికంటే ముందు వేలాది సంవత్సరాల క్రితం కూడా ఈరోజులాగే నిరంతరం సత్యమైనది! నేను చెప్పే విషయం చాలా సరళమైనది: ఈ ప్రపంచం కష్టతరమైన ప్రదేశంలా అనిపించవచ్చు, కానీ మనుష్యులు జన్మతః మంచివారే, ప్రతి ఒక్కరిలో శాంతిని కనుగొనవచ్చు. మృత్యువు మన ఆత్మీయులను మనకు దూరం చేసినప్పటికీ, ఇప్పుడు కూడా వారిని మనం అనుభూతి చెందుతూ వారిని ఆదరించేలా చేస్తుంది. కళ్ళలో కళ్ళు పెట్టి చూడడం ఒక సాహసోపేతమైన కార్యము. అయినప్పటికీ అది జీవితాన్ని యథాతథంగా అనుభవించేలా చేస్తుంది. మన అంచనాలను మనము అధీనంలో ఉంచుకోవాలి, లేకపోతే అవి మనల్ని తమ అధీనంలోకి తీసుకుంటాయి. అత్యంత కష్టకాలంలో మరియు అత్యుత్తమమైన రోజుల్లో సైతం మనతో మనము మమేకమవడానికి ఎల్లప్పుడూ ఒక అవకాశం మన ముందు ఉంటుంది. మన హృదయంలోని ఆనందాన్ని, తృప్తిని మరియు శాంతిని అనుభూతి పొందే అవకాశాన్ని మనము ఎల్లప్పుడూ ఎంపిక చేసుకోగలము.

ఈ సందర్భం, కబీర్‌దాసు వ్రాసిన ఒక కవితను నాకు గుర్తు చేస్తున్నది:

> *నెలవంక వెలసింది ఈ హృదిలోనే, ఈ కనులకది కానరాదే*
> *ఈ హృది యందే సూర్యచంద్రులు వెలసె, ఈ హృదిలోనే నాదం మ్రోగేను,*
> *ఈ హృది యందే సన్నాయి మేళాలు మ్రోగే, ఈ చెవులకది వినిపించదాయే.*
> *నాది - నాది అంటున్నంత కాలం, ఏ ఒక్కటీ సిద్ధించదు.*
> *అహం వీడిన నాడు, దైవమే చేదోడుగా నిలిచేను.*

జ్ఞానం అర్జించడానికి కర్మలెన్నో చేసేరు, జ్ఞానం రాకతో కర్మలన్నీ సమసేను.
పండ్లివ్వడానికే పువ్వులు కాసేను, పరిపక్వం చెందగానే పువ్వులు రాలిపోయేను.
కస్తూరి మృగ నాభిలోనే కస్తూరి ఉన్నా, అది ఆ సువాసనకై అడవంతా శోధిస్తూ ఉండేను.

మీలోని వాయిద్యాలన్నీ లయబద్ధంగా వినిపిస్తున్నాయి. హృదయాంతరాల్లోని శాంతిని ఆలకించండి. అది ఒక నిశ్శబ్దధ్వని. జాగ్రత్తగా విన్నట్లయితే బహుశా మిమ్మల్ని మీరు ఆలకించగలరు.

8వ అధ్యాయం

క్షమాగుణాన్ని అవలంబించి విముక్తి పొందండి

ప్రతి ఒక్కరూ ప్రశాంతంగా జీవనం సాగిస్తూ ఉంటే, ఆ ప్రపంచం ఎలా ఉంటుందో ఊహించండి! అప్పుడు ఏర్పడే విశ్వశాంతితో 'దయ' అనే అందమైన పువ్వులు ఎలా వికసిస్తాయో ఊహించండి. ప్రతిభను, వనరులను మరియు శక్తి సామర్థ్యాలన్నింటినీ సమస్త మానవాళి శ్రేయస్సుకై వినియోగించే ఆ ప్రపంచం ఎలా ఉంటుందో ఊహించండి. కోటానుకోట్ల ధనం, ప్రస్తుతం ఏదైతే రక్షణశాఖ కోసమై వినియోగించబడుతోందో, అదే ధనాన్ని అప్పుడు ప్రజలందరి సంక్షేమానికై వినియోగించడం జరుగుతుంది. అప్పుడు, హింస, నేరాలతో సమాజాలు మరియు కుటుంబాలు ఛిన్నాభిన్నం కాకుండా అందరూ ఐకమత్యంతో, సామరస్యంగా, అవగాహనతో కలిసి మెలిసి జీవనం సాగిస్తూ ఒకరికొకరు సహాయం చేసుకోగలరు. అప్పుడు ప్రజలందరూ సురక్షితంగా, సౌకర్యవంతంగా జీవించడమే గాక మానవాళి అభ్యున్నతి కోసం, మానవ శ్రేయస్సు కోసం సాంకేతిక పరిజ్ఞానాన్ని సద్వినియోగం చేస్తారు. పుష్కలంగా లభ్యమవుతున్న నీరు, ఆహారం మొదలైన వాటిని స్నేహితులతో, ఇరుగు పొరుగు వారితో, అపరిచితులతో కూడా సమానంగా, ఆనందంగా పంచుకుంటారు. అప్పుడు దేశాల సరిహద్దులు

మటుమాయమవుతాయి. అన్ని రకాలైన జీవరాసులు సమానంగా వృద్ధి చెందుతాయి. అప్పుడు ప్రకృతిని గౌరవించి, ప్రేమించగలుగుతారు. గ్రామాలు, పట్టణాలు మరియు నగరాలన్నీ సమానంగా పరస్పర కృతజ్ఞతాభావంతో మరియు ఉదారతతో వెల్లివిరుస్తాయి.

అలాంటి ప్రపంచాన్ని ఊహించండి

మానవ వినాశనానికి సహకరించే తుపాకీల వైపు మొగ్గుచూపే బదులు, మనమంతా ఒక్కటై శాంతియుతంగా మన జీవితాలను హాయిగా జీవించగలగాలి. "అవును, ఇదే మనకు కావలసింది" అని కూడా మనము అంటాము. అయితే, 'శాంతి' అంటే ఏమిటో నిజంగా మనము అర్థం చేసుకోనంతవరకు, అటువంటి ఆదర్శ ప్రపంచం ఎన్నటికీ సృష్టింపబడదని గ్రహించండి. కానీ ఈ విషయాన్ని అర్థం చేసుకునేవారు చాలా తక్కువ. అందువల్లనే యుద్ధాల గురించి తెలిసినంతగా మనకు శాంతి గురించి తెలియడం లేదు.

శాంతికి సంబంధించినంత వరకు అనేక రకాలైన భిన్నాభిప్రాయాలు మనకు ఉండవచ్చు. కానీ తరచూ అవన్నీ కేవలం ఊహాత్మకంగా, ఒక కలలాగా మాత్రమే కనిపిస్తాయి. దీనికి సంబంధించి ఒక పదము ఉంది 'ఉటోపియా' అని. 'ఉటోపియా' అనే పదానికి అర్థమేమిటో మీకు తెలుసా? గ్రీకు భాషలో 'ఉ' అంటే లేదని మరియు 'టోప్' అంటే స్థలమని అర్థం. రెండింటిని కలిపితే - అలాంటి ప్రదేశం ఎక్కడా లేదనే అర్థం వస్తుంది. కానీ, మనమేమో అలాంటి ప్రదేశం గురించే కలలు కంటూ ఉన్నాము. భిన్నమైన రీతిలో చూడడం ప్రారంభించనంతవరకు అది మనకు దొరకదు. "శాంతిని మన అంతరంగంలోనే కనుగొనాలి" అనే ఈ సందేశమే యుగయుగాలుగా ప్రతిధ్వనిస్తోంది. పైగా, ఇది మీ లోపల మొదలవ్వాలి, నాలోపల మొదలవ్వాలి.

అంతర్గత శాంతిని అనుభూతి పొందినప్పుడు మాత్రమే శాంతి అంటే

ఏమిటో మనకు అర్థం అవుతుంది. అందువల్లనే ఆత్మజ్ఞానానికి ఎంతో ప్రాముఖ్యత ఉన్నది. మనలో ఉన్న శాంతిని మనము అర్థం చేసుకొని, ఆ శాంతితో మనకు అనుబంధం ఏర్పడినప్పుడు మనుష్యుల మధ్య పెంపొందే శాంతి గురించి కూడా మనము అర్థం చేసుకోగలము. అప్పుడు మనము ఏ పని చేస్తున్నా దానితో పాటుగా అంతర్గత శాంతిని కూడా చక్కగా అనుభూతి పొందగలము. అందువలన ఏ విశ్వశాంతి కోసం మనము ప్రయత్నిస్తున్నామో, అది కేవలం ఒక ఊహలాగే మిగిలిపోకుండా, వాస్తవంగా మారే అవకాశం ఉంటుంది.

కేవలం ఒక్క విత్తనము

మనము ఇతరులను దృష్టిలో ఉంచుకొని శాంతి గురించి చర్చించినప్పుడు, అందులో మనం ఎన్నో సాకులు వెతుకుతాము. 'ఇతరులు ప్రశాంతంగా జీవించాలని కోరుకోకపోతే, అలాంటప్పుడు మనం విశ్వశాంతిని ఎలా సాధించగలము?' అనే ప్రశ్న మీకు కలగవచ్చు. వ్యక్తిగత శాంతి అనేది చాలా గొప్పగా అనిపిస్తుంది, కానీ సమాజంలోని ప్రతి వ్యక్తిని మనలాగే ఆలోచింపజేసి శాంతి పథంలో సాగేలా చేయడం ఎలాగ? ఇది ఇతరులపై ఆధారపడి ఉంటే బహుశా పరిష్కారం లేని ఒక సమస్యలా కనిపించవచ్చు.

ఇతరులపై ఎక్కువగా దృష్టిపెట్టడమనేదే మనకు అంతర్ముఖం కావడంలో ప్రధాన అవరోధం అవుతుంది. కోటానుకోట్ల మందిని శాంతి పథం వైపు అడుగిడమని ప్రేరేపించడం ఒక కష్టతరమైన పని కావచ్చు, కానీ దానికి ఒక సులభమైన మార్గం ఉన్నది - ఒక్కొక్క వ్యక్తితో ఇది ప్రారంభం కావాలి. మరి, మొదలు పెట్టవలసిన ఆ వ్యక్తి ఎవరు? స్వయంగా మనమే!

మీరూ - నేను ఒక పెద్ద మైదానంలో నిలబడి ఉన్నామని అనుకుందాము. చాలా విశాలమైన మైదానం, కనుచూపు మేరలో అంతా మైదానమే కనిపిస్తున్నది. అయితే, "కనిపిస్తున్న ఆ మొత్తం మైదానాన్ని ఒక అరణ్యంలా తీర్చిదిద్దగలరా?" అని నేను మిమ్మల్ని అడిగితే, మీరు "తప్పకుండా!

నిజానికి ఇది ఒక గొప్ప ఆలోచన" అని అనవచ్చు. కానీ మీరు ఎలా ప్రారంభిస్తారు?

ఇది చాలా కష్టతరమైన పనిలా, అసాధ్యంగా అనిపించవచ్చు. కానీ ఇది అతి సరళమైన ప్రక్రియ. ఒక వృక్షం యొక్క స్వభావాన్ని మీరు అర్థం చేసుకోగలిగితే ఇది చాలా సులువవుతుంది. ప్రతి చెట్టు నుండి అనేక చెట్లు మొలిచే ఆస్కారం ఉంటుంది. అందుకోసము ఆ చెట్టుకు అవసరమైనది - సారవంతమైన భూమి మరియు సరైన విత్తనం! అవి ఉంటే, ఒక చెట్టుతో, ఒక అరణ్యమే ఏర్పడగలదు. ఒక పదివేల విత్తనాలను చేతిలోనికి తీసుకొని నాటవలసిన అవసరం లేదు, భారీ యంత్రాలను లేదా నిపుణులను తీసుకురావలసిన అవసరం లేదు. వీటిలో ఏదీ అవసరం లేదు. సారవంతమైన నేల మరియు నాటడానికి ఒక విత్తనం ఉంటే సరిపోతుంది, ఇంకేమీ అవసరం లేదు; కేవలం ఒక్క విత్తనం!

ఎంపిక చేసుకోవడం నేర్చుకోవాలి

పోరాడడమే కాకుండా, కయ్యానికి దిగడం కూడా సమంజసంలా అనిపించే సందర్భం ఏదైనా ఉంటుందా? ఇది మనలో ప్రతి ఒక్కరిపై ఆధారపడి ఉంటుంది. మనం మన హృదయంలో ఎలాంటి అనుభవాన్ని పొందుతామో, తదనుగుణంగా కయ్యానికి దిగడమో లేక శాంతిని కాంక్షించడమో, ఈ రెండింటిలో ఏదో ఒక దానిని మనమే ఎంపిక చేసుకుంటాము. కలహము మరియు శాంతి, రెండూ మనలోనే ఉన్నట్లు స్పష్టత మరియు భ్రమలు కూడా మనలోనే ఉన్నాయి. మనల్ని మనం అర్థం చేసుకున్నప్పుడు మాత్రమే వీటిలో సరైన దానిని ఎంపిక చేసుకోగలుగుతాము.

మహాభారతమనే గొప్ప సంస్కృత మహాకావ్యంలోని ఒక పర్వంలో కృష్ణభగవానుడు అర్జునుడనే ఒక యోధునితో పాటు యుద్ధభూమికి వెళ్తాడు. ఆ తరువాత జరిగేది శాంతి మరియు యుద్ధం గురించి మనకు ఒక ముఖ్యమైన విషయాన్ని చెబుతుంది, ఎందుకంటే అక్కడ అర్జునుడు ఒక

ఆశ్చర్యకరమైన నిర్ణయం తీసుకుంటాడు.

అయితే, ఆ మహాసంగ్రామం ప్రారంభం కాబోతున్న తరుణంలో 'యుద్ధం చేయనని' అర్జునుడు అంటాడు. తన చుట్టూ ఉన్న అపారమైన సైన్యాన్ని, తన బంధువర్గాన్ని, మిత్రులను, గురువులను, సన్నిహితులందరినీ చూసి వారితో యుద్ధం చేయనని నిర్ణయించుకొని వారిపై బాణం సంధించలేనని అంటాడు. అర్జునుడు తీసుకున్న ఈ నిర్ణయం ఆదర్శప్రాయంగా, నిస్వార్థంగా అనిపించవచ్చు.

శాంతిని కోరుకుంటున్న అర్జునుడిని చూసి కృష్ణభగవానుడు సంతోషించాడని అనుకుంటున్నారా? లేదు. ఎందుకని? ఎందుకంటే, అప్పుడు అర్జునుడిలో ఆత్మజ్ఞానం కొరవడింది. ఆ యోధుడు సరైన నిర్ణయాలు తీసుకోవడానికి దోహదపడే అంశాలను అర్థం చేసుకోలేకపోయాడు. అతని మనోభావాలు అవాస్తవమైన ఊహల్లాంటివి మరియు పూర్తి విషయాన్ని గ్రహించలేనివి. అతని భావాలు వాస్తవస్థితికి పూర్తిగా భిన్నమైనవి! మరొక విధంగా చెప్పాలంటే; వాస్తవానికి తానెవరో అతనికి అప్పుడు తెలియదు.

యుద్ధం జరగడానికి గల కారణాలను కృష్ణుడు అర్జునుడికి వివరించాడు. తనను తాను అర్థం చేసుకొని ధర్మయుద్ధంలో ఒక యోధునిలా తన బాధ్యతను నెరవేర్చేలా చేసాడు. ఫలితంగా, క్రమేపీ అర్జునుడు తన వాస్తవ స్థితిని అర్థం చేసుకున్నాడు. ఆ తర్వాత తన కోసం తాను స్వేచ్ఛగా నిర్ణయం తీసుకోగలనని కూడా గ్రహించాడు. అలాగే, సరైన ఎంపిక చేసుకునే అవకాశం మీ ముందు కూడా ఉందని మీరూ తెలుసుకోవడం వలన మాత్రమే మీ జీవితంలో ఏదైనా సాధ్యం కాగలదు.

మీరు ఒక జైల్లో ఉన్నారనుకోండి. అక్కడి నుండి ఎలాగైనా తప్పించుకోవాలనే మార్గం కోసం మీరు ఎంతో కాలంగా ఎదురుచూస్తూ ఉన్నారని అనుకుందాము. మీకు దగ్గరగా ఉన్న ఒక పెద్ద గోడ మాత్రమే మీకు కనిపిస్తూ ఉంటుంది. ఆ ఎత్తైన గోడ వలన జైల్లోనికి ఏమాత్రం వెలుతురు

కూడా రావడం లేదు. ఆ గోడ మీకు అతి దగ్గరగా ఉండడం వల్ల ఆ గోడ ఒక్కటి మాత్రమే ఉందని మీరు అనుకుంటారు. కాని వాస్తవానికి ఆ గోడ వెనుక మరొక గోడ కూడా ఉంటుంది, ఆ రెండవ గోడ మొదటి గోడ కంటే ఇంకా ఎత్తుగా ఉంటుంది. అయితే, మొదటి గోడ అడ్డుగా ఉండడం వలన మీకు ఆ రెండవ గోడ ఏమాత్రం కనిపించదు. రెండవ గోడ తర్వాత మరొక గోడ కూడా ఉంటుంది. కానీ మొదటి గోడ అడ్డుగా ఉండడం వలన అవేవీ మీకు కనిపించవు.

మొదటి గోడను ఎక్కి ఏదోలా తప్పించుకోవడానికి అవసరమైన సామాగ్రినంతా మీరు ఎంతో కాలంగా రహస్యంగా సమకూర్చుకుంటారు. కొన్ని రోజుల పాటు శ్రమించి సమకూర్చుకున్న ఒక త్రాడు సాయంతో జైలు నుండి తప్పించుకొని, మొదటి గోడ ఎక్కిన తర్వాత అప్పుడు మీకు ఆ రెండవ గోడ కనిపిస్తుంది. కానీ మీ దగ్గర ఉన్న త్రాడు ఆ రెండవ గోడను ఎక్కి తప్పించుకోవడానికి సరిపోకపోతే, దాని అర్థం - వాస్తవ స్థితిని అంచనా వేయడంలో మీరు విఫలమయ్యారని!

పూర్తి పరిస్థితి గ్రహించకుండా, వాస్తవస్థితిని అంచనా వేసి సరైన నిర్ణయాలు తీసుకోవడం చాలా కష్టం! మన వద్ద ఆత్మజ్ఞానము లేనంతవరకు మన హృదయంలో ఉన్న శాంతితో మమేకం కాలేము. మన హృదయంలో ఉన్న శాంతితో మమేకం కానంతవరకు సరైన ఎంపిక చేసుకోలేము. మన హృదయంలో ఉన్న శాంతితో మమేకం కానంతవరకు సరైన నిర్ణయాలు తీసుకోవడంలో విఫలమవుతాము. అంతర్గత శాంతి వలన మనలో స్పష్టత ఏర్పడుతుంది. ఊహాప్రపంచంలో కలలు కనడం కంటే వాస్తవికతను స్పష్టతతో చూసి అంతర్గత శాంతిని ఎంపిక చేసుకోవడం మనకు చాలా అవసరం.

సాహసోపేతమైన ముందడుగు

కాబట్టి, ఇంతకు ఈ విశ్వశాంతి అనేది సాధ్యమేనా? మానవులందరూ

సామరస్యంగా కలిసి మెలిసి ఉండగలరా? ఇది సాధ్యం కాదనే చాలామంది భావిస్తారు. ఈ విషయంపై ఎదుర్కొనే ప్రతికూలత నిజానికి అత్యంత గంభీరమైనదనే చెప్పాలి. సెనెకా అనే తత్వవేత్త ఇలా చెప్పాడు -

"మనము సాహసం చేయని విషయాలు కష్టంగా ఉన్నాయని కాదు; మనం సాహసం చేయలేకపోవడం వల్లనే అవన్నీ కష్టతరమవుతాయి."

అయితే, శాంతిని సాధించడానికి మనము సాహసించగలమా?

కొంత కాలం క్రితం జరిగిన ఒక సంఘటన గురించి నేను మీకు చెప్పాలనుకుంటున్నాను. ఆ సంఘటన కేవలం 12 సెకన్లపాటు కొనసాగింది మరియు కేవలం 120 అడుగుల దూరం మాత్రమే సాగింది. కానీ ఆ సంఘటన యావత్ ప్రపంచం యొక్క రూపురేఖల్నే మార్చేసింది. యంత్రం ద్వారా నడిచే మొట్టమొదటి విమానం గురించి నేను చెప్తున్నాను. రైట్ సోదరుల సాహసోపేతమైన ప్రణాళికను చూసి చాలామంది "ఇది పనిచేయదు! మీరు అమాయకుల్లా ఉన్నారు. మనం గాలిలో ఎగరాలని భగవంతుడు అనుకొని ఉంటే ఆయనే మనకు రెక్కలు ఇచ్చేవాడు కదా!" అని నవ్వుకొని ఉంటారు. అయితే, సైకిళ్లను రిపేర్ చేయడం ప్రారంభించిన ఆ సోదరుల ఊహాశక్తి అమోఘం. 'ఇది సాధ్యం కాదు' అని వారు అనుకోలేదు. దీనినే పట్టుదల అంటారు. అదే విధంగా, శాంతికి సంబంధించిన విషయంలో కూడా అంతకంటే ఎక్కువ పట్టుదలే ఉండాలి, సాహసోపేతమైన ప్రయత్నం చేయవలసి ఉంటుంది.

ప్రపంచ శాంతి సాధ్యం కాదని అనుకునే వారికి నేనిచ్చే మరొక ఉదాహరణ - చంద్రమండల యాత్ర. "ఇది సాధ్యం కాదు" అని చెప్పిన వారి వల్ల ఈ కార్యం విజయవంతం అయిందా లేక "ప్రయత్నించి చూద్దాం!" అని ఆశాజనకంగా ఉన్న వారి వలన ఇది సాధ్యమయిందా? ఈ విషయం గురించి 1962లో అమెరికా అధ్యక్షుడైన జాన్ ఎఫ్. కెన్నెడీ ఏమని చెప్పారంటే:

"మేము చంద్రమండలానికి వెళ్లాలని, ఇంకా ఎన్నో సాధించాలని ఈ దశాబ్దంలో కృతనిశ్చయంతో ఉన్నాము. అవన్నీ చేయడం సులభతరమని కాదు; చాలా కష్టతరమైనది కాబట్టే! ఆ లక్ష్యం మన శక్తులు మరియు నైపుణ్యాలను ఉత్తమంగా నిర్వహించడానికి మరియు కొలవడానికి ఉపయోగపడుతుంది కాబట్టి, ఆ సవాలు మనం అంగీకరించడానికి సిద్ధంగా ఉన్న సవాలు, వాయిదా వేయడానికి ఇష్టపడని సవాలు మరియు మనం గెలవాలని ఉద్దేశించిన సవాలు. ఈ ప్రయత్నాన్ని వాయిదా వేయకుండా తప్పక విజయం సాధించాలని సంకల్పిద్దాం."

ఈ భూమిపై మనము శాంతిని స్థాపించుకోగలిగితే, ఖచ్చితంగా అది సమిష్టిగా మనమంతా కలిసి సాధించిన అతి గొప్ప విజయం అవుతుంది. కాబట్టి ఆ విషయంపై మనమెందుకు దృఢసంకల్పంతో ఉండలేకపోతున్నాము? మనం కూడా కెన్నెడీ గారి భావాలను అనుసరించి ఇలా అనగలగాలి:

"మనుష్యుల మధ్య శాంతిని నెలకొల్పడానికి మేము సిద్ధం అవుతాము. ఈ దశాబ్దంలోనే దీనిని సాధించాలని కృతనిశ్చయంతో ఉన్నాము. ఇది సులభతరమేమీ కాదు, అతి కష్టతరమైనది. అయినప్పటికీ మా శక్తియుక్తులన్నింటినీ పూర్తిస్థాయిలో ఉపయోగించుకోవడానికి మేము సిద్ధంగా ఉన్నాము. ఈ సవాలును స్వీకరించడానికి మేము సిద్ధంగా ఉన్నాము. దీనిని మేము ఏమాత్రం వాయిదా వేయకుండా ఇందులో తప్పక విజయం సాధించాలనే ఆకాంక్షతో ఉన్నాము. మనలోని ప్రతి ఒక్కరూ శాంతి కొరకు ప్రయత్నం చేసినప్పుడే శాంతి సాధన సుగమమవుతుంది.``

ప్రతీకార జ్వాలే ఒక శాపం

పరస్పరం గౌరవాన్ని కోల్పోయినప్పుడు సంఘర్షణలు ఏర్పడతాయి. గౌరవం లేనప్పుడు మన సిద్ధాంతాలు మరియు మన నియమాలే మనుష్యుల కంటే ఎక్కువ ప్రాధాన్యతను సంతరించుకుంటాయి. హృదయంపై మనస్సు ఆధిపత్యం చలాయిస్తుంది, అప్పుడు మనం వ్యతిరేకించే వారిపై మన

సిద్ధాంతాలను ఆపాదించడం ప్రారంభిస్తాము. శతాబ్దాలుగా మనం గమనిస్తే యుద్ధాలను ప్రోత్సహించేవారు ఎదుటివారిపై మానవత్వాన్ని పూర్తిగా విస్మరిస్తారు. మీరెప్పుడైతే మీ శత్రువులను రాక్షసులుగా చూపిస్తారో, అప్పుడు మంచి వారికి కూడా సులువుగా వారి పట్ల ద్వేషభావం ఏర్పడుతుంది. శత్రువులను కూడా మనుష్యులుగా భావించినప్పుడు మాత్రమే సమాజం శాంతి స్థాపన విషయంలో ముందడుగు వేయగలుగుతుంది. దీనిపై ప్రతిఒక్కరిలో తప్పక మార్పు రావలసి ఉంటుంది.

ప్రతీకారం తీర్చుకోవడానికి సంబంధించి ఈ సందర్భంగా నాకు ఒక విషయం గుర్తొస్తున్నది. 'ఫలానా దాని వలన నాకు అన్యాయం జరిగింది, నేను దానిని సరిదిద్దాలనే' భావనను మనము సమర్థించవచ్చు. ఈ ఆలోచన ఎంతో సమంజసంగా అనిపిస్తుంది. ఇంతకంటే ఎక్కువగా, నిన్ను నీవు సురక్షితంగా ఉంచుకోవడానికి ప్రతీకారం తీర్చుకోవాలని నీకు అనిపిస్తుంది. కానీ ఈ రకమైన భయం, ఇతరులపై ప్రతీకారం తీర్చుకోవాలనే కోరికను మరియు ద్వేషాన్ని పెంపొందించడం తప్ప మరేమైనా చేయగలదా?

మహాభారతంలోని ముఖ్య భాగం కురుక్షేత్ర యుద్ధమే. పాండవులు, కౌరవులనే దాయాదుల మధ్య వారసత్వానికి సంబంధించిన విభేదమే అందుకు కారణం. కురువంశానికి ఇరువురూ సరైన వారసులమని భావించారు. నాలుగు యుగాలలో ఒకటైన కలియుగం ప్రారంభానికి ఈ యుద్ధమే దారితీసిందని కొందరు భావిస్తారు. భారతీయ ఇతిహాసాల ప్రకారం కలహాలు మరియు విభేదాలు పెరిగే కాలానికి ప్రతీకే కలియుగం!

మహాభారతంలో ప్రతీకారానికి సంబంధించిన ఒక కథ నాకెప్పుడూ గుర్తొస్తూ ఉంటుంది. మనమెవరనే విషయంలో స్పష్టత కోల్పోయినప్పుడు ముఖ్యంగా మన హృదయాల్లో ఉన్న శాంతితో అనుబంధాన్ని కోల్పోయినప్పుడు జరిగే దానిని ఈ కథ ప్రతిబింబిస్తుంది. అలాగే, సరైన దానిని ఎంపిక చేసుకోవడం ఎంత ముఖ్యమో కూడా తెలియజేస్తుంది. యుద్ధభూమిలో కృష్ణుడు మరియు అర్జునుడు ఉంటారు. నేను చెప్పబోయే దాని పూర్తి వివరణ చాలా

సుదీర్ఘమైనది మరియు సంక్లిష్టమైనది, కాబట్టి నేను వీలైనంత సరళంగా, క్లుప్తంగా చెప్పడానికి ప్రయత్నిస్తాను.

మహాభారత యుద్ధానంతరం కొంత కాలానికి పరీక్షిత్తు సింహాసనాన్ని అధిష్టించాడు. ఆయన ఒక మంచి పాలకుడిగా పేరు పొందాడు. అతని పాలనలో ప్రజలందరూ సుఖ-శాంతులతో జీవించేవారు. ఒక రోజు ఆయన గుర్రంపై స్వారీ చేసుకుంటూ వెళ్తూ ఉండగా మానవ రూపంలో కనిపిస్తున్న కలి పురుషుణ్ణి కలుస్తాడు. (మహాభారతంలో ఎన్నో సందర్భాలలో దేవతలు మానవరూపం దాల్చడమనేది సర్వసాధారణ విషయం).

ఆ కలిపురుషుడు పరీక్షిత్తుకు ఎదురుగా నిలబడి, "నేను కలియుగాన్ని, నీ రాజ్యమంతా విస్తరించాలని అనుకుంటున్నాను. ఇది నా కాలం" అని అంటాడు. అప్పుడు పరీక్షిత్తు "నేను నిన్ను నా రాజ్యంలోనికి అనుమతించను. ఎందుకంటే నీవెవరో, నీవు ఏమి చేయగలవో నాకు బాగా తెలుసు. నీ వలన ప్రజలందరూ భ్రమలకు లోనవుతారు. తద్వారా అందరూ పరస్పరం గొడవపడడమే గాక అందరూ తమ బాధ్యతలను కూడా విస్మరిస్తారు" అని చెప్పాడు.

కలిపురుషుడికి ఇదొక పెద్ద సవాలుగా మారింది. 'నేను అన్ని చోట్లా ఉన్నాను, కానీ ఈయన రాజ్యంలోనికి ప్రవేశించలేకపోతున్నానే' అని మనస్సులో అనుకొని, పరీక్షిత్తు ఒక బలమైన రాజైనందున ఆయనను నేరుగా ఎదుర్కోలేనని గుర్తించి, ఆ విషయంపై ఒక్క క్షణం ఆలోచించి, తెలివిగా, "నాకు మీ రాజ్యంలో ఆశ్రయం కల్పిస్తారా!" అని కలిపురుషుడు అడిగాడు.

సరే, ఆశ్రయం కోరిన వారికి రక్షణ కల్పించడం ఒక రాజు బాధ్యత. అందువలన దానికి సంబంధించి వెంటనే ఏదో ఒకటి ఆలోచించవలసిన పరిస్థితి ఆయనకు ఏర్పడింది. కలియుగం వలన తన రాజ్యానికి ప్రమాదకరం కానిచోటు ఎక్కడ ఉన్నదా, ఎక్కడ ఉంచితే బాగుంటుందని

ఆలోచించి, ఎప్పుడూ దానిని గమనిస్తూ ఉండే విధంగా తనకు దగ్గరగా ఉంచుకోవాలని రాజు అనుకొని వెంటనే, "సరే, నీకు నా మనస్సులో ఆశ్రయమిస్తున్నాను" అని చెప్పి ప్రమాదాన్ని కొని తెచ్చుకున్నాడు.

దీనివలన రాజ్యం మొత్తం విస్తరించే తన పని మరింత సులభమైపోయిందని కలి పురుషుడు చాలా ఆనందించాడు.

కొన్నేళ్ళ తర్వాత ఒకరోజు పరీక్షిత్తు వేటకు వెళ్లాడు. కొంతదూరం వెళ్లాక ఆయనకు చాలా దాహం వేసింది. నీటి కోసం దగ్గరలో కనిపించిన ఒక ఆశ్రమానికి వెళ్తాడు. అక్కడ ధ్యానంలో నిమగ్నమై ఉన్న శమీకుడు అనే ఒక ఋషి కనిపిస్తాడు. "ఓ ఋషివర్యా! త్రాగడానికి నాకు నీళ్ళు ఇవ్వండి" అని అడిగాడు. కానీ ఆ ఋషికి ఈ మాటలు వినిపించక, ధ్యానంలోనే ఉండిపోయాడు. "ఓ ఋషి! నేను ఎంతో వినయంగా నీళ్ళు ఇవ్వమని అడుగుతున్నాను" అని రాజు మరలా అడిగాడు. అయినాసరే, అప్పుడు కూడా శమీకుడు ఏ సమాధానం ఇవ్వలేదు.

వెంటనే పరీక్షిత్తు కోపం తెచ్చుకున్నాడు. చెప్పాలంటే అది అతని నైజం కాదు. కానీ ఆ స్థితిలో అతను కోపంతో మండిపోయి, తనకు అవమానం జరిగినట్లు భావించి దగ్గరలో కనిపించిన ఒక మృతసర్పాన్ని తీసుకొని ఋషి మెడలో వేసాడు.

ఆ ఋషి శిష్యుల్లో ఒకతను ఇదంతా చూసి, "తక్షకుడు అనే సర్పం వలన ఒక వారం రోజుల్లో నీకు మరణం సంభవిస్తుంది" అని రాజును శపించాడు. రాజు తాను చేసిన తప్పును తెలుసుకొని క్షమించమని ఆ శిష్యఋషిని ప్రాధేయపడ్డాడు. కానీ ఆ శాపాన్ని ఉపసంహరించుకోవడం అసాధ్యమైపోయింది.

వెంటనే రాజు ఒక ఒంటిస్థంభం మేడను నిర్మించమని దాని చుట్టూ సైనికులను కాపలాకాయమన్నాడు. ఏ సర్పం కనిపించినా వెంటనే చంపేయమని

ఆజ్ఞాపించాడు. ఇక ఏడవ రోజు, ఆ శాపం నిజం కాకపోవచ్చులే! అని అనుకున్నాడు రాజు. పైగా అప్పటికే సూర్యాస్తమయం కావడంతో ఆకలిగా ఉండడం వలన ఏదో ఒకటి తినాలని రాజు ఒక పండును చేతికి తీసుకున్నాడు, అందులో ఒక పురుగు కనిపించింది. దానిని చూసిన రాజు 'ఇదైతే పాము కాదు కదా, తనను కాటేయదులే' అని నవ్వుకున్నాడు. వెంటనే పురుగు రూపంలో ఉన్న తక్షకుడు ఒక సర్పంలా మారి రాజును కాటేసి ఆ శాపాన్ని నిజం చేసాడు.

దీనితో పరీక్షిత్తు కుమారుడైన జనమేజయునికి విపరీతమైన కోపం వచ్చి, తన రాజ్యంలో ఉన్న సర్పాలన్నింటిని చంపేయాలని నిశ్చయించుకొని ఒక సర్పయాగాన్ని ఏర్పాటు చేసి తన రాజ్యంలో ఉన్న సర్పాలన్నింటినీ ఆ యాగంలో కాలిపోయేలా చేసాడు. ఈ విధంగా ప్రతీకార వాంఛ నెరవేరింది.

ఈ కథలో పరీక్షిత్తు, శమీకుడి శిష్యుడు, జనమేజయుడు అందరూ తమకు అన్యాయం జరిగిందని భావించారు. తత్ఫలితంగా తమను తాము మరిచిపోయేంత కోపం రావడం వలన అదే వినాశనానికి దారితీసింది. చివరికి అస్తీకుడు అనే మరొక ఋషి జనమేజయుని చేత సర్పయాగం నిలిపివేయడానికి ఒప్పిస్తాడు. తక్షకుడు తప్ప మిగతా సర్పాలన్నీ మంచివే కాబట్టి ఏ అపరాధం చేయనందువలన వాటిని చంపడం తగదని, వాటిని చంపకుండా వదిలేస్తే తన కీర్తి మరింత వ్యాపిస్తుందనే సలహా అస్తీకుడు ఇవ్వడంతో జనమేజయుడు సర్పయాగాన్ని నిలిపివేస్తాడు.

మీకు ఆసక్తి ఉంటే, కలియుగ కథ గురించి మరింత వివరంగా మీరే తెలుసుకోగలరు, లేదంటే నేనే మీకు మొత్తం మహాభారతాన్ని క్లుప్తంగా చెప్పి ముగించడానికి ప్రయత్నిస్తానేమో! ఇక్కడ విషయం ఏమిటంటే, కలియుగం రాకతో మంచి చెడుల విచక్షణా జ్ఞానాన్ని మనుష్యులు కోల్పోయారు. మరి ఏం మిగిలింది? కోపం, బాధ, భయం, ప్రతీకారం... ఇవన్నీ పదే పదే పునరావృతమవుతున్నాయి. భయమనేది బాధను తప్ప వేరే దేనినీ ఉత్పన్నం చేయలేదు. కంటికి బదులుగా కన్నే కావాలని మీరు

కోరుకోగలరు, కానీ ఈ విషయంపై గాంధీగారు ఏమన్నారంటే 'ఇలా చేస్తే ప్రపంచంలో అందరూ గ్రుడ్డివారిలా మిగిలిపోతారు.'

క్షమాగుణంపై భిన్నమైన దృక్పథం

ముఖ్యంగా, మీకు లేదా మీ ఆప్తులకు ఎవరైనా తీవ్రమైన హాని తలపెట్టినప్పుడు వచ్చే కోపం వలన క్షమాగుణాన్ని ఆచరణలో పెట్టడం అసాధ్యం మరియు కష్టతరం అవుతుంది. క్షమాగుణాన్ని ప్రదర్శించడం మన చేతకానితనం కాదు. ఎదుటివారిని ధైర్యంగా క్షమించడం వలన మనలో అది మార్పును తీసుకురాగలిగితే తప్పకుండా మనము విజయాన్ని సాధించవచ్చు.

మన పట్ల ఎవరైనా కటువుగా, క్రూరంగా, అమానుషంగా మరియు ద్వేషపూరితంగా వ్యవహరించినప్పుడు ఆ చర్యలను మనము అంగీకరించలేము. వాటి నుండి విముక్తి పొందాలని అనుకుంటాము. క్షమాగుణం అంటే జరిగిన సంఘటనతో బంధాన్ని త్రెంచుకోవడం, తర్వాత అది మనల్ని వెనుక నుండి పట్టుకొని పీడించకూడదు. క్షమాగుణం - తప్పు చేసిన వారికి విముక్తి కలిగించదు, ఆ అపరాధం నుండి మనకు విముక్తిని కలిగిస్తుంది.

యుద్ధం నుండి బయటపడిన వారిలో చాలామందిని నేను కలిసాను. అయితే వారి అనుభవాలు వింటుంటే నా హృదయం కరిగిపోయింది. యుద్ధంలో మరణించిన వారి కొడుకులు మరియు కూతుర్లు, మనస్సులో ప్రతీకార జ్వాల నింపుకొని పెరిగి పెద్దవుతారు; జరిగిన విషాద సంఘటనలను మరిచిపోవడం అంత సులభం కాదు. కానీ మన కోసం ఒక క్రొత్త మార్గాన్ని ఎంచుకున్నప్పుడు ఆ బాధలను మనము మరిచిపోవడం జరుగుతుంది; ఆ దిశలో అదే తొలిమెట్టు అవుతుంది. ప్రతీకార జ్వాలతో రగిలిపోతున్న వ్యక్తి తన భయాన్ని మరియు కోపాన్ని అధిగమించడానికి తనలో ఉన్న శక్తి సామర్థ్యాలను కనుగొన్నప్పుడు చాలా ప్రభావవంతంగా ఉంటుంది. గతంలో ఏమి జరిగినప్పటికీ, ఈరోజు చక్కగా జీవించాలనే వారి సంకల్పాన్ని చూసి

నేను ఎంతో ఆశ్చర్యపోతుంటాను. పైగా మరొక ముఖ్యమైన విషయం: వారు బాధితులు అయినప్పటికీ జీవితాంతం బాధితులుగానే మిగిలిపోయి జీవించవలసిన అవసరం లేదు.

నేను మొదటిసారి దక్షిణాఫ్రికా వెళ్లినప్పుడు

1972లో నేను మొదటిసారి దక్షిణాఫ్రికాకు వెళ్లినప్పుడు నా వయస్సు 14 సంవత్సరాలు. నేను నా సందేశాన్ని వినిపించడానికి అక్కడ ఏర్పాటు చేసిన కార్యక్రమాలకు వెళ్లినప్పుడు ఏవైతే చూసానో, అనుభవించానో వాటిని చూసి నేను షాక్ అయ్యాను. భారతదేశంలో నేను ఇష్టపడని భయంకరమైన కులవ్యవస్థను నాకది గుర్తు చేసింది. వర్ణ వ్యవస్థను తొలగించడానికి చేసిన ప్రయత్నాల కారణంగా ఆ సమయంలో నెల్సన్ మండేలా కారాగార శిక్ష అనుభవిస్తున్నాడు.

వర్ణవివక్ష పూర్తిగా అమానుషమైనది. అయితే, ఒకానొక సందర్భంలో దక్షిణాఫ్రికా ప్రభుత్వం "మీరు తెల్లజాతి వారికి మరియు నల్లజాతివారికి కలిపి సభలు నిర్వహించడానికి వీలులేదని, వివిధ జాతుల వారి కోసం వేరు వేరుగా కార్యక్రమాలు నిర్వహించాలని" నాకు చెప్పడం జరిగింది. "నన్ను మన్నించండి! నేను అలా చేయలేను. నా కార్యక్రమాలకు ఎవరైనా రావచ్చు. నేను సంబోధించేది మనుష్యులను, వారి కులమతాల గురించేమీ మాట్లాడను" అని చెప్పాను.

అంతే, నన్ను ఆ దేశంలో నిషేధింపబడిన వారి జాబితాలో చేర్చారు. ఒక బాలుడిని అరెస్టు చేసి అంతర్జాతీయ వివాదస్పద వార్తా కథనాన్ని సృష్టించాలని అక్కడి ప్రభుత్వ అధికారులు కోరుకోకపోవడం వల్ల, అందుకు బదులుగా 24 గంటలు నాపై, నా సభలపై నిఘా ఉంచారు. అయితే, నేను ఎక్కడికి వెళ్లినా, ఏ ప్రయాణాలు చేసినా, ఎవరిని కలిసినా, చివరికి నేను ఏమి మాట్లాడినా అన్నీ వారి నిబంధనలను ఉల్లంఘించినట్లుగానే నాకు అనిపించేది. దీనిపై వారికి భయం మరియు కోపం రెండూ తీవ్రస్థాయిలో

ఉండేవి!

నా కార్యక్రమాల్లో పాల్గొనడానికి - రంగు, రూపుతో సంబంధం లేకుండా అన్ని వర్గాల వారు వచ్చేవారు, వారందరి తపన ఒక్కటే - తమలో ఉన్న శాంతిని కనుగొని ఒక సంతృప్తికర జీవితాన్ని గడపాలని. ఒంటరితనం మరియు హింసావాదంతో అట్టుడికిపోతున్న ఆ తరుణంలో అద్భుతమైన ఈ అవకాశాన్ని ఎంతోమంది చక్కగా స్వాగతించారు. ఆ సమయంలో అన్ని నియమాలకు ఇది విరుద్ధంగా అనిపించేది. అంతే కాదు, మనుష్యులు చేసే ప్రమాదకరమైన కుతంత్రాలు, వినాశనానికి దోహదం చేసే పన్నాగాల కంటే మనలోని శాంతిని కనుగొనడం ఎంత శక్తివంతమైనదో నాకు చూపించింది.

ఇటీవలి కాలంలో నేను 'సొవేటో' అనే ప్రాంతంలో సభలు నిర్వహించాను. అదెలాంటి ప్రాంతమంటే, మీరు నమ్మలేనంతగా ప్రజలు కష్టాలు పడిన ప్రాంతం. అక్కడికి వచ్చే అనేక మంది వక్తలు క్షమాపణ గురించి మాట్లాడుతారు. కానీ క్షమాపణ గురించి భిన్నంగా మాట్లాడే ఏకైక వ్యక్తిని నేను మాత్రమే అని అనిపిస్తోంది. అన్నిటికంటే ముందు ఆ క్షమాపణ మీ కోసం... వారి కోసం కాదు - అఘాయిత్యానికి పాల్పడిన వారి కోసం కాదు. మీకు ఉపయోగపడుతుంది.

నేను చెప్పేది ఏమిటంటే - మనం క్షమించలేనంతగా కొందరు మనల్ని బాధించి ఉండవచ్చు. కానీ అప్పుడు మీకోసం మీరు ఒక పని చేయగలరు: దేనివలన మీకు ఆ బాధ కలిగిందో, దానితో గల బంధాన్ని త్రెంచుకోండి. అలా చేయడం వలన నిన్న జరిగినదేదీ ఈరోజు మీ జీవితాన్ని నిర్దేశించలేదని కూడా మీరు గుర్తిస్తారు.

ఒకసారి నేను దక్షిణాఫ్రికాలోని ఒక కార్యక్రమంలో ప్రసంగిస్తుండగా, జైలు నుంచి ఒక మహిళ నాకు ఒక ప్రశ్న పంపింది. అందులో ఇలా ఉంది "నా జీవితంలో నన్ను నేను క్షమించుకోలేనంత అపరాధం చేసాను. నా పిల్లలిద్దర్ని నా చేతులతో హతమార్చిన ఆ బాధను నేను భరించలేక

ఆత్మహత్యకు కూడా పూనుకున్నాను. మీరు ఏ శాంతి గురించి చెప్తున్నారో దానిని నేను కూడా అనుభూతి పొందాలని అనుకుంటున్నాను. కానీ నేను దానిని అనుభూతి చెందే సామర్థ్యాన్ని కోల్పోయానని అనిపిస్తోంది. కానీ, నాకు కూడా ఏమైనా అవకాశం ఉన్నదా?"

అప్పుడు, నేను ప్రేక్షకుల వంక చూసాను. ఎందుకంటే, వారు అలాంటి ఘోర సంఘటనలను దగ్గరగా చూసి ఉంటారని అనిపించి, "ఈవిడకు ఇంకా ఏదైనా అవకాశం ఉన్నదా?" అని అందరినీ అడిగాను.

వెంటనే అందరూ ముక్తకంఠంతో, "తప్పకుండా!" అని అనడంతో నేను కూడా ఆశ్చర్యపోయాను. ఆమెలో కూడా ఆశాజ్యోతులు వెలుగుతున్నాయని వారంతా సమాధానమిచ్చారు. ఆ క్షణం నాకు ఎప్పటికీ గుర్తుండిపోతుంది. సమస్త మానవాళికి ఒక ఆశాజ్యోతి ఉన్నదనే విషయాన్ని నాకు ఎంతో స్పష్టంగా మరియు అద్భుతంగా తెలియజేసింది ఆ సన్నివేశం!

విధులు - బాధ్యతలు

నేను ఇందాక చెప్పిన మహాభారత కథలో, జనమేజయుడు సర్పయాగం చేస్తున్నప్పుడు అస్తీకుడు నిలువరించగా, తన కర్తవ్యాన్ని, తన ధర్మాన్ని నిర్వర్తిస్తున్నానని జనమేజయుడు బదులిచ్చాడు. ఎంతోమంది తమ దేశాన్ని, ధర్మాన్ని, బాధ్యతలను, సంఘం కోసం పోరాడడాన్ని తమ నైతిక బాధ్యతగా భావిస్తారు. ఇతరుల పట్ల మీకున్న కర్తవ్యమేమిటో నేను మీకు చెప్పడానికి ప్రయత్నించడం లేదు, మీ పట్ల కూడా మీకు ఒక బాధ్యత ఉన్నదని మాత్రమే గుర్తుచేయాలని అనుకుంటున్నాను. మరి, మీరు ఏదైనా పోరాటం చేయడానికి సంసిద్ధమవుతున్నప్పుడు. 'పోరాడాలా, వద్దా!' అనే విషయంలో నిర్ణయం తీసుకునే ముందు మీలోని శాంతిని అనుభూతి పొందడం మీ కర్తవ్యమని గుర్తించండి. పోరాటం చేయాలని మీ మనస్సుకు అనిపించవచ్చు, కానీ మీ హృదయం సంగతేమిటి?

కొన్ని సంవత్సరాల క్రితం, అంతర్యుద్ధంతో అట్టుడికిన శ్రీలంక దేశంలో, "ద ప్రేమ్ రావత్ ఫౌండేషన్" చేపట్టిన శాంతి విద్యా కార్యక్రమమును (పి.ఇ.పి) ప్రారంభించడం జరిగింది. మొదట్లో ఆ కార్యక్రమాలను ఖైదీలకు సహాయం చేయడానికై ఉపయోగించారు. ఆ తర్వాత ఎవరైతే తమ హృదయంలో శాంతిని పొందడం ముఖ్యమని భావిస్తున్నారో, తిరిగి జనజీవన స్రవంతిలో కలిసిపోవాలని అనుకున్నారో, వారి విషయంలో తోడ్పడడానికి ఈ పి.ఇ.పి. ఉపయోగపడుతోంది. శ్రీలంకలో మాజీ పోరాట యోధులు ఎవరైతే ఉన్నారో, వారు తమను తాము తెలుసుకోవడంలో మేము వారికి సహకరించాము, తర్వాత అదొక గొప్ప ప్రభావాన్ని చూపింది. ఒకప్పటి తమిళ టైగర్ నాతో ఇలా అన్నాడు: "ఒకవేళ నాకు నా జీవితంలో ఇంతకు ముందే దీని గురించి తెలిసి ఉంటే నేను అసలు యుద్ధానికే వెళ్ళేవాడిని కాదు" అని. ఈ "శాంతి విద్యా కార్యక్రమాలు" ప్రస్తుతం 100కు పైగా దేశాల్లో చురుగ్గా అందుబాటులో ఉన్నాయి. పోరాటాల్లో పాల్గొన్నవారికి అధికారికంగా క్రమం తప్పకుండా అనేక చోట్ల ఈ పి.ఇ.పి. కార్యక్రమాలను చూపించడం జరుగుతోంది.

కొలంబియాలో మా బృందసభ్యులు ఎఫ్.ఎ.ఆర్.సి. విప్లవ సమూహానికి చెందిన మాజీ పోరాటయోధులతో కలిసి పనిచేసారు. వారిలో చాలామందికి చిన్నప్పటి నుంచి గొడవలు తప్ప మరేమీ తెలియవు. దశాబ్దాలుగా, ఆ దేశవ్యాప్తంగా ప్రైవేట్ సైన్యాలు ఉండేవి. వారు భయంకరమైన కల్లోలాలకు, హింసకు పాల్పడ్డారు. ఈ అలజడిలో మాదక ద్రవ్యాలు పెద్ద పాత్ర పోషించాయి. పి.ఇ.పి. పూర్తి చేసిన అనంతరం ఎఫ్.ఎ.ఆర్.సి. కి చెందిన ఒక పూర్వసైనికుడు నాతో ఇలా అన్నాడు: "ఒక గెరిల్లాకు ఈ సందేశం వినడం వలన అతని హృదయంలో ఇది ఎంతో మార్పును తీసుకు రాగలిగినప్పుడు, మిగతా ప్రపంచానికి ఇది ఎంత మేలు చేయగలదో ఊహించగలను."

రోజువారీ సంఘర్షణలు

యుద్ధంలో పాల్గొనని వారికి యుద్ధంపట్ల ఏ విధమైన అవగాహన ఉండదు. దాని గురించిన సంభాషణ వారికి కేవలం ఒక సిద్ధాంతంలా అనిపించవచ్చు. కానీ సరిగ్గా అదే రకమైన పరిస్థితే మన దైనందిన జీవితంలో చిన్న చిన్నవిగా సంభవిస్తూ ఉంటాయి. చిన్న సంఘర్షణకు ఒక సాధారణ ఉదాహరణను మనము తీసుకుందాము. మీరు మీ కారులో రోడ్డుపై ప్రయాణిస్తూ ఎక్కడికో వెళ్తున్నారు, ఇంతలో ఎవరో హఠాత్తుగా మీ కారుకి అడ్డంగా వచ్చి, మిమ్మల్ని ఏమాత్రం క్షమాపణ కూడా అడగకుండా మిమ్మల్ని క్రాస్ చేసి వెళ్లారు. అప్పుడు మీకు కోపం వస్తుంది. మీ నరాల్లో రక్తం ఉడికిపోతూ ఉంటుంది. మీరు హార్న్ మ్రోగిస్తూ అతన్ని వెంబడిస్తారు. అప్పుడు ఏం జరుగుతుంది? మీకు జరుగుతున్న దానిని నియంత్రించే బాధ్యతను మీరు అతనికి అప్పగించేస్తారు. ఆ పది సెకన్లు మిమ్మల్ని ఎక్కడికి తీసుకెళ్తాయి? స్వర్గానికా? లేక హైవే పైన కేవలం ఒక పదడుగుల అదనపు దూరమా? మీరు అతన్ని వెంబడిస్తూ హైవేపై పోటీపడుతూ వెళ్తారు, కానీ అదంతా అనవసరం. ఇందులో ప్రధానమైన విషయాన్ని ఇద్దరూ మరిచిపోతున్నారు.

మనం మరొక విధానాన్ని కూడా అవలంబించవచ్చు. మనల్ని దాటి వెళ్ళడానికి ఎవరైనా ప్రయత్నిస్తుంటే మనమే కొంచెం కారు వేగాన్ని తగ్గించుకొని వాళ్ళనే వెళ్ళమని అనుమతించవచ్చు. అలా చేస్తే వారిపై మనము నియంత్రణ సాధిస్తాము. మన పార్కింగ్ ప్రదేశంలో వేరొకరు పార్కింగ్ చేయడానికి ప్రయత్నిస్తున్నారా? పెట్టుకోనివ్వండి. అలా చేస్తే మనము నియంత్రణలో ఉంటాము. బహుశా అతను నిజంగానే ఏదైనా ముఖ్యమైన పని మీద ఉన్నాడేమో, మన పనికంటే అతని పని చాలా ముఖ్యమైనదేమో? ఒకవేళ మన పని కంటే వాళ్ళపని ముఖ్యం కాకపోయినా మనం స్పందించే విధానాన్ని చూసి వారు మన చర్యను హర్షిస్తారు కదా!

ఈ రకమైన చిన్న చిన్న తగాదాలే ప్రతీకారంగా మారవచ్చు. చాలా ప్రాంతాల్లో ఇటువంటి తగాదాలే జరుగుతూ ఉంటాయి. వాటన్నింటిలో

సాధారణంగా యువత ముందంజలో ఉండడం మనం గమనిస్తాము. నగరంలోని ఏదో ఒక ప్రాంతంలో హత్యకు గురైన యువకుడు లేదా యువతికి సంబంధించిన వార్తలను మనం ఎన్నోసార్లు వింటుంటాము, తరువాత 'ఇదంతా మామూలే కదా' అన్నట్లు దాని గురించి మరిచిపోతాము. అలాంటివి జరిగినప్పుడు మనం వాటిని తేలికగా తీసుకోకుండా, మానవత్వాన్ని మరిచిపోవడం వల్లనే ఇలాంటివన్నీ జరుగుతున్నాయని గుర్తెరగాలి. చనిపోయిన వ్యక్తి ఒక యువకుడు; కేవలం ఏదో ఒక నేర గణాంకం కాదు. హింసకు గురైన వారిని మనం మనుష్యులుగా చూడడం మానేస్తే ప్రపంచంలో నేరాలు మరింత దారుణంగా పెరిగిపోతాయి.

నిరాశలో ఉన్నవారికి ఆశను కలిగించడం

యువతచే హింసను రూపుమాపించగల అనేక కార్యక్రమాలలో నేను పాల్గొన్నాను. వారు ఎదుర్కొనే సవాళ్ళలో ఒకటి – వారి నిస్సహాయత! హింసను ఎవరు రూపుమాపగలరు? ప్రతి ఒక్కరూ ఏకం కాగలిగినప్పుడు; దీని కోసం ప్రతి ఒక్కరూ తమ వంతు కృషి చేయడంతో ఇది మొదలవుతుంది. పోలీసులు, రాజకీయ నాయకులు, సామాజిక సంస్థలు, స్థానిక ప్రజలు మరియు పిల్లలు కూడా... అందరూ భాగస్వాములు కావాలి. మనమంతా మనుష్యులం కాబట్టి మనలోని ఆశను మనం కనుగొనాలి. మీరు, నేను, మనమంతా కూడా మనలోని ఆశను కనుగొనాలి.

యువతకు భవిష్యత్తు ఆశాజనకంగా లేకపోవడం వల్లనే ఈరోజు సమాజంలో కలిసి ఉండలేకపోతున్నారు. ఉద్యోగం, మంచి ఇల్లు, మెరుగైన అవకాశాలు, గౌరవం మరియు ప్రేమను పొందలేకపోయినప్పుడు వారు సమాజానికి దూరమవుతారు. మరీ ముఖ్యంగా, అప్పుడు వారు తమకు తాము దూరమవుతారు. మీపై మీకే ప్రేమ లేకపోతే వేరొకరిపై మీకు ప్రేమ ఎందుకు ఉంటుంది? ముఖ్యంగా వారు మీకు హాని తలపెడతారేమోనని భయపడినప్పుడు! అలాంటి పిల్లలు ఇతరులతో గొడవ పడుతూ ఉంటారు. ఎందుకంటే తమతో తామే ఎప్పుడూ గొడవపడుతూ ఉంటారు కాబట్టి అలా

జరుగుతుంది.

అలాంటి పిల్లలు మానసిక క్షోభకు గురై ఇతరులతో కలహానికి దిగుతారు. వారి హృదయంలో గల ఆనందాన్ని పొందడంలో వారికి మనము సహకరించాలి. తమకు ఆనందం కలిగించేవేవో గమనించి, తమలో ఉన్న నిధిని కనుగొనేలా చేయడంలో మనం వారికి సహాయం చేయడమన్నది మన ముందున్న పెద్ద సవాలు. అన్నీ వారిలోనే ఉన్నాయి. ఇక ఎప్పుడైతే తమ హృదయంలో ఉన్న ఆనందాన్ని పొందగలుగుతారో, తమ చుట్టూ ఉన్నవారిని కూడా సంతోషంగా ఉంచగలరు. ఈ విషయాలన్నీ దృష్టిలో ఉంచుకోవడం ద్వారా వారు కూడా అభివృద్ధి పథంలో సాగిపోవచ్చు. ఈ విధంగా, అంతర్గత శాంతి ప్రతి ఒక్కరికి ఎంతో ముఖ్యమవుతుంది.

కుటుంబాన్ని శక్తివంతం చేయాలి

యువత ఎటువైపు వెళ్తున్నదో కూడా మనము తెలుసుకోగలగాలి! తమ కుటుంబ సభ్యుల కంటే క్రొత్తవారితో సన్నిహితంగా మెలగడానికి వారెందుకు మొగ్గుచూపుతారు? ఎందుకంటే ఎన్నోసార్లు తల్లిదండ్రులు తమ పిల్లల కోసం తగినంత సమయాన్ని కేటాయించరు; తమ కుటుంబం కంటే ఇతర విషయాలే ముఖ్యమైనట్లుగా ప్రతిఒక్కరూ వ్యవహరిస్తుంటారు. పిల్లలు తమ సమస్యలను తామే పరిష్కరించుకోగలరని భావించి అనేకసార్లు తల్లిదండ్రులు వారిని స్వంతంగా ముందుకు సాగమని వదిలేస్తారు - అలా జరిగినప్పుడు ఏమవుతుందో మీరు ఊహించగలరా: సహజంగానే పిల్లలు ఒంటరిగా భావించి, స్నేహం చేయడానికి క్రొత్త క్రొత్త గ్యాంగ్‌ల వైపు మొగ్గుచూపుతారు. పిల్లలు చివరికి విసుగు చెంది ఎంతకైనా తెగించడానికి సిద్ధపడతారు.

ప్రభుత్వాలు కుటుంబాలను ఆదుకోవాలి. వివిధ వ్యాపార సంస్థలు కూడా కుటుంబాలను ఆదుకోవాలి. కానీ అన్నిటికంటే ముఖ్యంగా మన కుటుంబాన్ని మనమే ఆదుకోవాలి. మరి, కుటుంబాలను శక్తివంతం

చేయడానికి మనమంతా ఏం చేయగలము? మన స్వంత ఇంటితోనే దీనిని ప్రారంభించాలి.

ఓ ఆశ్చర్యకరమైన చిరునవ్వు

ప్రస్తుత కాలంలో తమ గురించి మరియు సమాజం గురించి ఏమాత్రం పట్టించుకోని అనేకమంది యువకులకు జైలే గమ్యస్థానంగా మారిపోయింది. అలాగే నేరాలకు పాల్పడకుండా తమను తాము నియంత్రించుకోలేని పెద్దవారు కూడా జైలు పాలవక తప్పడం లేదు. 'శాంతి విద్యా కార్యక్రమం' (పి.ఇ.పి.) ప్రాథమికంగా జైలులో ఉన్న ఖైదీలను సంస్కరించడానికి, వారు తమలో ఉన్న వనరులను కనుగొనడానికి మరియు వ్యక్తిగత శాంతిని అనుభూతి చెందడానికి రూపొందించబడింది. ఖైదీలు తమను తాము అర్థం చేసుకొనే విధానాన్ని ఇది పూర్తిగా మార్చగలదు. జైలు గోడల మధ్యే కాకుండా వారి అంతరంగాలలో కూడా మార్పు చెందించి, వారి భావాలను పూర్తిగా సంస్కరించడంలో ఈ కార్యక్రమం విజయవంతమైనది. ఈ కార్యక్రమం జైలులో ఉన్న ఖైదీలకే కాకుండా, అక్కడ పని చేస్తున్న సిబ్బందికి కూడా ఎంతో మేలు చేసిందని పలుసార్లు నిరూపించబడింది.

హై సెక్యూరిటీ ఉండే జైళ్ళలోనికి కూడా నేను వెళ్తానని ఎప్పుడూ ఊహించలేదు. అవి సందర్శించడానికి అంత అనువైన ప్రదేశాలు కాకపోవచ్చు, కానీ వెళ్ళిన ప్రతిచోటా నాకు ఒక ప్రత్యేక అనుభవం కలుగుతూ ఉంటుంది. జైలు అనేది నిజంగా ఈ ప్రపంచం యొక్క ఒక చిన్న చిత్రం; అదొక చిన్న ప్రపంచమని భావించకుండా నేను ఉండలేను. అక్కడికి వెళితే లోపల మీకు రకరకాలైన వ్యక్తులు కనిపిస్తారు.

నా చిన్నతనంలో మా తండ్రిగారు, యుద్ధరంగంలో కృష్ణార్జునుల మధ్య సంభాషణ జరిగిందనే విషయం తరచూ చెప్పేవారు. నేను మొదటిసారి జైలులో కార్యక్రమం చేయడానికి వెళ్ళనంతవరకు, ఆ సంభాషణ ఎలా జరిగిందో నాకు అర్థమయ్యేది కాదు. లోపల అంతా గోలగా ఉంటుంది,

గందరగోళ వాతావరణం తారాస్థాయిలో ఉంటుంది. నేను వెళ్లిన ఏ జైలులో కూడా నాకు ప్రశాంత వాతావరణమేమీ కనిపించలేదు. కానీ జైలులో అలాంటి గందరగోళమైన మరియు నిరాశాజనకమైన వాతావరణం ఉన్నప్పటికీ, అనేకమందిలో నాకు ఒక ఆశ్చర్యకరమైన చిరునవ్వు కూడా కనిపిస్తూ ఉంటుంది; ఆ చిరునవ్వు గురించి నేను మాటల్లో చెప్పలేను. అది ఆశ్చర్యకరమైనది. ఎందుకంటే, అక్కడ వాళ్లు ఎన్నో సంవత్సరాలుగా పూర్తి అంధకారభరితమైన వాతావరణంలో జీవనం సాగిస్తూ ఉంటారు. అయినా సరే, వారు కూడా సానుకూల శక్తిని వ్యక్తం చేయడం నిజంగా ఎంతో విశేషం!

నేను ఒకసారి జైల్లో కార్యక్రమానికి వెళ్ళినప్పుడు, అక్కడి ఖైదీలు మానసిక ఉద్వేగానికి లోనవడం గ్రహించాను. జైలు బయట ఉన్నవారు అనేకరకాలైన ఒత్తిళ్లను ఎదుర్కొంటున్నప్పటికీ, కనీసం వాళ్ళకు ఇల్లనేది ఒకటి ఉంటుంది, ఎన్ని కష్టాలు ఉన్నప్పటికీ, కనీసం తమ సొంతమని భావించే ఒక స్థానం వారికి ఉంటుంది. కాని కటకటాల వెనుక ఉన్నవారు దానిని కూడా కోల్పోయి ఉంటారు, వాళ్ళు అక్కడ దేనికీ అధిపతులు కాదు, వాళ్ళ వాతావరణాన్ని మరియు దైనందిన కార్యకలాపాలను జైలే నియంత్రిస్తుంది. గార్డులకు ఆ అధికారం ఉంటుంది. అంతేకాదు తోటి ఖైదీలు కూడా వారికి ఇబ్బందులు కలిగిస్తారు. జైలు గోడలు, కటకటాలు మరియు కంచెలతో జీవించడానికి ఎవ్వరూ ఇష్టపడరు. కాని అపస్మారక జీవనం గడుపుతున్న వారితో సహజీవనం చేయడం నిజంగా చాలా కష్టం. చివరగా, జైలు వాతావరణం అంత కష్టతరంగా, ఘోరంగా, భరించలేని విధంగా తయారు కావడానికి జైలులో ఉన్న ప్రతిఒక్కరూ ప్రధాన కారకులే!

అలాంటి స్థితిలో ఉన్నవారికి నేను ఏం చెప్పగలను? కేవలం నేను చెప్పగలిగేది ఏమిటంటే - నేను మిమ్మల్ని ఇక్కడి నుంచి బయటికి తీసుకురాలేను గానీ మీరు అంతర్గతంగా స్వేచ్ఛానుభూతిని పొందడంలో సహాయం చేయగలను. నేను ఖైదీలకు సూటిగా ఒక విషయం చెప్తుంటాను-"మీరు ఇక్కడ కూడా శాంతిని అనుభూతి పొందగలరు. మీ వద్ద ఏమైనా ఉన్నా, లేకున్నా మీలోని

అంతర్గత శాంతికి ఏ సంబంధమూ లేదు. ఖచ్చితంగా ప్రతి ఒక్కరూ జైలులో ఉండడం కంటే స్వేచ్ఛగా, సౌకర్యవంతంగా తమ ఇంటిలో ఉండడానికే ఇష్టపడతారు. కానీ శాంతి అక్కడ కూడా ఉండదు, అది ఎల్లప్పుడూ మీలోనే ఉంటుంది" అని.

ఇది అర్థమైతే ఆ తర్వాత 'శాంతిని పొందాలా, వద్దా?' అనే విషయాన్ని స్వయంగా ఖైదీలే నిర్ణయించుకోగలరు: అంతర్గత శాంతిని, ప్రేమను మరియు ఆత్మగౌరవాన్ని పొందాలనుకుంటున్నారో లేదో ఎవరికి వారే ఎంపిక చేసుకోగలరు. జైలులో ఉండి దేనినైనా ఎంపిక చేసుకోగలగడం నమ్మశక్యం కాని విముక్తిని కలిగిస్తుంది. ఎంపిక చేసుకోవడమనేది కూడా ఒక రకమైన సామర్థ్యమే! తరచూ ఖైదీలు ఒంటరితనానికి మరియు కొంత భయానికి లోనవుతుంటారు. ఆనందం, శాంతి మరియు స్పష్టత గల స్థానాన్ని మనం కనుగొంటే అది మన ప్రాణాలను రక్షించే ఆసరా అవుతుంది. మీరు ఏ స్థానానికి చేరుకున్నాక ఎప్పటికీ ప్రథమస్థానంలో ఉంటారో, అలాంటి ఒక ప్రదేశం మీలోనే ఉందని మీరు తెలుసుకోగలిగితే తప్పక వినూత్నమైన మార్పు సంభవిస్తుంది. మీరు ఆ స్థానానికి చెందినవారే; అక్కడ మీకు ప్రశాంతంగా అనిపిస్తుంది; అక్కడికి వెళ్తే మీ గురించి మీరు తెలుసుకోగలుగుతారు.

తరచూ, పీస్ ఎడ్యుకేషన్ ప్రోగ్రాం గురించి ఖైదీలు తమ అనుభవాలను వ్యక్తం చేస్తూ, 'తమలోని మంచి గుణాలను ఈ కార్యక్రమం పరిచయం చేస్తుందని' అంటూ ఉంటారు. ఒక వ్యక్తి నాతో ఇలా అన్నాడు "మీ సందేశం నా హృదయంలో ప్రతిధ్వనిస్తూ ఉంటుంది. నేను నా శక్తి సామర్థ్యాలను, నా ప్రేమను, నా స్వభావాన్ని, నా శాంతిని, నా ఆనందాన్ని, నా కళను అన్వేషిస్తున్నాను" అని. ఏ చిరునవ్వును ఖైదీలు నాతో పంచుకుంటారో అది దేనిని ప్రతిబింబిస్తుందంటే - ఆత్మజ్ఞానం తమకు ఏమివ్వగలదో అర్థం చేసుకుంటున్నట్లు - ఎందుకంటే వారు ప్రస్తుతం శాంతిని స్వీకరిస్తున్నారు.

మీరు దేనిని మార్చగలరు

జైలులోనికి వచ్చిన తర్వాత ఖైదీలందరూ తమ దుస్థితికి ఇతరులు కారణమని భావిస్తుంటారు. తమ తప్పులకు ఇతరులను నిందించడం ఒక విధంగా ప్రతీకారం తీర్చుకోవడం లాంటిదే; అది నిరాశాభావాన్ని కలిగిస్తుంది. ఇది కేవలం ఖైదీలకు మాత్రమే పరిమితం కాదు, ప్రతిఒక్కరికీ వర్తిస్తుంది.

ప్రతి ఖైదీ నిజంగా ఆత్మపరిశీలన చేసుకోగలిగితే వారి జీవితాల్లో తప్పక మార్పు సాధ్యమవుతుంది. తాము అనుకున్న దానికంటే కూడా ఎక్కువ శక్తివంతులమని మొదటిసారి గ్రహిస్తారు. న్యాయవ్యవస్థను మార్చలేరని చివరికి తెలుసుకుంటారు. అప్పటికే జరిగిన దానిని తాము ఎలాగూ మార్చలేమని, కానీ తమను తాము మార్చుకోగలమని గ్రహిస్తారు. ఇది నిజంగా ఎంతో గొప్ప అనుభూతి!

నిరాశాభావం నుండి బయటపడి తనలోని సామర్థ్యాన్ని గ్రహించి బలోపేతమవ్వడమనే మార్పు చాలా గొప్పది. ఎందుకంటే వ్యక్తులు కలిస్తేనే సమాజం ఏర్పడుతుంది, సమాజం వల్ల వ్యక్తులు ఏర్పడరు. సమాజంలో మనము ఒక్కొక్కరిగా కలిసి అభివృద్ధి సాధిస్తాము; అందులో జైల్లో ఉన్నవారు కూడా ఒక భాగమే! సంఘంలోని వ్యక్తులు దృఢంగా లేకపోతే అలాంటి సమాజంలో ఎప్పుడూ బలహీనతలే ముందుంటాయి. ఒకవేళ వ్యక్తులు మారకపోతే సమాజం కష్టాల్లో కూరుకుపోయినట్లే. ప్రపంచవ్యాప్తంగా ఉన్న జైళ్ళలో మరియు మాజీ పోరాట యోధులలో సైతం శాంతి సాధ్యమవుతుండడం నేను స్వయంగా పదే పదే చూస్తుంటాను.

నా సందేశాలను అర్థం చేసుకోవడానికి ఎవరైనా స్వచ్ఛంగా ఉండడం అవసరమా? ఇది నాకు తెలియదు. ఎవరైనా సరే కేవలం వినడానికి సిద్ధంగా ఉంటే సరిపోతుంది. మొదటిసారి పీస్ ఎడ్యుకేషన్ ప్రోగ్రాంలను నిర్వహించినప్పుడు, చాలామంది, దానిలో పాల్గొంటే ఒక పెన్ మరియు ఒక నోట్ బుక్ ఇస్తారని తెలుసుకొని వాటి కోసం వచ్చారు. కానీ వచ్చిన

తర్వాత శ్రద్ధగా వినడం వలన వారి జీవితాల్లో వినూత్నమైన మార్పు సంభవించింది.

జైళ్ళలో ఉన్న వారు కూడా తమలో జరుగుతున్న అంతర్యుద్ధంలో గెలుపొందడం నేను చూస్తుంటాను. ఆ అంతర్యుద్ధాన్ని గెలవడానికి అవసరమైన అతి సరళమైన వ్యూహాలను నిర్మించుకొని, శాంతి పక్షాన పోరాడేందుకు సిద్ధం కావడానికై అంతర్గత శక్తులకు ఒక బలమైన సైన్యాన్ని అందించడానికి కూడా ఈ పీస్ ఎడ్యుకేషన్ కార్యక్రమాలు తోడ్పడతాయి. కొన్ని జైళ్లలో ఉన్న కొంతమంది ఖైదీలు జీవితాంతం జైల్లో బందీలుగానే ఉండిపోతారు. పైగా వారి జైలుకు నేను మరల తిరిగిరానని కూడా వారికి తెలుసు, అయినప్పటికీ ఎంతోమంది నాకు కృతజ్ఞతలు తెలియజేస్తుంటారు. ఎందుకంటే శాంతితో జీవించడమంటే ఏమిటో వారు చివరికి స్వయంగా తెలుసుకున్నారు కాబట్టి.

విముక్తిని పొందండి

జైల్లో ప్రోగ్రాం చేసి నేను బయటికి వచ్చాక, ఆ ఖైదీల ముఖాల్లోని ఆ చిరునవ్వు ఎంతో తాజాగా నా మనసులో మెదులుతూ ఉంటుంది. అప్పుడు బయటివారికంటే ఆ ఖైదీలే ఎక్కువ సంతోషంగా ఉన్నట్లు నాకనిపిస్తుంది. అంతర్గత శాంతికి దూరమవడానికి మించిన శిక్ష మరొకటి ఉండదు; అది జైలులో ఉన్నా లేక జైలు బయట ఉన్నా సరే! భయము, ఆందోళనలు, ద్వేషాలు ఇవన్నీ జైలు గోడల్లాంటివి - ఆ జైలులో దుర్భరమైన జీవితాన్ని అనుభవిస్తున్నది మీరే! మిమ్మల్ని మీరు మార్చుకోవడానికి ప్రయత్నించనంత వరకు మీకు విముక్తి లభించదు. అన్నిటికంటే అత్యంత బాధాకరమైన జైలు మీలోపలే ఉన్నది. అత్యంత హింసాత్మక యుద్ధం మీలోపలే జరుగుతోంది. అత్యంత విముక్తిని కలిగించే క్షమాగుణం అంతర్గత క్షమాపణ! అత్యంత శక్తివంతమైన శాంతి – అంతర్గత శాంతి!

జైలు లోపలున్నా లేక వెలుపల ఉన్నా సరే, పరిస్థితులు ఎలా ఉన్నప్పటికీ

మన స్వేచ్ఛను మనమే స్వయంగా అనుభూతి పొందేందుకు సరైన సమయం ఈ రోజేనని గుర్తించాలి. మన జీవితం పరిపూర్ణమైనది కాకపోవచ్చు కానీ మనలో ఉన్న పరిపూర్ణత్వాన్ని మనము అనుభూతి పొందవచ్చు. పరిపూర్ణమైన శాంతిని అనుభవించవచ్చు. మీ వాస్తవ స్వరూపంతో మీరు మమేకమైనప్పుడు, అంతర్గత శాంతిని అనుభూతి పొందడానికి మీరు విముక్తులు అయినప్పుడు, ఆ స్థితిలో చోటుచేసుకునే మార్పులను మీరు తక్కువగా అంచనా వేయకండి.

మనల్ని మనం తెలుసుకున్నప్పుడు మనకు కలిగే ఆ అనుభూతికి సంబంధించిన విషయంపై నాకొక కథ గుర్తొస్తున్నది. ఈ కథను నేను కొన్ని సంవత్సరాల క్రితం టెక్సాస్‌లో గల శాన్ ఆంటోనియాలోని డోమింగ్యూజ్ స్టేట్ జైలులోని ఖైదీలతో మాట్లాడుతున్నప్పుడు మొదటిసారి వారికి చెప్పడం జరిగింది. ఇది వారిని పూర్తిగా స్పందింపజేసింది. మనలో ఉన్న శక్తిని మనం మరిచిపోకుండా ఉండడానికి ఈ కథను గుర్తు చేసుకోవడం చాలా అవసరమని నా అభిప్రాయం.

ఒకానొకసారి సూర్యునికి మరియు గాలికి మధ్య 'ఎవరు గొప్ప?' అనే విషయంలో పోటీ జరిగింది. "నేనెవరో నీకు తెలుసు కదా!" అన్నాడు సూర్యుడు. "అవును! కానీ, నీకంటే నేనే గొప్ప" అని గాలి పలుకుతూ, "అయితే, ఒక పని చేద్దాం, క్రింద భూమిమీద ఒక వ్యక్తి కనిపిస్తున్నాడు కదా! అతను కోటు ధరించి ఉన్నాడు. నా శక్తిని ఉపయోగించి అతను కోటును విప్పేలా చేసి నేనెవరో నిరూపిస్తాను చూడు!" అని అన్నది గాలి.

"అలాగే చేయి, చూద్దాం!" అన్నాడు సూర్యుడు. గాలి వీయడం ప్రారంభించింది. గాలి ఎంతో బలంగా వీచింది. ఆ వ్యక్తి తన కోటు ఎక్కడ ఆ గాలికి ఎగిరిపోతుందోనని గట్టిగా రెండు చేతులతో పట్టుకున్నాడు. గాలి మరింత వేగంగా వీచింది, అతను ఇంకా గట్టిగా తన కోటును పట్టుకొని ఉండిపోయాడు. గాలి మళ్ళీ తిరిగి ప్రయత్నించింది. అతను మాత్రం కోటు ఎగిరిపోకుండా గట్టిగా పట్టుకునే ఉన్నాడు. చివరికి గాలి అలిసిపోయి ఓటమిని అంగీకరించింది.

తర్వాత సూర్యుని వంతు వచ్చింది. సూర్యుడు కాస్తంత దగ్గరికి రాగానే, ఎండ తీవ్రత పెరిగిపోవడంతో వెంటనే అతను కోటును తీసి ప్రక్కన పెట్టేసాడు.

ఈ ప్రపంచంలో మనము ఎవరైనా కావచ్చు, ఎక్కడైనా ఉండవచ్చు. మనలోని ప్రతి ఒక్కరిలో ఉన్న తేజోవంతమైన సూర్యుడు ప్రకాశించడానికి ఎదురు చూస్తున్నాడు, ప్రకాశించే అవకాశాన్ని కల్పించండి.

9వ అధ్యాయం

ఈ క్షణాన్ని ప్రేమించండి

నేను పుట్టినప్పుడు నాకు "ప్రేమ్" అని పేరుపెట్టారు. ప్రేమ - స్వచ్ఛంగా ఉంటుంది, ఎటువంటి అంచనాలు, ఏ షరతులు లేకుండా కలిగేదే ప్రేమ. అందువలన ఎంతో కాలంగా నా హృదయానికి దగ్గరగా ఉన్న అంశమే ఈ అధ్యాయం!

ప్రేమ అనేక రూపాల్లో ఉంటూ, మన జీవితంలోని ఎక్కువ భాగాన్ని రూపొందిస్తుంది. అది మనలో కొందరిని విభిన్న స్థాయి అనుభవాలవైపు కొనిపోయి మన భావోద్వేగాలను స్పృశిస్తుంది. కానీ ప్రేమ గురించి ఆలోచించడానికి, అనుభూతి పొందడానికి కొన్ని మార్గాలున్నాయి. తద్వారా మన జీవితాలు అద్భుతంగా మరియు స్థిరంగా సాగిపోవడంలో అవి దోహదపడతాయి. ఫలితంగా మన జీవితం దుఃఖభరితము, బాధలమయము కాకుండా సాగిపోగలదు.

రాబోయే పేజీలలో, 'ప్రేమ' పై నా వ్యక్తిగత అభిప్రాయాలు, కొందరు కవులు ఉదహరించిన అద్భుతమైన విషయాలను మీతో పంచుకుంటాను. ఇతరులపై మనం చూపే ప్రేమపై గాని లేదా బాహ్య ప్రపంచంలో కనిపించే ప్రేమపై గాని చెప్పుకునేంత ఆసక్తిని నేను కనబరచడం లేదనే విషయాన్ని కూడా మీరు గ్రహిస్తారు. మనము మన అంతరంగంలో అనుభూతి పొందే

ప్రేమపైనే నేను ఎక్కువ ఆసక్తి కనబరుస్తానని కూడా మీరు గ్రహిస్తారు. ప్రతి మాట ప్రత్యేకమైనదే. వాటి ఉద్దేశ్యం ఒక సంభాషణలో సాగిపోయే క్షణాల్లాంటివి: ప్రారంభం ఉంటుంది కాని ముగింపు అనేది ఉండదు.

ప్రేమకు ఏ కారణాలు అవసరం లేదు

ప్రేమ కలగడానికి బాహ్య కారణాలతో ఏవిధమైన అవసరం ఉండదు. అంచనాలు మారతాయి. కోరికలు మారతాయి. అలాగే సంబంధాలు కూడా మారిపోతాయి. కానీ నిజమైన ప్రేమ ఎల్లప్పుడూ మనలోనే ఉంటుంది. దానిని మనము ఒకరికి ఇవ్వలేము మరియు మనకు ఇవ్వమని ఎవ్వరినీ బలవంతం చేయలేము. ప్రేమ అనేది మన అంతరంగంలోని ఒక బలం - లోపల ఉన్న ఒక కృప. లోపల ఉన్న ఒక సౌందర్యం.

ప్రేమ పరిపూర్ణమైనది

ఒక చెట్టు నీడను ఎలా ఇస్తుంది? అందుకోసం ఆ చెట్టు ఏమీ చేయదు. ఎక్కడ ఉండాలో, కేవలం అక్కడే ఉంటుంది. అది అక్కడ అలా ఉండడం వల్లనే నీడను అందిస్తుంది. చూడండి, మన దాహాన్ని తీర్చగలనని లేదా చేపల్లాంటి ఆహారాన్ని అందిస్తానని ఒక నది తన గురించి తాను ఏమైనా ప్రచారం చేసుకుంటుందా? లేదు. అది కేవలం తన దారిలో ప్రవహిస్తూ పోతుంది, తద్వారా తమకు కావలసిన వాటిని మనుష్యులు అందులో పొందగలుగుతున్నారు. అలాగే, ఓడలు కదలడానికి తెరచాపలపై వీచినందుకు తనను ఆదరించమని గాలి ఏమైనా అడుగుతుందా? లేదు. అది కేవలం ఏ దిశలో వీయాలో, ఆ దిశలో వీస్తుంది, అంతే! అదే విధంగా, మీరు ప్రేమించే వారికి మీరు ఏవిధంగా సహాయపడగలరు? కేవలం మీరు వారితో ఉంటే చాలు!

ప్రేమ సరళమైనది

కబీర్‌దాస్ గారు చెప్పిన కొన్ని పంక్తులు ఇలా ఉన్నాయి:

"ఈ జగమందు,
అందరి శ్రేయస్సును కోరేను;
ఎవ్వరితో స్నేహం వలదు, ఎవ్వరితో కలహం వలదు.
ప్రేమ అంటే అంత సరళమైనది."

ప్రేమ ప్రజ్వలిస్తుంది

మీరెప్పుడైనా యోగా క్లాస్‌లో చూసి ఉంటే, అక్కడ అనేక మంది తమను తాము బాలెన్స్ చేసుకోవడానికి చాలా కష్టపడుతూ ఉండడాన్ని మీరు గమనించే ఉంటారు. నేర్పించే వ్యక్తి, 'మీరు బాలెన్స్‌గా ఉండాలి' అని పదే పదే అంటూ ఉంటాడు. అయితే, చాలామంది ఒంటి కాలి మీద నిలబడి కదిలిపోతూ ఉంటారు. ఇదే విధంగా మానసిక సమతుల్యతను సాధించడం కూడా మనకు చాలా కష్టంగా అనిపించవచ్చు, కానీ మీ సమతుల్యతగల ఆ స్థానం ఎక్కడుందో నేను మీకు చెప్పగలను: అదే మీ హృదయం! మీ హృదయమే మీ అసలైన గృహం.

మనము ఎప్పుడైతే దారి తప్పామనుకుంటామో, అందుకు కారణం - మన హృదయమనే గృహానికి తిరిగి వెళ్లే మార్గాన్ని మరిచిపోవడం! అప్పుడు మనము భ్రమలకు లోనవుతాము. "ఫోకస్" అనే పదం 'హార్త్' అనే లాటిన్ పదం నుండి వచ్చింది. దాని అర్థం - (చలి దేశాల్లో) 'ఇంటి మధ్యలో ఉండే నిప్పుల కొలిమి' అని. మన హృదయంలో ఆ అగ్ని జ్వలించడం మనం గుర్తించినప్పుడు, మనం కూడా మన గృహంలో ఉన్నట్లు; మనము ప్రేమలో ఉన్నట్లు!

ప్రేమ ప్రకాశిస్తుంది

సూర్య చంద్రులు సరైన స్థానాల్లో ఉన్నప్పుడు మాత్రమే ఒక అద్భుతం జరిగినట్లుగా చంద్రుడు ప్రకాశిస్తాడు. అదే విధంగా మన వద్ద ఉన్న వాటి యెడల మనలో కృతజ్ఞతాభావం వ్యక్తమయినప్పుడు మన జీవితం కూడా ప్రేమతో ప్రకాశిస్తుంది. ఈ సామర్థ్యం మనందరిలోనూ ఉన్నది.

ప్రేమ మనలోనే ఉన్నది

14వ శతాబ్దంలో కాశ్మీర్‌లో నివసించిన ప్రముఖ హిందీ కవయిత్రి సంత్ లల్లా దేవి వ్రాసిన రెండు చిన్న కవితల్లోని కొన్ని అంశాలు ఈ క్రింద ఇవ్వబడ్డాయి. పరమాత్ముని అన్వేషణలో సామాజిక కట్టుబాట్లను ధిక్కరించి, వివాహాన్ని మరియు ఇంటిని పరిత్యజించి ఆమె ఒక సన్యాసినిగా, కవయిత్రిగా మరియు గాయనిగా మారి సంచరించేవారు.

నాలోని పిపాసతో
తహతహలాడుతూ నేను నలువైపులా అన్వేషించాను.
కానీ ఏనాడైతే అసలైన నా స్వామిని పొందానో,
నేను నా ఇంటికి తిరిగి వచ్చాను.

పుడమివి నీవు, గగనానివి నీవు,
గాలివి నీవు, రేయీ పగలువు నీవు.

నీవే పంటవు, చందనపు లేహ్యానివి నీవు,
నీటివి నీవు, పుష్పానివి మరియు సమస్తమూ నీవే.

నీకు నైవేద్యం సమర్పించడానికి
నేను తీసుకురాగలిగేది ఏమున్నది?

ప్రేమ ఈ క్షణంలో ఉంటుంది

ఈ మధ్య ఒకరోజు నేను ల్యాప్‌టాప్‌లో ఏదో పనిచేసుకుంటూ ప్రేరణదాయకమైన కబీర్‌దాస్ గారి ఒక కవితా గానం విన్నాను. అందులోని పదాలు మరియు సంగీతం అన్నీ ఎంత మధురంగా, ఎంత అద్భుతంగా ఉన్నాయంటే నేను అందులో లీనమైపోవడానికి ల్యాప్‌టాప్‌లో చేస్తున్న ఆ పనిని కూడా ఆపివేయవలసి వచ్చింది. ఆ కవితలో కబీర్‌దాస్ గారు ఏమన్నారంటే "సంతృప్తి చెందడమనే విషయాన్ని రేపటికి వాయిదా వేయరాదు, ఇప్పుడే దానిని అనుభూతి చెందాలి. దాహంగా ఉన్నప్పుడే నీరు త్రాగాలి, ఆకలిగా ఉన్నప్పుడే ఆహారం తీసుకోవాలి" అని.

మనము ఏవిధంగానైతే ఈ క్షణంలో మాత్రమే జీవిస్తామో, అలాగే కేవలం ఈ క్షణంలోనే మనము ప్రేమను చూపగలము. ఒకవేళ మనము ప్రేమను గతంలోనో లేక భవిష్యత్తులో పొందేదిగా భావించినట్లయితే వర్తమానంలో దానిని కోల్పోగలము. ప్రేమకు భవిష్యత్తు అనేది ఉండదు - అది ఉంటే వర్తమానంలో ఉంటుంది, లేదంటే ఉండదు. మనము మన హృదయాన్ని ఈ క్షణం కోసం తెరిచి ఉంచినట్లయితే ఒక దివ్యానుభూతిని పొందవచ్చు - రేపటిరోజు ప్రేమను పొందాలని కలలుకనడం కంటే ఈరోజు మన హృదయంలో ఉన్న ప్రేమను పొందడమే అసలైన అనుభూతి.

ప్రేమ ప్రవహిస్తుంది

ఏ విధంగా మనము కెరటాలను నియంత్రించలేమో, అలాగే ప్రేమ ప్రవాహాన్ని కూడా నియంత్రించలేము. ఎక్కడైతే ప్రేమ స్వీకరింపబడుతుందో అటువైపే ప్రేమ ప్రవహిస్తుంది. ఎప్పుడైతే దానిని స్వీకరిస్తామో, అప్పుడే ఆనందంగా అనిపిస్తుంది.

ప్రేమ సుమధుర గీతాలాపన చేస్తుంది

హన్స్ క్రిస్టియన్ ఆండర్సన్ వ్రాసిన ఒక పక్షి కథను నేను కొంచెం వైవిధ్యంగా చెప్తాను. దీని అసలు కథ, స్వీడిష్ నైటేంగేల్గా పేరు గాంచిన ఒపెరా సింగర్ జెన్నీలిండ్‌పై అతనికి ఉన్న అవ్యక్త ప్రేమతో ప్రేరణ పొందినది.

అనగనగా ఒకరాజు ఉండేవాడు. ఆయన కోకిల గానాన్ని ఎంతో ఇష్టపడేవాడు. ప్రతిరోజు సాయంత్రం వేళ ఆయన తన అంతఃపురంలోని ఒక కిటికీని తెరిచి ఉంచేవాడు, ఒక కోకిల ఆ కిటికీ వద్దకు వచ్చి వాలి ప్రతిరోజు తన మధుర గానాన్ని వినిపించేది. ఆ స్వరం విన్నప్పుడు రాజు మంత్రముగ్ధుడైపోయేవాడు, ఆయన మనస్సు ఆహ్లాదంగా ఉండేది.

ఒకరోజు, పొరుగు రాజ్యంలోని రాజు ఈయనకు ఒక మరబొమ్మ కోకిలను బహుమతిగా పంపాడు. రాజు మహదానందపడ్డాడు. “ఇది చాలా బాగుంది, ఎంత మంచి బహుమతిని ఇచ్చాడు. ఇకపై నేను ప్రతిరోజు సాయంత్రం వేళ ఆ కోయిల కోసం ఎదురుచూడవలసిన అవసరం లేదు. దీనికి నేను ‘కీ’ ఇస్తే సరిపోతుంది. నా కోసం ఇది చక్కగా పాడుతుంది” అలా రాజు చాలా సంబరపడ్డాడు.

ఆ తర్వాత రాజు కిటికీ తెరవడం కూడా మానేసాడు. దానితో ఆ కోయిల కూడా రావడం మానేసింది.

రాజు ఆ బొమ్మ కోయిలను ప్రాణప్రదంగా చూసుకునేవాడు. దానికి కీ ఇవ్వగానే రోజులో ఎప్పుడైనా సరే గానం చేసేది. అంతే కాదు బంగారం, వజ్రాలతో పొదగబడినందున ఆ బొమ్మ కోయిల చూడముచ్చటగా కూడా ఉండేది.

రాజుకు ఆ స్వరం ఎప్పుడు వినాలని అనిపించినా, దానికి కీ ఇవ్వగానే

పాడేది. ఆ స్వరాన్ని పదే పదే వినాలని తహతహలాడేవాడు. అయితే, ఆ బొమ్మకోయిల స్వరాన్ని వింటూపోయే కొలది కొద్ది రోజులకు రాజుకు దానిపై మక్కువ తగ్గిపోయింది. అయినా సరే, రాజు మాత్రం ప్రతిరోజూ మూడు పూటలా ఆ బొమ్మ పక్షి స్వరాన్ని తప్పక ఆలకించేవాడు.

ఇది ఇలా ఉండగా, ఒకరోజు ఆ బొమ్మ కోయిల చెడిపోయింది. దాన్ని బాగు చేయించడానికి రాజ్యంలోని పేరుగాంచిన గొప్ప-గొప్ప నిపుణుల వద్దకు తీసుకెళ్లినప్పటికీ ఎవ్వరూ దానిని సరిచేయలేకపోయారు.

అతి తక్కువ కాలంలోనే రాజుకు బెంగతో జబ్బుచేసింది. ఆ బొమ్మ కోయిల స్వరాన్ని వినాలని ఎంతో తాపత్రయపడ్డాడు. కాని అలా జరగకపోవడంతో దిగులుతో నీరసపడి చివరికి రాజు మంచాన పడ్డాడు. కొలువులోని వారంతా ఎంత ప్రయత్నించినా ఆయన ఆరోగ్య పరిస్థితి ఏమాత్రం మెరుగుపడలేదు. రాజ్యంలోని ప్రజలందరూ చాలా బాధపడ్డారు, రాజు ఇక బ్రతకడేమోనని కూడా భయపడ్డారు.

చివరికి రాజు తన సైనికులను పిలిచి, అడవిలోనికి వెళ్లి ఆ కోకిలను వెతికి తీసుకురమ్మని ఆజ్ఞాపించాడు. కాని వారికి ఎక్కడా అది దొరకలేదు.

ఒకరోజు రాత్రి అంతఃపురమంతా నిశ్శబ్దంగా ఉన్నప్పుడు రాజు మెల్లగా లేచి కిటికీ తెరిచి అడవి వైపు చూసాడు. ఆ కోయిల తిరిగి రావాలని కోరుకున్నాడు. రాజునెమ్మదిగా పిలుస్తూ... “ఓ కోయిలా! నీవు తిరిగి రావా! నేను చేసింది తప్పని తెలుసుకున్నాను, నీకు ఇష్టం వచ్చినప్పుడే స్వేచ్ఛగా వచ్చి వెళ్ళు, అలా చేసినప్పుడు నీ స్వరం మరింత మధురంగా ఉంటుంది. నీవు చెప్పినట్లు నేను వింటాను. నా ఆదేశాలను నీవు పాటించవలసిన అవసరం లేదు. నాపై దయ చూపవా!” అని విన్నవించుకున్నాడు.

మరుసటిరోజు సూర్యాస్తమయం తర్వాత, రాజుకు పక్షి రెక్కల శబ్దం వినిపించింది. తెరిచి ఉంచిన ఆ కిటికీ వద్దకు వచ్చి ఆ కోకిల గానం

చేయడం మొదలు పెట్టింది. రాజు ఆనందానికి అవధులు లేవు.

“నీవు వచ్చినందుకు ధన్యవాదాలు!” అని రాజు కోయిలతో అన్నాడు.

“కిటికీ తెరిచి ఉంచినందుకు ధన్యవాదాలు రాజా!” అని కోయిల పలికింది.

ప్రేమంటే ఏమిటి?

గ్రీకు (స్టోయిన్) తత్వవేత్త ఎపిక్టీటస్ ఇలా అన్నాడు: “మీరు కోల్పోయిన మీ పిల్లలు, మీ మిత్రులు లేదా మీ భాగస్వామి మీతోనే ఉండాలని మీరు ఆరాటపడడమంటే శీతాకాలంలో మామిడి పండ్లను ఆశించినట్లు.” ఎపిక్టీటస్ మాటలు కాస్త కటువుగా అనిపించవచ్చు, కానీ ఆయన తత్వంలో ఒక విధమైన దయాగుణం దాగి ఉన్నది. అప్పుడప్పుడు, మన జీవితాలలో కొందరు లేకపోవడం, కొందరిని పోగొట్టుకోవడం, తిరస్కరింప బడడమనే విషయాలు మనకెంతో బాధాకరంగా అనిపిస్తాయి, ఎందుకంటే అన్నీ మనము అనుకున్నట్లే జరగాలని కోరుకుంటాము. మనల్ని మనం రక్షించుకోవడానికి ఇదొక మార్గంగా అనిపిస్తుంది. కానీ ఈ భ్రమలు తొలగిపోయినప్పుడు కూడా మనకు బాధ కలుగుతుంది.

కాని మనం ఎప్పుడైతే వాస్తవాన్ని యథాతథంగా స్వీకరించ గలుగుతామో, అప్పుడు దానిని అభినందించడం ప్రారంభిస్తాము. అప్పుడు మనము శీతాకాలంలో మామిడి పండ్ల కోసం ఆరాటపడినట్లు కాకుండా, మన వద్ద లేని వాటి గురించి ఆలోచించకుండా, మనవద్ద ఉన్నవాటిపై ప్రేమను పెంపొందించుకుంటాము.

ప్రేమ విడదీయరాని బంధం

16వ శతాబ్దంలో భారతదేశంలో జన్మించిన మీరాబాయి కృష్ణుడిని ఎంతగానో ప్రేమించింది. ఎంతోమంది ఆమెను ఒక గొప్ప సాధకురాలిగా,

భక్తురాలుగా భావిస్తారు. ఆమె తన ప్రతి రచనలో తన ఇష్టదైవమైన శ్రీకృష్ణుని గురించి, ఆయన ఎడబాటుతో కలిగే వేదనను ఆధ్యాత్మిక భావనలతో వ్యక్తపరుస్తూ హృదయాలను స్పృశించే విధంగా ఎంతో చక్కటి కవితలను రచించింది. ఆమె వ్రాసిన కీర్తనలు, భక్తి గీతాలు సాధారణ భక్తి గీతాలకు మించి ప్రసిద్ధి చెందాయి. సమస్త మానవాళికి మేలు చేకూర్చే పాటలవి! మీరాబాయి దృష్టిలో ప్రేమ అనేది ఇచ్చేదే గాని పుచ్చుకునేది కాదు. ఇక నిజమైన ప్రేమలో రెండు హృదయాలు ఏకమవుతాయి. ఆమె ఒక విలక్షణమైన జీవితాన్ని జీవించింది. భర్త తరపు కుటుంబ సభ్యులు ఆమె ప్రాణాలు తీయడానికి కూడా ఎన్నో ప్రయత్నాలు చేసారు. అయితే, వాటన్నింటి గురించి చర్చిస్తూ పోతే, ఈ పుస్తకం సరిపోదు. మరి, ప్రేమ గురించి ఆమె వ్యక్తం చేసిన ఒక రచనను నేనిక్కడ మీతో పంచుకుంటాను:

ఓ ప్రభూ! ప్రేమ చెక్కుచెదరనిది!
ప్రేమ, నన్ను వజ్రంలా మార్చి
మీలో ఏకమయ్యేలా చేస్తుంది
తనను విచ్ఛిన్నం చేయడానికి ప్రయత్నించే
సుత్తిని సైతం ఇది పగులకొడుతుంది!

నా హృదయం నీలో ఏకమైపోయింది,
బంగారంలో మెరుపు కలిసినట్లుగా
నీటిలో తామరపువ్వులా
నేను నీలో కలిసిపోయాను

రాత్రివేళ చంద్రుడి వెన్నెల కోసం ఎదురుచూసే
చకోర పక్షిలా నేను నీలో ఉంటూ
నన్ను నేను మైమరచాను
ఓ నా ప్రియతమా! నీవు తిరిగిరావా!

ప్రేమ అన్నివేళలా సులభం కాదు

చాలాకాలం క్రితం నేను మా కుటుంబంతో కలిసి సార్డీనియాకు వెళ్లాను. అక్కడ నేను అద్దె కారు నుండి దిగుతూ ఉండగా, మా చిన్నబ్బాయి... అప్పుడు చాలా చిన్నవాడు, గట్టిగా కారు తలుపు వేయడంతో నా వ్రేలు నలిగింది. మీకు ఎప్పుడైనా అలాంటి అనుభవం కలిగిందో లేదో గాని నిజంగా చాలా నొప్పిగా ఉంటుంది. నాకు కూడా చాలా నొప్పి వేసింది. అప్పుడు మా అబ్బాయి వైపు చూసాను, వాడి ముఖంలో కూడా చాలా బాధ కనిపించింది. కానీ ఆ బాధ వేరే విధంగా కనిపించింది - 'అయ్యో, నేను ఎలాంటి పని చేసాను!' అనే భావం వాడి ముఖంలో చాలా స్పష్టంగా కనిపించింది.

నా వ్రేలికైతే దెబ్బ తగిలింది కానీ నా మనోభావాలకు దెబ్బతగల కూడదని నేను గ్రహించాను. నొప్పితో అరిచి ఆ చిన్న పిల్లవాడిపై కోపగించు కోవడం వలన ప్రయోజనం ఏముంటుంది? నేను మా అబ్బాయి వైపు చూసి, ఏ విధంగా మాట్లాడితే వాడి బాధను తగ్గించగలగనని ఆలోచించి, "సరే పద, అలా సరదాగా షికారుకు నడిచి వెళ్దాం" అని అన్నాను.

మేమిద్దరం అలా నడుస్తూ వెళ్తుండగా, "డాడీ! మీ వ్రేలు ఎలా ఉంది?" అని అడిగాడు.

"ఆ! బాగానే ఉంది" అని చెప్పాను. 'బాగానే ఉందని' నేను శుద్ధ అబద్ధమైతే చెప్పాను గానీ విపరీతమైన నొప్పి వల్ల నా చేయి వణుకుతూనే ఉంది. అయినప్పటికీ వాడికి అది తెలియవలసిన అవసరం లేదనుకున్నాను.

నిజం చెప్పాలంటే, నేను అలా ఉండడానికి చాలా జాగ్రత్తగా ప్రయత్నం చేయవలసి వచ్చింది. నాకు లోపల ఒక మూల నుండి ఎక్కడో, 'ఆ పని చేయవలసిన అవసరం నీకు ఏమున్నది' అని గట్టిగా అరవాలని అనిపిస్తున్నా నన్ను నేను నియంత్రించుకున్నాను.

అప్పుడు నేను పెద్ద రభస చేయడం వలన నా బాధ ఏమైనా తగ్గుతుందా? నా నొప్పితే అలాగే ఉంటుంది. కానీ నా మనోభావాలతో కలిగే బాధ నుండి నేను త్వరగా కోలుకోగలిగాను. ఇలా చేయడం అన్ని సందర్భాలలో సులభతరం కాదు. కానీ అటువంటి సమయంలో కూడా దయాహృదయంతో, స్పృహలో ఉంటూ మనలో ఉన్న ప్రేమను వ్యక్తం చేయడాన్ని మనము ఎంపిక చేసుకోగలము.

నీపై నీకు ప్రేమ కలగాలి

మనలో ఉన్న వెలితిని భర్తీ చేసుకోవడానికి అనేక సందర్భాలలో మనము ఇతరులవైపు చూస్తాము. నా మిత్రులను చూస్తే; వాళ్ళు మిగతా వారందరి మంచి చెడ్డలను చక్కగా పట్టించుకుంటారు, కానీ తమ గురించి తాము ఏమాత్రం పట్టించుకోరు. కొంతమంది ఒంటరిగా ఉండడానికి ఎంత భయపడతారంటే, ఇతరులను ఆనందంగా ఉంచడానికి తమ ఆనందాన్ని కూడా విస్మరిస్తారు. కానీ మనల్ని మనం ప్రేమించనంతవరకు ఇతరులు మన ప్రేమకు ఎందుకు విలువనిస్తారు? కాబట్టి ముందుగా నీపై నీకు ప్రేమ కలగాలి.

ప్రేమ మీ హృదయంలో ఉంటుంది

రూమీ అనే కవి వ్రాసిన కొన్ని పంక్తులు:

నా మొదటి ప్రేమ కథను విన్న మరుక్షణమే
అదెంత గుడ్డిదో తెలియక
నీ కోసం వెదకడం ప్రారంభించాను
ప్రేమికులు చివరికి ఎక్కడో కలుసుకోరు,
వారు ఒకరిలో నొకరు ఎప్పుడూ కలిసి ఉంటారు.

ప్రేమ నిజమైనది

8వ శతాబ్దంలోని సూఫీ సంత్ రబియా అల్ బస్రీ వ్రాసిన కొన్ని పంక్తులు ఇక్కడ ఉన్నాయి. సూఫీ పరంపరలో ఈయనను మొట్టమొదటి నిజమైన సంత్‌గా కొందరు పరిగణిస్తారు:

ప్రేమలో,
ఒక హృదయానికి మరొక హృదయానికి మధ్య
ఏమీ ఉండదు.
ప్రేమ అనేది వ్యక్తమైనట్లయితే
అది ప్రేమ కాదు, ఆవేదన.

అసలైన రుచిని నిజంగా రుచి చూసినవారే వర్ణించగలరు,
రుచి చూసినవారికే అది తెలుస్తుంది.
కేవలం, దానిని వర్ణించేవారు అసత్యం పలుకుతున్నట్లే .
అలాగే దేని సమక్షంలో మీరు లేకుండా పోయారో,
దాని వాస్తవ రూపాన్ని మీరెలా వర్ణించగలరు?
దేనిలో మీ ఉనికి ఇప్పుడు కూడా ఉన్నది?
ఏది మీ ప్రయాణానికి ఒక తీపిగుర్తులా మిగిలిపోతుంది.

మాటల కందనిది ప్రేమ

హృదయభావాలను, అనుభవాలను ఎవరు చెప్పినా, ఎవరు వ్రాసినా వాటికి మనము ఎక్కువ ప్రభావితం అవుతాము. మన వాడుక భాషలో ప్రేమను మన జ్ఞాపకాలలో అందంగా పదిల పరుచుకోవచ్చు. ప్రేమికుల మధ్య తొలిరోజుల్లో ఉండే ఆ సున్నితమైన, మృదువైన సంభాషణ గురించి ఒక్కసారి ఆలోచించండి. వివాహ సమయంలో చేసిన ప్రమాణాల గురించి ఒక్కసారి ఆలోచించండి. పిల్లలకు మనం ఇచ్చే తెలివైన సలహాల గురించి ఒక్కసారి ఆలోచించండి. కుటుంబ సభ్యులను, పిల్లలను ఆనందంగా

ఉంచడానికి మనం ఉపయోగించే పదజాలం గురించి ఆలోచించండి. గొప్ప గొప్ప నాయకులు తమ ప్రజలతో పూర్తిగా మమేకమై ఉన్నప్పుడు ఇచ్చిన ప్రసంగాలు గురించి ఆలోచించండి. అంత్యక్రియల సమయంలో మనం ఘటించే ఆ హృదయపూర్వక శ్రద్ధాంజలి గురించి ఒక్కసారి ఆలోచించండి.

ఏది ఎలా ఉన్నప్పటికీ, ప్రేమ యొక్క స్వచ్ఛత భాషకు అందనిది. మన అంతరంగంలోనికి మనం ప్రవేశించినప్పుడు, మాటలకు అందని నిశ్చలస్థితి ఏర్పడుతుంది. మన అంతరంగంలోనికి మనము పయనించడం ప్రారంభించినప్పుడు అంకెలకు, దృశ్యాలకు, ఆలోచనలకు, నిర్వచనాలకు, భాషకు అందని ఒక దివ్యస్థితికి చేరుకుంటాము. అప్పుడు ఆ అంతరంగ ప్రపంచంలో మనము ప్రేమించడం మరియు ప్రేమను పొందగలగడమనే అత్యంత పరిపూర్ణమైన అనుభూతిని పొందగలుగుతాము.

మీ జీవితాన్ని ప్రేమించండి

మన జీవితాన్ని అనుభూతి చెందడానికి, అభినందించడానికి ప్రతి క్షణమూ మనకు ఒక అవకాశం ఇవ్వడం జరుగుతోంది. ఇప్పుడు, ఈ క్షణంలో మనము అంధకారం నుండి కృతజ్ఞతాభావమనే వెలుగువైపు సాగిపోగలము మరియు మనలోపలికి ప్రవేశిస్తున్న ఆ ప్రాణశక్తిని అనుభూతి పొందగలము. అలా జరిగినప్పుడు మనకు లభ్యమైన దానిపై ప్రేమను పెంపొందించుకోగలము. ప్రతిరోజు మనం మన శ్వాసలను ప్రేమించడాన్ని కూడా ఎంపిక చేసుకోగలము. అలాగే మన సంతోషాన్ని, మన స్పష్టతను కూడా ప్రేమించగలము. అంతేగాక, మన జీవితంపై కలిగే ప్రేమలో మనము మైమరిచిపోగలము.

ప్రతిరోజు మనలోనికి వచ్చిపోయే ఈ శ్వాసను గమనించడం ద్వారా, మనకు కృపతో లభించిన ఈ జీవితాన్ని స్వీకరించగలము. అలా జరిగినప్పుడు, మన హృదయం కృతజ్ఞతాభావంతో పరిపూర్ణమవుతుంది మరియు అది మరింత ప్రేమను పెంపొందిస్తుంది. తద్వారా ప్రేమ

అనంతంగా కొనసాగుతూ పోతుంది.

శ్వాస మనలోనికి రావాలని మనము ఎంపిక చేసుకోము, కానీ ప్రతి శ్వాసను ప్రేమించడాన్ని మనం ఎంపిక చేసుకోగలము. ఈ విధంగా ఎంపిక చేసుకోవడం వలన అది మనపై ఎటువంటి ప్రభావాన్ని చూపుతుంది? మనలో చిరుమందహాసాలు వెలువడతాయి. కనుక, ప్రేమను ఎంచుకోవడం ప్రారంభించండి!

10వ అధ్యాయం

దైవత్వాన్ని స్వీకరించండి

ఒకసారి ఒక వ్యక్తి, ఎత్తైన ఒక పర్వత శిఖరాన్ని అధిరోహిస్తుండగా కాలుజారి క్రిందికి పడిపోయాడు. క్రిందకు పడిపోతూ ఉండగా రాళ్ల మధ్యలో పెరిగిన ఒక చెట్టు కొమ్మను అతి కష్టం మీద పట్టుకొని ప్రాణాలు కాపాడుకోగలిగాడు. ఆ చెట్టుకొమ్మను గట్టిగా చేత్తో పట్టుకొని క్రిందికి చూసాడు, క్రింద పెద్దలోయ కనిపించింది. చెట్టుకొమ్మను చేత్తో పట్టుకొని గాలిలో తేలియాడుతూ పైకి చూసాడు. తిరిగి పైకి ఎక్కడం అసాధ్యంగా, చాలా ప్రమాదకరంగా అనిపించింది. ఎందుకంటే, ఆ శిఖరం చాలా నిటారుగా ఉన్నది, కాలు పైకి ఎత్తి ఎక్కడైనా పెట్టడానికి ఏమాత్రం అనువుగా లేదు. అతనికి చెయ్యి పట్టు తప్పుతున్నట్లు అనిపించింది, బాగా అలసిపోయాడు.

ఆ వ్యక్తి తీవ్ర నిరుత్సాహానికి లోనయ్యాడు. చేతులతో ఆ కొమ్మను గట్టిగా పట్టుకోలేకున్నాడు, జారిపోతున్నట్లుగా ఉండడంతో చివరికి ఆ కొమ్మను వదిలేయాల్సిన పరిస్థితి దగ్గర పడుతుండగా, "ఓ భగవంతుడా! నన్ను ఎలాగైనా కాపాడవయ్యా! నాకు చనిపోవాలని లేదు, నన్ను ఏదో విధంగా రక్షించు" అని దీనంగా గట్టిగా అరిచాడు.

అకస్మాత్తుగా, ఆకాశం నుండి ఒక వాణి గంభీరంగా వినిపించింది - "సరే, అలాగే! నన్ను నమ్ముకొని నువ్వు పట్టుకొని ఉన్న ఆ చెట్టు కొమ్మను వదిలేస్తే,

అప్పుడు నేను నిన్ను కాపాడతాను" అని.

ఆ వ్యక్తి పైన కనిపిస్తున్న శిఖరాగ్రాన్ని చూసాడు, తిరిగి వెంటనే క్రింద ఉన్న లోయను చూసి, "ఆపైన ఇంకా ఎవరైనా ఉన్నారా?" అని గట్టిగా అరిచాడు.

భగవంతునివైపు నాణేలు విసరడం

ఈ కథలో ఒక ముఖ్యమైన విషయం దాగి ఉంది, దాని గురించి నేను తర్వాత చెప్తాను. అంతకంటే ముందుగా, మతపరంగా నా నేపథ్యం గురించి కొన్ని విషయాలు నేను మీకు చెప్పాలనుకుంటున్నాను. హిమాలయ ప్రాంతాల్లో ఉన్న వివిధ సమాజాల గురించి మరియు వివిధ మతాల గురించి నాకు నా చిన్నతనంలో తెలిసింది. అక్కడి సంస్కృతి ఒరవడిలో సూఫీయులు, బౌద్ధులు, సిక్కులు మొదలైన అనేక మతస్థులు ఉండేవారు. మాది రోమన్ క్యాథలిక్ స్కూల్, కానీ నేను మాత్రం చాలావరకు అసాధారణమైన హిందూ మతానికి చెందిన వారి మధ్యే పెరిగి పెద్దయ్యాను.

నిజానికి, మా తల్లిగారు హిందూ ధర్మాన్ని గట్టిగా నమ్మేవారు, కానీ మా తండ్రిగారు మాత్రం అన్ని రకాల మత విశ్వాసాలకు అతీతంగా ఉండేవారు. ఎందుకంటే ఆయన నమ్మడం కంటే తెలుసుకోవడానికే ఎక్కువ ప్రాధాన్యత ఇచ్చేవారు. ఆయన జీవితకాలమంతా జ్ఞానాన్వేషణలో మరియు దాని గురించి అందరికీ తెలియజేయడంలోనే గడిచింది. జ్ఞానమనేది పుస్తకాలలో పొందుపరిచేది కాదని మరియు నాలుగు గోడల మధ్య స్థాపితమైనది కాదని ఆయన అభిప్రాయపడేవారు!

మేము కుటుంబ సమేతంగా ఎక్కడికైనా ప్రయాణమై వెళ్తున్నప్పుడు, ఊరి బయట రోడ్డుకు ఇరువైపులా దేవాలయాలు ఉండేవి. ఆ దారిలో వెళ్లే వారంతా, కారులోంచే గుడిలోని దేవుని విగ్రహం వైపు నాణేలను విసరడమనేది అక్కడ సర్వసాధారణంగా కనిపించే దృశ్యం! ఆ గుళ్ళ దగ్గర ఉండేవారు ఆ నాణేలను ఏరుకొని తీసుకెళ్ళి గుడిలో ఇచ్చేవారు. అయితే

అందులోని కొన్ని డబ్బులు ఆ ఏరుకునే వారి జేబుల్లోకి పోతాయని నాకు అనిపించేది. ప్రతిసారీ మా ప్రయాణంలో మేము ఒక గుడి దగ్గరికి రాగానే మా అమ్మ గారు కూడా ఒక నాణెం విసిరేవారు. అలా చేసిన ప్రతిసారీ మా నాన్నగారు ఆమెను, "ఎందుకలా చేస్తావు?" అని అడిగేవారు. "అలా చేయడం వల్ల నేను స్వర్గానికి వెళ్తాను" అని ఆమె బదులిచ్చేవారు. అప్పుడు మా నాన్నగారు, "ఆ డబ్బులేదో నాకిస్తే నేను నిన్ను ఖచ్చితంగా స్వర్గానికి పంపగలను కదా!" అని అనేవారు. కానీ ఆమె మాత్రం ఒకసారి ఆయన వైపు అలా చూసి, కిటికీ తెరిచి, తన భక్తిని చాటుకుంటున్నట్లుగా ఒక నాణేన్ని గట్టిగా బయటికి విసిరేవారు.

నేను కారులో వెనుక కూర్చొని ఇదంతా చూసేవాడిని. అయితే, కొంచెం పెద్దయ్యాక ఈ విధమైన వ్యవహారాలు నన్ను ఆలోచింపజేసాయి. ఒకవైపేమో మా అమ్మగారి కోరికలను నేను అర్థం చేసుకోగలిగేవాడిని; మరొకవైపు మిగతా వాళ్ళందరూ చేస్తున్నందుకే ఆమె కూడా అలా చేస్తుందనేది అర్థమయ్యేది. ఇదంతా మూఢంగా అనుసరించడం లాంటిది. దాని గురించి నేను ఈ పుస్తకంలో ముందు కూడా వ్రాసాను. ఏది ఏమైనా, భగవంతుని మీదికి నాణేన్ని విసరడం కాస్త విచిత్రంగా అనిపించడం లేదా? అరే, కనీసం కారు ఆపవచ్చు కదా!

మీరు ఒక విషయాన్ని గ్రహించండి. మా నాన్నగారి భిన్న ఆలోచనా విధానం, మూఢనమ్మకాలతో సాగిపోయే వ్యక్తులతో తరచూ ఘర్షణకు దారి తీసేది. ఒకసారి, ఆయన ఏదో ఒక పవిత్రస్థానానికి వెళ్ళగా, అక్కడ ఆయనకు ఒకచోట చాలామంది భక్తులు గుమిగూడి కనిపించారు - ఒక వ్యక్తి ఒంటి కాలిపై నిలబడి ఎన్నో రోజులుగా మౌనదీక్షలో ఉండడం గమనించారు. 'చాలా రోజులుగా ఈ వ్యక్తి ఒంటి కాలిపై నిలబడి, మౌనదీక్షలో ఉన్నాడు' అనే బోర్డు ప్రక్కన వ్రాసి ఉంది. మా నాన్నగారు ఆ వ్యక్తి దగ్గరికి వెళ్లి, "ఓ భగవంతుడా! ఎందుకయ్యా ఇతనికి రెండవ కాలు ఇచ్చావు? దానిని ఇతనెలాగూ ఉపయోగించడం లేదు కదా! అలాగే ఎందుకు ఇతనికి నోరు కూడా ఇచ్చావు? దానిని కూడా ఇతను ఎలాగూ

వాడడం లేదు" అని అన్నారంతే! ఆ వ్యక్తికి కోపం వచ్చి "ఇలా అనడానికి నీకెంత ధైర్యం!!" అని గట్టిగా అంటుండగానే కాలు క్రిందకు వచ్చేసింది.

నా తత్వం

ప్రజలు నా మత-విశ్వాసాల గురించి తరచూ నన్ను ప్రశ్నిస్తూ, "మీరెవరు?" అని అడుగుతూ ఉంటారు. ఇలా అడిగినప్పుడు సాధారణంగా నేనిచ్చే సమాధానం "ప్రప్రథమంగా, నేను మనిషిని!" అంటాను. వాస్తవానికి, మనుష్యులంతా ఎలాంటి వాటిని నమ్ముతారో దానికి అనుగుణంగా నిర్వచించే విధానంపై నాకు ఎలాంటి ఆసక్తి లేదు. "మీరెవరు?" అనే ప్రశ్నను ఎవరినైనా అడిగితే వారిచ్చే సమాధానం - హిందువనో, ముస్లిమనో, క్రైస్తవుడిననో, సిక్కుననో, బౌద్ధున్ననో, నాస్తికున్ననో, జైనుననో... ఇలా అందరూ తమ తమ మతమనే పంజరంలో బంధించుకొని చెప్పడం సహజమైపోయింది. ఇద్దరి మధ్య సంభాషణ కూడా 'మీరెవరు?' అనే ప్రశ్నతోనే మొదలవుతుంది. అలా కాకుండా, మీరిక్కడ ఏమి చేస్తున్నారనే ప్రశ్నను అడిగితే అది నిజానికి అత్యంత ఆసక్తికరమైన ప్రశ్న అవుతుంది కదా!

మతపరంగా నా పై మా అమ్మగారికంటే మా నాన్నగారి ప్రభావమే అధికంగా ఉందని చెబితే మీరేమీ ఆశ్చర్యపోవలసిన అవసరం లేదు. ఎందుకంటే నేను ఆ పరమాత్మ తత్వానికే ఎక్కువ విలువనిస్తాను; అదే నా జీవన శైలిని పూర్తిగా మలిచింది. కానీ, ఆ తత్వాన్ని నేను మతపరమైనదిగా భావించను.

ఇన్ని సంవత్సరాలలో, వివిధ ఆధ్యాత్మిక సంప్రదాయాలకు సంబంధించిన అనేక మందిని నేను కలిసాను. అందులో కొందరు ఆలోచనాత్మకమైన మంచి వ్యక్తులుగా నన్ను ఆకట్టుకున్నారు. ఆధ్యాత్మికత నా స్నేహితులకు ఎంతో ఆనందాన్ని మరియు ధైర్యాన్ని ఇస్తుందని నాకు తెలుసు. నేను అనేక మందితో కలిసి పరమాత్మకు సంబంధించిన చర్చలలో పాల్గొని ఎంతో

ఆనందించాను, వాటి ద్వారా ఎంతో నేర్చుకున్నాను. ఎవరి నమ్మకాలు వారివి. కానీ నేనెప్పుడూ 'పైనున్న స్వర్గాన్ని' గురించిన భావాలను నమ్మదలచుకోలేదు. ఈ భూమిపై ఉండగానే నాలోని దైవత్వాన్ని తెలుసుకోవడంపై ఆసక్తి కనబరుస్తాను.

ఒకసారి నేను ఆసియాలో ఉన్నప్పుడు కొండలపై ఉన్న అనేక దేవాలయాలను చూడడం జరిగింది. అవన్నీ అక్కడే ఎందుకున్నాయో కాసేపు ఆలోచించాను! మనుష్యులంతా ఇక్కడ క్రింద ఉంటే, దేవాలయాలు కూడా ఇక్కడే క్రింద ఉండాలి కదా, మనమంతా సులభంగా వెళ్ళగలిగేలా?

భగవంతుని కంటే ఎవరు గొప్ప?

ఆధ్యాత్మిక విషయాలకు సంబంధించి భారతదేశంలో విభిన్నమైన చమత్కార కథలు ఎన్నో ఉన్నాయి. అందులో ప్రత్యేకంగా నాకు నచ్చినది: అక్బర్ - బీర్బల్ కథ. అది మీకిక్కడ చెప్తాను.

ఒకరోజు, అక్బర్ ఆస్థానానికి ఒక కవి వచ్చాడు. ఆ కవి అక్బర్‌ను పొగుడుతూ ఒక ఆశుకవితను పాడి వినిపించాడు.

చక్రవర్తి చాలా సంతోషించాడు. తన కవితలో అక్బర్ గొప్పతనాన్ని అభివర్ణించగా, అక్బర్ అతనికి ఒక ఆభరణాన్ని తీసి బహుమతిగా ఇచ్చాడు. అలా ఇవ్వడంతో అతను మరికొన్ని ఆశుకవితలను పాడి వినిపించాడు. ఈసారి చెప్పిన కవితలు క్రితం చెప్పిన వాటికంటే మరింత గొప్పగా ఉన్నాయి, మరింత గొప్పగా రాజును అందులో అభివర్ణించాడు. అక్బర్ పొంగిపోయి మరికొన్ని కానుకలను బహూకరించాడు. అలా చక్రవర్తి గొప్పదనాన్ని పొగుడుతూ ఒకదానిని మించి మరొక కవితను అల్లుతూ పోయాడు.

ఆ కవి అక్బరు గురించి పొగుడుతూ తన కవితలో, "మీరు చాలా

గొప్పవారు, అద్భుతమైనవారు, దయగలవారు, మీకు మీరేసాటి” అని అనేక రకాలుగా పొగడ్తలతో ముంచెత్తాడు. కొంత సమయం పాటు అలా పొగుడుతూ పొగుడుతూ చివరికి “మీరు భగవంతుని కంటే గొప్పవారు” అని పొగిడేసాడు. అప్పటి వరకు “ఆహా! ఓహో!” అని కొలువులో ప్రశంసించినవారంతా ఆ పొగడ్త వినగానే నిశ్చేష్టులయ్యారు, ఒక్కసారిగా సభంతా నిశ్శబ్ద వాతావరణం నెలకొన్నది. ఎందుకంటే, ఎవ్వరూ ఆ ప్రసంశను అంగీకరించలేకపోయారు. “మీరు భగవంతుని కంటే గొప్పవారు”అని ఆ కవి ప్రశంసించగానే అందరూ ఆలోచనలో పడిపోతారు, పైగా ఆ మాటను వాళ్ళు సమ్మతించలేకపోయారు. కాని అక్బరుకు వ్యతిరేకంగా మాట్లాడడానికి సాహసం చేయలేకపోయారు.

అక్బరు తన కొలువులో ఉన్న వారందరి వైపు చూసి, “నిజంగా నేను భగవంతుని కంటే గొప్పవాడినా?” అని అడిగాడు.

ఎవ్వరూ నోరు విప్పడానికి సాహసించలేదు. “అవును” అని అన్నా శిరచ్ఛేదం తప్పదు, “కాదు” అన్నా కూడా శిరచ్ఛేదనే!

సభంతా నిశ్శబ్ధ వాతావరణం ఏర్పడింది. అప్పుడు అందరి దృష్టి అత్యంత తెలివైన, చురుకైన బీర్బల్ వైపు మళ్ళింది. బీర్బల్ తన తెలివితేటలు, హాస్యచతురత వల్ల మహారాజుకు సన్నిహితంగా ఉండేవాడు. ఇది చూసి మిగతా సభాసదులందరూ బీర్బల్‌ను చూసి ఈర్ష్య చెందేవారు.

చివరగా, ఆ కొలువులో ఉన్న ఎవరో లేచి, “మహా ప్రభూ! మీ ప్రశ్నకు బహుశా బీర్బల్ మాత్రమే సరైన సమాధానం చెప్పగలడేమో?” అని అన్నారు.

“ఇది మంచి ఆలోచన” అని మహారాజు బీర్బల్ వైపు చూసి, “బీర్బల్! నేను నిజంగా భగవంతుని కంటే గొప్పవాడినా?” అని అడిగాడు.

బీర్బల్ ఒక క్షణం ఆలోచించి, “దీనికి నేను రేపటి రోజు సమాధానం చెప్పవచ్చునా?” అని అభ్యర్థించాడు.

చక్రవర్తికి కాస్త అసహనంగా అనిపించినప్పటికీ, “సరే”నన్నాడు.

మరుసటి రోజు మళ్ళీ అందరూ కొలువుతీరారు. బీర్బల్ సభ ముందుకు వచ్చాడు. సభాసదులందరూ చాలా సంతృప్తితో కనిపించారు, “ఈరోజు బీర్బల్ పని అయిపోయింది. ఒకవేళ ‘అవును’ అని అన్నా తప్పు అవుతుంది. ‘కాదు’ అని చెప్పినా తప్పు అవుతుంది” అని అందరూ మనసులో మహదానందపడ్డారు.

“అయితే బీర్బల్! నేను భగవంతుని కంటే గొప్పవాడినో, కాదో చెప్పడానికి నీవు సిద్ధంగా ఉన్నట్లేనా?” అని అడిగాడు చక్రవర్తి.

అప్పుడు బీర్బల్ “మహారాజా! మీరు భగవంతుని కంటే గొప్పవారో, కాదో నాకు తెలియదు కానీ, భగవంతుడు కూడా చేయలేని ఒక పనిని మీరు మాత్రం చేయగలరు” అని చెప్పాడు.

చక్రవర్తి ఆశ్చర్యపోయాడు – “ఏమిటి? భగవంతుడు కూడా చేయలేని పని నేను చేయగలిగినదంటూ ఏమైనా ఉంటుందా?” అని మనసులో అనుకున్నాడు.

బీర్బల్ వివరిస్తూ “మీరు మీ రాజ్యం నుండి ఎవ్వరినైనా బహిష్కరించగలరు. కానీ, భగవంతుడు తన రాజ్యం నుండి ఎవరినైనా బహిష్కరించాలని అనుకున్నా అది ఎలా సాధ్యమవుతుంది?” అని చెప్పాడు.

కాబట్టి భగవంతుడు, మనందరి కోసం మనలోనే కొలువు తీరి ఉన్నాడు. మన నమ్మకాలకు, మన సంప్రదాయాలకు, మన ధర్మాలకు అతీతంగా ఆయన తన దివ్యసామ్రాజ్యంలోనికి మనకు స్వాగతం పలుకుతున్నాడు.

ఆయన తన సామ్రాజ్యం నుండి ఎవ్వరినీ బహిష్కరించడు.

నీలోని దైవం

మీరు ఒక ఆధ్యాత్మిక వ్యక్తి అయినట్లయితే, దేనిని మీరు విశ్వసించాలనుకుంటారో దానిని విశ్వసించే పూర్తి అధికారం మీకు ఉండాలని అనుకుంటారు. భగవంతున్ని నమ్మేవారి స్వేచ్ఛను, అలాగే నమ్మనివారి స్వేచ్ఛను కూడా నేను గౌరవిస్తాను. అయితే నా దృష్టిలో భగవంతుడు సర్వవ్యాపకమైన ఒక శక్తి. ఆ శక్తి మనకంటే ముందూ ఉండేది, మన చుట్టూ నలువైపులా ఉన్నది మరియు మన తర్వాత కూడా ఉంటుంది. దీని గురించి సంత్ కబీర్ దాస్ ఈ విధంగా చెప్పారు.

> "నువ్వుల్లో నూనెలా,
> చెకుముకి రాయిలో నిప్పులా,
> నీదైవం ఉండేను నీలో,
> తెలుసుకోగలిగిన తెలుసుకో"

ఈ భూమిపై మానవుల కాలం అంతమైపోతుంది. ఈ గ్రహం కూడా అంతమైపోతుంది. ఆకాశంలో మెరుస్తూ కనిపిస్తున్న ఆ నక్షత్రాలు కూడా అంతమైపోతాయి. కానీ నిరాకారుడైన ఆ పరమాత్మ మాత్రం ఎల్లప్పుడూ ఉంటాడు. మనం జీవించి ఉన్నంత కాలం, ఆయన మనలోనే ఉంటాడు. అందుకే ఒక అద్భుత ఆశీర్వాదం మనలో ఉన్నది. ప్రతి శ్వాసలో ఆ శక్తి మన లోపలికి ప్రవహిస్తూ మనల్ని జీవించేలా చేస్తోంది. అదే నా దైవం!

నా భగవంతుడు దయగలవాడు. నా కోరికలన్ని తీరుస్తాడని కాదు; ఈ విశ్వంలో నేను జీవించడానికి నాకు అవకాశం కల్పిస్తున్నందుకు. ఇలా జరగడమే ఒక దయ. నా భగవంతుడు మేఘాలపైన ఎక్కడో ఉంటూ పరిపాలించేవాడు కాదు. జీవించి ఉన్న ప్రతి ఒక్కరికి స్వర్గాన్ని పొందే అవకాశాన్ని ప్రదానం చేసే ఒక దివ్యశక్తి!

నా భగవంతుడు మంచి చెడులకు అతీతమైనవాడు: ఆయన ఉన్నాడంతే! ఆయనను నిజంగా అభినందించాలంటే, మీలోని ఆ దైవత్వాన్ని మీ దివ్యదృష్టి తో మీరే స్వయంగా దర్శనం చేసుకోవలసి ఉంటుంది. మీలోని దివ్యనేత్రంతో చూడాలి. ఆయనకు మానవ లక్షణాలు ఉండవు. నీవు ఆ దివ్యశక్తివి కాదు; కానీ నిన్ను వీడి ఆ దివ్యశక్తి లేదు. చూడండి! మీరు 'టీ'ని 'కప్పు'లో పోసినప్పుడు, 'టీ' 'టీ' గానే ఉంటుంది. కప్పు, 'కప్పు' గానే ఉంటుంది. కప్పు టీతో తయారు కాదు. కానీ, ఆ కప్పు 'టీ'ని తనలో నింపుకొని ఉండగలదు. అలాగే ఆ దైవత్వాన్ని నీలో నింపుకున్న ఒక పాత్రవు మాత్రమే నీవు!

మనకు 'ఏది మంచి? ఏది చెడు?' అనే విషయంపై భిన్నాభిప్రాయాలు ఉంటాయి కానీ మనలోని దైవాన్ని అనుభూతి పొందాలంటే మాత్రం మన ఆలోచనలను, మన మనస్సును దాటి హృదయంలోనికి ప్రవేశించవలసి ఉంటుంది. మనకు ఎన్నో అంచనాలు ఉంటాయి; ఎన్నో ఆలోచనలూ ఉంటాయి; కానీ మనలోని పరమాత్మను చేరుకోవాలంటే మాత్రం మన ప్రతీ ఆలోచనను ఒడ్డున పెట్టవలసి ఉంటుంది. ఆ దివ్యశక్తి, సుఖఃదుఃఖాలకు, ఆలోచనలు-కోరికలకు, మంచీ-చెడులకు అతీతమైనది. అయినప్పటికీ, ఏ ఆలోచనలు లేని స్థితి ఎలా ఉంటుందో అర్థం చేసుకోవడానికి అందరూ ఎంతో సతమతమవుతూ ఉంటారు.

మన ఊహలు, షరతులు, అనుమానాలు, సిద్ధాంతాలు మొదలైన వాటన్నింటినీ వీడి సరళమైన పరిపూర్ణత్వాన్ని అనుభూతి పొందినప్పుడు మాత్రమే మన స్వర్గం ఏర్పడడం ప్రారంభమవుతుంది. ఆ స్థితి మన ప్రతి శ్వాసలోనూ ఉన్నది. వీటన్నింటినీ అభినందిస్తూ మనలో ఉన్న ఆ దైవత్వంతో మమేకం కావడమే నిజానికి జీవితసత్యాన్ని అర్థం చేసుకోవడం! కానీ ఏ మానవుడైనా ఈ అవగాహనను ఎప్పటికైనా సాకారం చేసుకోగలడా? మనిషి ఎప్పుడైనా ఆ పరమాత్మను అనుభూతి పొందగలడా? ఇది మామూలు విషయం కాదని, దాదాపుగా అసాధ్యమని అనిపిస్తుంది. కానీ ఇది తప్పక సాధ్యమే!

దైవాన్ని కనుగొనడం

ఈ సువిశాల ప్రపంచంలో 'ఈ జీవితం' అంటే ఏమిటో, దీని పరమార్థమేమిటో, ఈ మనుగడ ఎలా మొదలైందో - వీటికి సంబంధించి ఎవరి అభిప్రాయాలు వారికి ఉన్నాయి. మనకంటే ముందు ఎన్నో వేల నాగరికతలు వెలిసాయి, ఇంకా ఎన్నో నాగరికతలు వస్తాయని కూడా ఆశిద్దాం. సత్యాన్వేషణలో ప్రతి సంస్కృతికి ఒక ప్రత్యేక విధానం ఉంటుంది. కానీ మతవిశ్వాసాలతో పాటుగా, అంతర్గత శాంతికి కూడా ఎల్లప్పుడూ ఒక అవకాశం ఉంటుంది. మతాలు తరచూ పైనున్న స్వర్గం గురించి మాట్లాడతాయి, కానీ నేను ఇక్కడ, ఈ భూమిపై ఉన్న స్వర్గం గురించి మాట్లాడతాను. నా దృష్టిలో, ఆ దైవాన్ని మనము ఇక్కడే కనుగొనగలము.

మరణానంతరం లభించే సౌకర్యాల గురించి నేను మాట్లాడడం లేదు. కానీ ఎవరైతే అలాంటి వాటిని నమ్ముతారో, వారి అభిప్రాయాలను కూడా నేను గౌరవిస్తాను. ఈ జీవితంలో, ఇప్పుడే, ఇక్కడే అనంతమైన శాంతితో మమేకం కావడం వలన కలిగే అనుభూతి గురించి నేను మాట్లాడుతున్నాను. నేను ఎల్లప్పుడూ నాలో, నా హృదయంలో ఆ దైవాన్ని అనుభూతి పొందాలని కోరుకుంటున్నాను. పదహారవ శతాబ్దపు సంత్ మరియు కవి అయిన తులసీదాస్ గారు ఇలా వ్రాసారు-

"ఈ శరీరంలో ఉన్న హృదయం గురించి తెలుసుకున్న సాధు మహాపురుషులు మాత్రమే ఆ పరమసత్యాన్ని గ్రహించగలిగారు. మీరు కూడా ఆ అనుభూతిని పొందినప్పుడు మాత్రమే స్వేచ్ఛానుభవాన్ని పొందగలరు. అలా కాకుండా, సంప్రదాయాల ఒరవడిలో చిక్కుకున్న వారు కేవలం అద్దంలో ఎండమావిని మాత్రమే చూడగలుగుతారు."

నీ అంతరంగంలో పరమాత్మ దర్శనం

నాలో ఉన్న పరమాత్మను చేరుకోవడం నాకు ఒక అద్భుతమైన అనుభవం,

తద్వారా నా జీవితం ధన్యమయ్యింది. అలాగే అంతర్గత శాంతి అనుభవానికి సంబంధించి ఈ విధంగా భావించే అనేకమంది నాకు తెలుసు. కానీ ఎన్నో సందర్భాలలో ఆ అనుభూతికి మనం దూరమవుతాము. మనము బాహ్య విషయాలపై మొగ్గుచూపే కొలది ఆ దివ్యానుభూతికి దూరం అవుతూ పోతాము. మన మనస్సే మన హృదయస్పష్టత నుండి మనల్ని దూరం చేస్తుంది. మనలో ప్రతి ఒక్కరూ, అంతర్ముఖులైనట్లయితే ఆ పరమాత్మను దర్శించి ఆ దైవానుభూతిని స్వయంగా పొందగలరు. దీనికి సంబంధించి నాకు ఒక కథ గుర్తొస్తున్నది. మనం మన కోరికలకు అనుగుణంగా ప్రయాణించే బదులు, మనల్ని మనం తెలుసుకోవడమే నిజానికి అత్యంత శ్రేయస్కరమని తెలిపేదే ఈ కథ!

ఎత్తైన కొండలపై ఒక చిన్న పల్లెటూరు ఉండేది. చెప్పాలంటే అది చాలా పాతకాలం నాటి గ్రామం. అక్కడ విద్యుత్ సౌకర్యం ఉండేదికాదు. ఏ విధమైన టెక్నాలజీ కూడా ఉండేది కాదు. ఆ గ్రామానికి వచ్చి పోయే వారు కూడా చాలా తక్కువే! ఆ గ్రామం మధ్యలో ఒక చక్కటి ఇల్లు ఉండేది. ఆ ఇంట్లో భార్యాభర్తలిద్దరు ఉండేవారు. చాలా సంతోషంగా ఉండేవారు, సాధారణ కుటుంబమది. ఆ ఇంట్లో ప్రత్యేకంగా ఒక గది ఉండేది, భర్త ఆ గదిలోనికి వెళ్ళి ప్రతి రోజూ ఒక గంట సేపు దైవప్రార్థన చేసేవాడు.

అయితే ఒకరోజు, ఒక యాత్రికుడు ఆ గ్రామం మీదుగా వెళ్ళడం జరిగింది. ఆ గ్రామంలో అదొక అరుదైన సంఘటన! మండుటెండలో కొండపైకి ఎక్కడం వల్ల అతను బాగా అలసిపోయి సేదతీరడానికి దగ్గరలో ఉన్న ఒక కోనేరు దగ్గరికి వెళ్తూ తన సంచిని ఆ ఇంటి తలుపు వద్ద పెట్టాడు.

ఇంతలో ఆ ఇంటి యజమాని బయటకు వచ్చి, వింతగా కనిపిస్తున్న ఆ సంచిలో ఏమున్నాయో తెలుసుకోవాలని తీసి చూసాడు. అందులో కొన్ని బట్టలు, బూట్లు కనిపించాయి. తర్వాత అందులో అతనికి ఒక అద్దం కూడా కనిపించింది. అద్దాన్ని అతను ముందెన్నడూ చూడనందువల్ల వెంటనే సంచిలో నుంచి అద్దాన్ని బయటికి తీసి అందులోకి చూసుకున్నాడు. అంతే!

ఒక్కసారిగా ఉలిక్కిపడ్డాడు - ఎందుకంటే అతను ఆ అద్దంలో తనను తాను చూసుకొని ఆనందంతో పరవశించి పోయాడు. ఎన్నో ఏళ్ళుగా తాను ప్రార్థించిన ఆ దైవం అద్దంలో కనిపించిందని అనుకున్నాడు! భగవంతుడు తన తండ్రిలా ఉంటాడని అనుకునేవాడు. ఇతని పోలిక కూడా అలాగే ఉండడం వల్ల తన కల నెరవేరిందని సంబరపడ్డాడు. ఆ అద్దాన్ని తీసుకొని దానిని తీసుకెళ్ళి తన గదిలో ఒక బల్లపై పెట్టాడు. ఆ రోజు తర్వాత, తనకు ఎప్పుడు ఆ స్వరూపాన్ని చూడాలని అనిపించినా వెళ్లి అద్దంలో చూసుకునేవాడు. అప్పటి నుంచి ప్రతిరోజూ రాత్రివేళ గంటల తరబడి తన ప్రతిరూపం ముందు కూర్చొని ప్రార్థన చేయడం ప్రారంభించాడు.

ఇలా చేస్తూ ఉండడం వల్ల తన భర్త ఎక్కువ సమయం ఆ గదిలోనే ఎందుకు గడుపుతున్నాడో తెలుసుకోవాలని అనుకున్నది అతని భార్య. తన భర్తపై ఆమెకు అనుమానం కలిగింది. చివరికి, తన భర్త పరాయిస్త్రీని ఆ గదిలో ఉంచాడని అనుకొని భర్త ఇంట్లో లేని సమయంలో ఒకరోజు ఆ గదిలోనికి వెళ్లింది. వాస్తవానికి ఆమె కూడా అప్పుడే మొట్టమొదటిసారి అద్దాన్ని చూడడం జరిగింది. అద్దంలో చూసి దాదాపుగా ఆమెకు మతిపోయినంత పని అయింది. 'నా భర్త ఈ గదిలో ఎక్కువ సమయం గడపడంలో ఆశ్చర్యం ఏముంది' అని అనుకున్నది. 'నా భర్త ఇందులో ఉన్న అందమైన స్త్రీ మాయలో పూర్తిగా పడిపోయాడు' అని అనుకుంది.

అదే కోపంతో, ఆ అద్దాన్ని తీసుకొని నేరుగా గుడిలో ఉండే పూజారి వద్దకు వెళ్ళింది. తెల్లటి జుట్టుతో, పొడుగాటి తెల్లటి గడ్డంతో, తేజస్సుతో కూడిన ముఖవర్చస్సు, చిరుమందహాసంతో ఉన్న అక్కడి పూజారిని కలిసి జరిగినదంతా ఆయనకు వివరించి చెప్పుకున్నది. ఆమె చెప్పినదంతా పూజారి కూడా చాలా శ్రద్ధగా ఆలకించాడు.

పూజారి కూడా అద్దాన్ని ముందెన్నడూ చూడలేదు. ఆమె వద్ద ఉన్న ఆ అద్దాన్ని చేతికి తీసుకొని అందులో చూసి ఆనందంతో ఎగిరి గంతేసాడు. "నేను ప్రతిరోజూ పూజిస్తున్న దేవతామూర్తి ఈయనే" అని గట్టిగా అరుస్తూ

గర్భగుడిలో ఎత్తైన పీఠంపై అద్దాన్ని ఉంచాడు.

ఆ వ్యక్తి, అతని భార్య మరియు పూజారి అందరూ అద్దంలో తమ - తమ ప్రతిబింబాలనే చూసారు కానీ, గుర్తించలేకపోయారు. వారంతా కేవలం తమ నమ్మకాలనే నిజమనుకున్నారు. ఇదే విధంగా, నిన్ను నీవు తెలుసుకోనంత వరకు నీవెవరో వాస్తవానికి నీవు గుర్తించలేవు.

ఇద్దరు సాధువులు

ఇప్పుడు నేను చెప్పబోయే కథ ఇద్దరు వ్యక్తుల మధ్య వ్యత్యాసాన్ని తెలియజేస్తుంది. ఒకరేమో స్వచ్ఛమైన హృదయంతో, నిష్కల్మషమైన భావంతో జీవించే వ్యక్తి. మరొకరు ఛాందస భావాలు గల వ్యక్తి. అన్ని కథల లాగే ఈ కథను కూడా అనేక రకాలుగా వివరించి చెప్తుంటారు; అందులో నాకు నచ్చినది మీకు చెప్తాను.

ఒకానొకసారి ఇద్దరు సాధువులు తమ ఆశ్రమం వైపు వెళ్తుండగా దారిలో ఒక ఏరు ఎదురైంది. వారు ఆశ్రమానికి వెళ్లాలంటే తప్పనిసరిగా ఆ ఏటిని దాటి వెళ్ళాల్సిందే, వేరే మార్గం లేదు. ఆ ఏటిపై ఏ వంతెనలు లేవు; తప్పనిసరిగా ఆ నీటిలో నడిచి వెళ్లాల్సిందే! ఆ ఏరు కాస్త లోతుగా, వేగంగా ప్రవహిస్తున్నట్లు కనిపించింది.

ఇంతలో ఆ ఏటి ఒడ్డున వారికి ఒక అందమైన యువతి ఏడుస్తూ కనిపించింది. ఒక సాధువు ఆ యువతి వద్దకు వెళ్లి “ఎందుకు ఏడుస్తున్నావమ్మా?” అని అడిగాడు.

ఆ యువతి, “నేను ఆవలి వైపున ఉన్న మా ఊరికి వెళ్లాలి, ఇక్కడ చూస్తే ఏరు వేగంగా ప్రవహిస్తోంది. ఈ ప్రవాహానికి నేను కొట్టుకుపోతానేమోనని భయమేస్తోంది. ఏది ఏమైనా నేనైతే ఏరు దాటి వెళ్ళాల్సిందే, కానీ ఏం చేయాలో దిక్కుతోచడం లేదు” అని ఏడుస్తూ బదులిచ్చింది.

అప్పుడు ఆ సాధువు, "ఏం పరవాలేదు, నేను నిన్ను ఏరు దాటిస్తాను" అని ఓదార్చాడు.

ఆ సాధువు ఆమెను తన భుజాలపై ఎత్తుకొని ఏటిలో నడుస్తూ ఆవలి ఒడ్డుకు చేర్చాడు. ఆమె సాధువుకు కృతజ్ఞతలు తెలిపింది. సాధువు ఆమెను ఆశీర్వదించాడు. రెండవ సాధువు కూడా నది దాటాడు, ఆ తర్వాత ఇద్దరూ కలిసి ఆశ్రమంవైపు సాగిపోయారు.

ఆశ్రమానికి చేరుకునేంత వరకు ఆ రెండవ సాధువు ఏమీ మాట్లాడకుండా ఉండి, ఆశ్రమం చేరుకుంటుండగా "నువ్వు చేసిన పని ఏమీ బాగోలేదు, ఒక సాధువువై ఉండి, యవ్వనంలో ఉన్న ఒక యువతిని అలా భుజాలపై ఎత్తుకొని రావచ్చా? నీకెంత ధైర్యం? సర్వం త్యజించిన సన్యాసివని అనుకున్నానే..." అని అన్నాడు.

యువతికి సాయం చేసిన సాధువు అతని వైపు చూస్తూ - "నేను ఆ యువతిని కేవలం అవతలి ఒడ్డు నుంచి ఇవతలి ఒడ్డు వరకు మాత్రమే నా భుజాలపై మోసుకొచ్చాను; కానీ, నువ్వు మాత్రం ఆమెను ఆశ్రమం వరకు మోసుకొచ్చావు" అని జవాబిచ్చాడు.

కృతజ్ఞతా ప్రార్థనలు

ఈ అధ్యాయం ప్రారంభంలో నేను చెప్పిన ఆ తమాషా కథ: రోజువారీ జీవితంలో మన నమ్మకాలు మనపై దాడి చేసినప్పుడు తలెత్తే మానసిక ఒత్తిడులను హైలెట్ చేస్తుంది. నమ్మకాల వలన ఎన్నో ప్రమాదాలను ఎన్నో పరీక్షలను మనము ఎదుర్కోవలసి ఉంటుందని నా స్నేహితులలో చాలా మందితో మాట్లాడడం ద్వారా నాకు తెలిసింది. కేవలం నమ్మకాలతో సరిపెట్టుకోక ఆ దైవాన్ని ఎవరైతే స్వయంగా అనుభూతి పొంది ఉంటారో, వారు ఇలాంటి పరిస్థితుల్లో చాలా తక్కువగా తలమునకలవుతూ ఉంటారు. కొన్ని పరిస్థితుల్లో మనస్సు కంటే హృదయమే ఎక్కువ బలంగా ఉండవచ్చు.

కష్టాల్లో ఉన్నప్పుడు మాత్రమే మనుషులు భగవంతున్ని ఎందుకు ప్రార్థిస్తారో కూడా నాకు బాగా అర్థమైంది. ఆ తమాషా కథలోని దురదృష్టవంతుడు తాను అనుభవిస్తున్న మరణ ఘడియల నుండి తనను కాపాడమని ఆ స్థితిలో ప్రార్థన చేస్తున్నాడు. కానీ పరిస్థితులన్నీ చక్కగా ఉన్నప్పుడు కూడా ప్రార్థన చేయాలనే భావన కలిగి ఉండాలని నేను చెప్తుంటాను.

నా దృష్టిలో మీరు కృతజ్ఞతలు తెలియజేయడమే అసలైన ప్రార్థన. అంతేగాని మీరు మీ కోరికలను కోరుకోవడం కాదు. ఒక యుద్ధం గురించి ఆలోచించండి - ఇరు వర్గాల వారు తామే గెలవాలని ఎవరికివారు ప్రార్థన చేస్తే ఎలా ఉంటుంది? ఇక్కడ ప్రార్థనకు సంబంధించి నేను ఒక చిన్న కథ చెబుతాను.

ఒకరోజు, ఒక యువకుడు ఒక ముఖ్యమైన ఇంటర్వ్యూ నిమిత్తం సైకిల్‌పై వెళ్తున్నాడు. దారిలో పదునైన ఒక రాయికి సైకిల్ తగిలి టైరు పంక్చర్ అయింది. 'ఇది నా దురదృష్టం' అని అనుకున్నాడు. 'ఒకవేళ దీనికి పంక్చర్ వేయడం సాధ్యం కాకపోతే నాకు ఉద్యోగం దొరకదు' అని ఆందోళన చెందుతూ తన సమస్యకు పరిష్కారం చూపమని భగవంతున్ని ప్రార్థించడం మొదలు పెట్టాడు. అదే దారిలో కాస్త ముందు ఉన్న ఒక సైకిల్ షాపులో కూర్చొని ఒక యువకుడు, "నా దురదృష్టం కొద్ది ఈరోజు కస్టమర్లు ఎవ్వరూ రాకపోతే ఈ పూట ఎలా గడుస్తుంది" అని ఆలోచిస్తూ అతను కూడా భగవంతున్ని ప్రార్థిస్తున్నాడు.

మీరు గమనిస్తే ఒక వ్యక్తియొక్క దురదృష్టం మరొక వ్యక్తికి వరం కావచ్చు. కానీ, శక్తివంతమైన, అసలైన ప్రార్థన ఏమిటంటే - వాస్తవాన్ని కృతజ్ఞతతో స్వీకరిస్తూ ధన్యవాదాలు తెలియజేయడం! అంతేగాని ఏదో ఆశించడం కాదు. నా అనుభవంతో చెప్తున్నాను : మీ కృతజ్ఞతా ప్రార్థనలకు ఎల్లప్పుడూ మీరు సమాధానాలు పొందుతారు.

ఈ జీవితం లభించినందుకు మనము ఎప్పుడైతే హృదయపూర్వక

కృతజ్ఞతలు తెలియజేస్తామో, అదే మనలోని అద్భుతమైన శాంతి అనుభవాన్ని వ్యక్తం చేయడం అవుతుంది. జీవితంలో ఏవైతే సవ్యంగా, సరైన రీతిలో ఉన్నాయో వాటి యెడల హృదయం కృతజ్ఞతా గానాన్ని ఆలపించడానికి సిద్ధంగా ఉంటుంది. ఇక్కడ ఒక ఆనందకరమైన వైరుధ్యం కూడా ఉంది: కృతజ్ఞత అనేది మనల్ని సంపూర్ణులను చేస్తుంది, కానీ మన వద్ద మరింత పొందే సామర్థ్యం సదా ఉంటుంది. మనందరిలో ప్రేమ, శాంతి, ఆనందాలను పొందే అనంతమైన సామర్థ్యం ఉండడం నిజంగా అద్భుతమైన విషయం కాదా?

18వ శతాబ్దపు కవి అయిన స్వామి బ్రహ్మానంద్ గారు ఒక అద్భుతమైన కవితలో భగవంతుని పై తన కృతజ్ఞతాభావాన్ని ఎంతో గొప్పగా ఈ క్రింది విధంగా తెలియజేసారు!

"నీవు సృష్టించిన సృష్టి అపూర్వం,
ఒక చిన్న తలపుతో ఈ క్రీడను సృష్టించావు.
కాగితం, కలం మరియు ఏ విధమైన రంగులు
లేకుండానే ఈ అద్భుత సృష్టి చేశావు.
ప్రతి దానిలో నాకు ఒక రూపే కనిపిస్తుంది,
ఆ ఒక్క రూపం నుంచి అనేక రూపాలు తయారు చేశావు."

ఒక్క నీటి బిందువు నుండి సకల జీవ రాశిని సృష్టించావు,
అందరి హృదయ మందిరాలని నీ నివాసంగా మార్చుకున్నావు.
ఎలాంటి ఆధారం లేని ఈ చరాచర జగత్తును మోస్తున్నావు,
పునాది లేకనే నీవు మనోహర మందిరం నిర్మించావు.

విత్తనం లేకనే వనాలని సృష్టించావు ,
అందరితో ఉంటూనే, ఎవ్వరికీ కానరాకున్నావు.
బ్రహ్మానంద హృదయం ఆనందంతో ఉప్పొంగింది,
దాగి ఉన్న నిన్ను, నా గురుదేవులు నాకు చూపగానే"

మనలోని దైవానికి సంబంధించిన ఈ అభినందన నిజంగా ఎంత అద్భుతంగా ఉన్నదో కదా!

ఇక్కడే స్వర్గాన్ని సృష్టించుకోవాలి

మీ నమ్మకాలు ఎలా ఉన్నా సరే, మీ కొరకు ఇక్కడే, ఇప్పుడే ఈ భూమిపైనే ఒక స్వర్గం సృష్టింపబడి ఉన్నది - ఆ స్వర్గంలోని సంపద మరియు ఆనందానుభవం వెలకట్టలేనివి. స్వర్గం అంటే ఏమిటి? మీరు సంపూర్ణంగా సంతృప్తి చెందినట్లు భావించే ప్రదేశమే స్వర్గం. స్వర్గం ఎలా ఉంటుంది? అద్భుతమైన ప్రదేశమే స్వర్గం!

మన నేత్రాలను మరియు మన హృదయాలను తెరిచినప్పుడు మాత్రమే ఆ స్వర్గం మనకు తారసపడుతుంది. దానిని మనం ఇప్పుడే, ఇక్కడే అనుభూతి చెందాలి; దానికై మనం ఈ భూమిపై జీవించి ఉండడంలో గల ఔన్నత్యాన్ని స్వీకరించగలగాలి. ఒక మూడు కిలోల బిడ్డ పుట్టినప్పుడు ఈ భూమి బరువు మూడు కిలోలు పెరుగుతుందా? పెరగదు. అదే బిడ్డ పెరిగి పెద్దయి తొంభై కిలోల బరువుతో మరణిస్తే అప్పుడు ఈ భూమి భారం తొంభై కిలోలు తగ్గిపోతుందా? తగ్గదు. అలాంటి చోట మనం ఉన్నాము. అదే ఈ భూమి!

ఏ స్వర్గం గురించి (నరకం గురించి) నేను ప్రస్తావిస్తున్నానో దానిని నేను మీకు ఇక్కడ ఒక కథరూపంలో అర్థమయ్యేలా వివరిస్తాను -

ఒకసారి ఒకరాజు యుద్ధానికి వెళ్ళవలసి వచ్చింది. యుద్ధంలో అందరి కంటే ముందు తాను ఉండాలని అతనికి తెలుసు. మరి, ఈనాటి రాజకీయ నాయకులు ఇందుకు విరుద్ధంగా, యుద్ధాలు ప్రారంభిస్తారు గాని, ఆ యుద్ధంలో తామెక్కడా కనిపించరు. అయితే, ఈ రాజుకు తెలుసు - యుద్ధమంటే 'రక్తతర్పణం' అని. ముందురోజు రాత్రంతా ఒక ఆలోచనలో పడిపోయాడు. - 'ఒకవేళ నేను యుద్ధంలో మరణిస్తే అప్పుడు స్వర్గానికి వెళ్తానా లేక నరకానికి వెళ్తానా? ఇంతకు ఈ స్వర్గమంటే ఏమిటి?

నరకమంటే ఏమిటి?' అని దీర్ఘాలోచన చేస్తూ ఉండిపోయాడు.

రాత్రంతా ఈ ఆలోచనే అతన్ని పూర్తిగా వేధించింది.

మరుసటి ఉదయమే రాజు యుద్ధానికి సిద్ధమయ్యాడు - శిరస్త్రాణం, కవచాలు, కత్తి, డాలు ధరించి గుర్రంపై స్వారీ చేసుకుంటూ రణరంగంవైపు పయనమయ్యాడు. రాజు వెనుకే అతని సైన్యం అనుసరిస్తూ యుద్ధభూమి వైపు వెళ్తున్నారు. కాని రాజు మనసులో మాత్రం ఆ సందేహం అతన్ని తొలిచేస్తూ ఉన్నది - 'స్వర్గమంటే ఏమిటి? నరకమంటే ఏమిటి?' అని.

దారిలో వెళ్తూ ఉండగా, కాస్తంత దూరంలో అటుగా వెళ్తున్న ఒక మహాజ్ఞానిని రాజు చూసాడు. రాజు తన గుర్రాన్ని అటువైపు తిప్పి జ్ఞాని వద్దకు వెళ్లి, "ఆగండి! నేను మిమ్మల్ని రెండు ప్రశ్నలు అడగాలని అనుకుంటున్నాను. స్వర్గమంటే ఏమిటి? నరకమంటే ఏమిటి?" అని అడిగాడు.

ఆ జ్ఞాని, "నాకు ఆలస్యమవుతోంది! నీ ప్రశ్నలకు సమాధానాలు చెప్పేంత సమయం నాకు లేదు" అని అన్నాడు.

జ్ఞాని అలా అనగానే రాజు ఆగ్రహంతో "నేనెవరో నీకు తెలుసా? నేను ఈ రాజ్యానికి రాజును! ఈ రాజ్యాన్ని పరిపాలించే రాజు ప్రశ్నకు సమాధానం చెప్పేంత సమయం కూడా నీకు లేదా? ఇదెంత మాట?" అని మండిపడ్డాడు.

ఆ జ్ఞాని రాజు వైపు చూసి - "రాజా! ప్రస్తుతం నీవు నరకంలో ఉన్నావు?" అని చెప్పాడు.

ఆ మాటలకు రాజుకు కనువిప్పు కలిగినట్లయింది - "నిజమే కదా! ప్రస్తుతం కోపం వల్ల నా పరిస్థితి అలాగే ఉంది. ఈయన చెప్తున్నది నిజమే! ఈయన నిజంగానే మహాజ్ఞానిలా ఉన్నాడు" అని మనసులో అనుకొని గుర్రంపై నుండి క్రిందికి దిగి మోకరిల్లి - "ధన్యవాదాలు! మీరు నా కళ్ళు

తెరిపించారు, మీకు శతకోటి ధన్యవాదాలు!" అని పలికాడు.

"రాజా! ప్రస్తుతం నీవు స్వర్గంలో ఉన్నావు" అని జ్ఞాని రాజును చూసి పలికాడు.

ఈ కథలో మీరు గమనిస్తే, జ్ఞాని కేవలం మూడే మూడు మాటలు మాట్లాడాడు. కానీ ఆ మూడు మాటల వలన రాజుకు జ్ఞానోదయమై అతిక్లిష్టమైన ప్రశ్నలకు సమాధానం దొరికింది. 'స్వర్గ-నరకాలు' గురించి తెలుసుకోవాలని ఆకాంక్ష ఎక్కడ కలిగింది? తనలోనే. ఆ నరకం ఎక్కడ ఉన్నది? తనలోనే. ఆ స్వర్గం ఎక్కడ ఉన్నది? తనలోనే.

భ్రమ, కోపం మరియు భయం కలిగినప్పుడు మీరు నరకంలో ఉంటారు. ఇక స్పష్టత మరియు కృతజ్ఞతాభావంతో ఉన్నప్పుడు మీరు స్వర్గంలో ఉంటారు. ఇది ఇలాగే జరుగుతుంది.

స్వర్గంలో జీవించాలి

ప్రతి క్షణం యొక్క గొప్పదనాన్ని మరియు అందులోని అద్భుతాన్ని మనం ఎప్పుడైతే అభినందిస్తామో, అప్పుడు మోక్షమంటే ఏమిటో అర్థం చేసుకోవడానికి మనం దగ్గరవుతున్నట్లు! వర్తమానమనే క్షణం సజీవమైనది, ఎందుకంటే మనం ఎప్పుడూ జీవించి ఉండేది ఆ క్షణంలోనే! ప్రతి క్షణమూ మనం స్పృహలో ఉంటూ జీవించినప్పుడు ఈ భూమిపై బ్రతికి ఉండగానే స్వర్గానుభూతిని పొందుతాము. అంతే కాదు, మనకు ఎంతో కృపతో ఈ జీవితం లభించిందనే విషయాన్ని కూడా గుర్తుంచుకోవాలి. జీవితంలో అన్నిటికంటే గొప్ప విషయం - వాస్తవంగా అంతర్గత శాంతిని అనుభూతి పొందడం - అదే నాకు అత్యంత దివ్యానుభవము!

అంతర్గత శాంతి అనుభవమే స్వర్గం, అదే అత్యుత్తమం. అయితే, ఆ సంతృప్తి, ఆ అనుభూతిని పొందినవారు మాత్రమే తమ చుట్టూ ఉన్న

ప్రపంచాన్ని కూడా స్వర్గమయం చేయగలుగుతారు.

మీరు ప్రశాంతంగా ఉన్నప్పుడు
సూర్యోదయాన్ని చూడడమే - స్వర్గానుభూతి!

ఉదయిస్తున్న సూర్యునిలోని
వెచ్చదనాన్ని ఆస్వాదిస్తూ
ఇంకొక రోజు జీవించే అవకాశం లభిస్తుందనే
అనుభూతిని పొందడం - స్వర్గానుభూతి!

ఉదయాన వినిపించే పక్షుల కిలకిలా రావాలు ,
అవి తమ హృదయానందం కోసం గానం చేస్తుంటే, వినడం - స్వర్గానుభూతి!

సముద్రంపై లేలేత కిరణాల
నృత్యాభినయాన్ని తిలకించడం - స్వర్గానుభూతి!

కొన్ని క్షణాలపాటు ఒక చేప గురుత్వాకర్షణ శక్తిని వీడి,
నీటిపై ఎగరడాన్ని చూడడం - స్వర్గానుభూతి!

మండుటెండలో వర్షపు చినుకుల వల్ల
తడిసిన నేల వెదజల్లే సుగంధాన్ని అనుభూతి పొందడం - స్వర్గానుభూతి!

ముఖంపై వీచే చల్లటి పిల్ల గాలులను
ఆస్వాదించడం - స్వర్గానుభూతి!

ఎండలో చల్లటి నీటిని
సేవించడం - స్వర్గానుభూతి!

చెట్టుకే పండిన తియ్యటి పండును
కోసుకొని తినడం - స్వర్గానుభూతి!

మనందరికీ వీడ్కోలు పలుకుతూ,
విశ్రాంతి తీసుకోమని చెబుతూ,
పశ్చిమాన మెల్లగా అస్తమిస్తున్న
సూర్యున్ని చూడడం - స్వర్గానుభూతి!

పండు వెన్నెలలో భూమికి రంగులు దిద్దుతూ
ఆకారాలను అల్లుతున్న జాబిలిని చూడడం - స్వర్గానుభూతి!

విశాలమైన కారడవిలో
పక్షుల రాగాలను ఆలకించడం - స్వర్గానుభూతి!

ఉల్కలు తమ వెలుగును వెదజల్లుతూ,ఆకాశంలో ఎగిరిపోతూ,
అదృశ్యమవడాన్ని చూడడం - స్వర్గానుభూతి!

మన ఆప్తుల చిరుమందహాసాలను
దగ్గరగా చూడడం - స్వర్గానుభూతి!

సంతృప్తిని ఆస్వాదించడం - స్వర్గానుభూతి!

మన ప్రతి శ్వాసలో
దైవాన్ని అనుభూతి పొందడం - స్వర్గానుభూతి!

ఈ భావనలే జీవితానందాలు! ఇవి ఏదో గమ్యానికి చేర్చే బాటలు కావు. జీవించి ఉండడమే అసలైన ఆనందమనే వరం. మిగిలినవేవీ కాదు.

మనమెక్కడ జీవిస్తున్నా, మనకు ఎంత వయస్సున్నా, మన నమ్మకాలు ఏవైనా, మనము ఎవరైనప్పటికీ, ఆనందించడానికి అవసరమైనవన్నీ మనకు అందుబాటులో ఉన్నాయి.

స్వర్గానుభూతి అంటే ఇదే! మరి, నరకం అంటే ఏమిటి? స్వర్గంలో లేకపోతే అదే నరకం!

11వ అధ్యాయం

దయాగుణంతో పరిపూర్ణత సాధించాలి

నాకు పన్నెండేళ్ళ వయస్సు ఉన్నప్పుడు, డెహ్రాడూన్‌లో ఒకరోజు నేను స్కూల్ నుంచి ఇంటికి తిరిగి వచ్చాక, మా ఇంటి ఆవరణలో ఒక విచిత్రమైన టూరిస్ట్ వ్యాన్ కనిపించింది. బ్రిటిష్ తయారుదారైన కామర్ వారు తయారుచేసిన వ్యాన్ కాబట్టి సాధారణంగా మా ప్రాంతంలో కనిపించే భారతదేశంలో తయారయ్యే అన్ని రకాలైన అంబాసిడర్ కార్ల కంటే ఆ వ్యాన్ భిన్నంగా కనిపించింది. మా కుటుంబంలోని వారెవ్వరూ అప్పటికి భారతదేశాన్ని దాటి ఇతర ఏ దేశానికి వెళ్ళనందున ఆ విదేశీ వాహనం మా వీధిలో కనిపించడం నాకు చాలా ఆసక్తికరంగా అనిపించింది. అప్పట్లో టీవీలో ప్రసారమవుతున్న “ద ట్విలైట్ జోన్” అనే కార్యక్రమానికి నేను పెద్ద అభిమానిని. ఉత్కంఠగా సాగే వైజ్ఞానిక రహస్యాలు, గ్రహాంతర వాసులు, సాహసాలతో కూడిన కార్యక్రమమది. కాబట్టి, ఆ కామర్ వ్యాన్‌లో ఎవరున్నారో, ఇక్కడికి ఎందుకు వచ్చారో తెలుసుకోవాలని నేనెంతో ఉబలాటపడ్డాను.

నేను అప్పుడు చిన్నపిల్లవాడినైనా నాలో ఎంతో ఉత్సుకత ఉండేది, నాపై నాకు గట్టి నమ్మకమూ ఉండేది. అందువలన నేను నేరుగా ఆ వ్యాన్ వద్దకు వెళ్లి

తలుపులు తెరిచి చూసి ఖంగుతిన్నాను; ఆ వ్యాన్‌లో వెనుక వైపు కొంతమంది తెల్లవారు నిశ్శబ్ధంగా కూర్చొని ఉన్నారు. పైగా వాళ్లు వింతగా కనిపించే బట్టలు ధరించి ఉన్నారు. “అరే, ఆ టూరిస్ట్ వ్యాన్‌లో కొంతమంది హిప్పీలు ఉన్నారు” అని ఈ రోజు మనం ఎంతో సులభంగా ఆలోచించగలుగుతాము. కానీ ఆ రోజుల్లో వాళ్ల గురించి నాకు తెలిసిన విషయాలు క్రొత్తగా ఉండేవి. వాళ్లు పాశ్చాత్యదుస్తులను మరియు భారతీయదుస్తులను కలగలిపి ధరించి ఉన్నారు. అంతేకాదు, పురుషులతో సహా అందరి జుట్టు పొడుగ్గా ఉన్నది. నాకు ఇదంతా చాలా వింతగా కనిపించింది. అయితే, వాసన గురించి మాట్లాడితే ఆ దృశ్యాన్ని మాటల్లో చెప్పలేము. వాళ్లంతా ఆ వాహనం దిగి బయటకు రాగానే వాళ్ళ శరీరాల నుంచి చెమట వాసన, అగరుబత్తీలు మరియు ఇతర అనేక వస్తువుల వాసన వచ్చింది. చాలా దూరం నుండి ఎండల్లో ప్రయాణం చేసి రావడం వల్ల అలాంటి వాసన వస్తోందని నాకు అర్థమైంది. నేను ఒక అడుగు వెనుకకు వేసి, నా కళ్ళు, నా ముక్కు నాకు ఏమి చెబుతున్నాయో అర్థం చేసుకోవడానికి ప్రయత్నించాను.

ఒక వ్యక్తి నన్ను దగ్గరగా చూసి, ఆపై నాకు నమస్కారం చెబుతున్నట్లుగా చేతులు ఊపుతూ పలకరించాడు. నేను కూడా ప్రతిస్పందిస్తూ కొద్దిగా నా చేతులు ఊపి పలకరించాను. కానీ నా మనస్సు మాత్రం ఇంకా ఆ దృశ్యం గురించే ఆలోచిస్తూ ఉన్నది. ఆ తర్వాత మెల్లమెల్లగా ఆ వింత దృశ్యం ఒక అందమైన అనుభూతిగా మారిపోయి,“సరే, ఇక్కడున్న అపరిచితులు ఖచ్చితంగా మన కంటే భిన్నంగా ఉన్నప్పటికీ వారు స్నేహపూర్వకంగా కనిపిస్తున్నారు” అనే విషయం నాకు అర్థమైంది.

కొద్దిసేపటి తర్వాత, నేను అక్కడికి వచ్చిన వారందరితో మాట్లాడాక, వాళ్ళు నన్ను కలవడానికే వచ్చారనే విషయం అర్థమైంది. హృదయంలోని అంతర్గత శాంతి గురించి మాట్లాడే ఒక బాలుడిని వారు కలవాలని వచ్చారు. ఆ తర్వాత, చాలారోజుల వరకు వాళ్ళంతా నన్ను అనేక ప్రశ్నలు అడిగారు. నేను కూడా సాధ్యమైనంత వరకు వాటికి ఉత్తమమైన సమాధానాలే ఇచ్చాను. వారితో సంభాషణ కొనసాగుతున్న కొలది పరస్పర గౌరవం

పెరిగింది. వాళ్లు నన్ను ఇంగ్లీషులో ఎన్నో ప్రశ్నలు అడిగారు. కానీ నిజానికి భారతీయులు నన్ను ఎప్పుడూ అడిగే ప్రశ్నలకు అవి ఏమాత్రం భిన్నంగా లేకపోవడం గమనార్హం.

అడ్డంకులను అధిగమించడం

ఆ పాశ్చాత్య సందర్శకులు కొన్ని రోజుల పాటు అక్కడే ఉండిపోయారు; వారితో అనేక మంది ఇతర విదేశీయులు కూడా జత కలిసారు. మేము ప్రతిరోజూ ఒకరినొకరం ఇంకాస్త మెరుగ్గా అర్థం చేసుకోగలిగాము. అయితే, మా కుటుంబంలో మరియు చుట్టుప్రక్కల ఉండే అనేక మంది పెద్దలు, సంస్కృతిని మార్చే ఈ విధానంలో నాతో తక్కువగా ఏకీభవించేవారు. ఆ అపరిచితులను అపరిశుభ్రులుగా చూసేవారు, అంటే నా ఉద్దేశ్యం - వాళ్లు వ్యాన్‌లో చాలాసేపు ప్రయాణం చేసి వచ్చాక చక్కగా స్నానం చేసి పరిశుభ్రం కావాలని కాదు; ఆధ్యాత్మిక పరంగా వాళ్లను అపవిత్రులుగా చూసేవారు. అప్పట్లో, 1960 దశకంలో, తమ దేశానికి పాశ్చాత్యులు రావడాన్ని చూసి అనేకమంది భారతీయులు గర్వంగా భావిస్తున్నప్పటికీ వాళ్ళ విషయంలో కొంతవరకు జాగ్రత్త వహించేవారు. విదేశీయుల గురించి వినడం ఒకటైతే, వారితో పూర్తిగా కలిసిపోవడం పూర్తిగా భిన్నమైనది.

ఆ విదేశీయులలోని ఒక అమెరికన్ మహిళ ఒకరోజు మా ఇంట్లోని వంట గదిలోనికి ఏదైనా తినడానికి ఇవ్వమని అడగడానికి వెళ్లింది. అప్పుడు ఎంతో మర్యాదపూర్వకంగా మరియు గట్టిగా ఆమెను వెంటనే అక్కడి నుంచి బయటికి వెళ్ళమని చెప్పారు. ఆమె అక్కడి నుంచి బయటికి వెళ్ళాక, వంట గదంతా పూర్తిగా శుద్ధి చేసారు; అంటే, వంటగదంతా పై నుంచి క్రింది వరకు అంతా శుభ్రం చేసారు. ఏదో అంటరానివాళ్ళను చూసినట్లుగా చూసారు! ఆమెను "అపవిత్రురాలిగా" భావించారు. ఎందుకంటే ఆమె వేరే కులానికి చెందినదనో లేదా ఆమె పూర్తిగా కులవ్యవస్థను పాటించనందువల్లనో! ఏది ఏమైనా, ఆ మహిళ పట్ల ప్రదర్శించిన తీరును చూసి నేను ఆశ్చర్యానికి గురయ్యాను. "ఆమె కూడా ఒక మనిషే కదా, ఏదైనా తినడానికి

దొరుకుతుందేమోనని అక్కడికి వస్తే ఏమైంది. ఆమెకు తినడానికి ఏమైనా ఇవ్వవచ్చు కదా!" అని నేను అడగగా, "లేదు, అలా జరగడానికి వీల్లేదు" అని అటువైపు నుంచి ఘాటైన సమాధానం వచ్చింది.

కొన్ని సంవత్సరాల తరువాత, నేను దక్షిణాఫ్రికాకు వెళ్లినప్పుడు... తమను తాము హీనంగా భావించేవారు తరచూ ఇతరులపై ఆధిపత్యం చలాయించే మార్గాలను అన్వేషిస్తారనే విషయం నాకు స్పష్టంగా అర్థమైంది. ఇతరులను నియంత్రించడం ద్వారా కొందరు తమను తాము ఉన్నతంగా భావిస్తారు కానీ అది అహంకారాన్ని పెంచే మార్గం తప్ప నిస్సందేహంగా వేరొకటి కానే కాదు. పైగా, చివరికి అదెప్పటికైనా విఫలమయ్యేదే! తనలోని న్యూనతాభావాన్ని అధిగమించడానికి అత్యుత్తమ మార్గం - తనపై తాను గౌరవాన్ని, ప్రేమను పెంపొందించుకోవడం. అంతేగాని ఇతరులపై ప్రతికూల భావాలను పెంపొందించుకోవడం కాదు. మనకు మనం ప్రథమ స్థానాన్ని కల్పించుకున్నప్పుడు, పక్షపాత ధోరణి కూడా అంతమైపోతుంది.

ఆ కామర్ వ్యాన్‌లో వచ్చిన వింత వ్యక్తుల్లో కొందరు నాకు చిరకాల మిత్రులయ్యారు - వారంతా భారతదేశాన్ని చేరుకోవడానికి అనేక భౌతిక అడ్డంకులను అధిగమించవలసి వచ్చింది. ఆఫ్ఘనిస్తాన్ మరియు పాకిస్తాన్‌లలో ఎలాంటి ఆసక్తికర అనుభవాలు వాళ్ళకు ఎదురై ఉంటాయో మీరు కూడా ఊహించగలరు! ఈనాటి కాలంలోనైతే అటువంటి ప్రయాణం దాదాపుగా అసాధ్యమనే చెప్పాలి లేదా కొంతవరకు మూర్ఖత్వంలా కూడా అనిపించవచ్చు. ఆ విదేశీయుల్లో చాలా మంది ప్యాంట్లకు బదులుగా ధోవతులు మరియు చొక్కాకు బదులుగా కుర్తాలు ధరించడం ప్రారంభించారు. నిజంగా చెప్పాలంటే, ఆ స్థానిక దుస్తులతో వారు చాలా తమాషాగా కనిపించేవారు. కానీ ఆ దుస్తులను వారంతా చాలా ఇష్టపడేవారు. అప్పట్లో, నేను కూడా కార్యక్రమాలకు వెళ్లినప్పుడు, ధోవతి-కుర్తా ధరించేవాడిని. కానీ పాఠశాలకు మాత్రం ప్రతిరోజు ప్యాంటు, షర్టు, టై మరియు జాకెట్ యూనిఫారంలో వెళ్లేవాడిని. ఆ విధంగా ఎక్కువ శాతం పాశ్చాత్యులు భారతీయ దుస్తులు ధరించేవారు మరియు భారతీయ

పాఠశాలల్లోని పిల్లలు ఎక్కువగా పాశ్చాత్య దుస్తులు ధరించేవారు.

కొంతమంది క్రొత్త స్నేహితులతో కలిసి నేను ఇంగ్లాండుకు వెళ్లినప్పుడు, రెండు సంస్కృతులు పూర్తి భిన్నంగా ఎలా ఉంటాయో తెలుసుకున్నాను. నేను మొదటిసారి విదేశాలకు వెళ్ళినప్పుడు చాలా ఇబ్బందిగా అనిపించింది. నాకు ప్రతీదీ సవాలుగా అనిపించేది. అంటే, నా ఉద్ధేశ్యం - ప్రతి ఒక్కటీ! నాకు బాగా గుర్తుంది, నేను అక్కడికి వెళ్లిన వెంటనే, "ప్రస్తుతం నేను భారతదేశంలో లేను" అనే విషయం బాగా స్పష్టమైంది. అంతేకాదు, నేను మా ఇంటికి ఎంత దూరంలో ఉన్నానో కూడా గ్రహించగలిగాను. అది 1971వ సంవత్సరం జూన్ నెల, అయితే నేను నవంబర్ వరకు భారతదేశానికి తిరిగి వెళ్ళననే విషయం కూడా నాకు అప్పటికి తెలియదు.

నేను ఏ రోజైతే లండన్‌కు వెళ్లానో, అదే రోజు నా కోసం అద్దెకు తీసుకున్న ఇంటికి వెళ్లాను. అక్కడ స్నానం చేసి క్రిందికి వచ్చాను. సుదీర్ఘ ప్రయాణ బడలికను తీర్చుకోవడానికి ప్రయత్నిస్తూ నేను ఒక సోఫాలో కూర్చొని ఉండగా నా ఎదురుగా ఒక తివాచీపై కొంతమంది కూర్చొని కనిపించారు, వారిలో చాలామందిని నేను ముందెన్నడూ కలవలేదు. వాళ్ళు నా వైపు చూస్తున్నారు, నేను వాళ్ళ వైపు చూస్తున్నాను. మొదట్లో ఏమీ మాటల్లేవు. తర్వాత మెల్ల మెల్లగా మా మధ్య సంభాషణ కొనసాగింది. నిజంగా వారు నన్ను స్వాగతించిన తీరు నన్ను ఎంతగానో ఆకట్టుకున్నది.

ఇంగ్లాండ్‌లో ఉంటున్నప్పుడే, ఆ రోజుల్లోనే నేను గట్టిగా ఒక నిర్ణయం తీసుకున్నాను. నేను ఏ దేశంలో ఉంటానో, ఆ దేశ ప్రజలను తప్పక గౌరవిస్తానని. ఇది నా జీవితంలో ఒక ముఖ్యమైన అంశంలా మారిపోయింది. ఎందుకంటే నేను ఈ శాంతి సందేశాన్ని వినిపించడానికి అనేక ప్రాంతాలకు వెళ్తుంటాను. నేను నా సంస్కృతితో అక్కడికి వెళ్తాను, కానీ నేను సందర్శించే ఆ దేశ సంస్కృతిని కూడా ఎల్లప్పుడూ తప్పక గౌరవిస్తాను. నేను ప్రపంచమంతటా పర్యటిస్తున్నప్పటికీ ప్రస్తుతం మా ఇల్లు అమెరికాలో ఉన్నది. నేను ఒక విదేశీయునిగా స్థానిక సంస్కృతిలో భాగం

కావాలని భావిస్తుంటాను, అలాగే అందులో కలిసిపోవాలని కోరుకుంటాను. వాస్తవానికి విదేశాల్లో నివసించే వలసదారులు ఈ సమతుల్యతను సక్రమంగా ఏర్పరచి ఉంచడానికి ప్రయత్నించడం చాలా ముఖ్యమని నా అభిప్రాయం!

వలసదారుల "సమతుల్యత" సక్రమంగా ఉంచడానికి సంబంధించిన అనేక చర్చలు శతాబ్దాలుగా కొనసాగుతూ వస్తున్నాయి. పర్షియన్లు భారతదేశానికి ఆశ్రయం కోసం వచ్చినప్పుడు, వాళ్లు వ్యతిరేకతను ఎదుర్కోవలసి వచ్చింది. అప్పటికే దేశ జనాభా అధికమైందని, ఆహారం మరియు నీరు వంటి వనరులపై తీవ్ర ఒత్తిడి ఏర్పడుతోందని అనేకమంది స్థానికులు భావించారు. పర్షియన్లలోని ఒక ఉన్నతస్థాయి బృందం రాగానే, అప్పట్లో ఉన్న రాజు వారికి ఒక పాలగ్లాసును చూపించి ఇలా అన్నాడు. "ఈ గ్లాసు లాగానే మేము నిండుగా ఉన్నాము. మీరు కూడా వచ్చి చేరిపోతే ఈ దేశం పూర్తిగా క్రిక్కిరిసిపోతుంది" అని రాజు ఒక కూజా నుండి మరి కొన్ని పాలను ఆ గ్లాసులో పోసి చూపించగా, ఆ పాలన్ని పొర్లిపోయి బయటికి వచ్చి నేలపై పడ్డాయి.

ఇలా అనగానే ఆ పర్షియన్లలోని ఒక తెలివైన వ్యక్తి ముందుకు వచ్చి ఎంతో వినయంగా రాజు గారి చేతి నుండి పాలగ్లాసును తీసుకొని తన జేబులో నుంచి కొంత పంచదార తీసి పాలలో కలిపాడు. "ఇప్పుడు పాలు మరింత తియ్యగా మారాయి చూడండి" అని చెబుతూ, "మేము కూడా గ్లాసులో నుండి ఏమీ తీసివేయము, మేము మీ సమాజాన్ని కలుపుకొని మీ సమాజానికే వన్నె తీసుకొస్తాము" అని బదులిచ్చాడు.

వసుధైక కుటుంబం

నేను విమానం నడుపుతున్నప్పుడు కొన్నిసార్లు ఈ విధంగా ఒక ప్రకటన చేస్తుంటాను - "మీరు కిటికీ నుంచి బయటకు చూసినట్లయితే ఫలానా - ఫలానా దేశానికి మధ్య సరిహద్దులు క్రింద కనిపిస్తాయి" అని. అయితే,

నేను ఎప్పుడూ చూడడానికి వీలుపడని సరిహద్దులనే ఎంచుకొని అలా చెప్తాను. నేను అలా అనగానే నిజంగా వెంటనే అందరూ ఎంతో తీక్షణంగా క్రిందికి చూస్తారు; ఆపై అక్కడ ఏ సరిహద్దులు లేవని గ్రహిస్తారు. ఏ పర్వతశ్రేణులో లేదా ఎడారులో లేదా పొలాలో లేదా సముద్రాలో కనిపిస్తాయంతే! ఎందుకంటే మనము ఎల్లప్పుడూ విభేదాలు మరియు విభజన కోసమే పరితపిస్తుంటాము.

ఒక చీమతో సరిహద్దులు గురించి మాట్లాడడానికి ప్రయత్నించి చూడండి. కొందరు తమ ఇంటి ముందు చిన్న కంచె వేసుకుంటారు. కానీ చీమలు మాత్రం రోజంతా అటు నుంచి ఇటు, ఇటు నుంచి అటు వస్తూ పోతూనే ఉంటాయి. ఒక పక్షితో సరిహద్దుల గురించి మాట్లాడడానికి ప్రయత్నించండి "అరే, నీకు రెక్కలున్నాయి. కానీ నీ పాస్‌పోర్ట్ ఎక్కడుంది?" అని అడిగి చూడండి. కాకులకు, తేనెటీగలకు, సీతాకోకచిలుకలకు ఎటువంటి సరిహద్దులు ఉండవు; చేపలు, డాల్ఫిన్లు, నత్తలకు ఎటువంటి సరిహద్దులు ఉండవు; మేఘాలు మరియు గాలికి ఏవిధమైన సరిహద్దులు ఉండవు.

చిన్నతనం నుండే మనకు మనుషుల మధ్య గల తారతమ్యాల గురించి నేర్పించడం ప్రారంభిస్తారు. వాటిని మనం విశ్వసించడం ప్రారంభిస్తాము. "మేము ఈ ప్రాంతం వాళ్ళం కాబట్టి మేము ఇలాంటి వాళ్ళం, వాళ్ళు ఆ ప్రాంతం వారు కాబట్టి వాళ్లు వేరు" అని భావిస్తాము.

ఏది ఏమైనప్పటికీ మనుష్యుల మధ్య గల ఈ వ్యత్యాసాలు తరచూ కేవలం ఈ ఉపరితలంపై మాత్రమే! "మా ఆహారం చాలా గొప్పది, అద్భుతమైన మా చపాతీలను చూడండి" అని భారతీయులు అంటారు. "మా ఆహారం చాలా గొప్పది, అద్భుతమైన మా పాస్తాను చూడండి" అని ఇటాలియన్లు అంటారు. కానీ పాస్తా దేనితో తయారవుతుంది; అలాగే, చపాతీ దేనితో తయారవుతుంది? అవన్నీ ఒక పదార్థంతోనే కాస్త భిన్నంగా తయారుచేసి తింటున్నారు, ఇదేమీ పెద్ద విషయం కాదు కదా!

ఎవరైనా ఒకవేళ గుండె ఆపరేషన్ కోసం వెళితే, అప్పుడు డాక్టర్ అతని కులాన్ని దృష్టిలో ఉంచుకొని ఆపరేషన్ చేస్తాడా? డాక్టర్లు మెడికల్ కాలేజీలో మనుషుల రంగును చూసి ఆపరేషన్ చేయాలనేమీ నేర్చుకోరు కదా!

మనలో సమానమైనవి అనేకం ఉన్నాయి. "నాకు దాహంగా ఉంది" అని పలు భాషల్లో చెప్పవచ్చు. కానీ దానికి ఎల్లప్పుడూ నీటితోనే సంబంధం ఉంటుంది. నన్ను తరచూ అడుగుతూ ఉంటారు "మీరు ఏ ప్రాంతానికి చెందినవారు?" అని. అప్పుడు నేను లోలోపల నవ్వుకుంటాను. అప్పుడు నేను ఏమని చెప్పాలి? "మీరు ఏ ప్రాంతానికి చెందినవారో, నేను కూడా ఆ ప్రాంతానికి చెందిన వాడినే. ఈ భూమండలానికి చెందినవాడిని!" ఆ ప్రశ్న అడిగేవారు కొన్నిసార్లు నన్ను చాలా విచిత్రంగా చూస్తారు, కానీ నేను చెప్పే సమాధానం నిజమే కదా!

నేను మెక్సికో వెళ్లినప్పుడు, అక్కడి వాళ్లు నన్ను మెక్సికన్ అనుకుంటారు; నేను మలేషియాకు వెళ్లినప్పుడు, అక్కడి వాళ్లు నన్ను మలేషియన్ అనుకుంటారు; ఇలా చాలా ప్రదేశాలలో అనుకోవడం జరుగుతూ ఉంటుంది. వాస్తవానికి నన్ను ఆపి ఒక విదేశీయునిగా అనుమానించిన ఏకైక దేశం - భారతదేశం. మా అక్కగారు ఉత్తర భారతదేశంలోని ఒక ప్రాంతంలో నివసించేవారు. నేను మా అక్కగారిని కలవడానికి వెళ్తుంటే, విదేశీయులు ఆ ప్రాంతానికి రావడం అక్కడి సైన్యానికి ఇష్టం లేనందున ఒక క్రాసింగ్ దగ్గర ఒక సైనికుడు నన్ను ఆపి పాస్‌పోర్ట్ చూపించమని అడిగాడు.

అయితే, "నేను భారతీయుడినే" అని నేను చెప్పాను. ఇంతలో ఒక అధికారి ఏం జరుగుతుందో చూడడానికి బయటికి వచ్చి వెంటనే నన్ను గుర్తుపట్టి చిరునవ్వు నవ్వుతూ ఆ సైనికుడి వైపు చూసి "అవును, ఈయన భారతీయుడే" అని చెప్పాడు.

మంచిగా ఆలోచించే వ్యక్తులు కూడా ఇతరుల గురించి తప్పుడు తీర్పులు ఇవ్వడం, వారు కొంచెం భిన్నంగా ఉంటారని భావించడం నిజంగా చాలా

విచిత్రమైన విషయం. ఒకసారి నేను అర్జెంటీనాలో ఆత్మజ్ఞాన క్రియలను కొంతమందికి పరిచయం చేస్తున్నాను. ఆ క్రియలకు సంబంధించిన వివరాలను నేను 12వ అధ్యాయంలో మీకు చెప్తాను. అప్పుడు నాతో పనిచేస్తున్న ఒక సహాయకారి వచ్చి, "ఇక్కడికి ఒక మహిళ వచ్చింది, ఆమెకు జ్ఞానం ఇవ్వకూడదు" అని అన్నాడు.

"ఎందుకు?" అని నేను అడిగాను.

"ఎందుకంటే తాను ఒక వేశ్యనని ఇందాకే ఆమె నాకు చెప్పింది" అని బదులిచ్చాడు.

అప్పుడు నేను, "ఆమె ఒక వేశ్య అనే విషయం నీకు నచ్చకపోతే నువ్వు ఆమె వద్దకు వెళ్ళకు! అంతేగాని ఆమె వృత్తికి, జ్ఞానం పొందడానికి ఏమిటి సంబంధం?" అని జవాబిచ్చాను.

అసలైన బంధాలు

మన మనస్సులోని ఆలోచనలను మరియు ఊహలను విస్మరించినప్పుడు తోటి మానవుల గురించి మన హృదయం ఏమని చెబుతుంది? మీరు ఈ ప్రపంచంలో ద్వేషంతో పాటు స్వార్థం, ఈర్ష్య, పక్షపాతం మొదలైన వాటన్నింటిని ఎదుర్కొంటూ ఉంటారనేది సత్యం. కొందరు తమ జీవితాన్ని అచేతనులుగా ఉండే జీవిస్తుంటారు, తత్ఫలితంగా అలాంటివారు తమకు తామే గాక ఇతరులకు కూడా హాని తలపెడతారు. కానీ, మీడియాలో వెలువడని ఎన్నో దయాగుణ చర్యలు ప్రతిరోజూ సంభవిస్తూ ఉంటాయని మీకు తెలుసా! ఉదారస్వభావం, సృజనాత్మకత, వినయం, అవగాహనతో కూడిన అనేక అద్భుత విషయాలు మన లోపల మరియు మన చుట్టూ నిత్యం ఎన్నో సంభవిస్తూ ఉంటాయి.

మానవ స్వభావ విషయంలో మనం ఆదర్శవాదంతోనో లేదా

నిరాశావాదంతోనో కాకుండా వాస్తవికంగా ఉండాల్సిన అవసరం ఎంతో ఉంది. వాస్తవం ఏమిటంటే - మనందరిలో మంచీ-చెడూ రెండూ ఉన్నాయి. నేను మనుష్యుల కళ్ళలో ఎలాంటి కటిక చీకటిని చూసానంటే, ఆ చిమ్మచీకటిలో ఎక్కడా ఒక్క కాంతి కిరణం కూడా ఉండదు! అలాగే నేను మనుష్యుల కళ్ళలో ఎంతో అద్భుతమైన కాంతిని కూడా చూసాను. ఆశ, ఆనందం, మరియు ప్రేమతో కూడిన ఆ కాంతిని కష్టకాలంలో పూర్తిగా కూరుకుపోయిన స్థితిలో కూడా చూసాను. మనందరిలో చీకటి మరియు వెలుగు రెండింటి సామర్థ్యం ఉన్నది, పైగా ఇవన్నీ మనలోనే ఉన్నాయని గుర్తించండి.

నేను దేనినైతే నాలో మంచిదని భావిస్తానో, నాలో నేను ఇష్టపడని వాటికి అవేమీ దూరంగా ఉండవు. ప్రేమ ఎప్పుడు ద్వేషానికి దూరంగా ఉండదు. స్పష్టత ఎప్పుడు భ్రమకు దూరంగా ఉండదు. వెలుతురు ఎప్పుడు చీకటికి దూరంగా ఉండదు. వెలుతురును చీకటిగా మరియు చీకటిని వెలుతురుగా మార్చడానికి కేవలం ఒక స్విచ్ సరిపోతుంది. మనం మన జీవితంలో నుండి చీకటిని తొలగించుకోవడం గురించి ఆలోచించాల్సిన అవసరం లేదు; కేవలం వెలుతురును ఆహ్వానించడంపై దృష్టి పెడితే సరిపోతుంది! మనం మన జీవితం నుండి భ్రమలను తొలగించుకోవడం గురించి ఆలోచించాల్సిన పని లేదు; కేవలం స్పష్టతను తీసుకుని రావడంపై దృష్టి పెడితే చాలు. మనం మన జీవితం నుండి ద్వేషాన్ని తొలగించుకోవడం గురించి ఆలోచించాల్సిన పని లేదు; కేవలం ప్రేమను పెంపొందించుకోవడంపై దృష్టి పెడితే చాలు!

మనలో ఎన్నో లక్షణాలు ఉన్నాయి. వాటిని మనము ఏదైనా చేయడానికి గాని లేదా దేనినైనా వ్యక్తపరచడానికి గాని ఉపయోగిస్తాము. అవే మన జీవితాలను చాలా వరకు నిర్ణయిస్తాయి. ఈ విధంగానే ఎంపిక చేసుకోగలిగిన సామర్థ్యం మన స్వభావంలో ఒక ప్రాథమిక భాగం. మన మానవత్వమనేది మనం ఎంపిక చేసుకునే సామర్థ్యంపై ఆధారపడి ఉంటుంది.

ఒకప్పుడు ఒక వ్యక్తి ఉండేవాడు. అతను మిగతా విషయాలలో అంతా

బాగానే ఉండేవాడు కానీ తనను తాను ఒక 'గోధుమ గింజ' అని భావిస్తూ ఉండేవాడు. అది ఎలా ఉండేదంటే, అతను కోళ్ళను చూసేవరకు అంతా బాగానే ఉండేది, ఏ సమస్యా ఉండేది కాదు. కానీ ఏదైనా కోడి కనిపిస్తే చాలు, అది తనను తినేస్తుందేమోనని భయంతో అరిచి కేకలు పెట్టేవాడు. ఇలా అతని పరిస్థితి అధ్వాన్నంగా తయారైంది. అందువల్ల అతని ఇంట్లో వాళ్ళు ఒక డాక్టర్‌ను సంప్రదించగా, ఒక ప్రత్యేక చికిత్సాలయంలో చూపించమని చెప్పాడాయన. ఆ వ్యక్తిని అందులో చేర్చగా ఒక డాక్టర్ అతనికి వైద్యం చేయడం ప్రారంభించింది. ప్రతిరోజూ ఆ డాక్టర్ అతన్ని పర్యవేక్షిస్తూ... అతను గోధుమగింజ కాదని, మనిషని అర్థం చేసుకునేలా చెప్పడానికి ప్రయత్నం చేసేది.

ఇలా చాలా కాలం గడిచింది. చాలాకాలం తర్వాత ఒకరోజు డాక్టర్ అతని వద్దకు వచ్చి "నువ్వెవరు?" అని అడిగింది. "నేను ఒక మనిషిని" అని అతను జవాబిచ్చాడు.

"నిజంగా నువ్వు మనిషివేనా, గోధుమ గింజవు కాదా?" అని మళ్ళీ అడిగింది.

"కాదు, నేను మనిషినే" అని అన్నాడతను.

"అయితే, మీకు పూర్తిగా నయమయినట్లే! ఇక మీరు ఈ చికిత్సాలయం నుండి డిశ్చార్జ్ అయి ఇంటికి తిరిగి వెళ్ళవచ్చు" అంది డాక్టర్.

ఆ వ్యక్తి కూడా ఇంటికి తిరిగి వెళ్ళబోతున్నందుకు చాలా సంతోషించాడు. డాక్టర్‌కు కూడా చాలా ఉపశమనం కలిగింది. డాక్టర్ ఒక సర్టిఫికెట్ పై సంతకం చేసి అతని చేతికి ఇచ్చి ప్రక్కకు వెళ్ళింది.

సరిగ్గా ఒక పదిహేను నిమిషాల తర్వాత ఆ వ్యక్తి మళ్ళీ తిరిగి వచ్చాడు. డాక్టర్ ఆశ్చర్యపోయి "ఏమయింది? నీవు ఇక్కడ ఏం చేస్తున్నావు? ఇంటికి

తిరిగి వెళ్ళవచ్చు! నీకు పూర్తిగా నయమయిందని చెప్పాను కదా!” అని అడిగింది.

అతను డాక్టర్ వైపు చూసి, “డాక్టర్ గారు! నేను బాగానే ఉన్నానని నాకు తెలుస్తోంది. కానీ నేను గోధుమగింజను కాదని కోళ్ళకు ఎవరైనా చెప్పారా, లేదా?” అని అడిగాడు.

ఇదే మన సమస్య కూడా! సరే, మనం గోధుమ గింజలమని అనుకోకపోవచ్చు, కానీ మనం ఎవరనే విషయంలో మాత్రం అయోమయ స్థితిలో ఉంటాము. మనం ఎవరము? మనుష్యులం! ప్రేమ, దయ, ప్రకాశాల సాగరాన్ని మన హృదయంలో కలిగి ఉన్న జీవులము. మనందరిలో ఈ సుగుణాలు ఉన్నాయి. మన మధ్య ఉన్న తారతమ్యాలను వెతకడానికి బదులుగా పరిపూర్ణ ఆనందాన్ని కలిగించడానికి దోహదం చేసే మనలోనే ఉన్న అద్భుతమైన వాటిని అభినందించాలి. అలాంటివి మీలో, నాలో, మనందరిలో కూడా ఉన్నాయి.

మన అవసరాలు మనల్ని ఏకం చేస్తాయి

విభిన్న సంస్కృతులను మనం గమనిస్తే, మనుష్యులు తరచూ భిన్న విషయాల కోసం అన్వేషిస్తూ ఉంటారు. వివిధ సంఘాలు మరియు వివిధ సమాజాల ప్రజలు ‘మరణాన్ని’ ఎలా చూస్తారో ఒక్కసారి గమనించండి. ఇండోనేషియాలోని సులవేసి ద్వీపానికి చెందిన తొరాజా ప్రజలు చనిపోయిన తమ బంధువుల మృతదేహాలను ఇంట్లోనే ఉంచుతారు. అంతేకాక అంత్యక్రియల కోసం పెద్ద ఎత్తున ఖర్చు చేయకుండా ఆదా చేస్తారు. మృతదేహాలను నెలల తరబడి, కొన్నిసార్లు సంవత్సరాల తరబడి అలాగే ఉంచుకుంటారు. వారు చనిపోయారని కాకుండా, అనారోగ్యంతో ఉన్నారని భావించి వారి కోసం ఆహార-పానీయాలు తెస్తారు, ప్రక్కన కూర్చొని మాట్లాడతారు. సమాధిలో పాతిపెట్టిన తర్వాత కూడా వారి జుట్టు మరియు దుస్తులను సరిచేయడానికి వారిని శవపేటిక నుండి బయటకు తీస్తారు.

బంధువులు వారితో మాట్లాడతారు మరియు ఫోటోలు కూడా తీసుకుంటారు. ఇవన్నీ మనలో కొందరికి భయభ్రాంతులను కలిగించవచ్చు, కానీ అలా చేయడమనేది మరణించిన తమ ఆప్తులను గౌరవించడానికి మరియు గుర్తు చేసుకోవడానికి అదొక గొప్ప పద్ధతిలా అక్కడివారు భావిస్తారు.

మంగోలియా మరియు టిబెట్‌లలో చాలామంది స్థానిక ప్రజలు మరణం తర్వాత కూడా ఆత్మ జీవిస్తుందని నమ్ముతారు. అక్కడ పునర్జన్మ ప్రక్రియకు దోహదపడడానికి మృతదేహాన్ని ముక్కలుగా చేసి ఒక పర్వతం పై భాగంలో తరచుగా రాబందులు వచ్చే ప్రదేశంలో ఉంచుతారు. ఆ పక్షులను స్వర్గదూతలుగా భావిస్తారు. ఆత్మ తన పునర్జన్మ కోసం ఎదురు చూస్తూ స్వర్గంలో ఉండడానికి ఇవి తోడ్పడతాయని వారి నమ్మకం. అందుకే ఆ సంప్రదాయాన్ని "ఆకాశ ఖననం" అంటారు.

హిందూ సంప్రదాయంలో మరణించిన వారిని చాలావరకు దహనం చేస్తారు, ఆ తర్వాత ఏ జాడ మిగిలి ఉండదు. కేవలం ఆ వ్యక్తి ఫోటోకు ఒక దండ వేస్తారు. మీరు ఎవరి ఇంటికైనా వెళ్లినప్పుడు అక్కడ మీకు దండ వేసిన ఫోటో కనిపిస్తే, ఆ వ్యక్తి పోయాడనే విషయం మీకు చెప్పకనే అర్థమవుతుంది. కానీ ఆ వ్యక్తి ఆ కుటుంబంలోని వారి గుండెల్లో సుస్థిరంగా నిలిచి ఉంటాడు.

ప్రపంచవ్యాప్తంగా మీరు గమనిస్తే మరణించిన వారిని గుర్తుంచుకోవడానికి ఎన్నో మార్గాలను మీరు తెలుసుకుంటారు. నేను ఒక విషయం విన్నాను. అంతిమ సంస్కారాల తర్వాత అవశేషాలను తీసుకొని వాటిని కలశంలో ఉంచడానికి బదులు, అవశేషాలపై వేడి మరియు ఒత్తిడిని ఉపయోగించి వాటిని వజ్రాలుగా మార్చవచ్చని, ఆ తర్వాత వాటిని నగలు చేయించుకోవడానికి ఉపయోగించవచ్చని కూడా కొందరు భావిస్తారట!

కాబట్టి అవును, మనుష్యుల మధ్య సాంస్కృతిక భేదాలున్నాయి. వాటిలో మనం చూసి ఆనందించేవి కూడా కొన్ని ఉన్నాయి. కానీ ఈ తేడాలన్నీ ఈ

భూమిపై మనం ఎలా జీవిస్తున్నామో చూపడంలోని ఒక భాగం మాత్రమే. ఈ విషయాలన్నీ 'నిజానికి మనమెవరు' అనే దాని గురించి ఏమీ చెప్పవు. కోరికలు, ఇష్టాలు, నియమాలు, ఆచారాలు, ఇవన్నీ నిజానికి జీవించడానికి సంబంధించినవి; జీవితానికి సంబంధించినవి కాదు. మనం ఎక్కడి నుంచి వచ్చినా లేదా మనం ఏ నమ్మకాలతో ఉన్నా మనల్ని ఏకం చేసే ఇతర అంశాలు కొన్ని ఉన్నాయి. కనీసం మన ప్రాథమిక అవసరాలైతే ఒక్కటే కదా!

ప్రాథమిక అవసరాలను తీర్చుకోకుండానైతే మనం ఉండలేము. మనందరికి ఆకలి మరియు దాహం వేస్తుంది. మనందరికీ ఇల్లు కావాలి. మనమంతా ఈ అద్భుతమైన గ్రహం చుట్టూ ఉన్న ఒకే వాయువునే పీలుస్తున్నాము - ఊపిరి పీల్చుకుంటున్నాము, వదులుతున్నాము.

మనం మన అవసరాలను తీర్చుకోవడానికి కలిసి పని చేసే విధానం ఎల్లప్పుడూ స్వార్థం మరియు పరోపకారం యొక్క అపురూపమైన సమ్మేళనంలా ఉంటుంది. ఈ రోజు మనము సృష్టించిన ఈ ప్రపంచాన్ని చూసినప్పుడు మనకు ఏం కనిపిస్తుంది? మన అవసరాలను తీర్చుకోవడానికి మనం ఎలా ప్రయత్నించాము? ఇదంతా అద్భుతమైన మానవ పురోగతి. ఇందులో ఉదారస్వభావం, సౌందర్యం మరియు ప్రయోజనం కూడా కనిపిస్తాయి. మరొక వైపు మనము భయం మరియు దురాశ ప్రభావాలను కూడా చూస్తున్నాము - కాలుష్యము, ఆహార కొరత, ఆరోగ్య సమస్యలు. ఇక్కడ మరలా, ఎంపిక అనేది ముఖ్యం! చెడు పనులు చేయగలిగిన మనము తప్పక మంచి పనులు కూడా చేయగలుగుతాము. ఇతరులు క్లిష్ట పరిస్థితులను ఎదుర్కొనేలా చేసే మనిషే ఆ పరిస్థితులను కూడా సరిదిద్దగలడు! ఇది తరచూ చిన్న చిన్న చేతల ద్వారా, దశలవారీగా ప్రారంభమవుతుంది.

'ఆకలి' అనే విషయాన్ని తీసుకుందాము. ఆకలి వేయడం సహజం; కానీ ఆహారపు కొరత ఏర్పడడం మానవ నిర్మిత సమస్య. ఈ విషయంలో

మనమంతా సక్రమంగా పనిచేయాలి. ఎందుకంటే, ప్రకృతి మనందరికీ అవసరమైన దాని కంటే ఎక్కువ ఆహారాన్నే అందిస్తుంది. కానీ ఆహార పంపిణీ వ్యవస్థ సరిగా లేని కారణంగా ఎంతో ఆహారం ఈనాడు వృథా అవుతోందని గమనించాలి.

కొన్ని సంవత్సరాల క్రితం, నేను మరియు "ప్రేమ్ రావత్ ఫౌండేషన్" నుండి ఒక బృంద సభ్యులం కలిసి భారతదేశంలో గల జార్ఖండ్ రాష్ట్ర రాజధాని రాంచీ చుట్టు ప్రక్కల ప్రాంతాల్లో ఉన్న కొన్ని గ్రామాలలోని సమస్యలను పరిష్కరించే నిమిత్తం ఆ ప్రాంతాన్ని చూడడానికి వెళ్లాము. ఆ ప్రాంతంలోని ప్రజలు అత్యంత పేదరికంతో పాటు తీవ్రమైన రాజకీయ ఉద్రిక్తతలను మరియు హింసాత్మక చర్యలను ఎదుర్కొనేవారు. భారతదేశంలోని 40 శాతం ఖనిజ వనరులు ఆ ప్రాంతంలోనే ఉన్నప్పటికీ, అంతే శాతం ప్రజలు దారిద్ర్యరేఖకు దిగువన జీవిస్తూ పోషకాహార లోపంతో బాధపడేవారు.

మాకు అక్కడ కొంత భూభాగం కనిపించింది, దానిని కొనుగోలు చేసి అక్కడి ప్రాంతీయ ప్రజలకు ఏదైనా సహాయం చేయాలనే ఉద్దేశ్యంతో వారి సౌకర్యార్థం అక్కడ ఒక భవన సముదాయాన్ని నిర్మించాలని అనుకున్నాము. అయితే మా సలహాదారు చెప్పారు: "అలా చేయకండి; అక్కడ తీవ్రవాదం, నేరాలతో పాటుగా మరొక సమస్య కూడా ఉన్నది. అక్కడ పనిచేసే వారెవ్వరికి భద్రత విషయంలో ఎలాంటి భరోసా ఉండదు" అని. 'కానీ వెనకడుగు వేస్తే అక్కడి సమస్యలు అలాగే కొనసాగుతాయి కదా!' అని మేము ముందుకు కొనసాగాము.

'స్థానిక ప్రజలపై వీలయినంత ఎక్కువగా సానుకూల ప్రభావాన్ని చూపగలిగేవి ఏమిటి?' అనే ప్రశ్న తలెత్తింది. అక్కడ ఒక ఆసుపత్రిని నిర్మించమని ఎవరో మాకు సలహా ఇచ్చారు. కానీ, అందులో మాకు ఎలాంటి అనుభవమూ లేదు. దానిని నిర్మించాలంటే చాలా పెద్ద సవాలుగా మారుతుంది, పైగా దానిని నడపడం కూడా చాలా కష్టమైన పనే. ఆ తర్వాత, 'అక్కడ ఒక స్కూల్ నిర్మించమని' ఎవరో సూచించారు. కానీ,

ఆ ప్రాంతంలో అప్పటికే కొన్ని పాఠశాలలు ఉన్నాయి. పైగా దానిని నిర్వహించే సామర్థ్యం కూడా మాకు లేదని అనిపించింది. చివరగా పోషకాహారం అందించడం గురించి ప్రస్తావించగా అందరూ ఆ ఆలోచనను అంగీకరించారు. అక్కడున్న పేద కుటుంబాల పరిస్థితి అప్పట్లో చాలా దయనీయంగా ఉండేది. నేను కొంతమంది స్థానిక పిల్లలను కలిసాను. 'ఎలుకల కలుగులు వెతికి వాటిని త్రవ్వడం నేర్చుకున్నామని, అందులో ఎలుకలు దాచుకున్న ఆహారాన్ని దొంగలించి తినేవాళ్ళమని' నాకు వాళ్లు చెప్పడం జరిగింది. ఆ తర్వాత మేము అక్కడ ఒక పెద్ద భోజనశాలను నిర్మించి, అందులో ప్రతి రోజూ వేడి-వేడి పౌష్టికాహారాన్ని ఉచితంగా అందరికీ అందించాలని నిర్ణయించుకున్నాము.

నిజానికి నేనైతే ఏ విధమైన రాజకీయాలకైనా దూరంగా ఉండాలని అనుకుంటాను. అందుకే, అక్కడికి వచ్చి ఎవరు తినాలనే విషయం గురించి ఆ ప్రాంత స్థానిక పెద్దలను పిలిచి 'ఎవరికి ఈ ఉచిత భోజనం అందించాలో మీరే నిర్ణయించండి' అని చెప్పాను. ఆ తర్వాత వెంటనే అక్కడికి పిల్లలు రావడం ప్రారంభించారు. తరువాత వృద్ధులు మరియు పిల్లలతో పాటు తల్లులు కూడా రావడం ప్రారంభించారు. అభివృద్ధిలో భాగంగా మేము అక్కడ కొన్ని బాత్‌రూమ్‌లను కూడా నిర్మించి, ప్రతి ఒక్కరూ భోజనానికి ముందు తప్పక చేతులు కడుక్కోవాలని నియమం పెట్టి ఆ సౌకర్యాన్ని వినియోగించుకోవాలని చెప్పాము. మొదట్లో చాలా మంది పిల్లలకు ఇదంతా కొత్తగా అనిపించింది. ఎందుకంటే, కొంతమంది పిల్లలు తమ తమ ఇళ్ళలో వంట కోసమై పిడకలను తయారుచేయడానికి ప్రతిరోజూ ఉదయాన్నే ఆవు పేడను సేకరించేవారని, ఇంటికి తిరిగి వచ్చాక చేతులు కడుక్కోకుండానే నేరుగా అల్పాహారాన్ని తీసుకునేవారని కొందరు నాకు చెప్పడం జరిగింది.

మా భోజనశాలలు చాలా శుభ్రంగా ఉంచబడతాయి. అది మా నియమం. అందులో పనిచేసే ప్రతి ఒక్కరూ తప్పనిసరిగా మాస్క్‌లు ధరిస్తారు, ఆహారం కూడా చాలా రుచికరంగా, స్థానికులకు నచ్చే విధంగా ఉంటుంది. పైగా ఎంతో జాగ్రత్తగా వంటలన్నీ చేస్తారు. అక్కడికి భోజనం చేయడానికి

వచ్చిన వారు ఎంత కావాలంటే అంత తినవచ్చు.

కొన్ని సంవత్సరాల తర్వాత, ఈ భోజన పథకం యొక్క ప్రభావాన్ని చూసి నేనే నమ్మలేకపోయాను. ఆ చుట్టుప్రక్కల నుంచి వచ్చేవారు, తమ కుటుంబాల పోషణకు అవసరమయ్యే డబ్బు ఆదా కావడం వలన కొంత డబ్బును ప్రోగుచేసుకోగలిగారు, ఫలితంగా ఆ ప్రాంతంలో నేరాలు చాలావరకు తగ్గాయి. ఒకానొకప్పుడు అక్కడి వారిలో కొంతమంది ఉపాధి కోసమై ఎక్కడెక్కడికో వలస వెళ్లేవారు, కొంత మంది పిల్లలు రోజంతా కూలిపని చేసుకునేవారు. కానీ ఈ భోజన పథకం ప్రారంభించాక ఎక్కువ సంఖ్యలో పిల్లలు పాఠశాలకు హాజరు కావడం ప్రారంభించారు, వారిలో కొందరు పట్టభద్రులు కావడం మరో విశేషం. అలా పిల్లల ఆరోగ్యం మెరుగైంది. స్థానిక ఆసుపత్రులపై ఒత్తిడి తగ్గింది. మేము చేస్తున్నదంతా ఆ ప్రాంత ప్రజల సహాయార్థమేనని అర్థమయ్యాక స్థానిక తీవ్రవాదులు కూడా మా బృందాలకు మరియు మా పరికరాలకు ఎలాంటి హాని తలపెట్టలేదు.

కేవలం ఒక పూట అందించే పౌష్టికాహారం వలన ఆ ప్రాంతంలో అంత మార్పు వస్తుందని నేను కూడా ఊహించలేదు. ఇలాంటి కార్యక్రమాలనే ప్రస్తుతం మేము నేపాల్ మరియు ఘనా (దక్షిణాఫ్రికా)లలో కూడా నిర్వహిస్తున్నాము. ఇవి ఎంతో సానుకూల ప్రభావాన్ని చూపాయి. ఈ విధంగా చిన్న చిన్న అడుగులే పెద్ద మార్పుకు నాంది పలుకుతాయని మరొక్కసారి ఋజువయింది.

మరోవైపు, నేపాల్‌లో ఉన్న మా కేంద్రాన్ని భూకంపానికి సైతం తట్టుకునే సాంకేతికతను అనుసరించి దృఢంగా నిర్మించినందువలన 2015లో నేపాల్‌లో పెద్ద భూకంపం సంభవించినప్పుడు, సమీపంలోని అనేక భవనాలు కూలిపోయాయి, మరికొన్ని బాగా దెబ్బతిన్నాయి. కానీ మా భవనం మాత్రం కేవలం చిన్నచిన్న పగుళ్లను ఎదుర్కొంది; కాబట్టే ఆ స్థితిలో మా భవనం ఎంతోమందికి ఆశ్రయమిచ్చి వారందరి ప్రాణాలను కాపాడింది.

దయాగుణం గురించి

ఇతర వ్యక్తుల అవసరాలకు ప్రతిస్పందించే విధానానికి సంబంధించి నేను మీకిక్కడ ఒక చిన్న జోక్ చెప్తాను.

ఒకసారి ఒక వ్యక్తి ఎడారిలో దారితప్పిపోయాడు. అతను భరించరాని దాహంతో తల్లడిల్లుతున్నాడు, చేతులతో మోకాళ్ళపై పాకుతున్నాడు. అతని గొంతు పూర్తిగా ఎండిపోయింది. చాలా దాహంతో ఉన్నాడు. ఇంతలో ఎవరో ఒక వ్యక్తి ఒంటెపై వెళ్తూ ఇతనికి కనిపించాడు. ఆ వ్యక్తిని సమీపించి "నీరు ఉంటే ఇస్తారా?" అని అడిగాడు.

"నేను మీకు ఒక 'టై' ఇవ్వనా?" అని ఆ వ్యక్తి తన దగ్గర ఉన్న సంచిని తెరిచి, "ఇందులో చాలా 'టై'లు ఉన్నాయి, మీకు ఏ 'టై' కావాలి?" అని అడిగాడు.

"వద్దు, వద్దు, నాకు ఏ టై అవసరం లేదు" అని దాహంగా ఉన్న వ్యక్తి అన్నాడు. "మీ వద్ద నీళ్లేమైనా ఉన్నాయా?" అని మరలా అడిగాడు.

"టై గురించి మీ అభిప్రాయం ఏమిటి?" అనడిగాడు ఒంటెపైన ఉన్న ఆ వ్యక్తి.

"నాకు టై అవసరం లేదు బాబు!" అని ఈ వ్యక్తి పాకుతూ ముందుకు వెళ్లిపోయాడు. కొంచెం ముందుకు వెళ్లాక వెనక్కి తిరిగి, "నీళ్ళు ఎక్కడున్నాయో నీకేమైనా ఖచ్చితంగా తెలిస్తే చెప్పగలవా?" అని అడిగాడు.

"ఆ! చెప్పగలను. నీళ్ళు ఎక్కడున్నాయో నాకు తెలుసు! ఇక్కడి నుంచి నేరుగా ఒక అరమైలు దూరం వెళితే అక్కడ ఒక అందమైన పచ్చిక మైదానం కనిపిస్తుంది, అక్కడ చాలా నీళ్ళున్నాయి" అని చెప్పాడు ఆ ఒంటెపైన ఉన్న వ్యక్తి.

ఈ వ్యక్తి అలాగే పాకుతూ మెల్లగా ఏదోలా చివరికి ఆ ప్రాంతానికి చేరుకున్నాడు. అక్కడ పచ్చిక మైదానం, చెట్లు చేమలున్నాయి. ఆ చెట్ల మధ్యలో ఒక జలాశయాన్ని కూడా చూసాడు. ఆ జలాశయం దగ్గరికి వెళ్తుండగా ఒక పెద్ద మనిషి కాపలా కాస్తూ కనిపించాడు. ఈ దాహంతో ఉన్న వ్యక్తి అతని వద్దకు వెళ్లాడు.

"నేనిక్కడ నీరు త్రాగవచ్చా?" అనడిగాడు.

"ఆ! తప్పక త్రాగవచ్చు, కానీ నువ్వు ఎందుకు టై ధరించలేదు?" అనడిగాడు.

మనం స్పృహతో ఆలోచించకపోతే, మనం కూడా ఇలాగే చేస్తుంటాము. మనం ముందుగా తోటి వారి అవసరాలను తీర్చకుండా, వారిని మనకు అనుగుణంగా మార్చడానికి ప్రయత్నిస్తాము. మనతో ఇతరులు ఎలా ప్రవర్తించాలని ఆశిస్తామో, అదే రీతిలోనే మనము ఇతరులతో ప్రవర్తిస్తే బావుంటుంది కదా! పరస్పర విభేదాల గురించి ఆలోచించకుండా, ఉమ్మడి ప్రయోజనం కోసం పాటుపడితే ఎంత బాగుంటుంది? మనం కేవలం దయాగుణంతోనే ఉంటే ఏమవుతుంది?

"దయ" అనే పదం కుటుంబంతో, మరియు మన అనుబంధాలతో ముడిపడి ఉంటుంది. మనం దయాగుణంతో ఆలోచించి, అదే విధంగా ప్రవర్తించినప్పుడు మనకు, ఇతరులకు మధ్య ఉన్న అడ్డంకులన్నీ తొలగిపోతాయి. మనం కలిసే ప్రతి ఒక్కరిలో దయాగుణాన్ని ప్రదర్శించగలము. తద్వారా ఏదైనా సరే మెరుగుపడుతుందేగాని దేనిని కోల్పోయేది ఉండదు. మనము దీనిని ఏడు బిలియన్లతో గుణించవచ్చు. దానివలన ఎవ్వరూ ఏదీ కోల్పోరు; అందరికీ సమస్తము లభిస్తుంది.

మనము దయాగుణాన్ని ప్రోత్సహించినప్పుడు మనం కలిసే వ్యక్తులతో ఒక కుటుంబాన్ని సృష్టిస్తాము. అందువలన అందరితో మనకు ఒక ఆత్మీయ

బంధం ఏర్పడి, అందరమూ ఒక్కటే అని భావిస్తాము. కానీ మనము బాహ్య ప్రపంచంలో దయను పంచుకోవాలంటే, ముందుగా మన పట్ల మనం దయతో ఉండాలి. దయ అనేది మనతోనే మొదలవుతుంది. అది మనలోని అత్యుత్తమ మానవ లక్షణాలతో ఒక అనుబంధాన్ని ఏర్పరచి అక్కడి నుండి కొనసాగుతూ పోతుంది.

మానవుని అనుభవాలలో ఒకటైన "సహానుభూతి" అంటే అర్థం - మిమ్మల్ని మీరు మరో వ్యక్తి స్థానంలో ఉంచుకోవడం. ఇది మనిషి తొలి అడుగులు వేసినప్పటి నుండి తెలిసిన భావనే అయినా ఈ పదం కేవలం 20వ శతాబ్దంలోనే వాడుక లోనికి వచ్చింది. ఈ పదానికి ఎన్నో రకాలైన నిర్వచనాలున్నాయి; కానీ నేను సహానుభూతి యొక్క శక్తిని సరళంగా అర్థమయ్యేటట్లు చెప్పాలనుకుంటున్నాను. సహానుభూతి అంటే మిమ్మల్ని మీరు ఎదుటి వ్యక్తి స్థానంలో ఉంచుకోవడం. మీకు కూడా వారికి కలుగుతున్న అనుభవమే యథాతథంగా కలగకపోవచ్చు, మరియు వారితో మీరు ఏకీభవించకపోవచ్చు. కానీ, మీరు ఈ స్పందన వలన ముఖ్యంగా ఆ వ్యక్తి దేని అనుభవాన్ని పొందుతున్నాడో దానిని అర్థం చేసుకోగలుగుతారు. అందరినీ మనకంటే భిన్నంగా ఉన్నారని భావించడం కంటే మన చుట్టూ ఉన్న ప్రపంచాన్ని అర్థం చేసుకోవడానికి ఇదొక ఉత్తమ మార్గం. మతం, రంగు, జాతి లేదా మరేదైనా కావచ్చు, మనుష్యులను వేరు చేయడానికి బదులుగా వారు ఏ అనుభూతి పొందుతున్నారో, ఆ అనుభూతి మీరు పొందేలా వారి స్థానంలో మిమ్మల్ని మీరు ఊహించుకోండి. ఆకలి, బాధ, దుఃఖం, కోపం వీటన్నింటి నుంచి యుద్ధం వరకు, ఎవరి అవసరాలు తీరడం లేదో వారితో మీరు సహానుభూతిని కలిగి ఉండేందుకు ప్రయత్నించాలి. ఇలా చేయాలంటే ముందుగా, మానవునిగా ఉండడం అంటే ఏమిటో గుర్తుంచుకోవడం చాలా ముఖ్యం.

సమాజాన్ని మార్చడం, మీతోనే ప్రారంభించాలి

దయ అనేది లోలోపలి నుండి ప్రారంభమవుతుంది. కాబట్టి మనము ఈ

ప్రపంచాన్ని ఒక మంచి ప్రదేశంలా మార్చాలనుకుంటే ముందుగా మనతోనే ప్రారంభించాలి. నేను ప్రపంచవ్యాప్తంగా ఎన్నోసార్లు పర్యటించాను, కానీ నేను ఇప్పటి వరకు ఒక్క ఆదర్శవంతమైన సమాజాన్ని కూడా చూడలేదు. నేను అర్థం చేసుకున్నది ఏమిటంటే సమస్త సమాజాన్ని మార్చడం చాలా కష్టం, దానికి సమయం పడుతుంది. కొన్నిసార్లు మనము ముందుకు వెళ్తే, కొన్నిసార్లు వెనుకకు లాగబడతాము. మనము మనతోనే ప్రారంభించినట్లయితే మన ఆలోచనా విధానాన్ని, మనం ప్రవర్తించే విధానాన్ని మార్చుకోగలుగుతాము, ఆ తర్వాత మనం సమిష్టిగా కృషి చేయవచ్చు.

ఒక భవనంలో ప్రతి ఇటుక యొక్క స్థానం దాని బలాన్ని నిర్ణయిస్తుంది. ఒక ఇటుక విరిగిపోతే దాని చుట్టూ ఉన్న ఇటుకలను బలహీనపరుస్తుంది. దాని ప్రభావం మిగతా వాటిపై అధికమవుతూ పోతుంది. తద్వార మిగతా ఇటుకలపై మరింత ఒత్తిడి పెరుగుతుంది. ఒక భవనం యొక్క భద్రతను కొలిచేటప్పుడు ప్రతి ఇటుక యొక్క బలాన్ని పరిగణనలోనికి తీసుకోవాలి. ఒక వ్యక్తి మరియు సమాజం విషయంలో కూడా అంతే! ప్రతి ఒక్కరిపై దృష్టి పెట్టడం అవసరం. కనుక, ఇది వాస్తవానికి ప్రతి వ్యక్తితో ప్రారంభమవుతుంది. అందుకే మనల్ని మనం వ్యక్తిగతంగా వీలైనంత బలంగా తీర్చిదిద్దుకోవడానికి ప్రయత్నించాలి.

ఒక గడియారం గురించి ఆలోచించండి. అందులో ఎన్నో విడిభాగాలుంటాయి. కొన్ని నడుస్తాయి, కొన్ని నడవవు. కానీ ఒక మంచి గడియారంలో అవన్నీ పనిచేయడం అవసరమే. బయటి నుంచి మనకు కేవలం ఒక గంటల ముల్లు, నిమిషాల ముల్లు, సెకన్ల ముల్లు మాత్రమే కనిపిస్తాయి. కానీ లోపల ఒక చిన్న ప్రపంచమే ఉంటుంది. ఆ గంటల ముల్లును సరైన స్థానంలో ఉంచడానికి అన్ని భాగాలు ఏకమై పనిచేస్తాయి. అలాగే ఆ నిమిషాల ముల్లు మరియు సెకన్ల ముల్లు కూడా! సరైన సమయాన్ని సూచించాలంటే అందులోని ప్రతి ఒక్క భాగం సరిగ్గా పని చేయవలసి ఉంటుందని గడియారం తయారీదారునికి తెలుసు.

దీనినే అర్థం చేసుకోవడానికి ఇక్కడ మరొక మార్గం ఉన్నది. మీరు ఒక టీవి ముందు ఉన్నారు. అంతరిక్షం నుంచి తీసిన ఒక ఫోటోను అక్కడ చూస్తారు. తర్వాత మీరు జూమ్ చేసినట్లయితే మీకు పర్వతాలు కనిపిస్తాయి, తర్వాత పర్వతాల ప్రక్కన అడవి కనిపిస్తుంది. తర్వాత కొన్ని చెట్లు, తర్వాత ఆ చెట్లపై ఆకులు, ఆ తర్వాత మీరు ఇంకాస్త జూమ్ చేస్తూ, జూమ్ చేస్తూ పోతే చివరికి ఆ ఆకుల బొమ్మలన్నీ రంగుల ముద్దలా కనిపిస్తాయి. ఆ తర్వాత మీరు ఇంకాస్త జూమ్ చేస్తూపోతే చివరికి చతురస్రాలలో మూడు రంగులు కనిపిస్తాయి. ఒకటి పసుపు, ఒకటి ఎరుపు, ఒకటి నీలం. అంటే, మీరు ఒక పిక్సెల్ స్థాయికి చేరుకున్నట్లు! మీరు ఎప్పటినుంచో చూస్తున్నది అదే కానీ మీరు వాస్తవానికి చూసినది ఒక ఆకును, ఒక చెట్టును, ఒక పర్వతాన్ని మరియు ఒక పూర్తి ప్రపంచం యొక్క చిత్రాన్ని!

ప్రతి మానవుడు ఒక పిక్సల్ లాంటివాడు. మనమంతా ఏకమై ఒక సమాజాన్ని ఏర్పరుస్తున్నాము, తర్వాత సమాజాలన్నీ కలిసి ప్రపంచ జనాభా అవుతుంది. ఒకవేళ సమాజమనే పెద్ద చిత్రం తప్పుగా కనిపిస్తే అప్పుడు పిక్సెల్‌లో ఎక్కడ తప్పు జరిగిందో గమనించాలి. అవి ఎందుకు సరిగ్గా వెలగడం లేదు? మరి, నా సంగతేమిటి? నేను నా సమాజం, సంఘం మరియు ప్రపంచం ఒక మంచి చిత్రంగా తయారుకావడంలో సహకరిస్తున్నానా? నేను సరిగ్గా వెలుగొందుతున్నానా? మనం మన లోపల దృష్టి సారించి చూస్తే ఏమవుతుంది?

ఒక గడియారాన్ని ఆపడానికి, ఒక భవనాన్ని బలహీనపరచడానికి, ఒక మంచి చిత్రాన్ని పాడుచేయడానికి, సమాజాన్ని విచ్ఛిన్నం చేయడానికి కేవలం ఒక్క చిన్న భాగం పాడయిపోతే చాలు. అందుకే మనల్ని మనం అర్థం చేసుకోవడానికి సమయం కేటాయించాలి. అది స్వార్థం ఎంతమాత్రం కాదు; మొత్తం ప్రపంచాన్ని వెలుగొందించడానికి మీరు వెలుగుతున్న ఒక దీపంలా మారి ప్రారంభించండి.

మనమంతా ఒకేచోటి నుంచి వచ్చాము

ఒక దృష్టి కోణం నుంచి చూస్తే "సర్వవ్యాప్తి" అనేది విరుద్ధమైన ఆలోచనలాగా అనిపిస్తుంది. "నేను" అనే భావన అన్నింటి కంటే వేరు కాదా? నేను ప్రత్యేకం కాదా? మీరు ప్రత్యేకం కాదా?

అవును, జీవించి ఉన్నంతకాలం మనలోని ప్రతి ఒక్కరిలో ఏదో ఒక ప్రత్యేకత ఉన్నప్పటికీ, మన హృదయానికి అవసరమైన శాంతితో సహా ఎన్నో ప్రాథమిక అవసరాలు ఒకేలా ఉంటాయి. అంతర్గత శాంతి అనేది బలవంతులు, బలహీనులు, ధనికులు, పేదలు, లేదా కేవలం ఒక జాతికి చెందినవారికి మాత్రమే అని కాకుండా ప్రతి ఒక్కరిలో ఉన్నది.

మన చుట్టూ ఉన్న ప్రపంచానికి ఒక ఆకారాన్ని ఇవ్వడానికి మన మనస్సు నిరంతరం ప్రయత్నిస్తూ ఉంటుంది. కానీ మన ఉనికి మాత్రం చాలా సరళమైనది. చూడండి, మనం నిద్రిస్తున్నప్పుడు అక్షరాస్యులని-నిరక్షరాస్యులని, మంచివారని-చెడ్డవారని ఏమైనా తేడా ఉంటుందా? మనం నిర్మించుకునే అడ్డుగోడలు, మన తారతమ్యాలన్నీ తొలగిపోయి నిద్రలో మనం కేవలం శ్వాస తీసుకుంటూ ఉంటామంతే!

మన ప్రాథమిక అవసరాలన్నింటినీ ఈ గ్రహంపై మనమంతా సమానంగా పంచుకుంటాము. అవేగాక మనం మరి కొన్నింటిని కూడా పంచుకుంటాం: అదే నిరంతరం విస్తరిస్తున్న ఈ విశ్వం! అంతరిక్షంలో నిరంతరం విస్తరిస్తున్న ఈ విశ్వాన్ని మనం ఊహించినట్లయితే, మ్యాప్‌లో మనకు కనిపించే ఒక చిన్న గీత చాలా తక్కువే అనిపిస్తుంది. అదే మన ఇంటి యొక్క అసలైన స్వరూపం. ఈ విషయంపై ఫ్రెంచ్ తత్వవేత్త సైమన్ వేల్ ఇలా చెప్పాడు:

"మనల్ని మనం అనంత విశ్వంతోనే గుర్తించాలి. అనంతం కంటే తక్కువైనది ఏదైనా సరే, దుఃఖానికి దారితీస్తుంది."

ఆ దైవశక్తి మనం జన్మించినప్పటి నుంచి మనలోనే ఉన్నది. పైగా, అది అన్నింటి మధ్య అనుబంధాన్ని నెలకొల్పే ఒక అదృశ్య దారం లాంటిది. మనం భిన్నంగానూ ఉంటాము, ఒక్కటిగా కూడా ఉంటాము.

వేరు వేరు సిద్ధాంతాలు మనల్ని వేరు చేయవచ్చు. కానీ మనలోపల ఉన్న దైవశక్తి మాత్రం మనల్ని ఏకం చేస్తుంది. ప్రతి ఒక్కరూ ఈ అనుబంధాన్ని చూడలేరు. అది ఒక వ్యక్తిని మరో వ్యక్తికి, ఒక మిత్రుడికి మరొక మిత్రున్ని, ఒక అపరిచితుడికి మరొక అపరిచితుడిని కలిపే బంధం. తుఫాను తర్వాత ఏ సమయంలోనైనా సూర్యుడు కనిపించినట్లుగా అది ఎప్పుడైనా తారసపడవచ్చు. భారతీయ కవి కబీరు, ఆ సర్వవ్యాపక శక్తిని ఈ క్రింది విధంగా వ్యక్తపరచాడు-

"సముద్రమంతా నీటి బిందువులని సర్వులకు తెలుసు,
నీటి బిందువులో సముద్రం దాగి ఉందని కొందరికే తెలుసు."

ఈ విషయంలో కూడా రెండు అర్థాలు దాగి ఉన్నాయి. నీటి బిందువులో సముద్రమా! ఒక క్షణం పాటు మనం కబీర్‌దాస్‌గారు చెప్పినట్లుగా అంగీకరించి సమస్త మానవ జాతిని నీరుగా భావిద్దాం, సముద్రంలా! ఆ తర్వాత గమనిస్తే సముద్రంలో నుంచి ఒక్కొక్క బిందువు ఆవిరై మేఘాల్లా ఏర్పడి ఆ తరువాత తన ప్రయాణాన్ని కొనసాగిస్తూ వేరు వేరు ప్రాంతాల్లో... కొండల్లో, మైదానాల్లో, పట్టణాల్లో కురుస్తుంది. దారిలో ఒక్కొక్క చుక్క ఏకమై వాగుల్లా మారి, ఆపై శక్తివంతమైన నదుల్లా మారతాయి. మిస్సిసిపీ, అమెజాన్, గంగానది, థేమ్స్ మరియు మిగతా ఎన్నో నదులు అలా ఏర్పడినవే తర్వాత అవన్నీ కలిసి సముద్రాలవుతాయి. ఆ తర్వాత సముద్రాలన్నీ కలిసి మహాసముద్రాలుగా ఏర్పడి ఈ భూమండలంపై సువిశాలంగా విస్తరిస్తాయి. ఈ ప్రయాణం ముగుస్తుందా? లేదు. అది పునః ప్రారంభం అవుతుంది. కెరటాల నుంచి నీటి బిందువులు ఆవిరయ్యే ఆ ప్రక్రియ నిరంతరం కొనసాగుతూ పోతుంది. ఇదే విధంగా మన ప్రయాణం కూడా కొనసాగుతూ ఉంటుంది. మనమే బిందువులం, మనమే

సముద్రం - రెండూ మనమే!

కోటానుకోట్ల సంవత్సరాలుగా భూమి తన నీటిని రీసైక్లింగ్ చేస్తోంది. స్థిరమైన ప్రారంభం మరియు ముగింపు లేని నీటి ప్రయాణం అంతం కాని దైవం యొక్క ఆల్ఫా మరియు ఒమెగా లాంటిది. ఆ ప్రక్రియ ఎన్నడూ ఆగేది కాదు. అలాగని నేను పునర్జన్మ గురించి ఏమీ మాట్లాడడం లేదు. ఆ దివ్యశక్తి మనకంటే ముందు నుండే ఉన్నదని చెబుతున్నాను. అలాగే జీవితాంతం మనల్ని చైతన్యవంతులుగా ఉంచడంలో నిమగ్నమై ఉంటుంది. మన తర్వాత కూడా అలాగే ఉంటుంది.

ఈ మధ్య నన్ను ఎవరో, “ఎలా సాగుతోంది?” అని అడగగా “బాగానే సాగుతోంది! ఏదైతే తిరిగి వెళ్లిపోయే స్వభావాన్ని కలిగి ఉన్నదో, అది వెళ్ళడంలో నిమగ్నమై ఉన్నది. ఏదైతే రాబోయే స్వభావాన్ని కలిగి ఉన్నదో, అది రావడంలో నిమగ్నమై ఉన్నది. వచ్చినదంతా ఏదో ఒకరోజు తప్పకపోతుంది, కానీ ఆ పరమాత్మ మాత్రం ఎల్లప్పుడూ వర్తమానంలో ఉండే స్వభావాన్ని కలిగి ఉంటాడు. ఆ శక్తి మాత్రమే స్థిరమైనది” అని సమాధానమిచ్చాను. అలాంటి సమాధానాన్ని వారు బహుశా నా నుండి ఆశించి ఉండరని నా అభిప్రాయం.

మన ఈ మానవ స్వరూపం, నిరంతరం ప్రవహించే ఆ జీవన చక్రాన్ని ప్రతిబింబిస్తుంది. చివరికి మనమంతా ఒకరితో ఒకరు, విశ్వంతోనూ మరియు ఆ దివ్యశక్తితో కలిసిపోయి ఉంటాము. ఆ దివ్యశక్తి ఎల్లెడలా వ్యాపించి ఉన్నది!

12వ అధ్యాయం

సాధన, సాధన, సాధన

జీవితాన్ని ఒక పుస్తకంలా భావించినట్లయితే మనం జన్మించినప్పుడు ముఖచిత్రం తెరవబడుతుంది. పుస్తక ప్రారంభంలో ముందుమాట మరియు కృతజ్ఞతలను పొందుపరిచినట్లుగా ఉండేదే బాల్యం. ఆ భాగానికి ఎక్కువ ప్రాధాన్యత ఉండదు. కానీ తరువాత కథ వెంటనే ప్రారంభమై చాలా వేగంగా సాగిపోతుంది. ప్రతిరోజూ ఒక క్రొత్త పేజీలా, మన ఉనికి అనే తెల్లకాగితంపై మన స్వహస్తాలతో ఏదో ఒకటి వ్రాసుకునే సదవకాశం మనకు లభిస్తుంది.

మీరు అదృష్టవంతులైతే మీ పుస్తకంలో చాలా పేజీలు ఉంటాయి, మీ కథ సాహసాలతో మరియు అనేక అనుభవాలతో నిండి ఉంటుంది. అన్ని కథలలాగే మీ కథలో కూడా కొంత కష్టకాలం ఉంటుంది. తర్వాత ఏదో ఒకరోజు, ఒక్క పేజీ మినహా మిగతా అన్ని పేజీలు పూర్తిగా వ్రాయబడి ఉంటాయి. ఆ చివరి పేజీలో ఒకే ఒక పదం కనిపిస్తుంది: "సమాప్తం!."

మీరు మీ పుస్తకంలో ఏమి వ్రాస్తున్నారు? మీరు వ్రాస్తున్నది ఏమైనా అర్థవంతంగా ఉన్నదా? అది మీ ధ్యాసను ఆకట్టుకుంటున్నదా? అది మీకు ప్రేరణాదాయకంగా అనిపిస్తున్నదా? మీరు చెప్పాలనుకుంటున్న కథ ఇదేనా?

ప్రాచీన భారతీయ చరిత్ర ప్రకారం, వేదవ్యాస మహర్షి మహాభారతాన్ని రచించాలని అనుకున్నప్పుడు, ఆయన చెప్పేది విని అర్థం చేసుకొని వ్రాయగల అత్యంత బుద్ధి కుశలత గల ఒక లేఖకుని అవసరం ఆయనకు వచ్చింది. అందునిమిత్తం ఆయన మహాజ్ఞాని అయిన విఘ్నేశ్వరున్ని ఆశ్రయించగా, తన కలం ఆగేవరకు వ్రాస్తూనే ఉంటానని వినాయకుడు అన్నాడు. వాస్తవానికి వినాయకుడు వేదవ్యాసునితో "మీ హృదయం నుండి భావధార వెలువడుతున్నంత వరకు నా ఘంటము ఆపకుండా వ్రాయగలను" అని అన్నాడు. అందుకు ప్రతిగా వేదవ్యాసుడు వినాయకుడితో "మీకు ఏది అర్థమవుతుందో కేవలం దానిని మాత్రమే వ్రాయండి" అని అన్నాడు. మీరు కూడా మీ జీవితకథలో ఏదైతే వ్రాస్తారో, అది అర్థవంతంగా ఉండాలి. మీరు వ్రాస్తున్న కథ మీదా, లేక ఇతరులదా? స్పష్టమైన రీతిలో ప్రయోజనకరంగా అనిపిస్తోందా? చదివితే మీకు అర్థవంతంగా అనిపిస్తోందా?

ప్రతి రోజు, మనల్ని మనం వ్యక్తపరచుకోవడానికి మనకు ఒక నూతన అవకాశాన్ని అందిస్తుంది. ఒక క్రొత్త తెల్ల కాగితం, మీ స్వహస్తాలతో నింపబడడానికి ఎదురుచూస్తూ ఉంటుంది. 'వాస్తవానికి నేనెవరు' అనే విషయంపై కొన్ని చిరస్మరణీయమైన, ఆనందదాయకమైన, సత్యమైన వాటిని లిఖించడానికి ఆత్మజ్ఞానము మనకు తోడ్పడుతుంది. అలా లిఖించినవన్నీ అర్థవంతంగా ఉంటాయి. నా జీవితకథను నేను మాత్రమే వ్రాయగలిగినట్లు, మీ జీవితకథను మీరు మాత్రమే వ్రాసుకోగలరు. మనం ప్రతిరోజు మన చేతిలోనికి కలం తీసుకొని మన హృదయంలో ఉన్న దానిని లిఖించడం ప్రారంభించాలి. అది అలాగే కొనసాగాలి!

అలా చేయడం ఎల్లవేళలా సాధ్యం కాదనే విషయం నాకు తెలుసు. నిరాశ నిస్పృహల నుండి వైదొలగి, అంతర్గత శాంతిని పొంది, సంతృప్తికరమైన జీవితాన్ని జీవించడం వరకు కొనసాగించే ఈ ప్రయాణం అంత సులభం కాదనే విషయం నాకు స్పష్టంగా తెలుసు. ఈ ప్రాపంచిక అలజడిలో మన కథ మరుగున పడినట్లు మనకు అప్పుడప్పుడు అనిపిస్తుంది. కొన్ని సందర్భాలలో ఇది చాలా కష్టతరంగా కూడా అనిపించవచ్చు. దీనికై

విశేష సాధన అవసరం. ఒకవేళ మనం నదిలో మన నావను ఆవలి తీరం చేర్చాలంటే ఏదో ఒకటి, రెండు సార్లు తెడ్డు వేస్తే సరిపోదు కదా!

ఈ అధ్యాయంలో, అంతర్గత శాంతిని పొందే మార్గంలో ఎదుర్కొనే సవాళ్ళ గురించి, మీకు ఉపయోగపడే అనేక ఇతర విషయాల గురించి నేను వివరిస్తాను. అవన్నీ మన జీవితంలో ఎందుకంత ముఖ్యమైనవో కూడా నేను మరొక్కసారి వివరిస్తాను. అలాగే, మట్టి నుండి వచ్చి, మట్టిలో కలిసిపోయే మనం ఈ సెలవులు అనే మధ్య కాలంలో ఎలా వ్యవరిస్తున్నామనే విషయం గురించి కూడా మాట్లాడతాను. అవును, మనం మట్టే! అలాగే, 'ఫలానా దాని గురించి మీరు ఆలోచించాలి' అని చెప్పడానికి బదులు మిమ్మల్ని మీరు తెలుసుకొని, మీతో మీరు మమేకం కావడానికి నేను చెప్పబోయే విషయాలు తప్పక తోడ్పడగలవని కూడా ఆశిస్తున్నాను.

మన పయనం ఎటువైపు

ఈ పుస్తక పరిచయం నుండి ఇక్కడి వరకు మీరు నాతో కలిసి ప్రయాణించి ఉన్నట్లయితే ఈ దిశలో మనం చాలా దూరం ప్రయాణం చేసి వచ్చినట్లే! తీరిక లేని ఈ ఆధునిక జీవితం మనకు నలువైపులా ఎలాంటి అలజడిని సృష్టిస్తున్నదో తెలుసుకున్నాము, అలాగే మన రెండు చెవుల మధ్య మారుమ్రోగే అలజడి మన జీవన విధానాన్ని ఎంతగా ప్రభావితం చేస్తున్నదో కూడా తెలుసుకున్నాము. ఈ జీవితం ఎంతో విలువైనదని, మన అంతరంగంలోని శాంతితో మమేకమై మనం మన జీవితానుభవాలను మార్చుకోగలమనే విషయాలను కూడా తెలుసుకున్నాము. నమ్మడానికి, తెలుసుకోవడానికి మధ్య గల వ్యత్యాసాన్ని గమనించాము. అంతేగాక బయటి ప్రపంచం మీ అవసరాలను తీర్చాలని ఆశించే బదులు, మీతో మీరు ప్రారంభించినప్పుడు వచ్చే మార్పులను కూడా మనము పరిశీలించాము. కృతజ్ఞత మన జీవితాన్ని ఎలా వికసింపజేస్తుందో కూడా గమనించాము. మనము కష్టాలలో కూరుకుపోయినప్పుడు మరియు అంతర్యుద్ధం జరుగుతున్నప్పుడు వాటి నుండి బయటపడడానికి అంతర్గత శాంతి

మనకు ఎంతో సహాయపడుతుందని కూడా తెలుసుకున్నాము. మనం ప్రేమ గేయాలను ఆలకించాము; భూమిపై లభ్యం కాగలిగే స్వర్గం గురించి తెలుసుకున్నాము. మన విశ్వవ్యాప్త సంబంధాల గురించి కూడా తెలుసుకున్నాము.

శాంతి మనలోనే ఉందని, దానిని తెలుసుకోగలమని మరియు ఒక మంచి ఉద్దేశ్యంతోనే ఈ పుస్తకాన్ని రూపొందించాననే విషయాన్ని నేను ఈ పుస్తకంలో పదే పదే పునరావృతం చేసాను. ఈ అవగాహన సరళమైనప్పటికీ ఎంతో కీలకమైనది. ఎందుకంటే అశాంతికి నిలయమైన మన మనస్సు మనలో ఉన్న శాంతికి సంబంధించిన స్పష్టతను జఠిలతరం చేసి గందరగోళాన్ని సృష్టించగలదు. ప్రతిరోజు మార్పు చెందే అనేక విషయాలు మన దృష్టిని ఆకర్షిస్తాయి. అవి ఒక క్షణం పాటు మనకు సంతోషాన్ని కలిగిస్తాయి, మరుక్షణమే సమస్యల్ని సృష్టిస్తాయి. కానీ అంతర్గత శాంతి మాత్రం ఎన్నటికీ మార్పు చెందనిది. ఈ జీవితం బాహ్య ప్రపంచంలో జరుగుతున్న వాటితో సంబంధం ఉన్నదే కావచ్చు, కానీ వ్యక్తిగత శాంతి మాత్రం ఖచ్చితంగా బాహ్యప్రపంచానికి సంబంధించినది కాదు. మనం ఎలా ఉన్నా, ఎక్కడ నివసిస్తున్నా, మనం ఏం చేసినా, మనలో ఎలాంటి మార్పులు వచ్చినప్పటికీ మనలో శాంతి అనేది శాశ్వతంగా ఉంటుంది. ఆత్మజ్ఞానం ద్వారా అది మనకు అందుబాటులో ఉంటుంది.

స్వీయ జ్ఞానాన్ని పొందేందుకు చేసే అన్వేషణా ప్రక్రియ ద్వారా మనల్ని మనము తెలుసుకోగలము. మనము జాగురూకతతో జీవించనప్పుడు, మనలో ఉన్న అస్థిత్వాన్ని మనం విస్మరించినప్పుడు ఎదురయ్యే ప్రమాదం ఏమిటి? అప్పుడు మన వద్ద ఉన్న అమూల్యమైన వాటిని వదిలేస్తాము; జీవితానుభవాన్ని వదిలేస్తాము. అప్పుడు మనం అన్ని రకాలైన మానసిక బాధలకు, భావోద్వేగపరమైన బాధలకు గురవుతాము. ఆ బాధ మన ఆత్మీయులపై, మన చుట్టుప్రక్కల వారిపై కూడా ప్రభావం చూపుతుంది!

దీనికి విరుద్ధంగా ఆత్మజ్ఞానం మనల్ని మనలో ఉన్న మంచితో అనుసంధానం

చేస్తుంది: శాంతి అంటే మనలో ఉన్న స్పష్టత. శాంతి అంటే మనలో ఉన్న అవగాహన. శాంతి అంటే మనలో ఉన్న ప్రశాంతత. శాంతి అంటే మనలో ఉన్న దయ. శాంతి అంటే మనలో ఉన్న సౌమ్యత. శాంతి అంటే మనలోని ప్రకాశం. శాంతి అంటే మనలో ఉన్న ఆనందం. శాంతి అంటే మన లోలోపలి కృతజ్ఞతాభావం. శాంతి అంటే మనలోని సౌందర్యం. మనలోనికి ఈ శ్వాస వచ్చిపోవడమే శాంతి! శాంతి అంటే మనలో ఉన్న దివ్యశక్తి. శాంతి అంటే ఇవేగాక మరెన్నో ఉన్నాయి. హృదయంలో ఉన్న అన్ని రకాలైన సద్గుణాల అనుభవమే శాంతి, అదే వాస్తవానికి మన నిజస్వరూపం!

శాంతిని స్వీకరించడానికి ధైర్యం కావాలి

ఆత్మజ్ఞానం పొందడానికి మీకు మీ జీవితంలో కొన్ని రకాలైన సవాళ్లు ఎదురుకావచ్చు. ఇది మీ సామాజిక స్థితికి లేదా వృత్తిపరమైన స్థితికి విరుద్ధంగా అనిపించవచ్చు. కుటుంబ సభ్యులు, మిత్రులు మరియు సహోద్యోగులు మిమ్మల్ని అనుమానాస్పదంగానూ, తిరస్కార ధోరణితో చూడవచ్చు. అంతరంగ ప్రపంచంలో ఏమీ లేదని భావించే వారందరి నడుమ బహుశా మీ జీవితం కొనసాగిపోతూ ఉండవచ్చు. అంతేగాక, వారంతా తమ ఆలోచనే నిజమని నిరూపించుకోవడానికి తరచూ ఆసక్తిని కనబరుస్తూ ఉండవచ్చు.

అంతరంగంలోనికి చూడవద్దని చెప్పే ఒక స్వరం మనుష్యుల మెదడులో దృఢంగా నాటుకుపోయి ఉంటుంది. కానీ వాస్తవానికి ఈ ఆలోచన తరచూ వారికి ఇతరుల నుండి వారసత్వంగా సంక్రమించి ఉంటుంది.

అయితే హృదయం అంటుంది "దయచేసి, దయచేసి, దయచేసి నావైపు చూడు, నన్ను అభినందించు, నన్ను ఆస్వాదించు" అని. మనస్సేమో "వద్దు, వద్దు, వద్దు" అంటుంది. అప్పుడు మనము సందిగ్ధంలో పడిపోతాము.

ప్రపంచంతో సంభాషించడం ద్వారా, చర్చించడం వలన మనం ఎంతో

ఆనందాన్ని పొందవచ్చు మరియు పురోగతిని సాధించవచ్చు. అయితే మనమెవరమనే విషయంలో అది కేవలం ఒక భాగం మాత్రమే. "రెండు ప్రపంచాలు ఉన్నాయి-ఒకటి బాహ్యప్రపంచము, మరొకటి ఆంతరంగిక ప్రపంచము. నాకు ఈ రెండూ ముఖ్యమే" అని అనడానికి ఎవరికైనా ఎంతో ధైర్యం కావాలి. "నా హృదయం మరియు నా మనస్సు ఈ రెండూ పరస్పరం ప్రశాంతంగా ఉండగలగాలి" అని చెప్పడానికి ఒక వ్యక్తి ఎంతో ధైర్యవంతుడై ఉండాలి.

అంతర్గత శాంతిని మరియు అంతర్గత తృప్తిని అనుభూతి పొందాలంటే ఏదైనా ఆశ్రమానికి లేదా తమకు నచ్చిన ప్రశాంత ప్రదేశానికి వెళ్లాలని చాలా మంది భావిస్తుంటారు. అలాంటి సుదూర ప్రాంతాల్లో అపారమైన శక్తి మూలాలు నిక్షిప్తమై ఉంటాయని, వాటికి దగ్గరలో ఉన్నప్పుడు మాత్రమే తమకు జ్ఞానోదయమై తేజోవంతులము కాగలమని కూడా చాలా మంది భావిస్తుంటారు. ఆ శక్తి మూలాలకు దూరమైపోతే తిరిగి తమ జీవితం అంధకారభరితం అవుతుందని కూడా కొందరి అపోహ. అయితే, దీనిని నేను కాస్త భిన్నంగా చూస్తాను. ఒక మనిషిగా ఉన్నందున మీ శాంతి, స్పష్టత, మంచితనం మొదలైనవన్నీ మీ హృదయంలోనే జనిస్తాయి. ఒక అంతర్గత శక్తి మూలం మీలోనే ఉన్నది; మీ తేజస్సుకై మీలోనే ఒక కాంతి మూలం ఉన్నది; శాంతికి సంబంధించిన ఒక అంతర్గత సురక్షిత స్వర్గధామం మీలోనే ఉన్నది. పైగా వీటన్నింటిని మీరు ఎక్కడికి వెళ్తే అక్కడికి మీతో పాటు తీసుకు వెళ్ళగలగడం విశేషం.

నేను విమానంలో ప్రయాణిస్తున్నపుడు, అప్పుడప్పుడు సహారా ఎడారి పైన వెళ్తుంటాను. అలా వెళ్తుండగా ఒకసారి నాకు ఒక ఆలోచన తట్టింది. మీరు ఎప్పుడైనా ఎడారిలో ప్రయాణం చేయవలసి వస్తే అప్పుడు మీరు మీ వెంట ఒక పెద్ద నీళ్ళ బాటిల్, కొంత ఆహారం మరియు ఎండ నుండి కాపాడుకోవడానికి ఒక గొడుగును వెంట తీసుకువెళ్తే అవి మీ ప్రయాణానికి సరిపోతాయి. మీకు నలువైపులా ఎటు చూసినా ఇసుకే కనిపిస్తుంది. ఎడారి మధ్యలో ఎక్కడా పచ్చదనం కనిపించదు. ఆ ప్రాంతం చాలా వేడిగా

మరియు పొడిగా ఉంటుంది. ఈ విషయాన్నే ఇప్పుడు మీరు మీ జీవన ప్రయాణానికి అన్వయించుకోండి. మీ లోపల అంతర్గత శాంతిని కలిగి ఉండడం అంటే - నీరు, ఆహారం మరియు గొడుగు లాంటి ఆవశ్యకమైన వాటిని ప్రతి అడుగులో మీ వెంట బెట్టుకొని వెళ్ళడం. చాలా మంది తమ జీవన ప్రయాణాన్ని వట్టి చేతులతో చేస్తూ ఎడారినంతా తమ అవసరానికి అనుగుణంగా మార్చుకోవడానికి ప్రయత్నిస్తుంటారు. కానీ మీరెప్పటికైనా వేడి ఇసుకను చల్లటి నీరుగా మార్చగలరా? వాస్తవికత అతి సరళంగా ఉన్నప్పటికీ దానిని మార్చడం చాలా కష్టం.

నీరు లేకుండా ఎడారిలోనికి వెళ్తే మీరెంత దాహంతో విలవిలలాడిపోతారో ఒక్కసారి ఊహించండి. అలాంటి దాహాన్నే మీరు కూడా నిజంగా అనుభూతి చెందాలి. మరికొద్ది నిముషాల్లో మళ్ళీ నేను ఈ అంశానికే తిరిగి వస్తాను.

నేను మీకు ఏవిధంగా సహాయపడగలను?

"నేను ఇది చేస్తే, నేను అది చేస్తే నాకు శాంతి చేకూరుతుందా?" అని చాలా మంది తరచూ నన్ను అడుగుతూ ఉంటారు. ఏదో చేసి దీనిని సాధించాలని చాలామంది భావిస్తారు. కానీ నిజానికి తమలో ఏదైతే జన్మతః ఉన్నదో దానిని ఆవిష్కరిస్తే చాలు! శాంతి ఉన్న స్థానాన్ని తెలుసుకొని అందులో మమేకమై ఉంటూ కృతజ్ఞతాభావాన్ని కలిగి ఉండడానికి దోహదం చేసే దానినే 'ఆత్మజ్ఞానము' అంటారు. దానిని మీరందరూ నేర్చుకోగలరు. ఇక్కడ నేర్చుకోవడం అంటే ఏమిటి? ఈ జీవిత కానుకను ఒక క్రొత్త తరహాలో అనుభూతి పొందడం.

కొంతమంది ఒంటరిగానే "ఆత్మజ్ఞాన" ప్రయాణాన్ని చేయతలపెడతారు; కొందరు మార్గదర్శకత్వంతో ప్రయోజనం పొందుతారు. ఈ ప్రపంచంలో ఎంతో మంది గురువులు ఉన్నారు, ఎంతో మంది వ్యక్తులున్నారు; మీకు ఎప్పుడైనా కొంచెం మార్గదర్శకత్వం అవసరమని అనిపిస్తే, అందుకు సహకరించే వ్యక్తిని లేదా వ్యక్తులను మీరే కనుగొనండి. ఆ వ్యక్తి ఎలా

ఉండాలంటే నిజంగా మిమ్మల్ని అర్థం చేసుకోగలగాలి, మీకు భరోసాను కల్పించాలి, మీకు చీకటిలో దారి చూపగలగాలి. నేనైతే నా పాత్రను ఇలానే పోషిస్తాను.

ఎవరెలా ఉండాలో, ఎలా ఉండకూడదో - ఇవన్నీ చెప్పడానికి నేను ఇక్కడ లేను. మనపై ఎంతో కృప కలగడం వలన అద్భుతమైన ఈ జీవితం లభ్యమయిందని, అంతర్గత శాంతి వైపు వెళ్ళే దిశలో నేను మీకు సహాయం చేయగలననే విషయాన్ని మీకు గుర్తు చేస్తున్నాను. అయితే, ఆ దిశలో మీరు ముందుకు సాగాలని అనుకుంటున్నారో లేదో మీరే స్వయంగా నిర్ణయించుకోవాలి. అక్కడికి చేరుకోవడానికి మీరు వెళ్లాలనుకుంటున్న మార్గం ఇదో, కాదో కూడా మీరు మాత్రమే నిర్ణయించుకోగలరు.

మీరు ఎప్పుడైనా భారతీయ శాస్త్రీయ సంగీతం విన్నారా? అది పాశ్చాత్య సంగీతానికి భిన్నంగా ఉంటుంది. అందులో సితార, తబలా మరియు వేణువు లాంటి వాయిద్యాలు ఉంటాయి. కానీ మరొక ముఖ్యమైన వాయిద్యం కూడా ఉంటుంది. దాని గురించి ఎక్కువగా మాట్లాడుకోరు: దానినే 'తంబుర' అని పిలుస్తారు. అది పొడుగ్గా ఉండి, దానికి తీగలు ఉంటాయి. వాద్యకారుడు ఆ తీగలను ఒక రీతిలో మీటుతూ ఉంటాడు. ఎవరైతే దానిని వాయిస్తూ ఉంటాడో, ఆ వ్యక్తి తరచూ వెనుక వైపే ఉంటాడు. నిజానికి, కొన్నిసార్లు ఆ తంబుర కోసమై ప్రత్యేకంగా మైక్రోఫోన్ కూడా పెట్టరు. మిగతా వాద్యకారులు శ్రావ్యమైన రాగాన్ని, మధురమైన సంగీతాన్ని వాయిస్తారు. కానీ తంబుర మాత్రం ఎప్పుడూ లయబద్ధంగా ఒకే ధ్వనిని ఉత్పన్నం చేస్తూ ఉంటుంది. మిగతా వాయిద్యాలన్నీ లయబద్ధంగా ఉండడం కోసం ఈ తంబురనే అనుసరిస్తాయి. తంబుర సంగీతానికి ఒక సూక్ష్మమైన లయను అందిస్తుంది. ఇతర వాయిద్యాలన్నింటినీ ఒక ట్యూన్ మరియు రిథమ్‌లో ఉంచుతూ సంగీత కార్యక్రమం నిర్వహించడానికి దోహదం చేస్తుంది.

ఈ తంబుర పాత్ర గురించి నేనెందుకు అభివర్ణిస్తున్నాను? ఎందుకంటే నేను ఏదైతే చేస్తున్నానో అది తంబురా పాత్ర లాంటిదేనని భావిస్తుంటాను. ఒక

మంచి గురువు మీ కోసం మీ పాట పాడడు; మీ కోసం మీ వాయిద్యాన్ని వాయించడు; మీ జీవితాలను నిర్దేశించడానికి ప్రయత్నించడు. మీ రాగాన్ని మీరే వాయిస్తారు. మీ లయను మీరే నిర్ధారించుకుంటారు. ఇక్కడ నేను కేవలం మిమ్మల్ని సరైన లయలో ఉంచడానికి మరియు జీవిత సంగీతం యొక్క అంతర్గత స్పందనలను అనుభూతి పొందడంలో సహాయం చేయడానికి ఉన్నాను. మిమ్మల్ని మీరు ఆలకించడంలో నేను మీకు సహాయం చేయగలను.

మా తండ్రిగారు, 'శ్రీ హంస్‌జీ మహరాజ్' గారు ఒకసారి ఒక అద్భుతమైన ఉదాహరణ ద్వారా ఆత్మజ్ఞాన ప్రక్రియలలో, గురువు యొక్క ప్రాముఖ్యతను తెలియజేసారు. భారతదేశంలో ప్రజలు తమ గురువును ఎక్కువగా 'సద్గురువు' అని సంబోధిస్తుంటారు. అలాంటి వారి గురించి ఆయన వివరిస్తూ ఏమన్నారంటే-

"జ్ఞానమనేది గంధపు చెట్టు లాంటిది. గురువు వాయువు లాంటివాడు. గంధపు చెట్టు మొత్తం సువాసనతో నిండి ఉంటుంది. కానీ అది తన పరిమళాన్ని వెదజల్లాలని కోరుకున్నా ఏమీ చేయలేదు. అయితే, గాలి వీచినప్పుడు ఆ సువాసనను అడవంతా వెదజల్లుతుంది. తత్ఫలితంగా ఇతర వృక్షాలు కూడా గంధపు చెట్టువలె పరిమళిస్తాయి. అదే విధంగా గురువు జ్ఞానంతో యావత్ ప్రపంచాన్ని పరిమళింపజేస్తారు."

అనుభూతి పొందడం నేర్చుకోవాలి

నేను మా తండ్రిగారి సాన్నిధ్యంలో ఉంటూ నిజంగా ఆత్మజ్ఞానం గురించి ఎంతో నేర్చుకున్నాను. నేను చిన్నగా ఉన్నప్పుడు, స్టేజ్‌పై కూర్చునేవాడిని. ఆయన ప్రసంగిస్తున్నప్పుడు, ఆయన చెప్పే మాటలను, అందరూ ఆయనను అడిగే ప్రశ్నలను నేను శ్రద్ధగా ఆలకించేవాడిని. అప్పుడు నాకు ఒక విషయం అర్థమైంది: శాంతిని అనుభూతి పొందడానికి అవసరమైన ప్రతి ఒక్కదానితో మనము జన్మించాము, కానీ ప్రాపంచిక దైనందిన జీవితంలో

తలమునకలవడం వలన అవన్నీ మరుగున పడిపోయాయి. అంతర్గత స్పష్టతను పొంది, మనకు సంబంధం లేని వాటిని మనం వదిలిపెట్టగలము. అలాగే వాస్తవానికి మనమంటే ఏమిటో స్పష్టంగా చూడగలము. ఇది మనకు జీవితంలో అనవసరమైన వాటన్నింటిని వదులుకోవడానికి అనుమతిస్తుంది. రండి, మనం కాలం చెల్లిన అంచనాలను, భయాలను, పక్షపాతాన్ని మరియు నియమాలను వదులుకొని ప్రయాణం ప్రారంభిద్దాం.

కాలక్రమేణా నేను నేర్చుకున్నది ఏమిటంటే - ఎవ్వరిలోనూ అవగాహనను బలవంతంగా నింపలేము, దానిని ఎవరికి వారే స్వీకరించాలి. దాని కోసమై క్రొత్తదనాన్ని స్వీకరించడానికి మనం ఎల్లప్పుడూ సిద్ధంగా ఉండాలి. మీ వద్ద ఒక ఖాళీ గ్లాసు మరియు ఒక నీళ్ళ బాటిల్ ఉన్నట్లయితే, నీళ్ళ బాటిల్ క్రింద గ్లాసు ఉంచాలి. గురుత్వాకర్షణ వలన బాటిల్ నుండి నీరు గ్లాసులోనికి పడుతుంది. అంతేగానీ, బాటిల్‌పై ఖాళీ గ్లాసును పెట్టకూడదు. ఎందుకంటే, నీరు ఎప్పుడూ క్రిందికే ప్రవహిస్తుంది కానీ పైకి వెళ్ళలేదు కాబట్టి. అదే విధంగా జ్ఞానం కూడా విశాల హృదయం నుంచి మూసుకున్న మనస్సు వైపు ప్రసరించదు.

తరచుగా మనుష్యులు, ఆత్మజ్ఞానానికి సంబంధించిన ప్రతి విషయాన్ని తమ మనస్సుతో అడిగి తెలుసుకోవాలని అనుకుంటారు; అసలు ఇది ఎలా పనిచేస్తుంది? ఇది నాకోసం పని చేస్తుందని నేనెలా తెలుసుకోగలను? దీనికి ఋజువు ఏమిటి? ఇటువంటి మేధోపరమైన ప్రశ్నలు మన జీవితంలోని ఇతర అంశాలలో సహాయపడతాయి. అయితే, మీ గురించి మీరు తెలుసుకోవాలని అనుకుంటే కేవలం అనుభవం ద్వారా మాత్రమే తెలుసుకోగలరు, సిద్ధాంతాలతో కాదు. ఏది సరైనదని మీరు అనుకుంటున్నారు? మీరు దానిని ఎలా అనుభూతి పొందుతున్నారన్నదే అందుకు ఋజువు. తరచుగా మన మనస్సు నియంత్రణను కోల్పోవడానికి ఇష్టపడదు, కానీ నిజంగా మనమెవరో మనం లోతుగా అనుభూతి పొందడానికి అవరోధం కూడా మన మనస్సే! కొన్నిసార్లు మనం ఆలోచించడం మానేయాలి. ఒకోసారి నమ్మే సమయం వస్తుంది; ఒకోసారి తెలుసుకునే సమయం వస్తుంది.

నమ్మడానికి మరియు తెలుసుకోవడానికి మధ్య గల వ్యత్యాసాన్ని తెలుసుకున్న ఒక సందర్భం గురించి నేను మీకు చెప్పాలని అనుకుంటున్నాను. కొన్ని సంవత్సరాల క్రితం, నేను స్కీయింగ్ (మంచుపై జారడం) నేర్చుకుంటున్నప్పుడు అది నాకు చాలా కష్టంగా అనిపించింది. నేను ఆ పర్వతమంతటా ఈలలు వేస్తున్న వారిని, చిన్న పిల్లలను కూడా చూసాను. వారు అద్భుతంగా చేస్తూ సునాయాసంగా వెళ్తున్నారు. వారు వెళ్ళేటప్పుడు చక్కగా విన్యాసాలు చేస్తున్నారు. అయితే, అప్పుడు నాకు నేర్పించడానికి స్విట్జర్లాండ్‌కు చెందిన ఒక టీచర్ ముందుకు వచ్చాడు. నేను నా స్కీని ధరించగానే అతను చెప్పిన మొదటి మాట "ఈ విధంగా నడువు" అని.

"మిగతా వారంతా అలా చేయడం లేదు కదా!" అని నేను అడిగాను. "వాళ్ళు ఏం చేస్తున్నారో, నేను అదే చేయాలనుకుంటున్నాను, మీరు నాకు వేరుగా ఏమైనా నేర్పుతున్నారా?" అని అడిగాను.

"దీనిని ఈ విధంగానే ప్రారంభించాలి" అని అతనన్నాడు.

నేను కాసేపు ప్రతిఘటించి తర్వాత అనుకున్నాను "సరే! ఇతను నేర్పించినట్లే నేర్చుకుందాము, అర్థమైతే కొనసాగిద్దాం లేదంటే అప్పుడు ఆలోచిద్దాం" అని.

మొదట్లో ఎడమ వైపు వెళ్లేందుకు ప్రయత్నిస్తే కుడి వైపు వెళ్లేవాడిని. నేను ఆపుదామని అనుకుంటే అది వేగంగా వెళ్లేది. స్కీయింగ్ నేర్చుకుంటున్నప్పుడు మొదట్లో ప్రతికూలంగా అనిపించవచ్చు. మనము ముందుకు వంగితే స్థిరత్వం వస్తుంది, కానీ మనస్సు కాసేపు నడుమును వెనక్కి ఉంచమని చెప్తుంది. అలాగే, మీరు బయటికి వంగితే తిరగడానికి సహాయపడుతుంది, కానీ లోపలి వైపుకు వంగడం మనకు సహజమని అనిపిస్తుంది. అంతేగాక మీరు ఎటువైపు వెళ్తున్నారో గమనించకుండా మీ స్కీ యొక్క ముందు భాగాన్నే చూస్తూ ఉండిపోతారు!

నేను అప్పుడు గమనించింది ఏమిటంటే, ఆ టీచర్ నన్ను పదే పదే, " మీకెలా అనిపిస్తోంది? మీకు ఎలా అనిపిస్తోంది? మీకు ఇలా ఇలా అనిపిస్తోందా?" అని అడుగుతూనే ఉన్నాడు.

నిజం చెప్పాలంటే చాలాసార్లు నేను అదుపు తప్పినట్లు భావించాను. నేనేమి చేయాలో తెలియక అయోమయంలో పడిపోయేవాడిని. కానీ నేనైతే వెళ్తూనే ఉన్నాను. ఎందుకంటే నేర్చుకునే ప్రక్రియలో అనిశ్చితిని అంగీకరించి ముందుకు వెళ్లే ప్రయత్నం చేయవలసి ఉంటుంది. అప్పుడు నాకు ఎలా ఉంటుందో తెలిసింది. ఆ తర్వాత నేను స్వంత ఆలోచనలు మానేసి ఆ టీచర్ చెప్పినట్లుగా చేయడం కొనసాగించాను. ఆ క్రొత్త అనుభవాలపై నాకు నమ్మకం పెరుగుతూ పోయే కొలది, అదే రీతిలో నేను మెరుగుపడుతూ పోయాను.

ఆత్మజ్ఞానం పొందడం కూడా ఇలాగే ఉంటుంది. అనిశ్చితితో మొదలుపెట్టి, తర్వాత ఎలా ముందుకు సాగిపోవాలనే ఈ విషయాలన్నీ అర్థం చేసుకోవడానికి మనుష్యులకు తరచూ కొద్దిగా సహాయం అవసరం అవుతుంది.

జ్ఞాన క్రియలు

శాంతి అందరికీ సాధ్యమే. మానవులు తమ వ్యక్తిగత శాంతి సాధన నిమిత్తం మరియు అంతర్గత సామర్థ్యాలను తెలుసుకోవడానికి దోహదం చేసే నిమిత్తం నేను ఒక ఉచిత విద్యా కార్యక్రమాన్ని చేపట్టాను. దానిని సంక్షిప్తంగా పీక్ (PEAK) అని సంబోధిస్తాము. అంటే దానర్థం - పీస్ ఎడ్యుకేషన్ అండ్ నాలెడ్జ్. ఈ పీక్ గురించి మీరు తెలుసుకోవాలని అనుకుంటే www.premrawat.com అనే నా వెబ్‌సైట్‌ను సందర్శించగలరు. అది మీకు మీలో ఉన్న సామర్థ్యాలను గ్రహించడంలో సహాయపడుతుంది. ఈ పుస్తకం ద్వారా మరియు ఇతర అనేక వనరుల ద్వారా మీకు ఇప్పటికే తెలిసిన ఇతర వివిధ అంశాలను కూడా అందులో క్రోడీకరించడం జరిగింది. దయచేసి ఏ

మాత్రం సంకోచించకుండా ఆ ఉచిత వనరులను ఉపయోగించుకోగలరని, ఏవైనా సందేహాలు ఉంటే నాకు పంపగలరని ఆశిస్తున్నాను.

ఈ పుస్తకం మరియు పీక్ కార్యక్రమాలు మీకు నచ్చినట్లయితే ఆత్మజ్ఞానానికి సంబంధించిన ఆచరణాత్మక శక్తివంతమైన క్రియలను మీరు కూడా నేర్చుకోగలరు. మీ అంతర్గత శక్తులను అనుభూతి పొంది, మీ ధ్యాసను అంతర్ముఖం గావించుకోవడంలో ఆ క్రియలు మీకు సహాయపడతాయి. ఆ జ్ఞానక్రియలనే నేను మా తండ్రి గారి వద్ద నుండి 6 ఏళ్ళ వయస్సులో డెహ్రాడూన్‌లో ఉన్నప్పుడు నేర్చుకున్నాను, దాని గురించే నేను ఈ పుస్తక పరిచయంలో పేర్కొన్నాను. నా అనుభవంలో, ఈ క్రియలు ఒక వ్యక్తి నుండి మరో వ్యక్తికి అత్యుత్తమంగా అందించబడతాయి. ఈ క్రియలు అత్యంత అమూల్యమైనవి. అందుకే వీటి గురించి సంపూర్ణంగా తెలిసిన వారి దగ్గరే వీటిని నేర్చుకోవాలి. ఒకవేళ మీరు ఇంతవరకు నేను చెప్పిన ఈ పదకొండు అధ్యాయాలు పూర్తిగా చదివి ఉన్నట్లయితే, అందులోని అంశాలు మీ హృదయాన్ని స్పృశించినట్లయితే, జ్ఞానాన్ని చక్కగా అర్థం చేసుకునే వైపు మీరు తప్పక ముందుకు సాగినట్లే!

మీలో ఉన్న చేతనాశక్తి యొక్క తలుపులను తెరిచే తాళం చెవే - ఆత్మజ్ఞానం యెడల మీలో కలిగే దాహం. ఆ దాహం గురించే నేను ఇంతకు ముందు కూడా పేర్కొన్నాను. అలాంటి దాహం మీకు కలగనంతవరకు పీక్ గాని లేదా ఇతర ఏ పద్ధతులైనా సరే ప్రయోజనకరంగా నిరూపించబడవు. మిమ్మల్ని మీరు నిజంగా తెలుసుకోవాలని అనుకుంటే అప్పుడు మాత్రమే పీక్ (పీస్ ఎడ్యుకేషన్ అండ్ నాలెడ్జ్) కార్యక్రమం మీకు అర్థవంతంగా అనిపిస్తుంది. ఇదంతా ఒక భాషను నేర్చుకోవడం లాంటిది; దీనికై మీలో జిజ్ఞాస మరియు అభిరుచి ఉండాలి, ఆపై సాధన చేయాలనే దృఢసంకల్పంతో ముందుకు సాగాలి. జ్ఞానము అంటే మన గురించి మనకు తెలియజేసే ఒక భాష!

అంచనాల నుండి అనుభవం వరకు

ఈ పుస్తకంలో, మన అంచనాల వలన తలెత్తే సమస్యల గురించి నేను మాట్లాడాను. ఆత్మజ్ఞానం మరియు శాంతిని పొందే ప్రక్రియలో కూడా తరచుగా ఎన్నో అంచనాలు ఉంటాయి. 'నాకు శాంతి ప్రాప్తిస్తే ఇలా ఉంటుంది. మీకు శాంతి లభిస్తే ఆ తర్వాత మీరు ఈ విధంగా వ్యవహరిస్తారనే' అనేక రకమైన అంచనాలు మీకు ఉంటాయి. అయితే, అంచనాలను ప్రక్కన పెట్టండి. నేను వేరొక విధానాన్ని సూచిస్తున్నాను. ఈ దాహాన్ని అనుభూతి పొంది, ఆత్మజ్ఞానాన్ని అన్వేషించండి. ఆ తర్వాత జరిగే దానిని మీరు సహజంగా జరగనివ్వండి. అంతర్గత శాంతి గురించి మీకు ఏవైనా ఖచ్చితమైన అభిప్రాయాలు ఉంటే వాటిని వదిలేయడం మంచిది; లేదంటే మీ అంచనాలే మీ అనుభవ మార్గంలో అడ్డంకులుగా మారతాయి.

కొంతకాలం క్రితం నేను ప్రసంగించే నిమిత్తం శ్రీలంకకు వెళ్లాను. ఆ కార్యక్రమ నిర్వాహకురాలు స్టేజ్ వెనుక భాగంలోనికి వచ్చి నన్ను కలిసి తనను పరిచయం చేసుకుంటూ; "మిమ్మల్ని కలవడం చాలా ఆనందంగా అనిపిస్తోంది. కానీ మీరు భూమికి ఒక అడుగుపైన తేలుతూ ఉంటారని అనుకున్నానే!" అని అన్నది. అంతర్గత శాంతికి సంబంధించిన వ్యక్తుల గురించి ఆమె అలా ఊహించుకున్నది. కానీ నేను అలా లేను. అయితే, అన్ని సందర్భాలలో నేను శాంతంగా ఉంటానా? లేదు! అప్పుడప్పుడు నాకు కూడా సమస్యలు ఎదురవుతూ ఉంటాయా? తప్పకుండా! అంతర్గత ప్రపంచం యొక్క అద్భుతమైన అనుభవాలు నాలో ఉన్నాయా? ఖచ్చితంగా! నేను ఎప్పుడైనా భూమికి ఒక అడుగు పైన తేలిపోయానా? ఇంతవరకు అలా జరగలేదు!

ఒకసారి నేను ఆత్మజ్ఞాన మార్గంలో ముందుకు సాగిపోతున్న కొంతమందిని కలవడం జరిగింది. వారితో సంభాషిస్తుండగా, వివిధ రకాలైన ప్రశ్నలు నన్ను అందరూ అడుగుతూ ఉన్న సమయంలో ఒక మహిళ చేయి పైకెత్తి "ఆత్మ జ్ఞాన క్రియలు నేను తీసుకున్నాను, కానీ నాకు ఇప్పటి వరకు ఏ

అనుభవమూ కలగలేదు" అని అన్నది. వెంటనే అందరి చెవులు ఒక్కసారిగా నిక్కబొడుచుకున్నాయి. అయితే, అప్పుడు నేను ఏమని చెప్పానంటే "ఏం ఫరవాలేదు, ఏమీ అనిపించకపోతే సాధన చేయడం మానేసేయ్!" అని అన్నాను. వెంటనే "లేదు, లేదండి! నేను సాధన చేయడం మానను, ఎందుకంటే నాకు చాలా ప్రశాంతంగా అనిపిస్తుంది, హాయిగా అనిపిస్తుంది, ఎంతో బాగుంటుంది" అని ఆమె అన్నది. సమస్య ఏమిటంటే, తనకు కలుగుతున్న అనుభవాన్ని వదిలేసి ఆమె వేరేదో ఊహించుకున్నది. ఇవే అంచనాలు!

ఒకసారి ఎవరో అన్నారు "ఎగరడానికి మనకు రెక్కల అవసరం లేదు; మనల్ని బంధించి ఉంచిన ఆ గొలుసులను త్రెంచుకుంటే చాలు" అని. మనము అంచనాలనే గొలుసులను త్రెంచుకుంటే, మనల్ని మనం అన్వేషించడానికి, అనుభూతి పొందడానికి మరియు అర్థం చేసుకోవడానికి స్వతంత్రులం అవుతాము. ఎందుకంటే తెలుసుకోవడంతోనే కృతజ్ఞత ప్రారంభమవుతుంది. అలాగే మనం చేసే సాధన చివరి శ్వాస వరకు అభివృద్ధి చెందుతూ ఉంటుంది.

శాంతికి సంబంధించిన నా అనుభవం

అంతర్గత శాంతితో నాకు ఏర్పడ్డ ఆ దృఢసంబంధం నా జీవితంలో ఒక అద్భుతమైన ఆశీర్వాదం - సుఖంలోనైనా లేక దుఃఖంలోనైనా సరే! నా సమస్యలు ఎలా ఉన్నా, లేదా ఈ ప్రపంచంలో ఏం జరుగుతున్నా దానితో నాకెలాంటి సంబంధం ఉండదు; నేను నా పరిధిని దాటి, నాతో నేను పూర్తిగా మమేకమైనప్పుడు బాధలన్నీ ఆవిరైపోతాయి. ఇలా ప్రతి మానవునికి సాధ్యమే: హృదయం గానం చేస్తున్న సమయంలో కేవలం జీవించి ఉండడంలో గల సంగీతాన్ని ఆస్వాదించే ఆ స్థానంలో ప్రతి ఒక్కరూ ఉండగలరు.

ఆత్మజ్ఞానం ద్వారా వచ్చే స్పష్టత గురించి నేను తరచూ మాట్లాడుతూ

ఉంటాను. ఎందుకంటే, మన గురించి మనం ఎలా భావిస్తున్నామో లేదా ఈ జీవితాన్ని ఎలా ఎదుర్కొంటున్నామో, వాటన్నింటినీ ఇది మార్చగలదు. ఇక్కడ ఒక ఉదాహరణ- మీరు విమానాన్ని నడిపిస్తున్నప్పుడు హారిజన్‌ను చూడడం ద్వారా, విమానాన్ని నిటారుగా మరియు సమతలంగా ఉంచడం వంటి విషయాలు ఎలా జరుగుతున్నాయో చెప్పడానికి మీరు మీ ఇంద్రియాలను ఉపయోగిస్తారు. ప్రాథమికంగా మీరు మీ సీటులో నుండే విమానాన్ని ఎగిరిస్తున్నారు. కానీ గాలిలో అయోమయానికి గురికావడం చాలా సులభం - ముఖ్యంగా వాతావరణ పరిస్థితులు మీకు వ్యతిరేకంగా ఉన్నప్పుడు లేదా చీకటిగా ఉన్నప్పుడు. అక్కడ ఉన్న స్థితికి, మీ భావనలు మరియు వాస్తవికత యొక్క వివరణలు తప్పు కావచ్చు.

మీ చుట్టూ ఉన్న సాధనాలు, మీ అవగాహనకు తోడ్పడకుండా మీకు పూర్తిగా భిన్నమైన వ్యవస్థను అందిస్తాయి. మీరు ఎంత ఎత్తులో, ఎంత సూటిగా ఉన్నారు. మీ వేగం ఎంత, మీరు ఎంత వేగంతో తిరుగుతున్నారనే విషయాలను మీకు తెలియజేస్తాయి. ఒక విమాన శిక్షకుడిగా, పైలెట్లు సాధనాల ద్వారా ఎగరడం నేర్చుకోవడానికి కొంత సమయం పడుతుందని నేను మీకు చెప్పగలను. స్కీ నేర్చుకున్నప్పటి లాగా - మీరు అనుభవజ్ఞుడిపై నమ్మకం ఉంచాల్సి ఉంటుంది.

ఆత్మజ్ఞానము, మీతో మీరు మమేకమవడానికి అవసరమయ్యే అంతర్గత సాధనాలన్నింటిని అభివృద్ధి చేసుకునేందుకు మీకు అనుమతిస్తుంది. అక్కడే మీరు మీ వాస్తవికతను కనుగొంటారు. అక్కడే నిజంగా మిమ్మల్ని మీరు సరైన దిశలో ఉంచుకుంటారు.

విమాన ప్రయాణ ఉదాహరణ మళ్ళీ తీసుకుందాము. కాక్‌పిట్‌లో అనేక రకాలైన లైట్లు ఉంటాయి. అయితే, ఈ మధ్య డార్క్ కాక్ పిట్ అనే క్రొత్త టెక్నాలజీని కనిపెట్టారు. అందులో భాగంగా వెలిగే లైట్ల సంఖ్య తగ్గిపోతుంది. ఏ లైట్లు వెలుగుతాయో దాని ప్రకారం పైలెట్ తగిన ప్రాధాన్యత ఇవ్వడానికి అది తోడ్పడుతుంది. ఒకవేళ ఏ లైటూ వెలగకపోతే అన్నీ

సవ్యంగా ఉన్నట్లే. ఏదైనా ఇబ్బంది కలిగితే, దానికి సంబంధించిన లైటు వెలుగుతుంది, వెంటనే దానిని పరిష్కరిస్తారు. దీనినే మీరు బిజీగా ఉండే మీ మనస్సుతో పోల్చుకోండి; అది ఎల్లప్పుడూ బయటి ప్రపంచాన్ని స్కాన్ చేస్తూ ఉంటుంది. అదెప్పుడూ సమస్యలను మరియు శాంతిని, రెండింటినీ అన్వేషిస్తూ ఉంటుంది.

అందరిలాగే, నా మనస్సు కూడా నా హృదయానికి అడ్డు రాగలదు. పైగా నా అంచనాలు కూడా నన్ను పూర్తిగా ప్రభావితం చేయగలవని నేను తెలుసుకోవాలి. ఒకసారి జపాన్‌లో ఒక ప్రొఫెసర్ నన్ను ఒక ఆలయానికి ఆహ్వానించారు. ఆయన ఉద్యానవన విభాగంలో ప్రసిద్ధి చెందిన గౌరవజ్ఞుడైన నిపుణుడు. అది అందమైన తోటల మధ్యలో ఉన్న ఒక సుందర దేవాలయం. మేము అక్కడి మైదానంలోనికి వెళ్లి కూర్చున్నాము. మా ప్రక్కన ఉన్న వారంతా 'ఎంత ప్రశాంతంగా ఉందని' మాట్లాడుకుంటూ ఉన్నారు. వాస్తవానికి నాకు కూడా చాలా బాగా అనిపించింది. కానీ 'అది శాంతి కాదు, అది కేవలం నిశ్శబ్ద వాతావరణం మాత్రమే!' అని నేను అనుకున్నాను.

నేను అక్కడ కూర్చొని ఉంటే నాకు ఎన్నో రకాలైన శబ్దాలు వినిపించాయి. పెద్ద శబ్దంతో గలగలమని నీరు ప్రవహించడం, ఆకస్మాత్తుగా చిన్నచిన్న పురుగుల శబ్దాలు, వీచే గాలికి కదిలే ఆకుల శబ్దాలు, ఇవన్నీ చక్కగా వినిపించాయి. పక్షుల కిలకిలారావాలు కూడా వినపడుతున్నాయి. చెప్పాలంటే ఆ ప్రాంతం కూడా నిశ్శబ్దంగా లేదు, కానీ, కాసేపటి తర్వాత నాకు ఆ శబ్దాల్లో ఒక అద్భుతమైన సామరస్యం ఉందని గమనించాను. "నిశ్శబ్దం" మరియు "శాంతి" ఈ రెండు పదాలకు మేధోపరమైన నిర్వచనాలను ప్రక్కన పెట్టి ఆ క్షణాన్ని అనుభూతి చెందాను. ఆ తోటలో ఓ మధుర సంగీతాన్ని, ఒక అందమైన వాస్తవ సామరస్యాన్ని ఆలకించాను.

జీవితమనే సెలవులను మీరు ఆస్వాదిస్తున్నారా?

ఆత్మజ్ఞానాన్వేషణ ఎందుకంత ముఖ్యమైనది? రండి, మరొక్కసారి మన మనుగడలోని అద్భుతాన్ని పరిశీలిద్దాం.

ఎందరో సాధుపుంగవులు, కవులు, మనం చనిపోయాక మన అసలైన స్వస్థలానికి చేరుకుంటామని చెప్పారు. ఈ ప్రపంచం మనము సందర్శించడానికి వచ్చిన ఒక ప్రదేశమని అంటారు. మరణానంతరం జీవితం ఉన్నదని మీరు నమ్మినా, నమ్మకున్నా మనం కొంతకాలం మాత్రమే ఇక్కడ ఉన్నామన్న ఆలోచనలో ఏదో ప్రత్యేకత దాగి ఉన్నది కదా! నేను దీని గురించి ఎంతో ఆలోచించి ఒక నిర్ణయానికి వచ్చిన విషయం ఏమిటంటే - మానవులమైన మనము ఎక్కడి నుంచి వచ్చామో, ఎంతో సులభంగా మరిచిపోతాము – మట్టి నుండి వచ్చాము! "క్రిస్టియన్ బుక్ ఆఫ్ కామన్ ప్రేయర్స్" అనే ఒక పుస్తకంలో పేర్కొన్నట్లు- మనం పుట్టక ముందు సువిశాల విశ్వంలోని ధూళిమేఘాలలోని ఒక భాగంగా ఉండేవారమట, అలాగే మరణించిన తర్వాత తిరిగి ఆ మట్టిలోనే కలిసిపోతాము. "ధూళి నుంచి ధూళికే", ఈ విషయంపై నేను కొన్ని పంక్తులు వ్రాసాను:

నీ పాదాల క్రింద ధూళిలో
మూర్ఖులు మరియు ఋషులు
కాలచక్రంలో పడి నలిగి కలిసిపోయారు
రాజు మరియు పేదవాడు ,
సాధువు మరియు దోపిడిదారుడు,
ఆ మట్టిలోనే కలిసి ఉన్నారు.
భిక్షగాడి పాత్ర మరియు రాజు గారి మకుటం
అదే నేలలో తుప్పుపట్టి పోయాయి.
అదే గాలి ద్వారా మోసుకెళ్ళబడ్డాయి.
కృపా విహీనంతో చెల్లాచెదరుగా పడి ఉన్నాయి.
అన్నింటి విషయాల చరిత్ర -
నీ పాదాల క్రింద ధూళిలో!

ఒక అంచనా ప్రకారం మన ఈ విశ్వం ఏర్పడి 14 బిలియన్ సంవత్సరాలయింది, ఈ భూమి ఏర్పడి దాదాపు 4.5 బిలియన్ సంవత్సరాలయింది. హోమో సేపియన్స్ సుమారు 3,00,000 సంవత్సరాలుగా ఉన్నారు. హిమయుగం తర్వాత ఆధునిక మానవుడు 10,000 సంవత్సరాలలో రూపుదిద్దుకున్నాడు. దీని అర్థం ఏమిటంటే - ఈ రోజు మనం గుర్తించే మానవుడు ఈ భూమి ఏర్పడినప్పటి నుంచి కొద్దికాలంగా మాత్రమే ఇక్కడ ఉన్నాడు. అంతేగాక, పూర్తి విశ్వం యొక్క జీవన కాలంతో పోలిస్తే అతి చిన్న భాగానికే మనం ఇక్కడ పరిమితమవుతాము. ఎన్నో బిలియన్ సంవత్సరాలుగా మనం నక్షత్ర మండలంలో తేలియాడే వాళ్ళము. అప్పుడు ఆ మహత్తర శక్తి మనపై దయచూపి సుదీర్ఘ చరిత్ర గల ఈ గ్రహంపై ఒక్క క్షణం పాటు జీవించే సదవకాశాన్ని ప్రదానం చేసింది.

కనుక ఆ ధూళి నుండి మనకు ప్రస్తుతం సెలవు దొరికింది. మన పుట్టుకతో ప్రారంభమయ్యే ఈ సెలవులు మరణంతో ముగుస్తాయి. జీవించి ఉన్న ప్రతి చెట్టు, ప్రతి జీవి సెలవుల్లో ఉన్నట్లే! అయితే మనం ఎంతటి అద్భుతమైన గమ్యాన్ని చేరుకున్నామో ఒక్కసారి ఆలోచించండి. అలాగే, మనము అద్భుతమైన సెలవుల్లో ఇక్కడ ఉన్నామని మీకు తెలుసా? మనకు లభ్యమైన సమయాన్ని సద్వినియోగం చేసుకుంటున్నామా? మనం మన ఈ జీవితాన్ని అనుభవించకుండా పరధ్యానంలో ఏమైనా ఉన్నామా? మనం తిరిగి ధూళిగా మారేలోపు అద్భుతమైన వాటన్నింటిని అనుభవించే ఈ సదవకాశాన్ని ఎంత ఆస్వాదించగలమో అంత పూర్తిగా ఆస్వాదిస్తున్నామా?

కొన్నిసార్లు నేను సెలవుల్లో ఉన్నాననే సంగతిని కూడా మరిచిపోతుంటాను. నేను ప్రతిరోజు ఒక్క విషయాన్ని గుర్తు చేసుకోవాలని అనుకుంటాను. అదేమిటంటే - ప్రస్తుతం నాకు లభించిన అన్నిటికంటే ముఖ్యమైన ఈ గొప్ప అవకాశాన్ని నేను అభినందించాలి, ఆస్వాదించాలి, అలాగే వీలయినంత ఎక్కువగా ప్రతిక్షణాన్ని సద్వినియోగం చేసుకోవాలి. ఇంతేగాక, మనకు ఉన్న అన్ని అవకాశాలతోపాటు ప్రతీదానితోనూ మనకు ఉన్న అనుబంధాన్ని

అనుభూతి చెందే మరొక అవకాశం కూడా లభిస్తోంది. అదే, నేను పదకొండవ అధ్యాయంలో వివరించిన సత్యాన్ని అనుభూతి పొందడం.

మనల్ని సృష్టించిన ఆ విశ్వధూళే మన సౌరమండలంలోని ప్రతి గ్రహాన్ని కూడా సృష్టించింది. మనపైనున్న పాలపుంతలో మరియు మన క్రింద ఉన్న ధూళిలోని ఒక భాగమే మనము! చెట్లతో, చెట్ల కొమ్మలపై ఎగిరే ఆ పక్షులతో, పువ్వుల చుట్టూ తిరిగే ఆ సీతాకోక చిలుకలతో, ప్రవహించే నదిలో కదిలే చేపలతో మరియు ఎండా-వానతో మనము అనుసంధానం చేయబడి ఉన్నాము. వీటన్నింటితో మనకు ఎల్లప్పుడూ ఒక అనుబంధం ఏర్పడి ఉన్నప్పటికీ, ఈ కొద్ది సమయం పాటు మనకు, చైతన్యశక్తి అనే మరొక్క ఆశీర్వాదం కూడా లభించింది. అనుభూతి పొందడానికి మరియు అర్థం చేసుకోవడానికి మనకు తాత్కాలిక సామర్థ్యం కూడా ఇవ్వబడింది. అయితే ఇప్పుడు ప్రశ్న ఏమిటంటే - నిజంగా మన సెలవులను మనము ఆనందిస్తున్నామా, లేదా?

జీవితాన్ని ఆనందించండి

చివరికి ఏదో ఒక సమయానికి ఈ భూగోళమంతా విచ్ఛిన్నమైపోయి విశ్వమంతటా దుమ్ము ధూళిగా ఎగిరిపోయి, లెక్కలేనన్ని వివిధ వస్తువులుగా అనేకచోట్ల చెల్లాచెదరుగా పడిపోయి రూపాంతరం చెందుతుంది. ఇది విశ్వంలో నిరంతరంగా జరిగే ఓ ప్రక్రియ. కాబట్టి వర్తమానంతో అనుసంధానమై ఉండడమే మనకు లభించిన ఈ అవకాశం. గడిచిన నిన్నటి రోజులోనో లేక ఎప్పటికీ రాని రేపటి రోజులోనో కాదు. వర్తమానమనే ఈ క్షణంలోనే, ఈ క్షణంలోనే అద్భుతమైన మన ఉనికి దాగి ఉన్నది. అయినప్పటికీ మనం తరచూ ఈ సరళమైన అభినందనను ఎంతో కష్టంగా భావిస్తాము. చైనా దేశానికి చెందిన లావోట్జు అనే తత్వవేత్త ఈ విధంగా వివరించాడు:

ప్రతిక్షణం సున్నితమైనది మరియు క్షణభంగురం
గడిచిన క్షణం ఎంత గొప్పదైనా దాన్ని మనము కాపాడుకోలేము
ప్రస్తుత క్షణం ఎంత ఆహ్లాదకరంగా అనిపించినా ఆపుకోలేము
ఎంత వాంఛనీయమైనప్పటికీ భవిష్యత్ క్షణాలను ఇప్పుడే పొందలేము.
కానీ, మనస్సు మాత్రం నదిని సైతం దాని జన్మస్థలంలోనే నియంత్రించడానికి ప్రయత్నిస్తుంది -
గతం గురించిన ఆలోచనలో నిమగ్నమై,
భవిష్యత్తు ప్రణాళికలలో నిమగ్నమై,
ఈ ప్రస్తుత క్షణంలో ఉన్న సాధారణ సత్యాన్ని విస్మరిస్తున్నారు.

ఈ క్షణం యొక్క నిజమైన సత్యం ఏమిటి? ఏదైనా పోయిన తరువాత దాని ప్రాముఖ్యతను తెలుసుకోవడం తెలివైనవారి లక్షణం కాదు. మన వద్ద ఉన్న వాటి విలువను గుర్తించడమే విజ్ఞత! అయితే, ఈ క్షణంలో ప్రస్తుతం మన వద్ద ఉన్నదేమిటి? 'వర్తమానం' అనే ఆశ్చర్యాన్ని అనుభూతి పొందే అవకాశం! మన జీవితంలో అన్నిటికంటే ముఖ్యమైనదేమిటో స్పష్టంగా చూసే అవకాశం! వాస్తవానికి మనమెవరో తెలుసుకునే అవకాశం, అలజడికి దూరమై లోపలి శాంతిని అనుభూతి పొందే అవకాశం. మన హృదయం ఎల్లప్పుడూ మన మనస్సు తలుపులను తడుతూ మనలో ఉన్న మంచితో మమేకమై ఉండగలిగే ఆ అవకాశాన్ని మనకు గుర్తు చేస్తుంది.

ఒక ఫుడ్ మార్కెట్ ఉన్నదనుకోండి - అందులో ప్రపంచంలో ఎక్కడా దొరకని అత్యుత్తమ ఆహార పదార్థాలు, తాజాపండ్లు, కాయగూరలు, మంచిగా వండిన భోజనాలు, తాజా పానీయాలు, పండ్లరసాలన్నీ ఉన్నాయి. అక్కడికి వెళ్ళి మీరు ఏం కావాలంటే వాటిని తీసుకోవచ్చు, కానీ ఒక షరతు - 'ఏ ఒక్క దానిని కూడా మీరు బయటికి వెళ్లేటప్పుడు మీతోపాటు వెంట తీసుకుని వెళ్ళడానికి వీల్లేదు' అని అంటే అప్పుడు మీ స్పందన ఎలా ఉంటుంది? నిరాశ చెందుతారా? లేక అక్కడికి వెళ్ళి లోపలున్న ప్రతి ఒక్క దానిని పూర్తిగా ఆస్వాదించాలని అనుకుంటారా?

ఈ ఉదాహరణ సుపరిచితంగా అనిపిస్తోంది కదా? మనం ఇక్కడ ఎంతైనా ఆనందించవచ్చు, కానీ దేనిని ఇక్కడి నుంచి వెంటబెట్టుకొని వెళ్ళలేము. కార్పెడిమ్!

మంచి తోడేలు, చెడ్డ తోడేలు

ఈ పుస్తకంలో మనం పదే పదే ఒక కీలకమైన అంశం గురించి మాట్లాడుకున్నాము. అదే, ఆధ్యాత్మిక సాధనలో అవసరమైన మన ఎంపిక. ప్రతి క్షణం మనకు ఎంపిక చేసుకునే అవకాశం ఉంటుంది. మీలో ఉన్న మంచి చెడులలో దేనిపై దృష్టిపెడుతున్నారు? సానుకూలంగా మరియు ప్రతికూలంగా ఉన్న వాటిలో దేనిపై దృష్టి పెడుతున్నారు?

ఒకప్పుడు ఒక సమూహం ఉండేది. ఆ సమూహంలోని ఒక పిల్లవాడు ఒకరోజు ఆ తెగకు సంబంధించిన ముఖ్య అధినేత దగ్గరికి వెళ్ళి ఇలా అడిగాడు "అయ్యా! నేనొక ప్రశ్న మిమ్మల్ని అడగాలని అనుకుంటున్నాను. కొంతమంది కొన్ని సమయాల్లో చాలా మంచిగా ఉంటారు, కానీ అదే మనుష్యులు కొన్ని సమయాల్లో చెడ్డవారిగా మారిపోతారు, ఎందువల్ల?" అని.

అప్పుడు ఆ అధినేత, "ఇలా ఎందుకు జరుగుతుందంటే మన లోపల రెండు తోడేళ్లున్నాయి. అవి రెండూ పరస్పరం పోట్లాడుకుంటూ ఉంటాయి, ఒకటి మంచితోడేలు, మరొకటి చెడ్డ తోడేలు" అని చెప్పాడు.

అప్పుడు ఆ పిల్లవాడు కాసేపు ఆలోచించి, "అయ్యా! అలాంటప్పుడు ఏ తోడేలు గెలుస్తుంది" అని మళ్ళీ అడిగాడు.

"నువ్వు దేనిని పోషిస్తావో, అదే గెలుస్తుంది" అని బదులిచ్చాడు.

మనం చెడ్డ తోడేలును శిక్షించాల్సిన పని లేదు - దానిని శిక్షించడం వలన ఏ

ప్రయోజనం ఉండదు. అందుకు బదులుగా మంచి తోడేలును పోషించాలి. దానికి సమయాన్ని, అవగాహనను, సంరక్షణను, ప్రేమను అందించాలి. అప్పుడు ఏమవుతుంది? మంచి తోడేలు బలపడుతుంది.

ద్వేషం, కోపం, భయం, భ్రమ - ఇవన్నీ చెడ్డ తోడేలు ఆహారం
ప్రేమ, ఆనందం, శాంతి, స్పష్టత - ఇవన్నీ మంచి తోడేలు ఆహారం

కాబట్టి మనల్ని మనం ప్రశ్నించుకోవాలి: ఈరోజు మనం దేనిని ఎంపిక చేసుకుంటాము? సందిగ్ధతను ప్రోత్సహించడాన్ని ఎంపిక చేసుకుంటున్నామా లేక అవగాహననా? మనము దేనిని ప్రోత్సహించడాన్ని ఎంపిక చేసుకుంటున్నాము - భ్రమనా లేక స్పష్టతనా? మనము యుద్ధాన్ని ప్రోత్సహించాలని అనుకుంటున్నామా లేక శాంతినా?

మన ఇష్టాలు మనల్ని ఎలా నిర్వచిస్తాయో దాని గురించి నేను చాలా కాలం క్రితం చెప్పిన కొన్ని పంక్తులు ఇక్కడ ఉన్నాయి - అవి ఈనాటి వరకు నాలో నిలిచిపోయాయి.

మీరు బలంగా ఉండాలనుకుంటే, సున్నితంగా ఉండండి.
మీరు శక్తివంతంగా ఉండాలనుకుంటే, దయతో ఉండండి.
మీరు ధనవంతులుగా ఉండాలనుకుంటే, ఉదారస్వభావంతో ఉండండి.
మీరు తెలివిగా ఉండాలనుకుంటే, సరళంగా ఉండండి.
మీరు స్వేచ్ఛగా ఉండాలనుకుంటే, మిమ్మల్ని మీరు తెలుసుకోండి.

స్వేచ్ఛగా ఉండడాన్ని ఎంచుకోవడం

ఒకసారి నేను జ్ఞానక్రియలు నేర్చుకునే వారితో మాట్లాడుతూ ఉండగా, ఒక వ్యక్తి “నాకు భయం వేస్తోంది?” అని అన్నాడు.

"దేనికి భయం?" అని నేనడిగాను.

"నేను ముందుకు సాగలేకపోతున్నాను, నేను ఆ అనుభవంలోనికి వెళ్ళలేకపోతున్నాను" అన్నాడు.

"ఎందుకు?" అని నేనడిగాను. "మీరు కేవలం అంతర్ముఖులు అవుతున్నారు. మీతో మీరు ఉండడానికి భయపడకండి. అందులో హాయిగా విహరించండి" అని చెప్పాను.

తర్వాత అతను నన్ను కలవడానికి తిరిగి వచ్చి, ఆ సంభాషణ తనకు చాలా శక్తినిచ్చిందని చెప్పాడు. ఎందుకంటే తనను తాను స్వతంత్రున్ని చేసుకొని స్వేచ్ఛగా విహరించడానికి అనుమతించాడు. అయితే, అప్పుడు నీకెలా అనిపించిందని అతన్ని నేను అడిగాను. "ప్రస్తుతం నేను ఏ స్వేచ్ఛానుభూతిని పొందుతున్నానో దానికి హద్దులు లేవు, అవధులు లేవు" అని చెప్పాడు.

స్వేచ్ఛగా ఉండడం మన స్వభావం. మనల్ని బంధించేది బహుశా అంత గొప్పది కాకపోవచ్చు. కానీ మనం మనలో ఉన్న ఆ ఆవశ్యకతతో మమేకం కావాలి. అయితే, మీకు అంతర్గత స్వేచ్ఛ అవసరమని భావిస్తున్నారా? మీ లోపల ఉన్న దివ్యశక్తినేత్రాలతో చూడడానికి మిమ్మల్ని మీరు స్వేచ్ఛగా ఉంచుకోగలరా?

నా యుక్త వయస్సులో, పక్షులను చూసి స్వేచ్ఛ గురించి ఒక పాఠం నేర్చుకున్నాను. స్వేచ్ఛగా విహరిస్తున్న ఒక పక్షిని తీసుకొని పంజరంలో బంధించినట్లయితే మొదట్లో అది బయటికి రావాలని ఎంతో పోరాడుతుంది. అయితే, కొంతకాలం పాటు దానిని అందులో అలాగే ఉంచితే చివరికి ఏం జరుగుతుందో మీకు తెలుసా? అది ఆ పంజరంలోనే బ్రతకడానికి అలవాటు పడుతుంది. ఆ తర్వాత ఒకరోజు మీరు ఆ పంజరం తలుపు తీస్తే ఏమవుతుందో ఊహించగలరా? ఆ పక్షి ఎగరడానికి ఏమాత్రం ప్రయత్నించదు. ఇది నాకు ఎలా తెలుసంటే, ఒకసారి నేను పంజరంలో ఉన్న కొన్ని పక్షులని

విడిచిపెట్టాలని ప్రయత్నించాను. కానీ వాటిలో ఏమాత్రం చలనం లేదు, స్వేచ్ఛ అంటే ఏమిటో అవి పూర్తిగా మరిచిపోయాయి. మన విషయంలో కూడా అలాగే జరగవచ్చు.

మన జీవితంలో ఏం జరిగినా సరే, మనలోని మన వాస్తవ స్వరూపంతో మమేకమవ్వడానికి ఎల్లప్పుడు స్వేచ్ఛగా ఉండాలి. ప్రాపంచిక విషయాల నియంత్రణలో కాకుండా స్వేచ్ఛతో ఉండగలగాలి. అటువంటి స్వేచ్ఛను మన కోసం మనమే ఎంపిక చేసుకోవాలి. మన ప్రతి ఉచ్ఛ్వాస నిశ్వాస మనకు జీవితమనే అద్భుతాన్ని పరిచయం చేస్తూ ఉంటుంది. అంతర్ముఖమై, మీరు మీలోని అనంతమైన శాంతితో మమేకమవడాన్ని ప్రతీ క్షణమూ ఎంపిక చేసుకోవచ్చు. అంతర్ముఖం అయినట్లయితే మీ అంతరంగంలోనే మీరు ఎంతో దూరం హాయిగా విహరించగలరు. అంతర్ముఖులైనట్లయితే ప్రాపంచిక అలజడి శాంతిస్తుంది. అప్పుడు మీలోని దివ్యసంగీతాన్ని మీరు ఆలకించగలుగుతారు. అంతర్ముఖులయితే మిమ్మల్ని మీరు ఆలకించగలుగుతారు. ప్రారంభించండి!

రచయిత గురించి

1957వ సంవత్సరంలో జన్మించిన ప్రేమ్ రావత్ గారి అసాధారణ జీవన ప్రయాణంలో 55 సంవత్సరాల అపార అనుభవం ఉన్నది. ఒక విలక్షణ ప్రతిభావంతుడైన బాలకునిగా మొదలై, 70 దశకంలోని ఒక సుప్రసిద్ధ యువకుడి నుండి, అంతర్జాతీయ శాంతి దూత వరకు చేసిన తన సుదీర్ఘ ప్రయాణంలో ప్రేమ్‌రావత్ గారు కోట్లాది మందికి అద్వితీయమైన ఒక స్పష్టతను, ప్రేరణను మరియు జీవితానికి సంబంధించిన వినూత్న అవగాహనను కలిగించడం విశేషం!

'ద ప్రేమ్ రావత్ ఫౌండేషన్' వ్యవస్థాపకుడైన ప్రేమ్ రావత్ గారు ప్రస్తుతం అమెరికాలో స్థిరపడ్డారు. ప్రపంచవ్యాప్తంగా అన్ని వర్గాల వారితో కలిసి పనిచేస్తుంటారు మరియు తమలోనే నెలకొన్న శాంతి మూలాన్ని ఎలా అనుభూతి పొందాలో యావన్మందికీ తెలియజేస్తుంటారు. వారి విశ్వవ్యాప్త కృషి-ప్రయాసలు ఈనాడు వందకుపైగా దేశాల్లో విస్తరించి, ప్రతి ఒక్కరికి ఆశ, సంతోషం మరియు శాంతిని పొందేందుకై ఒక ఆచరణాత్మక సందేశాన్ని అందించడం గమనార్హం!

ప్రేమ్ రావత్ గారు రచించిన "పీస్ ఈజ్ పాజిబుల్" అనే పుస్తకం అంతర్జాతీయస్థాయిలో అత్యధికంగా విక్రయించబడినది. ఇంతేకాదు, 15000 గంటలకు పైచిలుకు విమానాన్ని నడిపిన అనుభవజ్ఞులైన ఒక పైలెట్, ఒక ఫోటోగ్రాఫర్ మరియు పురాతన కార్లను క్రొత్తగా తీర్చిదిద్దడంలో అభిరుచిగలవారు. ఆయనకు నలుగురు సంతానము మరియు నలుగురు మనవలు, మనవరాళ్లు ఉన్నారు.

HarperCollins *Publishers* India

At HarperCollins India, we believe in telling the best stories and finding the widest readership for our books in every format possible. We started publishing in 1992; a great deal has changed since then, but what has remained constant is the passion with which our authors write their books, the love with which readers receive them, and the sheer joy and excitement that we as publishers feel in being a part of the publishing process.

Over the years, we've had the pleasure of publishing some of the finest writing from the subcontinent and around the world, including several award-winning titles and some of the biggest bestsellers in India's publishing history. But nothing has meant more to us than the fact that millions of people have read the books we published, and that somewhere, a book of ours might have made a difference.

As we look to the future, we go back to that one word—a word which has been a driving force for us all these years.

Read.